வண்ணச் சீரடி

டாக்டர் மு.ராஜேந்திரன், இஆப

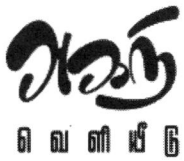

அகநி
வெளியீடு

வெளியீடு : 134
ISBN : 978-93-82810-99-5

வண்ணச் சீரடி

(மங்கலதேவி கண்ணகிக் கோட்டம் மீட்டெடுப்பு போராட்ட வரலாறு)

டாக்டர் மு.ராஜேந்திரன்,இஆப

முதல் பதிப்பு:
ஏப்ரல் 16, 2022

பக்கம்:
352

ஒளியச்சு:
எம்.மார்த்தா

அட்டை வடிவமைப்பு:
கே.சி.செந்தில்குமார்

அச்சாக்கம்:
எம்.வி.ஆப்செட் பிரிண்ட்ஸ், சென்னை-5

வெளியீடு:
அகநி வெளியீடு,
எண். 3, பாடசாலை வீதி,
அம்மையப்பட்டு, வந்தவாசி - 604 408
திருவண்ணாமலை மாவட்டம்
பேசி : 94443 60421 / 98426 37637
மின்னஞ்சல்: akaniveliyeedu@gmail.com

விலை: ரூ.450/-

இந்நூல்...

அரசர்கள் மட்டுமே
காப்பியத் தலைவர்களாக இருந்த காலத்தில்
ஓர் அபலைப் பெண்ணைக்
காப்பிய நாயகியாக நிலைநிறுத்திய
இளங்கோவடிகளுக்கும்

விண்ணேற்றிப் பாறை கண்ணகிக் கோட்டத்தில்
தேவந்தியென்னும் பெண்ணை
பூசாரிணியாக நியமித்துச் சென்ற
சிலப்பதிகார காப்பிய நாயகி
மங்கலதேவி கண்ணகிக்கும்...

தாயைக் காக்கப் போராடும் தனயன்கள்

டாக்டர் மு.ராஜேந்திரன், இஆப

சிலப்பதிகாரத்தின் வஞ்சிக் காண்டத்தில் சொல்லப்படும் விண்ணேற்றிப் பாறையும், அங்குள்ள மங்கலதேவி கண்ணகி கோட்டமும் எங்கிருக்கிறது என்று பலருக்குத் தெரியாது என்பது ஆச்சரியமில்லை. ஆனால் சிலப்பதிகாரத்தை, கண்ணகியைப் பேசி பிரபலமாக்கிய தமிழகத்தின் முக்கியஸ் தர்களின் வாரிசுகளுக்கே இவை தெரியாது என்பதைத் தெரிந்து கொண்ட தருணங்கள் எனக்குத் தலைகுனிவைத் தந்தன. தமிழகத்தின் பெரும் முரண். மேம்போக்காக தமிழ் இலக்கியம், தமிழ்ப் பண்பாடு பற்றி ரௌத்திரமாகப் பேசும் நமக்கு, ஆழ்ந்த இவை இரண்டிலும் பரிச்சயம் இல்லை.

தமிழகத்தில் கண்ணகிக் கோட்டம் என்ற பெயரில் கோயில் இல்லை. சிலப்பதிகாரத்தின் வாழ்த்துக் காதையில் கண்ணகி சொல்லியது, “இந்த வென்வேலான் குன்றில் (கண்ணகிக் கோட்டம்) தான் நான் இருப்பேன். நீங்கள் எவ்வளவு வருந்தி அழைத்தாலும் இந்த இடத்தைவிட்டு வேறு எங்கும் வர மாட்டேன். என் அருள் வேண்டினால் இங்கு வாருங்கள்” என்று தெய்வ உருவம் பெற்ற கண்ணகி தனது உறவினர்களுக்குத் தெரிவிக்கிறார். கோயில் மங்கலம் செய்ய வந்த சேர அரசன் செங்குட்டுவன், பாண்டியன் வெற்றிவேல் செழியன், குடகு அரசன் மாளவ அரசன், கொங்கு அரசன், இலங்கை அரசன் கயவாகு, வடதிசை அரசர்கள் கனக விசயன், இளங்கோவடிகள், சீத்தலைச் சாத்தனார் என அன்றைய பெரும் ஆளுமைகள், இந்தக் காரணத்தால்தான் தங்கள் ஊர்களில் கண்ணகி வழிபாட்டைத் துவங்கினாலும் கண்ணகி பெயரில் கோயில் அமைக்கவில்லை. பகவதி, செல்லத்தம்மன், தெவ்வோ, ஒற்றை முலைச்சி எனப் பெயர் வைத்தனர்.

6 வண்ணச் சீரடி

கண்ணகி மதுரையைத் தீக்கிரையாக்கியது ஆடி மாதம், அஷ்டமி திதி, வெள்ளிக்கிழமை மாலை நேரம். அதை கி.பி.144, ஜூலை 17ஆம் தேதி என அறிகிறோம். இலங்கை அரசன் கயவாகுவின் காலத்தைக் கணக்கிடும்போது கண்ணகிக் கோட்டம் அமைத்த காலம் கி.பி.180ஆக இருக்கலாம். கண்ணகி மறைந்து சுமார் 35, 40 வருடங்கள் கழித்து அவள் பெயரில் கோட்டம் எழுப்பப் பட்டிருக்கிறது. சிலப்பதிகார ஆசிரியர் இளங்கோவடிகளின் தாய் பூம்புகாரைச் சேர்ந்த சோழ இளவரசி தந்தை சேர அரசன் இமயவரம்பன். இளமையிலே கல்வி, கேள்விகளில் சிறந்த இளங்கோவடிகள் சிலப்பதிகாரத்தில் பூம்புகார், ஸ்ரீரங்கம், கொடும்பாளூர், அழகர் மலை, மதுரை, பளியன்குடி என்ற ஊர்கள் வழியாக கண்ணகி வந்ததாகக் குறிக்கிறார். காவிரி நதியின் வடகரை வழியாக கிளம்பி, கற்சிறை (கல்லணை) தாண்டியவள் வைகை நதியை கடக்கிறாள். பேரியாறு வருகிறாள். மலைமீது வேங்கைக்கானல் காணுகிறாள். மலைமீது ஒவ்வொரு அடியாக அடி வைத்து ஏறுகிறாள். பளியர்கள் அவளைப் பார்க்கிறார்கள். அவளை அழைக்க கணவன் கோவலன் வருகிறான். அவன் வந்த புஷ்பக விமானத்தில் கிளம்புகிறாள். அந்த இடம் விண்ணேற்றிப் பாறை என்று பெயர் பெறுகிறது.

தமிழகத்தின் பெரும் சாபக்கேடு, நமது உரிமைகளும், கடமைகளும் எவை என்று தெரியாததுதான். பண்பாடு, கலாச்சாரம் பற்றி வீண் பெருமை பேசுவோம். எல்லா விசயத்திலும் மேலோட்டமான அறிவுதான். இன்றைய தமிழ்க் குழந்தைகளுக்கு நான்கு திசைகள், தமிழ் மாதங்கள், தமிழ் எண்கள் தெரியாது. பேரிலக்கியங்கள் பற்றித் தெரியாது.

மதுரை உயர் நீதிமன்றத்தில் தமிழ் அமைப்பின் தலைவர் ஒருவர் வழக்குத் தொடர்ந்தார். அவரிடம் நீதி அரசர் நான்கு குறள்களைச் சொல்லச் சொன்னபோது முதல் குறளே முழுமையாகச் சொல்ல முடியவில்லை என்று பத்திரிகைச் செய்தி பார்த்தேன்.

தமிழ் மொழியின் ஆகச் சிறந்த இலக்கியம் சிலப்பதிகாரம். முதன்முதல் தமிழில் வந்த நெடுங்கதை. சேர, சோழ, பாண்டிய

வல்லரசுகளை ஒன்றாகக் காட்டிய மக்கள் காப்பியம். காப்பியத் தலைவி, தலைவனாக அரசியும் அரசனும் இருக்க முடியும் என்ற நியதியை மாற்றிய நூல்.

நாற்பது வருடங்களாகத் திருமதி கல்பனா கிருஷ்ணமூர்த்தி கண்ணகிச் சிலையாகச் சென்னை கடற்கரையில் வாழ்கிறார். கல்பனாவின் பூர்வீகம் தஞ்சாவூர். அவரின் மாமனார் இந்தியன் வங்கி ஸ்தாபகர்களில் ஒருவரான ஜஸ்டிஸ் வி.கிருஷ்ண சாமி அய்யர். கண்ணகிச் சிலையைப் பார்ப்பவர்களுக்கு, 1800 வருடத்திற்கு முன்பு வாழ்ந்த கண்ணகிச் சம்பந்தப்பட்ட கண்ணகிக் கோட்டம் எங்கிருக்கிறது என்பது தெரியாது. பாண்டியனும், பொற்கொல்லனும், கல்லாக்களி மகனும் காப்பிய நாயகி கண்ணகிக்குத் தீங்கு இழைக்கவில்லை. கண்ணகியின் கோயில் இருக்கும் இடத்தின் சீர்குலைவை அறியாமலும், அதனைச் சரிசெய்ய முயற்சியெடுக்காமல் பாராமுகமாக இருப்பவர்களும்தான் தீங்கிழைப்பவர்கள்.

கண்ணகிக்கு இருக்கும் ஒரே கோயிலான மங்கலதேவி கண்ணகிக் கோட்டத்தினை அழிவில் இருந்து காக்கவும், கண்ணகிக்கு வழிபாடு நடத்தவும் கடந்த 25 ஆண்டுகளாக மங்கலதேவி கண்ணகி அறக்கட்டளை நடத்தும் போராட்ட வரலாறுதான் இந்நூல்.

ஒரு தாய்க்குச் செய்யும் கடமையாக நினைத்துப் போராடும் தனயன்களின் போராட்டமாக விரிவடைகிறது இந்நூல்.

உள்ளே...

- முடிவல்ல ஆரம்பம்
- கண்ணகி மேற்கு நோக்கி ஏகினாள்
- கட்டுப்பாடுகள் இல்லாத காலம் என்று ஒன்று இருந்தது
- சீரமைப்புக் குழுவிற்கு வந்த சிக்கல்
- தேனி மாவட்ட வருவாய் அலுவலரானேன்
- மங்கலதேவி கண்ணகி அறக்கட்டளை பிறந்தது
- மாநில செக்போஸ்டுகளைப் பூட்டுவேன்
- கண்ணகிக் கோட்ட கண்டுபிடிப்பாளருக்குப் பாராட்டு விழா
- சி.கோவிந்தராசனாரின் கடைசிப் பேட்டி
- பொங்கல் பானை உரிமை பெற்ற கதை
- அசாதாரண நிகழ்வுகள்
- சித்ரா பௌர்ணமி விழாவுக்கு உள்ளூர் விடுமுறை
- கேரள உயர் நீதிமன்ற வழக்கு
- நீதிமன்ற அவமதிப்பு வழக்கு
- நீதிமன்ற அவமதிப்பு - இரண்டாவது வழக்கு
- கண்ணகி வைத்த சோதனையா? காட்டிய அருளா?
- மகாதேவ மலையில் கண்ணகியின் பெருமை
- அற்புதம் நிகழ்த்தும் கண்ணகி
- இரண்டு நாட்களுக்கு கெட்டுப் போகாத உணவு
- கண்ணகிக் கோயில் என்றால் விண்ணேற்றிப் பாறை மட்டும்தான்
- டெல்லி உச்சநீதிமன்றத்தில் வழக்கு
- கண்ணகிப் பக்தர்களும் மஞ்சள் - பச்சை சீருடையும்
- அறக்கட்டளை மட்டும்தான் உணவு கொடுக்க வேண்டுமா?
- சுற்றுலாத் துறையின் உதவி
- கொடுந்தொற்று காலத்திற்குப் பின் சித்ரா பௌர்ணமி

முடிவல்ல ஆரம்பம்

1976ஆம் வருடம் நவம்பர் மாதம், 2ஆம் தேதி. அதிகாலை 5 மணி. எப்போதும்போல கண்ணகிக் கோயிலில் முடியிறக்க கூடலூர் ஜனங்கள் விடியும்முன் அங்கிருந்தார்கள். கிடாவெட்டி கறி சமைத்து அன்னதானம் நடந்து கொண்டிருந்தது. திடீரென அங்கு வந்த கேரள வனத்துறை 21 பேரை கைது செய்து மாஜிஸ் திரேட் கோர்ட்டில் ஆஜர் செய்தது. கைதுக்கு காரணம் காப்புக் காட்டிற்குள் அனுமதியின்றிப் பிரவேசித்தது, விலங்குகளைப் பலிகொடுத் தது போன்ற காரணங்களைச் சொல்லி, 1968 ஆம் ஆண்டைய கேரள அரசின் விலங்குகள் மற்றும் பறவைகள் பலியிடுதல் தடுப்புச் சட்டத்தின்கீழ் கைது செய்திருந்தார்கள். கைது செய்யப்பட்டவர்களுக்கு ஏறக்குறைய இரண்டு மாதங்கள் ஜாமீன் மறுக்கப்பட்டது. நவம்பர் மாதம் திருவனந்தபுரம் சிறையில் அடைக்கப்பட்ட இருபத்தொரு பேரும் ஜனவரி 25ஆம் தேதிதான் விடுதலை செய்யப்பட்டனர். அன்றிலிருந்து கண்ணகிக் கோயிலுக்குப் போக ஜனங்கள் பயந்தனர்.

அடுத்த ஆண்டு 1977, ஏப்ரல் மாதம், கண்ணகி விழா குழுத் தலைவர் என்.எஸ்.கே.பி.காமராஜ் இடுக்கி மாவட்ட ஆட்சியரைச் சந்தித்து கண்ணகிக் கோயிலில் வழிபாடு நடத்தவும், கேரள அரசு புதிதாக அமைத்திருந்த ஜீப் பாதையைப் பயன்படுத்திக் கொள்ளவும் அனுமதி கோரினார். கோயிலுக்குச் செல்லும் பாதையை விழா நடக்க இருந்த மே மாதம் 2,3ஆம் தேதிகளில் மட்டும் பயன்படுத்திக் கொள்ள இடுக்கி மாவட்ட ஆட்சியர் அனுமதித்தார். ஊர் ஊராகத் தமுக்குப் போட்டு இந்தச் செய்தி தெரிவிக்கப்பட்டது. இருந்தாலும் கைது பயத்தில் ஜனங்கள் பேரளவில் கண்ணகிக் கோயிலுக்கு வரவில்லை. இந்த நிலை அடுத்த மூன்றாண்டுகளுக்கும் தொடர்ந்தது.

1980ஆம் ஆண்டு முதலமைச்சர் எம்.ஜி.ஆர். மதுரையில் நடந்த உலகத்தமிழ் மாநாட்டிற்கு வந்திருந்தார். கண்ணகிக் கோயிலுக்கு தமிழ்நாடு எல்லையிலிருந்து சாலை அமைக்க வேண்டும் என்று கோரிக்கை மனு தரப்பட்டது. கண்ணகிக் கோயிலைப் பார்த்து வர சமரசம் எம்.எல்.ஏ.வை முதலமைச்சர் அனுப்பி வைத்தார். சமரசம் எம்.எல்.ஏ. கோயிலை ஆய்வு செய்துவிட்டு ஓர் அறிக்கையை முதலமைச்சர் எம்.ஜி.ஆரிடம் கொடுத்தார்.

கொசுவுக்குப் பயந்து வீட்டை விட்டு வெளியேறிய கதையாக, கண்ணகிக் கோயிலை அப்படியே கேரளாவுக்கு விட்டுக் கொடுத்துவிட்டு புதிதாக கண்ணகிக் கோயிலைப் பளியங் குடியில் நிர்மாணிக்கலாம் என்று அவரது அறிக்கை சொல்லியது. அந்த நேரத்தில் தஞ்சாவூர் தமிழ்ப் பல்கலைக்கழகத்திற்கு ஆயிரம் ஏக்கர் நிலத்தை எம்.ஜி.ஆர். கொடுத்தார். மங்கலதேவி கண்ணகிக்குப் பளியங்குடி பகுதியில் அறுபது ஏக்கர் கொடுப்பார். அந்த இடத்தில் கண்ணகிக் கோட்டம் அமைக்கப்படும் என்று பேச்சு

பின்னப்பட்டு கால்கள் மட்டுமே உள்ள கண்ணகிச் சிலை.
சேரன் செங்குட்டுவன் கண்ணகிக்குச் சிலை வடிப்பதற்காக, வடதிசை அரசர்கள் கனக விசையர் தலைமேல் இமயத்தின் கல் சுமந்து வரச்செய்து, சிலை வடித்து, கோயில் மங்கலம் செய்த கண்ணகிக் கோட்டம்

கிளம்பியது. அதற்காக இடம் பார்க்கும் படலமும் துவங்கியது. நல்லவேளையாக, ஆரம்பித்த அதே வேகத்தில், அந்தத் திட்டம் கிடப்பிலும் போடப்பட்டது.

அடுத்து வந்த 1981ஆம் ஆண்டு கண்ணகி விழா ஏனோ தானோவென்று நடந்தது. அதற்கடுத்துதான் தமிழர்-மலையாளி மோதல்கள் ஆரம்பித்தன. முதல் கட்டமாக, சபரிமலைக்குத் தமிழர்கள் யாரும் வரத் தேவையில்லை, மீறி வருபவர்களைத் தாக்குவோம் என்று ஒரு கும்பல் அறிவித்தது. அதற்குப் பதிலடி யாகத் தமிழகத்தின் சில பிரகஸ்பதிகள் பழனிக் கோயிலுக்கு மலையாளிகள் வரக் கூடாது என்று கொக்கரித்தனர். அந்த ஆண்டு சபரிமலைக்குத் தமிழகத்திலிருந்து சென்றவர்களும், பழனிக்கு வந்த மலையாளிகளும் பீதியுடன் சென்று திரும்பினர்.

அரியலூர் மாவட்டம் திருமழபாடி அருகிலுள்ள செம்பியக் குடி சோழர்குல ராஜமாதா செம்பியன் மாதேவி பிறந்த ஊர். அந்த ஊரில் வசிக்கும் நாயக் கருப்பையா (770) குமுளி செக்போஸ்ட் பணியில் இருந்தவர். இருபத்தொரு வயதான கருப்பையா தமிழ்நாடு ஸ்பெஷல் போலீசில் நாயக் என்ற பதவியிலிருந்தார். அந்தக் காலத்தில் தமிழ்நாடு ஸ்பெஷல் போலீசிலிருந்து காவல் நிலையத்திற்கு ஹெட்காஸ்டபிளாக வரலாம். அதற்குப் பெயர் டூயிங் டூட்டி என்று பெயர். கூடலூரைப் பற்றியோ, சட்டம் ஒழுங்கு பற்றியோ அனுபவம் இல்லாத ஹெட் கான்ஸ்டபிள் கருப்பையாவும் (770) கான்ஸ்டபிள் (316) பால்ராஜீம் டியூட்டியில் இருந்தனர். அந்த ஆண்டு ஜனவரி மாதம் சபரிமலைக் கோயில் நடை சாத்தியவுடன், கண்ணகிக் கோட்டம் விஷயம் பூதா கரமானது.

இனி நாயக் கருப்பையா தொடர்கிறார்:

மாலை 4.30. மணிக்கு கூடலூர் சப் இன்ஸ்பெக்டர் எட்டு போலீசாரைக் கூட்டிக் கொண்டுவந்து செக் போஸ்ட் டியூட்டி பார்க்கச் சொன்னார். தமிழ்நாடு பஸ் ஒன்று செக்போஸ்ட்டைத் தாண்டிச் சென்றது. கேரள எல்லைக்குள் பஸ் நுழைந்ததும் விஷமிகள் தமிழக பஸ்மீது சரமாரியாகக் கல் எறிந்தார்கள். தகவல் தெரிந்ததும் பெரியகுளம் ஆர்டிஓ கிருஷ்ணன் செக் போஸ்டிற்கு வந்தார். பஸ்ஸைத் தமிழ்நாடு எல்லைக்குத்

திருப்பிக்கொண்டு வந்தனர். கல்வீச்சில் காயம் அடைந்தவர்களை ஆர்டிஓ கிருஷ்ணன் உத்தமபாளையம் ஆஸ்பத்திரிக்கு அனுப்பினார். லேசாக இருட்ட ஆரம்பித்தது. தமிழக செக்போஸ்ட் மீதும் பெரியகுளம் ஆர்டிஓ ஜீப் மீதும் கல் வீச்சு நடந்தது. கேரள போலீசும் தமிழ்நாடு போலீசும் கலகக்காரர்களைக் கை மைக்கின் மூலம் எச்சரித்தனர். கும்பல் கலைய உத்தரவிட்டனர். இருட்டில் நின்ற கூட்டம் கலைய வில்லை.

"இது சட்ட விரோதமான கூட்டம். கலைந்து செல்லுங்கள்" என்று ஆர்டிஓ எச்சரித்தார். கும்பலிலிருந்து வந்த கல் ஆர்டிஓ விற்குப் பாதுகாப்பாக நின்றிருந்த நாயக் கருப்பையாவின் காதை உரசிச் சென்றது. தமிழக செக்போஸ்டின் தகரக் கொட்டகை மீது கல்வீச்சு நடந்தது. கண்ணீர் புகைகுண்டு பிரயோகிக்க ஆர்டிஓ உத்தரவிட்டார். இரவு நேரமாதலால் கண்ணீர் புகை குண்டுகளைக் கூட்டத்தைப் பார்த்துச் சரியாக வீச முடியவில்லை. கூட்டம் கலையவில்லை. 410 மஸ்கட் துப்பாக்கியைப் பயன்படுத்தி சட்ட விரோதக் கும்பலைக் கலைக்க உத்தரவிட்டார். பத்து ரவுண்ட் சுட்டோம். கூட்டம் கலைந்தோடியது. காயம்பட்டவர்களைக் கைது செய்யலாம் என்று இருட்டில் தேடினோம். ஒருவரும் சிக்கவில்லை.

முதலமைச்சர் எம்.ஜி.ஆர். தனது மந்திரி சபை சகாவான ஆர்.எம்.வீரப்பனைச் சம்பவம் நடந்த குமுளி செக்போஸ்ட்டிற்கு அனுப்பி வைத்தார். அமைச்சர் வீரப்பன் காவல்துறையினரை மட்டும் விசாரித்துவிட்டுச் சென்னை திரும்பினார்.

1983ல் பிரையர் கோபாலகிருஷ்ணன் என்பவர் (பின்னாளில் திருவாங்கூர் தேவசம்போர்டு தலைவர்) திடீரென துர்க்கை சிலையைக் கொண்டு வந்து கண்ணகிக் கோயிலுக்குள் வைத்து விட்டார் என்று செய்தி பரவியது. இதுகுறித்து பத்திரிகையில் பெரிதாகச் செய்தி வந்தது. முதலமைச்சர் எம்.ஜி.ஆர். தனது அமைச்சரவை சகாக்களான ஆர்.எம்.வீரப்பன், காளிமுத்து இருவரையும் அனுப்பி வைத்தார். எம்எல்ஏக்கள் நெடுமாறன், குமரி அனந்தன் இருவரும் அவர்களுடன் சேர்ந்து கொண்டனர். குமுளி வரை வந்த அவர்கள், பத்திரிகைகளுக்கு, "ஆவன செய்யப்படும்" என்று பேட்டி கொடுத்தனர். கேரள அரசு தனது கடுமையைக் காண்பிக்க முடிவு செய்தது. கண்ணகிக் கோயிலைக்

கேரளத் தொல்லியல் துறை தன் கட்டுப்பாட்டின்கீழ் கொண்டு வந்தது.

1984ல் இந்திராகாந்தி இறந்த ஒரு சில மாதங்களில் ராஜீவ் காந்தி போடி நாயக்கனூர் வந்தார். அவரிடம் கண்ணகிச் சீரமைப்புக் குழு சார்பாக மனு தரப்பட்டது. அடுத்த மூன்று ஆண்டுகளில் கண்ணகிக் கோயிலுக்குப் பக்தர்கள் போக முடியாத படி கேரள அரசு பீதியை ஏற்படுத்தியது. இந்தியப் பேரரசின் மனிதவள மேம்பாட்டுத் துறை அமைச்சர் பி.வி.நரசிம்மராவிடம் (பின்னாளில் பிரதமர்), பெரியகுளம் எம்.பி. கே.பி.கோபாலன் மனு கொடுத்து, கண்ணகிக் கோயிலில் வழிபாடு நடத்த அனுமதி கோரினார். மத்திய அமைச்சர் நரசிம்மராவ் மதுரை, இடுக்கி மாவட்ட கலெக்டர்களுக்கு கடிதம் எழுதினார். இரு மாநில அரசுகளும் இரண்டு கலெக்டர்களுக்கும் அறிவுரை வழங்கினர். வெறும் கடிதங்களும், அறிவுரைகளும் எந்த மாற்றத்தையும் ஏற்படுத்தாது என்று உணர்ந்த கண்ணகிச் சீரமைப்புக் குழுவின் தலைவர் கூடல் தா.ராமசாமி சேப்பாக்கம் விருந்தினர் மாளிகைக்கு எதிரே தனிநபர் உண்ணாவிரதத்தை ஆரம்பித்தார்.

மாநிலத் தலைநகரில் இருபத்தொரு நாள் உண்ணாவிரதம் இருந்தும் அரசாங்கம் அசைந்து கொடுக்கவில்லை. ம.பொ.சிவஞானம் அப்போது மிகுந்த செல்வாக்கில் இருந்தார். அவரும் இந்த விசயத்தில் தலையிடவில்லை. இதனால் வெறுத்துப்போன கூடல் தா.ராமசாமி, "சிலம்புச் செல்வர் என்று பட்டப் பெயரைச் சுமந்து கொண்டிருக்கும் ம.பொ.சி. சிலப்பதிகாரத்தைத் தன்னுடைய சொந்த வளர்ச்சிக்கு மட்டுமே பயன்படுத்துபவர். ஒருமுறை கூட கண்ணகிக் கோயிலுக்கு வராதவர்" என்று சாடினார்.

1987ஆம் ஆண்டு எம்.ஜி.ஆர். இறந்தபின், அடுத்து வந்த இரண்டு ஆண்டுகளும் பெயருக்கு இரண்டு நாட்கள் மட்டும் கண்ணகிக் கோட்டம் திறந்திருந்தது. கேரள வனப்பாதை வழியாகச் செல்லும் வாகனங்கள் கடும் தணிக்கைக்கு உட்படுத்தப்பட்டதால் பலர் கோயிலுக்குப் போகாமலேயே திரும்பினர். 1989இல் திமுக ஆட்சிக்கு வந்ததும் புது நம்பிக்கை பிறந்தது. மீண்டும் மனு கொடுத்தல், தனிநபர் உண்ணாவிரதம் என்று முயற்சிகள் ஆரம்பமாயின. இந்து அறநிலையத் துறை அமைச்சர்

கே.பி.கந்தசாமியையும் சபாநாயகர் தமிழ்க்குடிமகனையும் முதல மைச்சர் கலைஞர் மு.கருணாநிதி குமுளிக்கு அனுப்பி வைத்தார். அவர்கள் மங்கலதேவி கண்ணகிக் கோட்டம் மலையடி வாரத்தில் இருக்கும் பளியன்குடி வரை வந்துவிட்டு சென்னை திரும்பினர்.

கண்ணகிக் கோயிலின் வழிபாட்டை தடுத்து நிறுத்தப் பார்த்த கேரள வனத்துறையின்மீது 1988-ஆம் ஆண்டு வழக்கறிஞர் கே.எஸ்.ராதாகிருஷ்ணன் மெட்ராஸ் உயர்நீதிமன்றத்தில் வழக்குத் தொடர்ந்தார். முதலில் ஒரு வாரம், அடுத்து மூன்று நாள்கள், பிறகு இரண்டு நாள், இப்போது ஒரு நாள் என்று வழிபாட்டு நாள்களின் எண்ணிக்கையைக் குறைத்த கேரள வனத்துறையின் அராஜகத்தை வெளிப்படுத்துவதோடு, கண்ணகிக் கோட்டம் தமிழ்நாட்டுக்குத்தான் சொந்தம் என்ற உரிமையை மீட்டெடுக்கவும் வழக்குத் தொடர்ந்தார். வழக்குத் தொடுத்து ஒன்பது வருஷம் கழித்து, 12.03.1997 அன்று தீர்ப்பு வந்தது. தீர்ப்பில், கோயிலுக்கு வருபவர்களைக் கேரள அரசு தடுக்க கூடாது என்பதை மட்டும் சொல்லி, வழக்கு முடித்து வைக்கப்பட்டது. அந்தத் தீர்ப்புப்படி கண்ணகிக் கோட்டத்திற்கு எப்போது வேண்டுமானாலும் பக்தர்கள் செல்லலாம் என்று அர்த்தமாகிறது. ஆனால் இன்றுவரை வெறும் தீர்ப்பாகத்தான் இருக்கிறது.

கண்ணகிச் சீரமைப்புக் குழு அடுத்தடுத்து வந்த தமிழக அரசுகளின்மீது நம்பிக்கையை முழுவதுமாக இழந்துவிட்டது. விரக்தியுடனிருந்த கூடல் தா.ராமசாமி 1996இல் இறந்துவிட்டார். 1999ஆம் ஆண்டு வரை தொய்வு நிலை தொடர்ந்தது.

கண்ணகிச் சீரமைப்புக் குழுவில் இருந்த கம்பத்தைச் சேர்ந்த இளைஞர்கள் ராஜகணேசனும், பி.எஸ்.எம். முருகனும் சித்ரா பௌர்ணமி விழாவில் கலந்து கொள்வோர்க்கு உதவ தீர்மானித்தனர். புதுப்பட்டி சிவாஜி மோகன், கம்பம் ஏ.கே. மகேந்திரன், சி.எஸ். பாண்டியன் போன்ற வசதியான பரோபகாரி களைச் சந்திப்பார்கள். அவர்கள் டீசல் போட்டு ஜீப்களைத் தருவார்கள். அந்த ஜீப்களில் பக்தர்களை ஏற்றிக்கொண்டு கண்ண கிக் கோயிலுக்குச் செல்வார்கள். சித்ரா பௌர்ணமி அன்று வாகனங்கள் ஏழு எட்டு டிரிப் அடிக்கும். கண்ணகிக் கோயிலில்

வழிபாடு நடத்திவிட்டு குமுளியில் இறக்கிவிடுவார்கள். சொந்தமாகக் காசுபோட்டு கோயிலுக்குப் போவோர்கள் மிகக் குறைவு. சித்ரா பௌர்ணமி அன்று ஐந்நூறு பேர் வந்தால் அதிகம்.

1999-ஆம் ஆண்டு டிசம்பர் மாதம் கடைசி நாள். கூடலூர் போலீஸ் இன்ஸ்பெக்டர் ஸ்டான்லி, பி.எஸ்.எம். முருகனும் ராஜ கணேசனும் நின்றிருக்கும் இடத்திற்கு வந்தார்.

"தம்பிகளா! உங்களுக்கு ஒரு நல்ல வாய்ப்பு வந்திருக்கு. ராஜேந்திரன்னு ஒரு புது டி.ஆர்.ஓ. நம்ம மாவட்டத்துக்கு வந்திருக்கார். இரண்டு மூணு தடவ கண்ணகிக் கோயிலுக்குப் போயிட்டு வந்திருக்கார். நானும் ஒருமுற அவர் கூடப் போயிருக்கேன். கொஞ்ச வயசு. ரொம்பத் துடிப்பாயிருக்கார். கேரள போலீசும், கேரள வனத்துறையும் அவர மிரட்சியாய்ப் பாக்குறானுங்க எப்படியும் இன்னும் இரண்டு மூணு வருசம் அவரு இந்த மாவட்டத்தில்தான் இருப்பார். அவரப் புடிங்க. எல்லாம் சரியாப் போகும்."

16 வண்ணச் சீரடி

1977-ஆம் ஆண்டு மங்கலதேவி கோட்டத்தில் ஆடு-கோழி பலி கொடுத்து வழிபாடு செய்தவர்களை, விலங்குகளையும் பறவைகளையும் கொடுமைபடுத்தியதாக கேரள வனத்துறை தொடர்ந்த வழக்கின் தீர்ப்பு

IN THE COURT OF THE JUDL. I CLASS MAGISTRATE, PEERMADE
Present: Sri.M.Shaik Hassanss B.A.B.L.Judl.I Class Magistrate
Tuesday, the 25th day of January 1977/5th Magha 1898

C.C.7/77

Complainant:- State - represented by the Sub Inspector of Police. Vandiperiyar (Cr. 183 / 76)

Accused:-
1. Seelayya Kounder, S/o Krishnaswami Kounder, House No. 85B/8, Police Station Street, Male Cudalloor.
2. Selvaraj, S/o AI
3. S.Murukesan, S/o AI
4. S.IlamCoval, S/o AI
5. S.Ponnayya Thevar, S/o Subbayya Thevar, Bommaiswami-Coil Street, Cudalloor.
6. V.Manoharan, S/o Veerasikku Kounder, Police Station Street, Cudalloor.
7. Mayandi Thevar, S/o Lakshmana Thevar, Bommaiswami-Coil Street, Cudalloor.
8. Gopalakrishnan, S/o Alappa Konar, Konar Street, Cudalloor.
9. K.Rajankam S/o Karuppana Konar, --do--
10. Churuliyappan, S/o Mariyappa Kounder, --do--
11. Appachi, S/o Vallayya Kounder, --do--
12. Krishnaswami Kounder, S/o Thrippathi Kounder, Post Office Street, Cudalloor.
13. Perumal Kounder, S/o Perumal Kounder, Konar Street, Cudalloor.

14. Narayanaswami Kounder, S/o Seekkayya Kounder, Savudammacoil Street, Cudalloor
15. Palaniswami Kounder, S/o Vadakkana Kounder, Arunachala Kounder Street, Cudalloor.
16. Muthu Kounder, S/o Palaniswami Kounder, --do--
17. Perumal Kounder, S/o Palaniswami Kounder, --do--
18. Pappuswami Kounder, S/o Krishnaswami Kounder, Konar Street.
19. Seekkayya Kounder, S/o Kamakshi Kounder, --do--
20. Kamakshy Kounder, S/o Kamakshy Kounder, --do--
21. K.Pandyan, S/o Kamakshy Kounder, --do--
(By Adv.Sri.H.Rajasekharan Nair)

Offence:- Punishable u/s 3 r/w Sec.6 of the Kerala Animals and Birds Sacrifice Prohibition Act 1968

Pleas:- Guilty

Finding:- Do u/s 3 r/w Sec.6 of the Kerala Animals and Birds Sacrifice Prohibition Act 1968.

Sentence or order:-Accused are released after due admonition u/s 3 of P.O. Act.

This Case, having been finally heard on 25-1-77, the Court delivered the following:-

JUDGEMENT;

The accused, 21 in number stand charged by the Sub Inspector of Police, Vandiperiyar for offences punishable u/s 3 read with sec.6 of the Kerala Animals and Birds Sacrifice Prohibition Act (Act 20 of 1968)

2. The prosecution case is that on 2-11-76 at about 5 A.M. all the accused have together sacrificed a goat in the courtyard of the Mangaladevi Temple situated at Karadippara bhagom in Kumily Kara, Periyar Village.

3. All the accused pleaded guilty to the charge read over and explained to them. They did not show any cause against conviction.

4. The voluntary plea of guilty made by the accused is accepted. They are found guilty of the offence u/s 3 read with Sec.6 of the Kerala Animals and Birds Sacrifice Prohibition Act 1968 and convicted thereunder. All the accused are first offenders. No previous conviction is shown or proved against them. Having due regard to the entire circumstances of this case and in order to provide the accused persons with a chance for reformation and correction, all the accused are released after due admonition u/s 3 of P.O. Act.

Dictated to the Stenographer, transcribe and type-written by her, corrected by me and pronounced in open court on this, the 25th day of January 1977.

sdl-
Judl.I Class Magistrate
sdl-
Judl.I Class Magistrate

APPENDIX: NIL

DESCRIPTION OF THE ACCUSED

SL. NO	NAME	FATHER'S NAME	CASTE	OCCU PATION	RESI DENCE	AGE
1	Seelayya Kounder	Krishnaswami Kounder	Hindu	-	Cudalloor	45
2	Selvaraj	Seelayyya Kounder	Do	-	Do	22
3	Murukesan	Do	Do	-	Do	27
4	Ilamcovil	Do	Do	-	Do	20
5	Ponnayya Thevar	Subbayya Thevar	Do	-	Do	63
6	Manoharan	Veerasikku Kounder	Do	-	Do	23
7	Mayandi Thevar	Lakshmana Thevar	Do	-	Do	22
8	Gopala krishnan	Alappa Konar	Do	-	Do	24
9	K.Rajagam	Karuppana Kounder	Do	-	Do	22
10	Churuliyappan	Kariyappa Kounder	Do	-	Do	27
11	Appachi Velayya Kounder	Do	-	-	Do	30
12	Krishnaswami Kounder	Thrippathi Kounder	Do	-	Do	42
13	Perumal Kounder	Perumal Kounder	Do	-	Do	28
14	Narayanaswami Kounder	Seekayya Kounder	Do	-	Do	47
15	Palaniswami Kounder	Vadakkana Kounder	Do	-	Do	52
16	Muthu Kounder	Palaniswami Kounder	Do	-	Do	26
17	Perumal Kounder	Palaniswami Kounder	Do	-	Do	27
18	Pappuswami Kounder	Krishnaswami Kounder	Do	-	Do	35

வண்ணச் சீரடி

19	Seekkayya Kounder	Kamakshi Kounder	Do	-	Do	37
20	Kamakshy Kounder	Kamakshy Kounder	Do	-	Do	41
21	K.Pandyan	Kamakshy Kounder	Do	-	Do	25

			Date of				
Occurrence	Complaint	Apprehension or Appearance	Release on bail	Commencement of trial	Close of trial	Sentence or order	Explanation for delay
2-11-76	5-1-77	25-1-77	-	25-1-77	25-1-77	25-1-77	-

sd/-
Judl.I Class Magistrate

/True Copy/

கண்ணகி மேற்கு நோக்கி ஏகினாள்

1996-ஆம் ஆண்டு ஜூலை மாதம் தேனி மாவட்டம் உதயமானது. அதுவரை மதுரை மாவட்டத்திலிருந்த மேற்குத் திசையை ஒட்டிய பகுதிகள் தேனி மாவட்டமாயின. மதுரை நகரைத் தீக்கிரையாக்கிய கண்ணகி, மேற்குத் திசை நோக்கி ஈரேழு (14) நாள்கள் நடந்து வந்து சேர்ந்த பகுதி புதிய தேனி மாவட்டத்தில் சேர்ந்தன. மாவட்டம் பிரிந்தவுடன் அன்றிருந்த வழக்கப்படி ஜாதித் தலைவர்கள் பெயரில் மாவட்டங்களுக்குப் பெயர் வைக்கப்பட்டன. தேனி, அழகு முத்துக்கோன் மாவட்டம் எனப் பெயரிடப்பட்டது. உசிலம்பட்டி தாலுகாவும் ஆரம்பத்தில் தேனி மாவட்டத்தில் சேர்க்கப்பட்டிருந்தது. மதுரை மாவட்டத்தில் இருந்து பிரிந்து செல்ல விரும்பாத உசிலம்பட்டி கொதித்தெழுந்தது. போராட்டங்கள் வெடித்தன. அரசு பணிந்தது. உசிலம்பட்டி மதுரை மாவட்டத்தில் தொடர அனுமதிக்கப்பட்டது. கோனார் ஜாதியினர் அதிகம் இல்லாத தேனி மாவட்டத்திற்கு ஏன் இந்தப் பெயர் என்று கேட்டவர்களுக்கு மௌனமே பதிலாகத் தரப்பட்டது.

தேனி மாவட்டத்தைப் பிரிப்பதற்கு வெளியில் சொல்லப் படாத அரசியல் காரணம் ஒன்று இருந்தது. மதுரை மாவட்டத் தின் ஒரு பகுதியாகத் தேனி பகுதியிருந்தபோது சட்டம் ஒழுங்கு பிரச்சனைகளில் மதுரை கலெக்டரும், எஸ்.பி.யும் விரைந்து நடவடிக்கை எடுப்பதில் சிக்கல் இருந்தது. ஏதாவது பஸ் மறியல், ஜாதி மோதல் என்றால் மதுரையிலிருந்து ரிசர்வ் போலீஸ் வருவதற்குள் இங்கு கலவரம் உச்சகட்டத்தையடைந்திருக்கும்.

ஜாதி மோதல்கள் 1990களில் தமிழகத்தில் மிக அதிகமாக யிருந்தன. அதற்கு முக்கியக் காரணம் பல அரசு பஸ்கள் ஜாதித் தலைவர்கள் பெயரில் இயங்கியதுதான். ஒரு ஜாதித் தலைவர் பெயரில் உள்ள பஸ், மாற்று ஜாதியினர் அதிகம் வாழும்

பகுதியில் போகும்போது, சிறு பொறி உண்டானால் போதும், பிரளயமாகிவிடும்.

தேனி பகுதியில் சில நூதனமான நிகழ்வுகள் நடக்கும். ஜாதித் தலைவர்களின் சிலைகளைக் குறி வைத்து ஒருவித நாடகம் அரங்கேறும். ஊர் உறங்கிய பின்பு ஜாதித் தலைவரின் சிலைக்குச் செருப்பு மாலை போடுவது, சிலையில் சாணியைக் கரைத்து ஊற்றுவது, சிமெண்ட் சிலையென்றால் தலை, கை, கால்களில் சேதம் உண்டாக்குவது என்று நடக்கும். இதைப் பெரும்பாலும் அந்த ஜாதிக்கு எதிரானவர்கள் செய்வார்கள். சில நேரங்களில் அதே ஜாதியைச் சேர்ந்தவர்களே செய்து கலாட்டாவைத் தொடங்கிவைப்பார்கள்.

தேனி மாவட்டத்தில் தாழ்த்தப்பட்டோரும், தேவர்களும் சம எண்ணிக்கையில் வாழ்கின்றனர். இவர்கள் அமைதியாக யிருந்தாலும் இவர்களுக்குள் பிரச்சனையை உண்டு பண்ணும் கூட்டம் ஒன்று உள்ளது. சிறு பிரச்சனை ஒன்று கிடைத்தால் போதும், அதை ஊதிப் பெரிதாக்க வெளியூர் ஜாதித் தலைவர்கள் வந்துவிடுவார்கள். வெளியூர் ரிஜிஸ்ட்ரேஷன் டாடா சுமோ கார்கள் வந்துவிட்டால் அடுத்துப் பெரும் கலவரம்தான். இந்தக் காரணத்திற்காகத் தேனி மாவட்ட அறிவிப்பிற்கு முன்பே தேனிக்கென்று தனி எஸ்.பி. நியமிக்கப்பட்டார். புதிய மாவட்டம் உருவாக்க வேண்டுமென்றால் முதலில் ஒரு ஐஏஎஸ் அதிகாரி, புதிய மாவட்டத்திற்காகச் சிறப்பு அதிகாரியாக நியமிக்கப்படுவார். தாய் மாவட்டத்தின் ஆட்சியருடன் அவர் இணைந்து மாவட்டத்தைப் பாகம் பிரிப்பார். வழக்கமாக மாவட்டம் பிரிக்கப்பட்டுத் தனி மாவட்டமாகச் செயல்படும் நாளில்தான் போலீஸ் எஸ்.பி. நியமிக்கப்படுவார். தேனி மாவட்டத்தில் எல்லாம் தலைகீழ். முதலில் எஸ்.பி.ராஜேஷ் தாஸ் ஐபிஎஸ் வந்தார். அடுத்த ஆறுமாதம் கழித்து, தேனி அழகு முத்துக்கோன் மாவட்ட அறிவிப்பு வந்தது. ஐஏஎஸ் அதிகாரி சிறப்பு அதிகாரியாக நியமிக்கப்பட்டார்.

தமிழ்நாடு - கேரள மாநில எல்லையான கம்பம், கூடலூர் நகரிலிருந்து பத்தாவது கிலோ மீட்டரில் குமுளி நகர் உள்ளது. குமுளி நகரின் கால்வாசிப் பகுதி தமிழகத்திற்கும் முக்கால்வாசிப் பகுதி கேரளத்திற்கும் சொந்தம். இப்போது குமுளிக்குச்

செல்பவர்கள் பார்த்திருப்பார்கள், கேரளாவிற்கான பகுதியில் வணிக நிறுவனங்கள், குடியிருப்புகள், விடுதிகள் என மிகச் செழிப்பாகயிருக்கும். தமிழகத்திற்கான குமுளியில் அரசு சார்ந்த இரண்டு, மூன்று கட்டடங்கள் மட்டுமே உள்ளன.

1998-ஆம் ஆண்டு ஆகஸ்ட் மாதம் தேனி மாவட்ட வருவாய் அலுவலராக நான் பணியில் சேர்ந்தேன். பணியில் சேர்ந்த பத்தாவது நாளில் என்னிடம் உயர் நீதிமன்ற ஆணையைக் காண்பித்தார்கள். குமுளியில் தமிழகப் பகுதியில் இருந்த இருபதிற்கும் மேற்பட்ட தமிழர்களின் கடைகளும், நூற்றிற்கும் மேற்பட்ட ஏக்கர் காபித் தோட்டங்களும் சென்னை உயர் நீதிமன்ற உத்தரவின்படி என்னால் அகற்றப்பட்டன. உயர் நீதிமன்ற உத்தரவை எதிர்த்துத் தமிழ்நாடு அரசே அந்தச் சமயம் உச்ச நீதிமன்றம் சென்றிருக்கலாம். ஆனால் செய்யவில்லை. பாதிக்கப்பட்ட ஜனங்களும் இதில் ஈடுபாடு காட்டி உச்சநீதி மன்றத்திற்கு மேல்முறையீடு செய்திருக்கலாம். அவர்களும் செய்யவில்லை. ஏதோ பெரிய சாதனை நிகழ்த்துவதுபோல நினைத்து ஆக்கிரமிப்புகளை அகற்றினேன். "வேலை முடிந்தது" என்று உயர்நீதி மன்றத்திற்கு அறிக்கை கொடுத்தேன்.

கேரள அரசிற்கும் உயர்நீதி மன்றம் ஆக்கிரமிப்பைக் காலி செய்ய உத்தரவு கொடுத்திருந்தது. ஆனால் கேரள அரசு தனது பகுதியிலிருந்த ஆக்கிரமிப்புகளை அகற்றவில்லை. பின்னாளில் ஒரு விஷயத்தைத் தெரிந்துகொண்டேன். கேரள அரசு நீதிமன்ற உத்தரவுகளைப் பொருட்படுத்துவதில்லை. கட்டுப்பட்டும் நடப்பதில்லை. தமிழ்நாட்டு அரசியல்வாதிகளுக்கும் கேரள அரசியல்வாதிகளுக்கும் பெரிய வித்தியாசம் உண்டு. கேரள அரசியல்வாதிகள் அனைவரும் பொது விசயங்களில் ஒரே குரலில் பேசுவார்கள். கேரள நலன் என்று வந்துவிட்டால் எதிர்க்கட்சிகள் ஆளும் கட்சிக்கு முழு ஆதரவு தரும். இன்றும் குமுளி நகரை நான் கடக்கும் சமயமெல்லாம் தமிழ்நாடு பகுதியையும் கேரளப் பகுதியையும் பார்ப்பேன். எனக்கு மிகுந்த வருத்தமாயிருக்கும். நானும் எல்லோரையும் போல விட்டேத்தியாகயிருந்திருக்கலாம்.

தேனி மாவட்டத்திற்கு நான் வருவதற்கு முன்பே, குமுளி நகருக்கு அருகிலுள்ள காப்புக் காட்டுக்குள் மங்கலதேவி கண்ண

கிக் கோட்டம் இருக்கிறதென்று கேள்விப்பட்டிருந்தேன். தேனி வருவதற்கு முன்பே கண்ணகிக் கோட்ட கண்டுபிடிப்பாளர் பேரா சி.கோவிந்தராஜனாருக்கும் எனக்கும் ஆறு ஏழு ஆண்டுகால நட்பு இருந்தது. அவர் கண்ணகிக் கோட்டம் பற்றிச் சொல்லக் கேட்டிருக்கிறேன். நான் தஞ்சாவூர் கோட்ட ஆட்சியராகயிருந்த காலத்திலிருந்து அவருடனான தொடர்பை நெருக்கமாகவே வைத்திருந்தேன்.

கண்ணகிக் கோட்டம் பற்றி மேற்கொண்டு நான் சொல்வதற்கு முன்பு ஒரு முக்கியமான விசயம் ஒன்றைத் தெளிவுபடுத்த வேண்டும். கண்ணகிக் கோட்டம் கி.பி. இரண்டாம் நூற்றாண்டிலிருந்து இப்போதிருக்கும் அதே இடத்தில்தான் சிலப்பதிகார செய்யுளில் சொல்லியுள்ள அதே விவரணைகளுடன் இருக்கிறது. கண்ணகிக் கோயிலுக்கு அருகில் பளியர்கள் வாழும் அடர்ந்த காட்டுப் பகுதி உள்ளது. கண்ணகி அடிமேல் அடி வைத்து ஏறிய 'நெடுவேல் குன்றத்தில்' வேங்கை மரக் கூட்டம் இன்றும் இருக்கிறது. 1800 ஆண்டுகள் கடந்த பின்னும் சிலப்பதிகார வரிகளின் துணையோடு கண்ணகி ஏறிய மலைப்பாதையில் செல்ல முடியும். இளங்கோவடிகள் சொல்லிய அத்தனை பூகோள விபரமும் இன்றும் காணலாம்.

மங்கலதேவி கண்ணகிக் கோட்டத்தை 1934-ஆம் ஆண்டு செப்டம்பர் மாதம் 18-ஆம் தேதி மதுரை மாவட்ட வன அலுவலர் ஜே.எச்.லாங்கிரிக் தனது அறிக்கையில் சர்வே செய்து, லிங்க் வாரியாகப் பளியன்குடி அடிவாரத்திலிருந்து கண்ணகிக் கோட்டம் வரை படமாக வரைந்து சொல்லியிருக்கிறார். மதுரை மாவட்டம் பெரியகுளம் தாலுகாவில் இருந்த கூடலூர் கிராமத்திற்குச் சொந்தமான கண்ணகிக் கோட்டம் இது. கோயிலுக்குப் போகும் மலைப்பாதை 12 அடி அகலம் உள்ளதாகக் குறித்துள்ளார். இலக்கியம் வரலாறு, அரசாங்க ஆவணங்களின் அடிப்படையில் பார்க்கும்போது மங்கலதேவி கண்ணகிக் கோட்டம் தவிர்த்து, இந்தியாவில் 2-ஆம் நூற்றாண்டு கோயில் எதுவும் இல்லை. சாஞ்சி, சாரநாத் என்று சில பழமையான பௌத்த கோயில்கள் வடநாட்டில் இருந்தாலும் அவைகள் 5-ஆம் நூற்றாண்டை சேர்ந்தவை.

1934-ஆம் ஆண்டு, மதுரை மாவட்ட வன அலுவலர் ஜே.எச்.லாங்கிரிக் வெளியிட்ட சர்வே விவரம். மெட்ராஸ் பிரசிடென்சி வெளியிட்ட கெசட்டியரில் மங்கலதேவி கண்ணகிக் கோயில் பெரியகுளம் தாலுகாவில் இருப்பதையும், கோயிலுக்குச் செல்வதற்கு 12 அடி காட்டுப்பாதை இருப்பதையும் விவரிக்கிறது

1934 GOVT. GAZETTE

NOTIFICATION.

Under section 18 of the Madras Forest Act (V of 1882) the Chief Conservator of Forests admits in favour of the villagers of Gudalur, the right (*a*) to worship at the Mangal Devi temple and (*b*) to use and maintain the path leading to the temple to a width of 12 feet which path is described below within Vannathiparai reserved forest (constituted as Reserved Forest, under section 25 of the Act in notification No. 187, dated 11th October 1883, published at pages 719 to 721 of Part I of the *Fort St. George Gazette*, dated 13th November 1883) in Periyakulam taluk, Madura district.

2. No right is conferred to any form of forest produce.

SCHEDULE.

Mangal Devi temple with an enclosure around it :—This is a rectangular enclosed plot 390 links by 220 links (86 cents) within the Vannathiparai Reserved Forest of Periyakulam taluk of Madura district. The buildings within this plot are in a dilapidated state and the ground therein is over grown with grass and shrubs. The buildings consist of four small stone construction with stone roofs and a rather larger one which contains an image. This image is the objective of the visitors. Outside the enclosed yard there is nothing. The tower of the larger building is on the southern boundary of the enclosure at a point 140 links west and at a bearing of 267° from its south-east corner. It has a bearing of 164° and is at a distance of 560 links to peak 4,380 (approximate), on the common boundary between the Vannathiparai Reserved Forest and Travancore State. The north-east corner of the enclosure is in a bearing of 347° and at a distance of 390 links from its south-east corner.

Access to this temple is by the path described below, 12 feet wide and open to men only. The path enters the Reserved Forest on its northern boundary at a point on the south side of the R.S. No. 2751 of Melagudalur village which is at a distance of 123 links west of the second Khandam stone counting from the south-east corner of the said field and runs generally south-west wards through the following bearings and distances and meets the north gate of the temple enclosure which is in a bearing of 267° and at a distance of 140 links from the north-east corner of the enclosure.

விளம்பரம்.

1882-ம் வருஷத்து மதராஸ் பாரஸ்ட் 5-வது ஆக்ட், 18-வது செக்ஷன்படி மதராஸ் பாரஸ்ட் கன்ஸர்வேட்டர் அவர்கள் கூடலூர் கிராமத்தார்களுக்கு மதுரை ஜில்லா, பெரியகுளம் தாலூகாவில் 1888-ம் வருஷ நவம்பர் மீ 13உ போர்ட் செயிண்ட் ஜார்ஜ் கெஜெட்டின் 1-வது பாகத்தின் தெ. 719 முதல் 721 வரையுள்ள பக்கங்களில் 1883-ம் வருஷ அக்டோபர் மீ 11உ விளம்பர தெ. 187-ல் மேற்சொன்ன ஆக்டின் 25-வது செக்ஷன்படி பிரசுரம் செய்யப்பட்டுள்ள வண்ணாத்திபாறை ரிசர்வ்டு பாரஸ்டிற்குள் இருக்கும் மங்கலதேவி அம்மன் கோவில் சுவாமி கும்பிடவும் அடியில் விஸ்தரிக்கப்பட்டுள்ளபடி அந்த கோவிலுக்குப்போகும் பாதையை 12 அடி அகலத்திற்கு மேற்படாமல் மராமத்து முதலானதுகள் செய்துகொள்ளவும் அப்பாதையை உபயோகித்துக்கொள்ளவும் அநுமதிக்கிறார்.

2. இதனால் எவ்விதமான காட்டு மகசூலுக்கும் அநுமதி கொடுக்கப்படவில்லை.

ஷெட்யூல்.

மங்கலதேவி அம்மன் கோவிலும் அதை சுற்றி உள்ள இடமும்:—இது மதுரை ஜில்லா, பெரியகுளம் தாலூகா, வண்ணாத்திபாறை ரிசர்வ்டு பாரஸ்டிற்குள் 86 செண்டு விஸ்தீர்ணமும், 320 லிங்க்ஸ் நீளம், 220 லிங்க்ஸ் அகலமுள்ள நான்கு பக்கத்திலும் சுவருடைய ஒரு சவுக்கு இடம். இந்த இடத்திற்குள் உள்ள கட்டிடங்கள் ஜீரணித்த நிலைமையில் இருக்கின்றன. அங்குள்ள தரையில் புல், பூண்டுகள் வளர்ந்திருக்கின்றன. அதற்குள் நான்கு கல் கட்டிடங்கள் கல் கூரையுடன் இருக்கின்றன. மற்றொரு பெரிய கட்டிடத்தில் ஒரு விக்ரஹம் இருக்கிறது. இந்த விக்கிரஹத்தை உத்தேசித்துத்தான் ஜனங்கள் அங்கு போகின்றனர். சுத்துப்பக்கத்து சுவற்றிற்கு வெளியே ஒன்றுமில்லை. பெரிய கட்டிடத்தின் கோபுரம் சுத்துப்புரத்து சுவற்றின் தென் பாகத்தில். கோவிலின் தென் கிழக்கு மூலையிலிருந்து 140 லிங்க்ஸ் மேற்கே, 267 டிக்ரி பேரிங்கில் இருக்கிறது. அது வண்ணாத்திபாறை ரிசர்வ்டு பாரஸ்டிற்கும் திருவாங்கூர் சமஸ்தானத்திற்கும் மத்தியில் உள்ள பொது எல்லையிலிருக்கிற சுமார் 4,380 அடி உயரமுள்ள ஒரு மலை சிகரத்திலிருந்து 560 லிங்க்ஸ் தூரத்திலும், 164 டிக்ரி பேரிங்கிலும் இருக்கிறது. கோவிலின் வட கிழக்கு மூலை அதனுடைய தென் கிழக்கு மூலையிலிருந்து 390 லிங்க்ஸ் தூரத்திலும், 347 டிக்ரி பேரிங்கிலும் இருக்கிறது. இந்த கோவிலுக்கு அடியில் விஸ்தரிக்கப்பட்டுள்ளதும் 12 அடி அகலமுள்ளதும் மனிதர்கள் மாத்திரம் உபயோகிக்கக்கூடியதுமான பாதை ஒன்று உண்டு. இந்த பாதை ரிசர்வின் வடபக்கத்திலுள்ள மேல கூடலூர் கிராமத்தின் ரீ-சர்வே தெ. 2751-ன் தென்பக்கத்தில் மேற்படி சர்வே நம்பரின் தென் கிழக்கு மூலையிலிருந்து எண்ணிவந்த இரண்டாவது கண்டம் சர்வே கல்லிற்கு 123 லிங்க்ஸ் மேற்கே உள்ள ஒரு இடத்திலிருந்து ரிசர்வுக்குள் பிரவேசித்து கீழ்கண்ட தூரங்களுடனும், பேரிங்குகளுடனும், தென்மேற்கு திசையில் போய் கோவிலின் வடகிழக்கு மூலையிலிருந்து 140 லிங்க்ஸ் தூரத்திலும், 267 டிக்ரி பேரிங்கிலும் உள்ள கோவிலின் வடக்கு வாசலைச்சேருகிறது.

1934-ஆம் வருட அரசு ஆணை.

Station From	Station To	Bearings in degrees.	Distance in links.
1	2	195	120
2	3	189½	67
3	4	196	192
4	5	184	100
5	6	190½	200
6	7	188	145
7	8	192½	257
8	9	216	210
9	10	291½	160
10	11	223	100
11	12	275½	124
12	13	260	136
13	14	188	110
14	15	169	140
15	16	289	88
16	17	275½	41
17	18	103	57
18	19	306½	86
19	20	217	62
20	21	290	60
21	22	203½	70
22	23	287	89
23	24	280	184
24	25	275	444
25	26	286	182
26	27	258½	102
27	28	298½	110
28	29	270	85
29	30	296	121
30	31	288½	102
31	32	246½	68
32	33	310	93
33	34	245½	108
34	35	310	116
35	36	227	107
36	37	331	78
37	38	214	78
38	39	327	97
39	40	204½	100
40	41	315½	176
41	42	211	157
42	43	318½	68
43	44	238½	120
44	45	253	111
45	46	204½	42
46	47	245	160
47	48	236½	87
48	49	280½	176
49	50	219½	67
50	51	247½	78
51	52	320	79
52	53	223	92
53	54	287½	58
54	55	286	55
55	56	323	86
56	57	265	202
57	58	263	269
58	59	280½	424
59	60	255	258
60	61	272½	446
61	62	255½	319
62	63	265½	358
63	64	289	277
64	65	209	168
65	66	206½	206
66	67	231	444
67	68	149	150
68	69	126	76

Station From	Station To	Bearings in degrees.	Distance in links.
69	70	264	225
70	71	220	64
71	72	108½	116
72	73	233	93
73	74	123	194
74	75	147	81
75	76	240	126
76	77	212	40
77	78	108	93
78	79	260	78
79	80	122	81
80	81	248	80
81	82	134	80
82	83	249½	67
83	84	210	29
84	85	107	46
85	86	253	94
86	87	129	115
87	88	243	22
88	89	131	70
89	90	265	165
90	91	160	98
91	92	214	95
92	93	301	41
93	94	247½	62
94	95	135½	36
95	96	247	29
96	97	130	17
97	98	196½	24
98	99	99	80
99	100	245	100
100	101	111½	120
101	102	161½	60
102	103	285	72
103	104	108½	108
104	105	294½	134
105	106	175½	160
106	107	282	132
107	108	179	84
108	109	202	98
109	110	147	64
110	111	250	153
111	112	194	125
112	113	167	400
113	114	152	490
114	115	215	150
115	116	121	98
116	117	224	142
117	118	107	60
118	119	234	109
119	120	129	83
120	121	234	70
121	122	84	106
122	123	91	27
123	124	142	40
124	125	284	40
125	126	124	30
126	127	216	93
127	128	167	128
128	129	161	248
129	130	196	316
130	131	153	230
131	132	187	550
132	133	124½	448
133	134	127½	270
134	135	100	232
135	136	116½	70
136	137	207½	92

J. H. LONGRIGG,
District Forest Officer.

Madura, 18th September 1934.

VANNHIMIPARAI RESERVED [illegible]

This was notified under Sec 25 in notification No. 187 d/ 11-10-1883 Published at pages 719 to 721 of Part I of the Fort St. George Gazette dated 16-11-1883. (Vide page 7.

Area :- 24656·80 acs

A portion of the reserve was disreserved in notification No. 362 d/ 6-12-28. Published at pages 1909 to 1910 of part I of F. S. G. G. d/11-12-28. 9436·00
(vide page 21) Total area :— 15120·80

The following cardamom leases are sanctioned in the reserve :-

Serial No.	Lease No.	Name of lessee	Area.	Sanctd. auth.
1	2	Appavoo Rowther	4·30	R.Dis 329/29
2	7	Nagoor Rowther	4·20 + 0·50	R.Dis 325/29
3	8	P. Mohammed	45·62	R.Dis 327/29
4	9	A. Suruli chamy chetti	87·50	R.Dis 138/29
5	10	S. Balasubramania Pillai	21·60	R.Dis 138/29
6	13	P. Mohammed	9·00	R.Dis 326/29
7	15	K.M. Pallichena Rowther	22·60	R.Dis 138/29
8	16	S. Perumal chetty	12·90	R.Dis 324/29
9	19	Periya Narayanaswamy chetty	26·00	R.Dis 138/29
10	35	V. Alagu [illegible] Thevar	33·75	R.Dis 563/30
11		Paliyars settlement 9 leases (to be renewed every year)	18·60	R.Dis 151/[illegible]

Posted up to the end of 1932.
(Sd) B.J. Singh. 14-1-33.
District Forest officer.
Madurai.

12	40	D. Veera Subbu kavandar	22·37	R.Dis 126/[illegible]
13	41	Muthu samawdy pillai	5·70	.. 127/3[illegible]
14	42	A.K. Karuppana thevar	7·73	.. 1728/3[illegible]
15	44	S.P. Sabapathi pillai	18·98	.. 721/36

D.Dis 1360/32:- A licence was issued by the collector in his proceedings d/ 11-6-32 (D.Dis 16169/30) for the diversion of the water from the Eravanganar stream in Vannathiparai R.F for the purpose of irrigation to J. Kullappa Gounder and K.K. Kullappa Gounder of Kullappa Goundampatty hamlet of Keelagudalur village as per B.S.O. No. 4. Para 3 (vide P.P 20/213)

D.Dis 18/32 :- under Sec 21, Proviso (a) of the M. F. Act, [illegible] on was granted by the D.F.O to the villagers of Gudalur, [illegible] am Taluk to widen to a width of 6'0" the foot path to [illegible] l Devi temple situated in Vanathiparai R.F near [illegible] [illegible] ene State boundary and which foot path was [illegible] as a right of way in G.O. No. 1275 Rev. d/ 11-10-[illegible] [illegible] 20/A) R 5/33.

Posted up to the end of 31-3-33.
(Sd) J.H. Longrigg. 1-3-34.
Dist. Forest Officer.

டாக்டர் மு.ராஜேந்திரன்,இஆப

... estate India Ltd. was permitted by D.F.O. under provision (a)
of sec 21 of M.F. Act to construct a road through Paruthikkadu,
Kurulipatty, Kuttinaickan and Vannathiparai R.F.A to his estate
(vide page 24 A & B)   R. 128/33.
                        Posted up to 33-34.
                        (Sd) P.W.F. Wallpole.
                             Distt. Forest Officer.
                                  Madurai.

The Gudalur villagers have been permitted by C.C. in his proceedings
Mis 115. 403. of 31-8-1934 under sec. 18 of the M.F. Act to
worship at the Mangal Devi temple and to use and maintain the
path leading to the temple.

The permission given by D.F.O. under sec. 21 provisions of
M.F. Act in his ng D.Dis 918/32 has been withdrawn in DFO's
R.Dis Nº 57/33) (vide pages 24/c to 24/E)
Posted upto 31-3-36.   Posted upto ? /35
(Sd) P.W.F. Wallpole. 16-1-33   (Sd) J.H. Longrigg
       Distt. Forest Officer.   District Forest Officer
                        Posted upto 31-3-37.
                             Distt. Forest Officer.

Aposition of 27.63 acres of lease No 40 was transferred to
P Mohammed for the remaining period of the lease.
       A licence was granted by the collector in his D.Dis
Nº 5031/A/39 df 21-2-40 for the diversion of the water from
the temple stream known as Vada Khu petha ... coded for the
irrigation of one acre of lease land of periyanayaha ...
chettiar.   (R.Dis 739/40)
Serial Nº   Lease Nº   name of lesee   ... Sanction authority
   16   8 A   D. Beem Babu Kanani   3733   R 2563/34
   17   40 A   P. Mohammed   2763   R 2563/36
       (True extracts taken from the Madurai ... ... reserved
(vide Pages 77-81)

                                 DISTRICT FOREST OFFICER,
                                 MADURAI SOUTH DIVISION
                                 MADURAI.

District Forest Officer,
Theni Division, Theni-625531

சிதிலமடைந்துள்ள மங்கலதேவி கண்ணகிக் கோட்டத்தின் இன்றைய நிலை

32 வண்ணச் சீரடி

தேனி மாவட்ட வருவாய் அலுவலராய் இருந்த நூலாசிரியர், கண்ணகிக் கோட்டத்திற்குள்...

இப்படிப்பட்ட பெருமையும் பழமையும் வாய்ந்த கண்ணகிக் கோயிலுக்கு அன்றைய மெட்ராஸ் பிரசிடென்சி முதலமைச்சர்கள் அல்லது அல்லது இன்றைய தமிழ்நாடு மாகாணத் தின் முதலமைச்சர்கள் யாரும் முக்கித்துவம் கொடுத்ததாகத் தெரியவில்லை. திருவாளர்கள் ராஜாஜி, பிரகாசம், பி.டி.ராஜன், குமாரசாமி ராஜா தொடங்கி காமராஜர், எம்.பக்தவச்சலம், சி.என்.அண்ணாதுரை, கலைஞர் மு.கருணாநிதி, செல்வி ஜெ.ஜெயலலிதா, ஓ.பன்னீர் செல்வம், எடப்பாடி பழனிச் சாமி வரை இவர்கள் யாரும் வரலாற்றுச் சிறப்புமிக்க கண்ணகிக் கோயிலுக்கு வந்ததில்லை.

மூன்று முறை முதலமைச்சராகயிருந்த திரு ஓ.பன்னீர் செல்வத் திற்கு கூடுதல் சிறப்பு. கண்ணகிக் கோயிலின் அமைவிடத்தி லிருந்து அறுபது கி.மீ. தூரத்தில் இருக்கும் பெரியகுளத்தில் இருப்பவர். அவர் கண்ணகிக் கோயிலுக்கு வந்ததில்லை. ஜஸ்டிஸ் கட்சியில் முதலமைச்சராகயிருந்த திரு பி.டி.ராஜன் கண்ணகிக் கோயிலிலிருந்து 30 கி.மீ. தூரத்திலுள்ள உத்தம பாளையத்தைச் சேர்ந்தவர். உத்தமபாளையத்தில் அவருக்கு நிறைய நிலபுலன்கள் உள்ளன. கண்ணகிக் கோட்டம் வழி யாகத்தான் இவர் சபரிமலைக் கோயிலுக்குப் போயிருக்க வேண்டும். சபரிமலைக் கோயிலுக்கு இவர்தான் விக்கிரகம் செய்து கொடுத்தார் என்று கூடச் சொல்வார்கள். இவரும் கண்ண கிக் கோயிலுக்கு வந்ததில்லை.

கண்ணகிக் கோயிலை விடுங்கள். தென்தமிழக மக்களின் வாழ்வாதாரமாக இருக்க கூடிய முல்லை பெரியாறு அணையை வல்லக்கடவு வழியாகச் சென்று அதிகாரம் படைத்தவர்கள் பார்த்திருந்தால், பிரச்சினை என்றோ தீர்க்கப்பட்டிருக்கும். அறுநூற்றுக்கும் மேற்பட்ட மீனவர்களின் உயிரிழப்பிற்குக் காரணமாகிப் பெரும் வரலாற்றுக் களங்கமாக இருக்கும் கச்சத் தீவிற்கும், பெரியாறு அணை இருக்குமிடத்திற்கும், கண்ணகி கோட்டத்திற்கும் தமிழ்நாட்டின் முதலமைச்சர்கள், அமைச்சர் கள் நேரில் சென்று பார்க்கும்போது, நாம் இழந்து நிற்கும் செல்வங்களின் முக்கியத்துவமும் அதனால் அனுபவித்துக் கொண்டிருக்கும் துயரங்களையும் அறிய முடியும்.

தம்பி விட்டேத்திச் சுந்தரமாகயிருந்தால் தான் தமிழ்நாட்டில் பெரிய பொறுப்புகளுக்கு வர முடியுமோ என்னவோ?

கட்டுப்பாடுகள் இல்லாத காலம் என்று ஒன்று இருந்தது

கம்பத்தைச் சேர்ந்த பி.எஸ்.எம். முருகன் சொல்கிறார்.

"சார், நான் கூடலூரில் 1977-ஆம் ஆண்டு பள்ளி மாணவனாகயிருந்தேன். அப்ப வருசத்துல மூணு நாளைக்கு கண்ணகிக் கோட்டம்ல மைக்செட் வச்சுப் பாட்டு போடுவாங்க. ராத்திரி ஆச்சின்னா கண்ணகிக் கோட்டம்ல டியூப் லைட் எரியும். மலையில் கரண்ட் இருக்கான்னு கேட்டேன். இல்ல, ஜெனரேட்டர் வச்சிருக் காங்கன்னு சொல்லுவாங்க. பள்ளிக் கூடம் போறவழியில கண்ணகி லாரி சர்வீஸ் ஆபீஸ் இருக்கும். சுருளிநாதன் கிறவருக்குச் சொந்தமான லாரி ஆபீஸ். வருச ஆரம்பத்துல சின்னதா ஒரு கிடாக்குட்டிய லாரி ஆபீசுக்கு முன்னாடி கட்டி வச்சிருப்பாங்க. தினமும் அதுக்கு நல்ல தீனி கிடைக்கும். ஒரு வருசம் ஆவும்போது நெருக்கி ஒரு பசுமாட்டு அளவு வளர்ந்திருக்கும். அந்தக் கிடாவ கண்ணகிக் கோட்டம் விசேசத்தன்னிக்கி சுருளிநாத தேவர் வெட்டி அன்னதானம் பன்னிரு வாரு. அவரு வேற யாருமில்ல. நம்ம ட்ரஸ்ட் மெம்பர் பி.எஸ்.நேருவோட அப்பாதான். வருசா வருசம் நேரு குடும்பத்துல யாராவது ஒருத்தர் கண்ணகிக் கோட்டம்ல மொட்ட போடுவாங்க. மூணு நாள் திருவிழா நடக்கும் போதும் ஜனங்க கோயிலுக்குள்ளேயே தங்கிடுவாங்க. நிகழ்ச்சி முடிச்சு வரும்போது நிறைய மொட்டத் தலைக ஊருக்குள்ள தட்டுப்படும்.

1950-களில் குமுளி மலைமீது இருக்கும் கோயில் பெயர் மங்கலதேவி கோயில்ன்னுதான் தெரியும். கம்பம் சி.பி.யூனியன் பள்ளியில் தமிழாசிரியராக இருந்தவர் சோமசுந்தரம். அவருடைய நண்பர் அத்தர்சிங் சேட், இவங்க ரெண்டு பேரும்தான் கம்பம் கூடலூர் பகுதியில மங்கலதேவி கோயில் பற்றிப் பேசுவாங்க.

வாத்தியார் சோமசுந்தரம் அவரோட மாணவர்கள் அப்பாஸ், கூடல் தா.ராமசாமி ரெண்டு பேர் கிட்டயும் சொல்லுவாராம்; ''1934-ல மதுரா டிஸ்டிரிக்ட் பாரஸ்ட் ஆபிசர் வெளியிட்ட அறிக்கையில் குமுளி கோயிலின் பெயர் மங்கலதேவி கோயில். கூடலூர் அழகர் கோயிலில் உள்ள கல்வெட்டிலும் குமுளி கோயிலின் பெயர் மங்கலதேவி என்றுதான் உள்ளது. சிலப்பதிகாரத்தின் துவக்கத்தில் சொல்லப்படும் பூம்புகார் நகரை சி.கோவிந்தராஜன் என்பவர் கண்டுபிடித்திருக்கிறார். சிலப்பதிகாரத்தின் இறுதிப் பகுதியில் சொல்லப்படும் நெடுவேல் குன்றத்தையும் மங்கலதேவி கோயிலையும் அவரை வரவழைத்துக் காண்பிக்க வேண்டும். ஒருவேளை மங்கலதேவி கோயில் என்பது சிலப்பதிகார கண்ணகியாகக் கூட இருக்கலாம். கல்வெட்டுகளைப் படிக்கத் தெரிந்த கோவிந்தராசனாரால் மங்கலதேவி கோயிலில் நமக்கு ஏதாவது தெளிவு கிடைக்கும்'' என்பாராம்.

1963ஆம் ஆண்டு இரண்டு முறை பேராசிரியர் சி.கோவிந்த ராசனார் மங்கலதேவி கோட்டத்துக்கு வந்தார். முதல்முறை வந்தபோது மழையும் மஞ்சு மூட்டமாகவும் இருந்ததால் கோட்டத்துக்குள் நுழைய முடியவில்லை. அடுத்த முறை வந்த போதுதான் கருவறைக்குள் கிடந்த கண்ணகிச் சிலையைக் கண்டெடுத்தார். கல்லின் அமைப்பை வைத்து அது இமயத்தி லிருந்து வந்த கல் என்று தெளிவுபடுத்தினார். கோயில் கல் வெட்டுகளையும் படித்துப் பார்த்தார். கல்வெட்டை படித்துப் பார்த்தபோது அது சோழ அரசன் ராஜராஜனின் நான்காம் ஆட்சியாண்டு (கி.பி.989) கல்வெட்டு என்று தெரிந்தது.

பாண்டிய அரசன் குலசேகரப் பாண்டியன் காலக் கல்வெட் டும், பூஞ்ஞாறு அரசரின் கல்வெட்டும் படியெடுக்கப்பட்டன. மங்கலதேவி கண்ணகிக் கோட்டம்தான் சிலப்பதிகாரத்தில் வரந்தரு காதையில் சொல்லப்பட்ட கண்ணகிக் கோட்டம் என்று கல்வெட்டு ஆராய்ச்சியாளர் கே.ஜி.கிருஷ்ணன் உறுதிப் படுத்தினார்.

கண்ணகிக் கோட்டம் மிகுந்த சிதிலமடைந்திருந்தது. ஏறக்குறைய ஆயிரம் ஆண்டுகளுக்கு முந்தைய கற்றளி அல்லவா? அதனால் கோட்டத்தைச் சீரமைக்க வேண்டிய

கட்டாயம் எழுந்தது. சி.கோவிந்தராசனாருடன் மங்கலதேவி கண்ணகிக் கோட்டத்துக்குச் சென்ற கூடல் தா.ராமசாமி, மங்கலதேவி கண்ணகிக் கோட்ட சீரமைப்பை உருவாக்கி அதன் தலைவரானார். அவருடன் திருப்பதி ராயர், அசேன், ராஜகணேசன் என்று கம்பத்தைச் சேர்ந்த சிலர் அவரின் அமைப்பில் இருந்தாலும், அவர் எடுப்பதுதான் முடிவு. திடீர் திடீரென உண்ணாவிரதம், அறப்போராட்டம் என்று தனியாளாகக் கிளம்பிவிடுவார். ராமசாமிக்கு கூடலூரின் முக்கியப் பிரமுகரான என்.எஸ்.கே.பி. காமராஜ் மிகுந்த உதவியாகயிருந்தார். திரு.காமராஜ் அரசியலில் பெரிய பதவியில் இல்லையென்றாலும் அவருக்குக் குமுளி பகுதியில் நல்ல செல்வாக்கு இருந்தது. கூடல் தா.ராமசாமியின் அனைத்து முயற்சிகளுக்கும் என்.எஸ்.கே.பி. குடும்பத்தின் ஆதரவு உண்டு.

1976-ஆம் வருடம் பளியன்குடியிலிருந்து கண்ணகிக் கோட்டத்துக்கு சாலை அமைக்க 35 லட்ச ரூபாய் மதிப்பில் திட்டம் இருப்பதாக உள்ளூரில் பேச்சு இருந்தது. அதை நம்பிய கம்பம் பழனி என்பவர் பளியன்குடியிலிருந்து அரை கி.மீ. தூரம் கருங்கல் பதித்து வேலையை ஆரம்பித்தார். இப்போது மங்கலதேவி கண்ணகி அறக்கட்டளை உறுப்பினராக இருக்கும் சரவணனின் அண்ணன்தான் பழனி. அவர் அச்சமயத்தில் கான்ட்ராக்ட்டராக இருந்தார். கண்ணகிக் கோட்டத்துக்குச் சாலை அமைக்கும் பேச்சு என்பது வெறும் பேச்சு மட்டும்தான் என்றும் தான் செய்த வேலைக்குத் தமிழ்நாடு அரசு பணம் தராது என்றும் தெரிந்துகொண்டார். அதனால் அரை கிலோ மீட்டர் தூரம் வரை அமைத்த பாதையை அத்துடன் நிறுத்திவிட்டார்.

ஆனால் கேரளப் பகுதியின் நிலைமையோ முற்றிலும் வேறு. அன்றைய கேரள முதலமைச்சர் கருணாகரன், முப்பதே நாளில் குமுளியிலிருந்து கண்ணகிக் கோட்டத்துக்கு 14 கி.மீ. கச்சா சாலை ஒன்றைப் போட்டுவிட்டார். 1977ஆம் ஆண்டு முதலமைச்சர் எம்.ஜி.ஆர். சுருளியாறு மின்நிலையத் திறப்பு விழாவிற்காக வந்தார். அவரைச் சந்தித்து கண்ணகிக் கோயிலைச் சீரமைக்க வேண்டும் கூடல் தா.ராமசாமி என்று மனு கொடுத்தார்.

என்.எஸ்.கே.பி.காமராஜ்

அத்தர்சிங்

சீரமைப்புக் குழுவிற்கு வந்த சிக்கல்

வருடத்தில் சித்ரா பௌர்ணமி நாளன்று மட்டுமே பேசப் படுபவள் கண்ணகி. ஆனால் 1992-ஆம் ஆண்டு சித்ரா பௌர்ணமி நடப்பதற்கு மூன்று மாதங்களுக்கு முன்பே கண்ணகி பத்திரிகைகளின் தலைப்புச் செய்தியானாள். கம்பம் வடக்குக் காவல் நிலையத்திற்கு உட்பட்ட பகுதியில் வெடிமருந்து தடவிய குண்டுகள் வீசப்பட்டன. காவல்துறை சம்பவ இடத்திலிருந்து துண்டறிக்கைகளைக் கைப்பற்றியது. துண்டறிக்கையில், ‘கற்புக்கரசி கண்ணகி வழிநடப்போம். கண்ணகிக் கோயிலை மீட்போம்’ என்றிருந்தது. கண்ணகிக் கோயில் என்றவுடன் காவல் துறை கண்ணகி சீரமைப்புக் குழுவினரைத் தேட ஆரம்பித்தது.

இந்தச் சம்பவம் நடப்பதற்குச் சில ஆண்டுகளுக்கு முன்பே கண்ணகிச் சீரமைப்புக் குழு காவல்துறையின் சந்தேக வளையத் திற்குள் வந்துவிட்டது.

கண்ணகிச் சீரமைப்புக் குழுவின் லெட்டர் பேடில் கேரள முதலமைச்சர் கருணாகரனுக்கு ஒரு கடிதம் வந்தது. அதில், ‘கண்ணகி விசயத்தில் நீங்கள் தேவையில்லாமல் அதிகமாகத் தலையிடுகிறீர்கள். உங்கள் குடும்பத்தைக் கண்ணகி பழிவாங்கு வாள்’ என்று எழுதியிருந்ததாம். காக்கை உட்காரப் பனம்பழம் விழுந்த கதையாகக் கடிதம் கிடைத்த அன்று முதலமைச்சர் கருணாகரனின் மனைவி இறந்துவிட்டார். அடுத்த நிமிஷம் கேரள போலீஸ் கம்பத்திற்கு வந்தது. கண்ணகி சீரமைப்புக் குழுவினரை நோட்டம் விட்டது. சிலரைக் குமுளிக்கு அழைத்துச் சென்று கடுமையாக விசாரித்தது. கேரள முதலமைச்சர் கருணா கரன் எமர்ஜென்ஸி அமுலில் இருந்த கலாபக் காலத்தில் முப்பதே நாளில் சத்தமின்றி கண்ணகிக் கோட்டத்துக்குச் சாலை அமைத்ததால் இந்த மிரட்டல் கடிதம் வந்ததாக கேரள போலீஸ் புரிந்துகொண்டது.

கம்பம் பகுதியில் நடந்த குண்டுவெடிப்பும், துண்டறிக்கையும் பிரச்சினையை அதிகரித்தன. தமிழகப் போலீசும் களத்தில் இறங்கியது. கண்ணகிச் சீரமைப்புக் குழு தலைவர் கூடல் தா.ராம

கூடல் தா.ராமசாமி

சாமியைத் தேடிய கம்பம் வடக்கு போலீஸ், சீரமைப்புக் குழுவில் இருந்த ராஜகணேசனை ஜீப்பில் ஏற்றியது. கூடல் தா.ராமசாமி எங்கிருக்கிறார் என்று கேட்டதும் ராஜகணேசன், ''ஒன்று வீட்டிலிருப்பார் அல்லது பத்துமுறி எஸ்டேட்டில் இருப்பார்'' என்று பதில் சொல்லியிருக்கிறார்.

''வீட்டில் அவர் இல்ல. பத்துமுறி எவ்வளவு தூரம் இங்கிருந்து?''

''முப்பது.''

''என்ன வேலை அவருக்கு?

''ஏலக்காய் எஸ்டேட் வைத்திருக்கிறார்.''

''எத்தனை ஏக்கர்?''

''ஏழு அல்லது எட்டு ஏக்கர் இருக்கும்.''

''நீங்கள் அவரது எஸ்டேட்டுக்குப் போயிருக்கீங்களா?''

''போயிருக்கிறேன்.''

''சரி, வாங்க போகலாம்.''

ஜீப் தமிழக கேரள செக்போஸ்ட்டைத் தாண்டி பத்துமுறியை நெருங்கியபோது மாலை 3 மணி இருக்கும். பத்துமுறியில் வைத்து கூடல் தா.ராமசாமியை விசாரித்தனர்.

எஸ்டேட்டிற்குப் போய் பத்து நாள்களுக்கு மேலாக அங்குதான் தங்கியிருக்கிறார். அவருக்கு அப்போதுதான் வெடிகுண்டு விபரமே தெரிகிறது என்று தமிழகப் போலீசார் புரிந்துகொண்டனர். இருந்தாலும், ''மேலதிகாரிகளிடம் வந்து சொல்லுங்கள்'' என்று கூறி கூடல் தா.ராமசாமியைக் கம்பம் வடக்குக் காவல் நிலையம் கொண்டு வந்தனர். அதிகாலை வரை விசாரணை நடந்தது. பின்பு போகச் சொல்லிவிட்டனர்.

கூடல் தா.ராமசாமியின் இறுதி கணமும் கேரள மாநிலத்தின் பத்துமுறியிலேயே நிகழ்ந்தது. எஸ்டேட்டில் நினைவிழந்து கிடந்த அவரை உறவினர்கள் கம்பம் கொண்டுவந்தனர். அவரது முடிவைச் சந்தேக மரணம் என்று நம்புபவர்களும் இருக்கிறார்கள்.

தேனி மாவட்ட வருவாய் அலுவலரானேன்

1997-ஆம் ஆண்டு நான் தேனி மாவட்டத்திற்குப் பணி நிமித்தமாக வந்த வரை மங்கலதேவி கண்ணகிக் கோட்டம் பற்றி எனக்குப் பெரிதாக ஆர்வம் ஏதுமில்லை. வருடம் ஒருமுறை நடக்கும் சித்ரா. பௌர்ணமி விழா பற்றிச் செய்தித்தாள்களில் புகைப்படத்துடன் செய்தி வரும். சித்ரா பௌர்ணமியின் கொளுத்தும் வெயிலில், கண்ணகிக் கோட்டத்துக்கு ஜனங்கள் வருவார்கள். அவர்களைக் கேரள வனத்துறையும் காவல் துறையும் ஏதோ பாகிஸ்தான் ஆட்களைப் போல கடுமையாக நடத்தினார்கள் என்று பத்திரிகைகளில் எட்டுப் பத்திச் செய்தி வரும்.

கண்ணகிக் கோயிலில் வருடந்தோறும் சித்ரா பௌர்ணமி நிகழ்ச்சி நடப்பதற்கு முன்பு இரண்டு மாநில அதிகாரிகளின் கூட்டம் நடைபெற வேண்டும் என்று மத்திய உள்துறை அமைச்சகத்தின் கடிதம் நாள் D.O. NO.S 11012/6/88 SR. தேதி *16.8.1988* சொல்லியுள்ளது. *1988*-ஆம் ஆண்டிலிருந்து அனைத்து வருடங்களும் கேரளாவில் உள்ள குமுளியில்தான் இரு மாநில அதிகாரிகளின் கூட்டம் நடைபெறுகிறது. மாவட்ட பிரிவினைக்கு முன்பு, மதுரைக்கோ, மாவட்ட பிரிவினைக்குப் பின் தேனிக்கோ கேரள அதிகாரிகள் வர மாட்டார்கள். கூட்டத்தில் என்ன பேசினாலும் கூட்ட நடவடிக்கைகளின் மினிட்டில், இடுக்கி கலெக்டர் மட்டும்தான் கையெழுத்திடுவார். தேனி மாவட்ட கலெக்டர்கள் கூட்டத்தில் கலந்து கொள்வதோடு சரி. இடுக்கிக் கலெக்டரின் மினிட் வந்த பிறகு பார்த்தால்தான் தெரியும். எத்தனை தணிக்கை வெட்டுகள் இருக்கின்றன என்று.

ஒவ்வொரு வருடமும் சித்ரா பௌர்ணமிக்கு மறுநாள் தமிழகப் பத்திரிகைகள் ''கண்ணகிக் கோயில் சித்ரா பௌர்ணமி வழிபாடு பெரும் கெடுபிடியுடன் நடந்து முடிந்தது'' என்று

செய்திகள் வெளியிடும். ''தமிழகப் பெண்கள் கையைப் பிடித்து இழுத்துவிட்டார்கள்'', சப் கலெக்டர் மாமனார் மாமியார் சென்ற வாகனத்தை தடுத்து நிறுத்தினார்கள்'', ''செய்தியாளர் களின் கேமிராவைப் பிடுங்கி வைத்தார்கள்'' என்று ஏதாவது பெட்டிச் செய்திகளாக வரும்.

ஒருமுறை தெரியாத்தனமாக ஒரு தமிழக பக்தர், (நமக்குத் தெரிந்தவர்) சிறிய ரக 'பக்' நாய் ஒன்றை சித்ரா பௌர்ணமியன்று கண்ணகிக் கோட்டத்துக்கு கொண்டு வந்துவிட்டார். பக் நாய்கள் மிகவும் சிறியவை. எல்லோரிடமும் குழந்தைபோல நடந்து கொள்ளும். வளர்ப்பவரை, விட்டு எங்கும் போகாது. வளர்ப்ப வரின் காலுக்கடியில் உட்கார்ந்து கொண்ட பக் நாய் எப்படியோ கேரள வனத்துறையின் மூன்று செக்போஸ்ட் 'கெடுபிடி செக்கிங்'இல் தப்பித்து கண்ணகி கோட்டத்துக்கு வந்துவிட்டது. நாய் தனது சுறுசுறுப்பாலும் நன்நடத்தையினாலும் பக்தர்களின் கவனத்தைக் கவர்ந்தது. 'ஸ்கூபி' என்ற அதனுடைய பெயர் அன்று கண்ணகி கோட்டத்துக்கு வந்தவர்கள் பலருக்கும் பரிச்சயம். பலர் ஸ்கூபியோடு போட்டோ எடுத்துக் கொண்டார் கள். ஸ்கூபியின் கண்ணகிக் கோட்டம் விசிட் பத்திரிகைகளில் பெட்டிச் செய்தியாகவும் வந்தது.

ஸ்கூபி நாய் கோட்டத்துக்கு வந்தது பற்றி லேட்டாக மோப்பம் பிடித்த கேரள அதிகாரிகள் அடுத்த வருட கூட்டத்தில், வளர்ப்பு நாய் எப்படித் தடைகளைத் தாண்டி கோட்டத்துக்குள் வந்தது என்பது பற்றிப் பல மணி நேரம் விவாதித்தனர். அந்த ஆண்டு முதல் கூட்ட நடவடிக்கை மினிட்களில் 'வளர்ப்பு நாய்களை கண்ணகிக் கோயிலுக்கு கொண்டு வரக் கூடாது' என்று தவறாமல் வருகிறது. ஸ்கூபி வந்தது என்னவோ ஒருமுறைதான். ஆனால் கடந்த எட்டு ஆண்டுகளாக கண்ணகிக் கோட்டத்துக்கு வர வளர்ப்புப் பிராணிகள் தடை செய்யப்பட்டதாகக் கூட்ட நடவடி க்கை 'மினிட்'டில் வருகிறது.

கோட்டத்துக்கு வரும் பக்தர்கள் தாகம் தீர்க்க கால் லிட்டர், அரை லிட்டர், ஒரு லிட்டர், இரண்டு லிட்டர் தண்ணீர் பாட்டில்கள் கொண்டு சென்றால் கேரள வனத்துறையின் மூன்று செக் போஸ்ட்களில் எங்காவது ஒன்றில் மாட்டிக்கொள்ள நேரிடும். பிஸ்கட் பாக்கெட்டுகள் சாக்லேட் என எது எடுத்துச்

சென்றாலும் அவை யாவும் கைப்பற்றப்படும். பாலீதீன் பைகளில் வைக்கப்பட்ட உணவுப் பொருள் கைப்பற்றப்படும். ஆரம்பக் காலங்களில் கேமராவிற்கும் தடையிருந்தது. நான் மாவட்ட வருவாய் அலுவலராகயிருந்தபோது கேரள அதிகாரி களைக் கடுமையாக எச்சரித்து, கேமராவிற்கு அனுமதி பெற்றுத் தந்தேன்.

இதைவிடப் பெரும் கொடுமை ஒன்று இருந்தது. கண்ணகிக் கோட்டத்துக்குள் வாழைமரத் தோரணம் கட்டக் கூடாது என்ற நிபந்தனை. அதைத் தேனி மாவட்ட வருவாய் அலுவலராக யிருந்த என்னிடம் ராஜகணேசன் தேனியில் நடந்த சித்ரா பௌர்ணமிக்கான முன்னேற்பாடு கூட்டத்தில் தெரிவித்தார். அந்தக் கூட்டத்திற்கு கேரள அதிகாரிகள் யாரும் வருவதில்லை. எனக்கும் அந்தச் சமயம் கேரள அதிகாரிகளின், 'அன்பான அணுகுமுறை' பற்றி ஒன்றும் தெரியாது. கோயிலில் வாழைமரம் கட்டுவது என்பது சாதாரண ஒரு நிகழ்வுதானே என்று நினைத்து 'இந்த ஆண்டு முதல் கோட்டத்துக்குள் வாழை மரம் கட்ட அனுமதிக்கப்படும்' என்று நான் சாதாரணமாகச் சொல்லி விட்டேன். குமுளியில் நடந்த இருமாநில அதிகாரிகளின் கூட் டத்திற்குப் போன பிறகுதான் தெரிந்தது, வாழை மரம் தடை செய்யப்பட்ட ஒன்று என்று. பின்பு எனது வலியுறுத்தலில் இரண்டு வாழை மரம் கொண்டு வரலாம் என்று மினிட்டில் எழுதப்பட்டது.

சித்ரா பௌர்ணமியன்று ஜம்பமாக இரண்டு வாழை மரங்கள் டிராக்டரில் ஏற்றப்பட்டன. 'வாழை மரங்களை முதல் கேட்டிலேயே கேரள வனத்துறை நிறுத்தி வைத்திருக்கிறது' என்று எனக்குத் தகவல் வந்தது. அப்போது நான் கோட்டத்துக் குள் இருந்தேன். பின்பு எனது தலையீட்டில் இரண்டு வாழை மரங்களும் கோட்டத்துக்கு கொண்டு வரப்பட்டன. அதற்குப் பின் வந்த ஆண்டுகளில் இரண்டு வாழை மரத் தோரணம் என்பது (இரண்டிற்குமேல் அனுமதி கிடையாது) மாமூலான நிகழ்வாக ஏற்றுக்கொள்ளப்பட்டது.

சித்ரா பௌர்ணமியன்று கண்ணகிக் கோட்டத்துக்கு வருவது என்பது எளிதான காரியமல்ல. குமுளியிலிருந்து கேரள எல்லை

வழியாக வருபவர்கள் 14 கி.மீ. பயணிக்க வேண்டும். நான்கு வீல் ஜீப்புகள் மட்டுமே போகும். மற்ற சாதாரண கார்கள் போகாது. நான்கு வீல்களையும் அவ்வளவு இலகுவாக கோட்டத்துக்குப் போகும் மண் பாதையில் கொண்டு செல்ல முடியாது.

சித்ரா பௌர்ணமி நிகழ்ச்சி நடப்பதற்கு இரண்டு நாட்களுக்கு முன்பு நான்கு வீல் ஜீப்களை குமுளி கொண்டுபோக வேண்டும். கேரள போக்குவரத்துத் துறை பிரேக் இன்ஸ்பெக்டரிடம் ஜீப்களைக் காண்பித்து பெர்மிட் வாங்க வேண்டும். அத்து டன் முடிந்ததா என்றால் இல்லை. சித்ரா பௌர்ணமி அன்று மறுபடியும் மலைக்குச் செல்ல வேண்டிய வண்டியைக் காண்பித்து இரண்டாவது பெர்மிட் வாங்க வேண்டும். இரண்டாவது பெர்மிட்டிற்கு, 'வெகிகிள் பாஸ்' என்று கேரள போக்குவரத்துத் துறை பெயர் வைத்திருக்கிறது.

தமிழ்நாடு எல்லைக்குட்பட்ட பகுதிகளிலிருந்து கண்ணகிக் கோட்டத்துக்கு நடந்துதான் வர முடியும். நடைபாதையை அடையும் முன் பளியன்குடி, அத்தியூத்து செக்போஸ்ட்டில் பக்தர்கள் தங்கள் பெயரைப் பதிவு செய்ய வேண்டும். இந்த இரண்டு செக்போஸ்ட்டிலும் (இரண்டும் தமிழ்நாடு என்பதால்) பெரிய கெடுபிடிகள் இருக்காது. ஆனால் வாகனத் தில் போக வேண்டும் என்றால் கேரள பகுதியில் தான் போக முடியும். கேரளாவின் மூன்று செக்போஸ்ட்களைத் தாண்ட வேண்டும். முதல் கண்டம் ஒன்று உள்ளது. அதன்பேர் அம்பாடி செக்போஸ்ட். அங்கு கேரள வனத்துறையினர் பக்தர்களைப் பரிசோதனை என்ற பெயரில் தடவி எடுத்துவிடுவார்கள். அந்த செக்போஸ்ட்டில் அனுமதி பெற்றுக் கிளம்பும் வாகனங்கள் கொக்கர கண்டம் செக்போஸ்ட்டில் நிறுத்தப்படும். அங்கு மீண்டும் தணிக்கை நடக்கும். பிறகு கரடிக் காவல் செக் போஸ்ட்.

இந்த மூன்று செக்போஸ்ட்களிலும் செக்கிங் நடப்பதற்கு முன் பக்தர்கள் வண்டியைவிட்டுக் கீழே இறங்கி நிற்க வேண்டும். மூன்று இடங்களிலும் முழுவதுமாகத் தடவி எடுத்து விடுவார் கள். பசிக்கு கொண்டு செல்லும் பிஸ்கட், திண்பண்டங்களை மூன்று செக்போஸ்ட்களிலும் மிகக் கொடூரமாகக் கைப்பற்றி மலைபோல் குவித்து வைத்திருப்பார்கள். தீப்பெட்டி, லைட்டர் கள் கைப்பற்றப்படும். (சிகரெட்கள், பீடிகள் பாக்கெட்டில் வைத்திருக்கலாம் பிரச்சினையில்லை.)

ட்ரான்சிஸ்டர், குழந்தைகளின் கிலுகிலுப்பை (காட்டுக்குள் ஒலி எழுப்பினால் மிருகங்கள் அதிர்ச்சியடையும் என்பதால்) அனுமதியில்லை. சுடுதண்ணீர் கொண்டு செல்லும் பிளாஸ்குக்கு அனுமதியில்லை. (அவை ஆர்வமுடன் கைப்பற்றப்படும்.) வனத் துறை, காவல் துறை, போக்குவரத்துத் துறை எனக் கேரள மாநிலத்தில் ஆங்காங்கே சுற்றித் திரியும் மூன்று துறைகளின் கொடூரர்களை அன்று கண்ணகிக் கோயிலில் பார்க்கலாம். சிரித்த முகத்துடன் ஒரு கேரள அதிகாரியையையும் அன்று பார்க்க முடியாது. (ஒருவேளை 'கடு கடு அதிகாரிகள் பணியமர்த்தப்படுவார்கள்' என்பது மினிட்டில் போடாத ஒரு கண்டிசனோ என்னவோ!)

கேரள எல்லை வழியாகக் கோட்டத்துக்கு வரும் சுமார் 30 ஆயிரம் பக்தர்களின் பெயரும் ஊரும் எழுதிக் கொள்வார்கள். எதற்கு எழுதுகிறார்கள் என்று யாருக்கும் தெரியாது. ஒருமுறை சித்ரா பௌர்ணமி அன்று கண்ணகி கோட்டத்துக்கு வந்து போன பக்தர் அடுத்த ஆண்டும் வருகிறார் என்றால் ஒன்று அவர் பெரும் கண்ணகிப் பக்தராக இருக்க வேண்டும், இலக்கிய ஆர்வலராக யிருக்க வேண்டும். அல்லது ஒரு ஞானியாகவாவது இருக்க வேண்டும். கோட்டத்துக்குப் போகும் வழியின் பாதுகாப்பு ஏற்பாடுகளைக் கேரளாவின் கட்டப்பனை ஏரியா டிஎஸ்பி ஏற்பார். அவரைக் கட்டப்பனை டிஎஸ்பி என்று சொல்வதைவிட கட்டப்பா என்றே சொல்லலாம். மதிய உணவு அருந்தும்போது மட்டும் கேரள போலீஸின் முகம் சற்று சாந்தமாகயிருக்கும். மற்ற நேரங்களில் எம்.என். நம்பியார்கள்தான்.

மாவட்ட வருவாய் அலுவலராகப் பணியில் சேர்ந்தபோது குமுளியில் நடந்த இரு மாநில அதிகாரிகள் கூட்டத்தில் முதன் முறையாகக் கலந்து கொண்டேன். அப்போது ஒரு முக்கியமான விசயத்தைக் கவனித்தேன். கூட்டம் ஆரம்பித்தவுடனேயே தமிழ்நாட்டில் உள்ள பல கண்ணகிச் சம்பந்தப்பட்ட அமைப்புகளுக்குள் சண்டை வரும்படி கேரள அதிகாரிகள் பார்த்துக் கொள்வார்கள். தமிழ்நாடு தரப்பில் அந்தச் சமயம் நான்கு ஐந்து கண்ணகி அமைப்புகள் இருந்தன. இதில் மூன்று அமைப்புகள் லெட்டர் பேட் சங்கங்கள். ஏமாற்றிப் பிழைக்கும் சில அநாமதேயங்கள் அச்சங்கங்களை நடத்தி வந்தனர். அமைப்புகளுக்குள் தகராறை ஆரம்பித்து வைத்துவிட்டு, கேரள

அதிகாரிகள் மேஜையிலிருக்கும் திண்பண்டங்களைக் கொறிக்கத் தொடங்குவர். தமிழ்நாட்டில் உள்ள அமைப்புகளை ஒன்றாக்க வேண்டும் என்று அந்தக் கூட்டம் நடந்தபோது தீர்மானித்தேன்.

ராஜகணேசன், பி.எஸ்.எம்.முருகன், பி.எஸ்.நேரு, சரவணன், பஞ்சுராஜா, காசிராஜன் போன்ற இளைஞர்கள் கண்ணகி சீரமைப்புக் குழு என்ற அமைப்பை நடத்தி வந்தனர். ஆரம்பத்தில் இவர்கள் கூடல் தா.ராமசாமி என்பவர் தலைமையில் இயங்கினர். கூடல் தா.ராமசாமி ஒரு ஒன்மேன் ஆர்மி. கண்ணகிக் கோயிலைச் சீரமைத்து நிரந்தர வழிபாட்டிற்கு கொண்டு வர வேண்டும் என்று போராடியவர். கூடல். தா.ராமசாமி மதுரையில் உண்ணாவிரதம், சென்னையில் கைது என்று பலமுறை பத்திரிகைகளில் வெளியான செய்தி பார்த்திருக்கிறேன். அவர் காலத்தில் எதுவுமே சாதிக்க முடியாமல் மிகுந்த மன வருத்ததில் இருந்தாராம். நான் தேனிக்கு வருவதற்கு ஒன்றிரண்டு வருடங்களுக்கு முன்பு கூடல் தா. ராமசாமி இறந்துவிட்டார். அவரது மரணத்திற்குப்பின் ராஜகணேசன், பி.எஸ்.எம். முருகன் போன்ற இளைஞர்கள் கண்ணகிக் கோயிலை முன்னிட்டு கூடல் தா. ராமசாமியின் பெயரில் இயங்கினர்.

இன்னொரு அமைப்பு ஓய்வு பெற்ற தமிழாசிரியர் ஒருவரால் நடத்தப்பட்டது. கூடலூர் பகுதியில் ஒக்கலியர் சமூகத்தினர் கண்ணகி வழிபாட்டுக் குழுக்களை நடத்தினர். 1997-ஆம் ஆண்டு நான் முதன்முதலாகப் பார்த்த சித்ரா பௌர்ணமி நிகழ்ச்சிக்கு இரண்டாயிரம் பேர் வந்திருப்பார்கள். இரண்டாயிரம் பேருக்கும் ராஜகணேசனும், பி.எஸ்.எம். முருகனும் இருநூறு கிலோ அரிசியில் கலவை சாதம் தயாரித்து வழங்கினர்.

அந்த ஆண்டு சித்ரா பௌர்ணமிக்கு முன்பாக இரண்டு மூன்று முறை நண்பர்கள், உறவினர்களை அழைத்துக்கொண்டு நான் கண்ணகிக் கோட்டத்துக்குச் சென்றேன். தமிழ்நாடு வனத்துறை, உதவி வனப் பாதுகாவலர் அம்புரோஸ், காவல் துறை அதிகாரிகளோடு உத்தமபாளையம் தாசில்தார்கள் உத்தம்பிள்ளை, சீனிவாசன், ராஜேந்திரன், கூடலூர் ரெவின்யூ இன்ஸ்பெக்டர் பாண்டியன் என்று ஒரு பெரும் கூட்டம் என்னோடு வந்தது. நாங்கள் இருபது, முப்பது நாற்பது பேர் ஐந்து, ஆறு வாகனங்களில் சென்றோம். அப்போதைய தேனி

மாவட்ட வழங்கல் அலுவலர் சீனிவாசன், எங்கள் அனை வருக்கும் கண்ணகிக் கோயிலில் வைத்தே உணவு தயாரிக்கச் செய்வார். சிலிண்டர், அடுப்பு, மளிகைச் சாமான்கள், காய் கறிகளோடு மலைக்கு வருவார். கோட்டத்துக்கு அருகில் நெருப்புமூட்டி சமைக்க கேரள வனத்துறை அனுமதிக்காது என்று எனக்கு அப்போது தெரியாது. கோட்டத்துக்கு அருகில் உட்கார்ந்து சாப்பிட்டோம். கேரள வனத்துறையினர் எங்களது சமையல் நடவடிக்கைகளைப் பார்த்து கை பிசைந்து கொண்டு நிற்பர். என்னோடு வரும் நண்பர்களும், உறவினர்களும் கண்ணகிக் கோட்டம் வனாந்திரத்தில் ஏற்படும் இனம்புரியாத மனக் கிளர்ச்சியைச் சொல்லிச்சொல்லி மகிழ்வர். நாங்கள் கோட்டத் துக்குச் சென்ற நாட்களில் எல்லாம் கோயிலைவிட்டுக் கிளம்பும் மாலை நேரத்தில் மழை நிச்சயம்.

1977-ஆம் ஆண்டு கண்ணகிக் கோட்டம், சபரிமலை அமைந்துள்ள வனப்பகுதியை மத்திய அரசு 'பெரியாறு புலிகள் வனச் சரணாலயம்' என்று அறிவித்தது.

கண்ணகிக் கோட்டத்துக்குச் செல்ல இரண்டு பாதைகள் உள்ளன. ஒரு பாதை தமிழ்நாட்டுக்குச் சொந்தமான மேலக் கூடலூர் (தெற்கு) கிராமத்திற்கு உட்பட்ட பளியங்குடி கிராமத்திலிருந்து அத்தியூத்து வழியாக 6 கி.மீ. நடந்து செல்லும் மலைப்பாதை. தமிழ்நாடு வனத்துறை அந்த வனப்பகுதியை வண்ணாத்திப் பாறை (விண்ணேற்றிப் பாறை) பீட் என்று அழைக்கிறது.

மற்றொரு பாதை கேரள மாநிலத்தின் குமுளி நகரிலிருந்து கண்ணகிக் கோட்டம் வரை செல்லும் 14 கி.மீ. கச்சா ரோடு. இந்த ரோட்டில் நான்கு வீல் ஜீப்புகளில் செல்லலாம். பஸ், லாரி, பைக், சைக்கிள்களுக்கு அனுமதி கிடையாது.

சித்ரா பௌர்ணமி நாளில் கண்ணகி டிரஸ்ட் கடந்த பத்து ஆண்டுகளாக ஏறக்குறைய 30 ஆயிரம் பேருக்கு மதிய உணவு வழங்குகிறது. உணவை எடுத்துச் செல்ல ஆறு டிராக்டர்களுக்கு (மட்டும்) அனுமதி உண்டு. கோட்டத்துக்குள் 3 கிலோ அரிசியில் (மட்டுமே) பொங்கல் வைக்க வேண்டும். கேரளத் தரப்பில் ஒரு பொங்கல் பானை, தமிழ்நாடு தரப்பில் ஒரு பொங்கல் பானை அனுமதிக்கப்படும். காலை 11 மணிக்குள் பொங்கல்

வேலை முடிய வேண்டும். கோட்டத்துக்குள் பொங்கல் விநியோகம் செய்யக் கூடாது என்று கேரள வனத்துறை ஆணை யிட்டிருக்கிறது. தமிழ்நாடு தரப்பில் கோட்டத்துக்குள் பொங்கல் வைக்க மங்கலதேவி கண்ணகி அறக்கட்டளைக்கு மட்டும் அனுமதி உண்டு. பொங்கல் வைக்கும்போது மங்கலதேவி கண்ணகி அறக்கட்டளையைச் சேர்ந்த பசுபதி அம்மாள், சாந்தி சேகர், விஜயலட்சுமி, சரசு, சிவசங்கரி, பவுன்தாயி ஆகியோர் குலவையிடுவர். நற்காரியத்திற்காகக் குலவையிடும் பெண்களை இன்றும் நான் கம்பம் பகுதியில் தொடர்ந்து பார்க்கிறேன். வனாந்தரத்தில் பெண்கள் குலவையிடும் ஓசை கேட்பதற்கே மங்கலகரமாகயிருக்கும்.

மங்கலதேவி கண்ணகி அறக்கட்டளை பிறந்தது

1957-ஆம் ஆண்டு மொழிவாரியாக மாநிலங்கள் பிரிக்கப் பட்டன. மாநிலச் சீரமைப்பின்கீழ், பீர்மேடு, தேவிகுளம் பகுதி கேரளாவிற்கும் நாகர்கோயில் பகுதி தமிழகத்திற்கும் என்று தீர்மானிக்கப்பட்டது. பீர்மேடு, தேவிகுளம் பகுதியில் தான் மங்கலதேவி கண்ணகிக் கோயிலும் முல்லைப் பெரியாறு அணையும் இருக்கின்றன. எல்லைச் சீரமைப்பில் அந்தந்தப் பகுதியைச் சேர்ந்த நகரங்கள், கிராமங்கள் முறையாக அளக்கப் பட்டு, தமிழ்நாட்டிற்கும் கேரளாவுக்கும் ஒதுக்கப்பட்டன. நகரங்களைப்போல் வனப்பகுதியையும் சர்வே செய்து மாநிலங்களுக்கான எல்லையை இரண்டு அரசும் தீர்மானிக்க வில்லை.

கேரளா-தமிழ்நாடு மாநில எல்லைக்குட்பட்ட மேற்குத் தொடர்ச்சி மலையின் வனப்பகுதியில் ஏறக்குறைய அறுநூறு கி.மீ.தூரம் இன்றுவரை சர்வே செய்யப்படவில்லை. செங்கோட்டை, குற்றாலம் தொடங்கி ராஜபாளையம், குமுளி, கொடைக்கானல், கோயம்புத்தூர் வரையுள்ள வனப் பகுதிகள் இன்னும் சர்வே செய்யப்படவில்லை. மாநில எல்லையில் வனப்பகுதிக்குள் சர்வே செய்யும்போது மரம், செடி, கொடிகளை அகற்றி, பத்து அடி அகலமுள்ள பொதுப் பாதையை அமைத்துக் கொள்வார்கள். அப்பாதையை வனத்துறையினர் பயர் லைன் என்றழைப்பார்கள். தமிழ்நாடு கேரள எல்லையில் அறுநூறு கி.மீ.க்கு எங்குமே பயர் லைன் கிடையாது. கண்ணகிக் கோட்டம் அமைந்துள்ள பகுதியிலும் பயர் லைன் இல்லை. அதிலிருந்தே இன்றுவரை இப்பகுதிகள் இரு மாநில அரசுகளாலும் கூட்டுச் சர்வே செய்யப்படாமல் இருப்பதை அறியலாம்.

குமுளி விண்ணேற்றிப் பாறையில் இருக்கும் மங்கலதேவி கண்ணகிக் கோட்டம் அன்றைய ஒருங்கிணைந்த மதுரை மாவட்

டத்தில்தான் இருந்தது. மங்கலதேவி கண்ணகிக் கோட்டம் பற்றிய குறிப்புகள் ஆங்கிலேயர் காலத்தில் எழுதப்பட்ட மதுரை மாவட்ட கெசட்டியரில் இடம்பெற்றுள்ளது. 1906-ஆம் ஆண்டு வரை எழுதப்பட்ட திருவிதாங்கூர் சமஸ்தானத்தின் மேனுவல்கள் மூன்றிலும் குறிப்பிடப்பட்டுள்ள திருவிதாங்கூர் கோயில்கள் பட்டியலில் மங்கலதேவி கண்ணகிக் கோட்டம் பற்றிய குறிப்புகள் இடம்பெறவில்லை.

1934-ஆம் ஆண்டு செப்டம்பர் மாதம் 18ஆம் தேதி மதுரை மாவட்ட வன அலுவலர் ஜே.எச்.லாங்கிரிக் மங்கலதேவி கண்ணகிக் கோட்டம் இருந்த பகுதிகளைச் சர்வே செய்த அறிக்கையை வெளியிட்டார். அந்த அறிக்கையில், பளியன்குடி அடிவாரத்திலிருந்து கண்ணகிக் கோட்டம் வரை லிங்க் வாரியாகப் படமாக வரைந்து சொல்லியிருந்தார். மதுரை மாவட்டம் பெரியகுளம் தாலுகாவில் இருக்கும் கூடலூர் கிராமத்திற்குச் சொந்தமானது கண்ணகிக் கோட்டம். கோட்டத்துக்குப் போகும் 12 அடி அகலமுள்ள மலைப்பாதையைப் பொதுமக்கள் பயன்படுத்த உரிமை உள்ளதாக சர்வேயில் குறித்துள்ளார்.

1976-களுக்குப் பின் கேரள அரசாங்கம் குமுளியில் இருந்து கண்ணகிக் கோட்டம் வரை பாதை அமைத்து கண்ணகிக் கோட்டத்தைத் தனது முழு கட்டுப்பாட்டில் கொண்டுவந்தது. கண்ணகியை வணங்கச் செல்லும் தமிழக பக்தர்களைக் கைது செய்து, சிறையில் அடைத்து வழக்குகள் போட்டது. எந்த நேரமும் கண்ணகிக் கோட்டத்துக்குப் போகலாம் என்ற நிலையை மாற்றி, மூன்று நாட்கள் மட்டுமே போகலாம் என்று புதிய கட்டுப்பாடுகளை விதித்தது. சில ஆண்டுகளிலேயே மூன்று நாள் இரண்டு நாளாகக் குறைக்கப்பட்டது. காலப்போக்கில் ஒரு நாளாகச் சுருங்கிவிட்டது. 1983-ஆம் ஆண்டு கண்ணகிக் கோயிலைக் கேரளத் தொல்லியல் துறை தனது கட்டுப்பாட்டில் எடுத்துக் கொண்டது.

கூடல் தா.ராமசாமி தான் நினைத்தது எதுவுமே நடக்கவில்லை என்ற விரக்தியில் 1996-இல் இறந்துவிட்டார். அவர் இறந்தபோது கம்பத்தில் கண்ணகிச் சம்பந்தப்பட்ட நான்கைந்து தன்னார்வ

அமைப்புகள் இருந்தன. அவர் இருந்தவரை தன்னார்வ அமைப்புகள் தங்களது இருப்பைக் காட்டிக் கொண்டாவது இருந்தன.

1997-ஆம் ஆண்டு சித்ரா பௌர்ணமி நடப்பதற்குப் பத்து நாள் களுக்கு முன்பாக இரு மாநில கலந்தாய்வுக் கூட்டம் குமுளியில் நடந்தது.

இடுக்கி மாவட்ட நிர்வாகமும், தேனி மாவட்ட நிர்வாகமும் குமுளி அம்பாடி ஓட்டலில் கூடியிருந்தன. தேனி மாவட்ட வருவாய் அலுவலர் என்ற முறையில் நானும் அந்தக் கூட்டத்தில் கலந்துகொண்டேன். பேச்சுவார்த்தை ஆரம்பிப்பதற்கு முன்பே கூட்டத்தில் கலந்துகொண்ட தமிழகத் தன்னார்வ அமைப்பு களுக்குள் வாய்ச் சண்டை ஆரம்பித்தது. இதைக் கேரள தரப்பினர் ரசித்து ஊக்குவித்தனர். அமைப்புகளுக்கிடையில் வாய்ச்சண்டை அதிகமாகிவிட்டதால் கூட்டம் ஏனோதானோ வென முடித்து வைக்கப்பட்டது.

கூட்டம் முடிந்தவுடன் உத்தமபாளையம் தாசில்தார் உத்தம் பிள்ளையையும் ஆர்டிஓ பொன்னையாவையும் நான் தனியே அழைத்து தேனி மாவட்டத்தில் உள்ள கண்ணகிக் கோட்டம் சம்பந்தப்பட்ட அனைத்து அமைப்பினரையும் அழைத்து வரச் சொன்னேன். அடுத்த நாள் தேனி மாவட்ட வருவாய் அலுவலர் அறையில் நடந்த கூட்டத்தில் தன்னார்வ அமைப்பினர் அனைவரும் கலந்து கொண்டனர்.

''நீங்கள் அனைவரும் எந்தவித எதிர்பார்ப்புமின்றிக் கண்ணகி கோயிலை முன்னிறுத்தியே பணிபுரிகின்றீர்கள். நீங்கள் யாரும் வசதியானவர்கள் இல்லை என்று அறிவேன். உங்களில் யாருக்கும் பண ஆசை இல்லை என்பதும் தெரியும். கண்ணகிக் கோயிலின் அமைவிடம் தமிழ்நாட்டிற்குள்தான் இருக்கிறது என்றாலும், 1957-ஆம் ஆண்டு மொழிவாரி மாநிலம் பிரிக்கப் பட்ட பிறகு, கடந்த நாற்பது ஆண்டுகளாக மாநில எல்லை, அதாவது இரண்டு மாநில வனப்பகுதி எல்லை மட்டும் சர்வே செய்யப்படவில்லை. நீங்கள் கண்ணகிக் கோயிலைத் தமிழ் நாட்டுடன் சேர்க்க வேண்டும் என்று கோரிக்கை வைத்தால் அதற்கு இரு மாநில அரசுகளும் சர்வே செய்ய ஒத்துக்கொள்ள வேண்டும். அது உங்கள் ஆயுள் காலத்திற்குள் நடக்காது.

மொழிவாரி மாகாணம் பிரிந்து நாற்பது ஆண்டுகள் ஆகிவிட்டன. இதுவரை சர்வே செய்யப்படாத கேரள, தமிழ்நாடு வனப் பகுதியில், இனி எப்போது சர்வே நடக்குமோ தெரியவில்லை. 1800 ஆண்டுகள் பழமையான கண்ணகிக் கோயிலை இடிபாடு களிலிருந்து காப்பாற்றப்பட வேண்டும் என்பதுதான் உங்கள் குறிக்கோள் என்றால் என்னால் ஒரு யோசனை சொல்ல முடியும்'' என்றேன்.

அந்தக் கூட்டத்தில் கலந்து கொண்டவர்களில் மிகவும் வயதான ஓய்வுபெற்ற தமிழாசிரியர் ஒருவர் தனது கருத்தை முன் வைத்தார்.

''சார், நான் கூடல் தா.ராமசாமி தலைமையிலான அமைப்பில் இருந்தேன். அமைப்பின் தலைவர் அவர். நான் உறுப்பினராய் இருந்தேன். அவ்வப்போது மனுக்கள் அனுப்புவோம். போராட்டம் என்றால் அவர் மட்டும் தனியாகத்தான் போவார். மறுநாள் பேப்பரில் செய்தி வரும். மனிதர் மனு கொடுத்து கொடுத்து போராடி ஓய்ந்துவிட்டார். ஒரு கட்டத்தில் சாபம் கொடுக்க ஆரம்பித்துவிட்டார். இப்போது அவரும் உயிரோடு இல்லை. அவர் இறந்து ஒரு வருடம் ஆகப்போகிறது. நீங்கள் குமுளியில் நடந்த கூட்டத்தில் கலந்துகொண்டீர்கள். கூட்டத்தில் நடந்த கூத்துகளைப் பார்த்தீர்கள். நான் ஒன்றும் சொல்வதற்கில்லை. நீங்கள் சொல்லும் யோசனையைக் கேட்க வந்திருக்கிறேன்'' என்றார்.

ராஜகணேசன் தன்னை அறிமுகப்படுத்திக்கொண்டு பேசினார்.

''சார், எங்களுடைய நோக்கம் கோயிலை எப்படியாவது எடுத்துக் கட்டணும். வருசா வருசம் நாங்க கோயிலுக்குப் போறோம். ஒவ்வொரு வருசமும் கோயில் சிதிலமடைந்து கிட்டே இருக்கு. யானைக உலாவுற காட்டுப் பகுதியில கோயில் இருக்கு. பெரும் சீவாத்துக. அதுக கோயில் சுவர்கள்ல சாயும். கொஞ்சம் விளக்கமாச் சொன்னேன்னா சாருக்குப் புரியும். கோயிலச் சுத்தி சதா மழை பெய்யும். ஈரம் அதிகம். செடி, கொடிகளும் அதிகம். வருசத்துல எட்டு மாசம் பெரிய பெரிய அட்டைப்பூச்சிக இருக்கும். மனுச ஒடம்புல ஒட்டுற அட்டைப் பூச்சிங்க சின்னதா ஒரு பேனா நிப் அளவு இருக்கும். மனுசங்க

மேல ஒட்டிக்கிடும். அதுக மனுச ரத்தம் குடிக்கும் போதுதான் சுரீர்ன்னும். பிய்ச்சு எடுக்க முடியாது. கையில புகையில இருந்து அதைத் தேய்ச்சோம்னா கடிக்கறத விட்டுறும். இல்ல நெருப்ப காமிக்கணும். யானைகளைக் கடிக்கிறதுக்குன்னு பெரிய பெரிய அட்டைங்க இருக்கு. அதுக பேனா அளவு இருக்கும். யானை நடந்து வரயில யானை ஒடம்புல தொத்திகிக்கிட்டே யானையைக் கடிக்கும். கடிதாங்க முடியாம யானைங்க கண் ணகிக் கோட்டம் சுவத்துல சாய்ஞ்சு உரசுங்க. அதனால கோயில் கல்லுக பிரண்டு உருண்டுரும். இப்படித்தான் கோயில் வருசா வருசம் சிதிலமடையுது. இதச் சரி பண்ண நீங்க என்ன யோசனை சொன்னாலும் நாங்க ஏத்துக்கிறோம்.''

கம்பத்தில் மலர்விழி அச்சகம் நடத்தி வந்த பி.எஸ்.எம். முருகனும் கூட்டத்தில் கலந்துகொண்டார். அவர்,

''சார், நாங்க உங்கள தொடர்ந்து கவனிச்சிக்கிட்டிருக்கிறோம். நீங்க இங்க வந்த இந்த நாலு மாசத்துல உங்களப் பத்தி பேப்பர்ல நிறைய செய்திக வருது. உங்களப் பத்தி ஆட்க உயர்வா சொல்லுறது எல்லாம் எங்களுக்குத் தெரியும். நாங்களே வந்து உங்களைப் பார்க்கணும்னு இருந்தோம். நல்லவேளையா நீங்களே எங்களக் கூப்பிட்டுட்டீங்க.''

''நீங்க எந்த அமைப்பு?''

''சார், நான் ராஜகணேசன்கூட இருக்கிறேன். ஆரம்பத்தில் கூடல் தா.ராமசாமியுடன், ராஜகணேசன் இருந்தார். அவர் இறந்த பிறகு, ராஜகணேசன் தனியாக அமைப்பு தொடங்கினார். ராஜகணேசன் தலைவர், நான் செயலாளர்.''

அனைவரிடமும் கேட்பதற்கு என்னிடம் ஒரு கேள்வி இருந்தது.

''கண்ணகிக் கோட்டம் விழா நடக்கும்போது பக்தர்களுக்குச் சாப்பாடு ஏதும் போடுவீங்களா?''

''ஆமா சார். அது வனாந்திரம். அங்கு சாப்பாட்டுக்கு வழியே இல்லைன்னு மொதமுறையாக் கோயிலுக்கு வர்றவங்களுக்குத் தெரியாது. அதுக்காக நாம அவங்களைப் பட்டினி போட முடியுமா? ஆரம்பத்துல 100, 150 பொட்டலங்களை ஓட்டல்களில்

வாங்கிக் கொண்டுபோய் கொடுப்போம். அப்புறம் கொஞ்சங் கொஞ்சமாக் கூட்டம் கூட ஆரம்பிச்சிடுச்சி. கடைசியாப் போன வருசம் ரெண்டு சிப்பம் அரிசியைச் சோறு பொங்கி எடுத்துக்கிட்டுப் போனோம். ஐநூறு அறுநூறு பேருக்கு நல்ல பசி நேரத்துல சோறு கொடுத்தோம்.''

''இதுக்குப் பணம்?''

''பணமா வாங்க மாட்டோம். பொருளா வாங்குவோம். எங்க கைக்காசைப் போடுவோம். தெரிஞ்சவங்ககிட்ட கேட்போம். கே.கே.பட்டி என்.எஸ்.கே. பி வகையறா, கிருஷ்ணகுமார், மோகன்தாஸ் எல்லாம் உதவி செய்வாங்க. நாங்க பணமா வாங்காததால்தான் இதுவரை எங்கமீது குற்றச் சாட்டு எதுவும் வரவில்லை. இந்த வருசம் சித்ரா பௌர்ணமிக்குச் சாப்பாடு போட்டுவிட்டோம்ன்னா அதோடு முடிஞ்சது எங்க வேலை. அடுத்த வருசம்வரை நாங்க எந்த வசூலுக்கும் போக மாட்டோம்.''

''நேத்து குமுளியில் நடந்த கலந்தாய்வுக் கூட்டத்தில் நீங்க இருந்தீங்க. உங்களுக்குள் நடந்த வாக்குவாதத்தைக் கேரள அரசு அதிகாரிகள் ஆர்வமுடன் பார்த்து ஊக்குவித்ததையும் கவனித்திருப்பீர்கள். கண்ணகிக் கோயில் பிரச்சனையைத் தீர்க்க வேண்டுமென்றால் முதலில் உங்களுக்குள் உள்ள பிரச்ச னைகளைத் தீர்க்க வேண்டும். அனைத்து அமைப்புகளும் ஒன்றாகி விடுங்கள். அனைத்துப் பிரச்சனைகளையும் தீர்க்க அது தான் பிள்ளையார் சுழி'' என்று நான் சொன்ன யோசனையை ஏற்றார்கள்.

அந்தக் கூட்டத்திலேயே புதிய அமைப்பு ஒன்று தொடங்கப் பட்டது. அமைப்புக்கு மங்கலதேவி கண்ணகி அறக்கட்டளை என்ற பெயரும் முடிவானது. அமைப்புக்கு ராஜகணேசன் செயலாளர், பி.எஸ்.எம். முருகன் பொருளாளர். கம்பம் பத்திரப் பதிவுத்துறை சார்பதிவாளரைத் தொடர்பு கொண்டு அமைப்பைப் பதிவு செய்யச் சொன்னேன்.

சித்ரா பௌர்ணமி திருவிழா நடக்காத காலங்களிலும் நான் கண்ணகிக் கோட்டத்துக்குப் போக ஆரம்பித்தேன். என்னோடு மங்கலதேவி கண்ணகி அறக்கட்டளையினர், என் தம்பிகள்

ராஜசேகர், மகேந்திரன், ரவிச்சந்திரன், உறவினர்கள், நண்பர்கள் உள்ளிட்டோர் வருவார்கள். மாவட்ட வழங்கல் அலுவலர் சீனிவாசன் மிக நேர்த்தியான அமைப்பாளர். கேரள வனத்துறை ஆட்களை எப்படியோ பேசி மயக்கிவிடுவார்.

கண்ணகிக் கோயிலிலேயே சமைக்க ஏற்பாடு செய்துவிடுவார். வழிபாடு, சுற்றுலா, வரலாறு, தமிழ் என்று கண்ணகி அறக் கட்டளையினருடனான என் நட்பு பலப்பட்டது.

கேரளத் தொல்லியல் துறை, தமிழகத் தொல்லியல் துறை, இந்தியத் தொல்லியல் துறை என்று தொடர்பு விரிவு படுத்தப்பட்டது. அடுத்த வருடம் நடந்த இடுக்கி, தேனி மாவட்ட ஆட்சியர்களின் சித்ரா பௌர்ணமிக்கான முன் ஏற்பாட்டுக் கூட்டத்தில் தமிழகத் தரப்பில் இருந்து மங்கலதேவி கண்ணகி அறக்கட்டளையினர் மட்டும் பேசினார்கள்.

கேரள அதிகாரிகள் கண்ணகி அமைப்புக்குள் ஏற்பட்ட மாற்றத்தைக் கண்டுபிடித்துவிட்டனர். வேறு வழியுமில்லை அவர்களுக்கு. விழா ஏற்பாடுகளுக்கு ஒத்துழைப்புத் தந்தார்கள்.

மாநில செக்போஸ்டுகளைப் பூட்டுவேன்

1999 - ஆம் ஆண்டு சித்ரா பௌர்ணமி விழா. காலை பதினொறு மணி இருக்கும். கண்ணகி விழாவைப் பதிவு செய்ய வந்த தமிழகப் புகைப்படக்காரர்கள், பத்திரிகையாளர்கள் முதல் கேட்டிலேயே நிறுத்தி வைக்கப்பட்டதாகத் தமிழக வனத்துறை அதிகாரிகள் அப்போது தேனி மாவட்ட வருவாய் அலுவலராக (டி.ஆர்.ஓ.) இருந்த என்னிடம் தெரிவித்தனர். தமிழகப் பத்திரிகையாளர்கள் கண்ணகிக் கோட்டத்துக்கு வரக்கூடாது என்று திடீரெனக் கேரள வனத்துறை கட்டுப்பாடு விதித்ததாகத் தெரிந்தது. தேனி-இடுக்கி மாவட்ட கலெக்டர்கள் கூட்டத்தில் பேசப்படாத புதிய கட்டுப்பாடாக இருந்தது.

அன்று வெள்ளிக்கிழமை. தேனி கலெக்டர் பஷிர் அகமது, ஐஏஎஸ் குமுளி பள்ளிவாசல் வரை வந்தவர், ஏனோ கண்ணகி கோட்டத்துக்கு வரவில்லை. ஆனால் குமுளியில்தான் முகாமிட்டிருந்தார். மாவட்ட வன அலுவலர் இக்ரம் ஷா, ஐஎப்எஸ்ஸும் கோயிலுக்கு வரவில்லை. தேனி மாவட்ட எஸ்பி ராஜேஷ் தாஸ் ஐபிஎஸ்ஸும் அன்று கண்ணகி கோட்டத்துக்கு வரவில்லை. ஆனால் அவரது மாருதி ஜிப்சி ஜீப்பை என்னிடம் கொடுத்திருந்தார்.

சித்ரா பௌர்ணமி தினத்தன்று என்னுடன் ஆர்டிஓ பொன்னையா, கம்பம் டிஎஸ்பி ராமச்சந்திரன், பாரஸ்ட் அசிஸ்டென்ட் கன்சர்வேட்டர் அம்புரோசு, தாசில்தார் ராஜேந்திரன், பிடிஓ முத்துப்பாண்டியன், ரெவின்யூ இன்ஸ்பெக்டர் பாண்டியன், போலீஸ் இன்ஸ்பெக்டர் ஸ்டான்லி, என்னுடைய உதவியாளர்கள் பழனிக்குமார், சேகர், முத்தையா ஆகியோர் கண்ணகிக் கோயிலில் இருந்தனர்.

மதியம் ஒரு மணிவரை பத்திரிகையாளர்களைக் கோயிலுக்குள் கேரள வனத்துறை அனுமதிக்கவில்லை. முதல் கேட்டி

லேயே தமிழகப் பத்திரிகையாளர்களையும் அவர்களை அழைத்து வந்த தேனி மாவட்ட மக்கள் தொடர்பு அதிகாரி களையும் கேரள வனத்துறை தடுத்து நிறுத்தி வைத்திருந்தது. தமிழ்நாடு வனத்துறை வாக்கி டாக்கி மூலம் எனக்கு அவ்வப்போது தகவல் தந்துகொண்டிருந்தது.

தேனி எஸ்பி கொடுத்த மாருதி ஜிப்சியில் கண்ணகிக் கோட்டம் மலையிலிருந்து நான் கீழே இறங்கினேன். பதினான்கு கி.மீ. பயணம் செய்து, முதல் கேட்டிற்கு வந்தேன். அங்கு நின்றிருந்த பத்திரிகையாளர்கள், மக்கள் தொடர்பு அதிகாரிகளான ராஜா, ரவி, மற்றும் கேமிராமேன்களை நான் வந்த மாருதி ஜீப்சியில் ஏற்றிக்கொண்டேன்.

முதல் கேட்டில் நான் வந்த மாருதி ஜிப்சி அனுமதிக்கப் பட்டது. இரண்டாவது கேட்டில் பெரும் போலீஸ் படை ஒன்று ஜீப்பைத் தடுத்து நிறுத்தியது. என்னைப் பற்றிக் கேரள வனத்துறையினர் பேசிக்கொள்வது, "ராஜேந்திரன் வல்லிய னாக்கும்."

"ராஜேந்திரன் வல்லியன்" என்று என்னுடைய ரகசியப் பெயரைப் பக்கத்திலிருந்த கேரள போலீஸ் வாக்கி டாக்கியில் பேசியது கேட்டது.

"சாரே, நீங்கள் மட்டும் மேலே போகலாம். பத்திரிகையாளர் களுக்கும், கேமிராமேன்களுக்கும் அனுமதியில்லை."

"இரு மாவட்ட அதிகாரிகளின் பேச்சு வார்த்தையின்போது இந்த மாதிரி எந்த முடிவும் எடுக்கப்படவில்லை. மினிட் காப்பியைப் பாருங்கள்" என்றேன் நான்.

"சாரே, நாங்கள் எங்கள் மேலதிகாரிகள் சொல்லுவதைச் செய்கிறோம். நீங்கள் மட்டும் மேலே போகலாம். பத்திரிகை காரர்கள் கேமராக்காரர்களை உங்கள் ஜீப்பிலிருந்து கீழே இறக்கிவிடுங்கள்."

"உங்கள் மேலதிகாரி சொல்கிறார்கள் என்பதற்காக அவர்கள் என்ன சொன்னாலும் செய்து விடுவீர்களா? மேலதிகாரி சட்ட விரோதமாக ஏதும் செய்யச் சொன்னால் செய்யக் கூடாது என்று விதி இருக்கிறது. செய்தி சேகரிக்க வந்துள்ள பத்திரி கையாளர்களைத் தடுத்து நிறுத்துவது சட்டப்படி குற்றம்.

இல்லீகல் டிடென்சன். சரி, பரவாயில்லை. உங்களுக்கு இந்த உத்தரவைப் பிறப்பித்தது யார்? அவரை என்னிடம் பேசச் சொல்லுங்கள்'' என்றேன் நான்.

"சாரே, எங்கள் ஆபீசர் இங்கு வரவில்லை."

"எங்கிருக்கிறார்?"

"தெரியாது சாரே. இடுக்கி கலெக்டரும், இடுக்கி எஸ்பி-யும் கோயிலில் இருக்கிறார்கள். இன்னும் இரண்டு நிமிஷத்தில் இங்கே வந்து விடுவார்கள். அவர்களிடம் பேசிக் கொள்ளுங்கள். எங்கள்மீது கோபப்படாதீர்கள். நாங்கள், எங்கள் அதிகாரிகள் சொல்வதைச் செய்பவர்கள்.''

சிறிது நேரத்தில் இடுக்கி எஸ்பியும், கலெக்டரும் கண்ணகிக் கோயிலிருந்து வந்தார்கள். அவர்களுக்கு வணக்கம் தெரிவித்து, நான் என்னை அறிமுகப்படுத்திக் கொண்டேன்.

"அதான் பார்த்திருக்கிறோமே? நீங்கள் ராஜேந்திரன். தேனி அடிசனல் டிஸ்டிரிக்ட் மாஜிஸ்திரேட்.''

"எஸ் சார்.''

"இது என்ன ராஜேந்திரன், புதுப் பிரச்சனையைக் கிளப்பு கிறீர்கள்?''

"சார், நான் எந்தப் புதுப் பிரச்சனையையும் கிளப்பவில்லை. உங்களுக்குத் தெரியாமல் இது நடக்கிறது என்று நினைத்தேன். நீங்கள் பேசுவதிலிருந்து உங்களுக்குத் தெரிந்தே நடக்கிறது என்று புரிந்துகொண்டேன். சார், நாம் எப்போதாவது பத்திரிகை யாளர்கள், கேமராமேன்கள் கோயிலுக்குள் வரக்கூடாது என்று பேசினோமோ? மினிட்டில் பதிவு செய்தோமா சார்? திடீர் திடீரென்று புதுப்புது கன்டிசன்கள் போடுகிறீர்களே, இது நியாயமா? பத்திரிகையாளர்கள் எல்லா நிகழ்வுகளுக்கும்தான் வரவழைக்கப்படுகிறார்கள். கண்ணகிக் கோயிலில் நடக்கும் வழிபாடு குறித்து மக்களுக்குத் தகவல் சென்றடைய வேண் டுமே?''

"இல்லை ராஜேந்திரன். பத்திரிகையாளர்கள் இந்தக் கோயி லுக்கு வர வேண்டியதில்லை.''

இடுக்கி கலெக்டரின் முகத்தில் சிநேக பாவம் மறைந்து கோபக்குறி அப்பட்டமாகத் தெரிந்தது.

"பத்திரிகையாளர்கள் வர வேண்டியதில்லை என்று சொல்லுவதே ரொம்பத் தப்பாகத் தெரிகிறது சார்."

"மிஸ்டர் ராஜேந்திரன், நான் உங்களிடம் பேச விரும்பவில்லை. நீங்கள் முன் முடிவுகளோடு பேசுகிறீர்கள். உங்கள் மாவட்ட ஆட்சியரை வரச்சொல்லுங்கள். அவரிடம் பேசிக் கொள்கிறோம்."

"சார், அவர் இங்கு இல்லை. எங்கள் கலெக்டர் இங்கு வரும் வரை நான்தான் கலெக்டர்."

"இது சரியில்லை, மிஸ்டர் ராஜேந்திரன். பத்திரிகையாளர்களை விட்டுவிட்டு நீங்கள் மட்டும் கோயிலுக்குப் போங்க. மறுத்தால் உங்கள்மீது கேரள வனத்துறையும் கேரளக் காவல் துறையும் வழக்குப் பதிவு செய்யும்."

"என்ன சார் மிரட்டுகிறீர்களா? நீங்கள் நிற்கும் இந்த இடம் தமிழகத்தைச் சேர்ந்தது. எங்களது ரிசர்வ் பாரஸ்டுக்குள் நீங்களும் உங்கள் எஸ்பி-யும் வந்தீர்கள் என்று எனது கூடலூர் ரேஞ்சர் உங்கள் இருவர்மீதும் வழக்குப் பதிவு செய்வார். எனது பணியைச் செய்யவிடாமல் தடுத்தீர்கள் என்று எனது கூடலூர் போலீஸ் உங்கள் இருவர் மீதும் வழக்குப் பதிவு செய்யும்."

பேச்சுவார்த்தை முற்றியது. போட்டோகிராபர்களும், கேமரா மேன்களும் தங்களது கேமராக்களை இயக்கினர். பத்திரிகையாளர்கள் எங்களது வாக்குவாதத்தைக் குறித்துக் கொண்டனர். புதிதாக வந்திருந்த சன் டிவி-க்கும் அடித்தது 'ஜாக்பாட்.' தமிழக கேரள உயரதிகாரிகளுக்குள் நடந்த வாக்கு வாதத்தினை சன் டிவி நேரடி ஒளி அஞ்சல் செய்ய ஆரம்பித்தது.

நான் நிலைமையை இயல்பாக்க முயன்றேன்.

"சார், நான் கிளம்புகிறேன். மீண்டும் நான் மேலே கோயிலுக்குப் போகவில்லை. நேரே குமுளியில் போய் இறங்கியதும், எங்களது மூன்று செக்போஸ்ட்களையும் இழுத்து மூடுவேன். கேரளாவிற்குப் பால், காய்கறி, கோழி ஏற்றிச் செல்லும்

லாரிகளை செக்போஸ்டில் தடுத்து நிறுத்துவேன்.'' நிதானமாகச் சொன்னேன்.

"நீங்கள் எது வேணும்னாலும் செய்து கொள்ளுங்கள்" என்றார் இடுக்கி கலெக்டர். அடுத்து நான் சொன்ன ஒரு செய்தி, அவருக்கு நிதர்சனத்தை உணர்த்தியது.

"சரி சார், இரண்டு பேரும் நமக்குத் தெரிந்ததைப் பார்த்துக் கொள்வோம். எனக்கும் தமிழகப் பத்திரிகையாளர்களுக்கும் இங்கு நேர்ந்த அவமானத்தை எனது மக்கள் பொறுத்துக்கொள்ள மாட்டார்கள். எனது மாநில ஆள்கள் ஏழாயிரம் பேர் கண்ணகிக் கோயிலில் இருக்கிறார்கள். நான் அங்கிருந்து கிளம்பி வந்ததை அவர்கள் பார்த்தார்கள். நான் பத்திரிகையாளர்களை அழைத்து வரச் சென்றிருக்கிறேன் என்று அவர்களுக்குத் தெரியும். நாங்கள் திரும்பி வரவில்லை என்று சிறிது நேரத்தில் தெரிந்து கொள்வார்கள். எங்களை அவமானப்படுத்தினீர்கள் என்று அவர்களுக்குத் தெரியும்போது அவர்கள் எப்படி நடந்து கொள்வார்கள் என்று என்னால் சொல்ல முடியாது. எதையும் பொறுத்துப் போக அவர்கள் எல்லோரும் மனிதப் புனிதர்கள் அல்ல. தன்மானமுள்ள முரட்டு ஜனங்கள். ஆக்ரோசத்துடன் மலையைவிட்டுக் கீழே இறங்கும் அவர்கள் குமுளியில் என்ன செய்வார்களோ? எனக்குத் தெரியாது. குமுளியில் என்ன நடந்தாலும் அதற்கு நீங்கள்தான் காரணம். நீங்கள்தான் அந்தச் சூழலை உருவாக்கியவர்கள்.''

இடுக்கி எஸ்பி-யும் கலெக்டரும் உடனடியாக மெதுவான குரலில் ஆலோசனை செய்தார்கள்.

"சரி ராஜேந்திரன், நீங்கள் இவர்களையும் மேலே அழைத்துச் செல்லுங்கள். நாங்கள் இங்கு இருக்க விரும்பவில்லை, கிளம்புகிறோம்.''

"அது உங்கள் விருப்பம் சார்.''

இரண்டாவது கேட் திறக்கப்பட்டது. என் வாகனம் தூரத்தில் வரும்போதே மூன்றாவது கேட்டின் இரும்புத் தடை தூக்கப்பட்டது.

மறுநாள் அனைத்துப் பத்திரிகைகளிலும் தமிழக அதிகாரிகள் தான் தலைப்புச் செய்தி.

கண்ணகிக் கோட்ட வளாகத்திற்குள் தேவசம்போர்ட் முன்னாள் தலைவர் பிரயர் கோபாலகிருஷ்ணன், கேரள மங்கலதேவி அறக்கட்டளை செயலாளர் சுரேஷ் மற்றும் பி.எஸ்.நேருவின் சகோதரிகளுடன் நூலாசிரியர்

இரண்டு நாள்கள் கழித்து முதலமைச்சர் கலைஞர் கருணாநிதி யிடம், "கண்ணகிக் கோட்டம் விவகாரத்தில் தேனி மாவட்ட வருவாய் அலுவலர் ராஜேந்திரன் மாநில செக்போஸ்ட்களைப் பூட்டுவேன் என்று மிரட்டியிருக்கிறாரே?" என்று பத்திரிகை யாளர் சந்திப்பில் கேட்கப்பட்டது.

"அவர் சொன்னது சரிதான். வினை என்று ஒன்றை ஒருவர்மீது திணித்தால் அதற்கு அவர் எதிர்வினை ஆற்றித்தானே ஆக வேண்டும்" என்றார் கலைஞர் கருணாநிதி.

கண்ணகிக் கோட்ட
கண்டுபிடிப்பாளருக்குப் பாராட்டு விழா

மங்கலதேவி கண்ணகிக் கோட்ட கண்டுபிடிப்பாளர் சி.கோவிந்தராசனார் தஞ்சாவூரில் நான் 1991-ஆம் ஆண்டு துணை மாவட்ட ஆட்சியராக இருந்த காலத்திலேயே எனக்கு அறிமுகமானவர். தஞ்சாவூரிலிருந்து நான் மாற்றலான பின்னரும் அவரோடு நட்பில் இருந்தேன். என்னை சி.கோ. அவர்கள் தன்னுடைய, 'ஞானமகன்' என்பார். அவரது சொந்த மகன் முனைவர் பேராசிரியர் தெய்வநாயகத்தைவிட என்னிடம் அதிக நெருக்கம் காண்பிப்பார்.

நான் தேனி மாவட்ட வருவாய் அலுவலராக வந்த காலத்தில் கண்ணகிக் கோட்டம் கண்டுபிடிக்கப்பட்டு, 35 வருடங்கள் நிறைவடைந்திருந்தன. பேராசிரியர் கோவிந்தராசனார் கண்ணகிக் கோட்டத்தைக் கண்டுபிடித்த 17-11-1963-க்குப் பின் கண்ணகிக் கோட்டத்துக்கு வந்ததில்லை. கண்ணகிக் கோட்டம் கண்டுபிடிப்பிற்காக யாரும் அவருக்குப் பாராட்டு விழாவும் நடத்தவில்லை. கோவிந்தராசனாரோடு கண்ணகிக் கோட்டம் கண்டுபிடிப்பில் ஈடுபட்ட சேலம் பழனியப்பன், ராசிபுரம் கந்த சாமி, கூடலூர் வேட்டைக்கார ராமர் அனைவரையும் கண்ணகிக் கோட்டத்துக்கு அழைத்துச் சென்றோம். சித்ரா பௌர்ணமி திருவிழா அன்று ஒருநாளைக்கு மட்டும்தான் பக்தர்களைக் கேரள வனத்துறை கண்ணகிக் கோட்டத்துக்குச் செல்ல அனுமதிக்கும். ஆனால் சித்ரா பௌர்ணமி இல்லாத நாளிலும் துணிந்து நான் இவர்கள் அனைவரையும் அழைத்துச் சென்றேன்.

முப்பத்தைந்து வருடங்களுக்குப்பின் கண்ணகிக் கோட்டத்துக்குப் பேரா.கோவிந்தராசனோடு வந்த பெரியவர்கள், கண்களில் கண்ணீருடன், முப்பத்தைந்து வருடங்களுக்கு முன்பு கோயில் கண்டுபிடிக்கப்பட்ட வரலாற்றை எங்களிடம் விளக்கிக் கூறினார்கள்.

வேட்டைக்கார ராமர் வாய்ப் பேச முடியாதவர். காட்டு ஜீவராசிகளின் போக்கு தெரிந்தவராம். இளம்வயதில் காடுதான் அவருக்கு வீடாம். காடு மேடுகளில் அந்த வயதிலும் ஓடி ஓடிச் செல்வதைப் பார்த்தோம். சிறு பச்சை மூங்கில் கழி ஒன்றை எங்கிருந்தோ வெட்டிக்கொண்டு வந்து எனக்குப் பரிசளித்தார்.

யாரும் எதிர்பார்க்காத நேரத்தில் என்னின் கால்களைத் தொட்டு வணங்கி அதிர்ச்சியூட்டினார். ஒரு காகிதத்தை என்னிடம் கொடுத்தார். அதில், ''கண்ணகிக் கோட்டம் இது தான்'' என்று கோட்டத்துக்குள் இருந்த கல்வெட்டு ஆதாரங்களை சி.கோவிந்தராசனார் அறிவித்தபோது உடன் இருந்தவர்கள் அந்தச் செய்தியை எப்படிப் பரவசத்தோடு ஏற்றுக் கொண்டார்கள் என்று எழுதி, தனக்கு முதியோர் உதவித் தொகை வேண்டும் என்று எழுதியிருந்தார். மறுநாள் மே மாதம் ஒன்றாம் தேதி மாலையில் தேனி மாவட்ட பஞ்சாயத்துத் தலைவர் கே.எஸ். எம். ராமச்சந்திரன் தலைமையில் கம்பம் காமதேனு கல்யாண மண்டபத்தில் கண்ணகிக் கோட்ட கண்டுபிடிப்பாளருக்குப் பாராட்டு விழா நடத்தினோம்.

விழாவில் தமிழ் வளர்ச்சித் துறை இயக்குநர் முனைவர் ம.ராஜேந்திரன், (பின்னாளில் தமிழ்ப் பல்கலைக்கழக துணை வேந்தரானார்) என்னுடைய தம்பியும் தேனி மாவட்ட கூட்டுற வுச் சங்கங்களின் இணைப் பதிவாளருமான மு.ராஜசேகர், ஆர்டிஓ பொன்னையா, தாசில்தார் ராஜேந்திரன், சட்டமன்ற உறுப்பினர் ஓ.ஆர்.ராமச்சந்திரன், கம்பம் நகராட்சித் தலைவர் இளங்கோவன், கம்பம் நகராட்சி ஆணையர் பிரேமா, திரைப்பட இயக்குநர் ஏ.எஸ்.பிரகாசம், கோவிந்தராசனாரின் மகன் பேரா. தெய்வநாயகம், முனைவர் இறையரசன், ஹாஜி கருத்த ராவுத்தர் கல்லூரி முதல்வர் நயினார் முகம்மது, கம்பம் ஒன்றிய தலைவர் உமாதேவி ஈஸ்வரன், கூடலூர் பேரூராட்சி தலைவர் சின்னமாயன், கம்பராயப் பெருமாள் கோயில் நிர்வாக அதிகாரி குமாரதாஸ், புலவர் த.காமராசு ஆகியோர் கலந்து கொண்டனர்.

நிகழ்ச்சியை ஏற்பாடு செய்த மங்கலதேவி கண்ணகி அறக் கட்டளை செயலாளர் ராஜகணேசன், பொருளாளர் பி.எஸ். எம்.முருகன் முயற்சி எடுத்து, பேராசிரியர் கோவிந்தராசனாருக்கு 20 ஆயிரம் பண முடிப்பு வழங்கினர். (அப்போது இது பெரிய தொகை)

சி.கோவிந்தராசனாரின் கடைசிப் பேட்டி

21.02.2013, இரவு 8 மணி அளவில் தஞ்சாவூர் கருந்தட்டாங்குடி பேராசிரியர் சி.கோவிந்தராசனாரின் வீட்டில் கண்ணகிக் கோட்டம் கண்டுபிடிப்பு பற்றி அவரிடம் கலந்துரையாடினோம். கண்ணகிக் கோட்டம் கண்டுபிடிப்பாளர் கோவிந்தராசனாருக்கு அப்போது வயது 93. எங்களுடன் பேரா சி.கோவிந்தராஜனாரின் மகன் பேரா.தெய்வநாயகமும் உடன் இருந்தார். இந்தப் பேட்டி எடுத்த மறுவருடம் அதே தேதியில் பேரா. சி.கோவிந்தராஜனார் இறந்தார்.

தெய்வநாயகம்: டாக்டர் சுரேஷ் பிள்ளை கண்ணகிக் கோயில் மேலே ஏறமாட்டேன்னு சொல்லிட்டாரு.

சி.கோவிந்தராசனார்: அவரு ஒரு பயந்தாங்கொள்ளி.

ராஜேந்திரன்: அய்யா கண்ணகிக் கோட்டத்துக்குப் போய் வந்தது நினைவில் இருக்கா? இதுதான் மங்கலதேவி கண்ணகிக் கோட்டம் என்று உறுதிசெய்யப்பட்ட பின் நாம ஒரு தடவ போய் வந்தோம். உங்களுக்கு நினைவில் இருக்கிறதா?

சி.கோ: நினைவில் இருக்கு. கண்ணகிக் கோட்டம் கண்டுபிடிக்கப்பட்டதாக அறிவித்த பின்பு உங்க கூடத்தான் வந்தேன்.

ராஜே: இன்னும் ஒரு முறை நீங்க, உங்கள் மகள் மணி மேகலையுடன் கோட்டத்துக்கு வந்தீர்கள்.

சி.கோ: ஆமா. மறுபடியும் போய்ப் பாத்துட்டு வந்துட்டேன்.

ராஜே: நாம போகையிலே நன்றாக இருந்தீங்க, கண்டிசனாக இருந்தீங்க.

தெய்வ: இப்பவும் நேரத்திற்குச் சாப்பிட்டால் நன்றாகத் தான் இருப்பார். சரியா சாப்பிடறதில்லை. நீங்க தான் கண்டிச்சு அப்பாகிட்ட சொல்லனும். ஒரு

இட்டிலியும் அரை இட்டிலியும் சாப்பிட்டா என்ன செய்வது? (சிரிப்பு)

ராஜே: அய்யா உங்களுக்கு நம்பிக்கை இருக்கா? கண்ண கிச் சிலைய திரும்ப கண்டுபிடிக்க முடியும்னு? நீங்க இது விஷயமா நாகபப்ட்டினம் PWD இன்ஜி னியர் மூலமா கோவை இளஞ்சேரன் கிட்ட கொடுத்தீங்க, அதைத் திரும்பப்பெற முடியுமா?

சிகோ: இளஞ்சேரன் கிட்டத்தான் கொடுத்தேன். இப்போ அவர் உயிரோடில்லை.

ராஜே: அவர் பிள்ளைகளிடம் கேட்லாமா?

தெய்வ: அவர் பிள்ளைகளுக்கு விவரம் தெரியாது. அவர் நாகப்பபட்டினத்திற்கு போனவர்தான். நாகப்பட்டி னத்திலிருந்து சென்னைக்கு கண்ணகிச் சிலையை எடுத்துச் சென்றார். ரிட்டன்ல என்னைய தஞ்சாவூர் பஸ் ஸ்டாண்டில பாக்கச் சொன்னார்.

ராஜே: சிலையை யாரிடம் கொடுத்தேன் என்றோ, கொடுத்ததற்குப் பின் ஏதேனும் மேல் விவரம் கிடைத்தது பற்றியோ கடிதம் உங்களுக்கு ஏதும் எழுதியிருக்கிறாரா?

தெய்வ: எழுதினார். நீட்டாக கடிதம் எழுதுவார். தஞ்சாவூர் பஸ் ஸ்டாண்டிற்கு இன்ன பஸ், இந்த நேரத்தில் வாருங்கள், வரும்போது ஐஸ் வாட்டர் கொண்டு வாருங்கள் என்று எல்லாம் கூட விவரமாக கடிதம் எழுதுவார். அவர் ஆள் பார்ப்பதற்கு முரசொலி மாறன் போல இருப்பார். முரசொலி மாறனுக்கு மிகவும் நெருக்கமானவர். மறைமலை அடிகள் எழுதுவது போல எழுதுவார். கடைசிவரை ஆக்டிவ்வாக இருந்தார்.

சி.கோ: சிலை கலைஞரிடம் போனதுவரை சரி. கலைஞர் அதற்குப் பிறகு ஒன்னும் செய்யவில்லை.

ராஜே: அதை வாங்கிவிட்டு எந்த முயற்சியும் அவர் பண்ணவில்லையா? நீங்கள் எடுத்து வந்த கண் ணகிச் சிலையைப் பூம்புகாரில் வைப்பதற்கு ஏதும் முயற்சி செய்தாரா?

மங்கலதேவி கண்ணகி அறக்கட்டளை சார்பாக

கண்ணகி விழா

ஐம்பெரும் காப்பியங்களுள் ஒன்றான சிலப்பதிகாரம் உண்மை நிகழ்ச்சிகளை வெளிப்படுத்திய மாபெரும் காவியம் என்பதையும், காவிரிப்பூம்பட்டினத்தையும் கண்ணகி கோட்டத்தையும் தனது ஆராய்ச்சியினால் உலகுக்குக் காட்டிய தஞ்சை பேராசிரியர் சி.கோவிந்தராசனார் அவர்களுக்குக் கம்பத்தில் பாராட்டு விழா.

நாள் : 01.05.1999 சனிக்கிழமை *நேரம்* : மாலை 6.00 மணி
இடம் : கம்பம் காமதேனு கல்யாண மண்டபம்

தலைமை : திரு. கே.எஸ்.எம். ராமச்சந்திரன்
மாவட்ட ஊராட்சித் தலைவர்

வரவேற்புரை : திரு. இரா.தமிழாதன், எம்.ஏ.பி.எட்., எம்.பில்.,
தலைவர், மங்கலதேவி கண்ணகி அறக்கட்டளை

முன்னிலை : பேராசிரியர் ஏ.எஸ். பீரவசம்

சிறப்பு விருந்தினர், பாராட்டுரை வழங்குபவர் : டாக்டர். ம. ராஜேந்திரன், பிஎச்.டி.,
தமிழ் வளர்ச்சித்துறை இயக்குனர், சென்னை

சிறப்பு அழைப்பாளர்கள் : டாக்டர். சி.கோ. தெய்வநாயகம், பிஎச்.டி.,
டீன், தமிழ் பல்கலைக்கழகம், தஞ்சை

டாக்டர். இறையரசன், பிஎச்.டி.,
மீரையாவாண்டையார் நினைவு கல்லூரி, பூண்டி, தஞ்சை

வாழ்த்துரை : டாக்டர். மு. ராஜேந்திரன், பிஎச்.டி.,
மாவட்ட வருவாய் அலுவலர், தேனி.

திரு. மு. ராஜசேகர், எம்.காம்., பி.எல்., எச்.டி.சி., சி.ஏ.ஐ.ஐ.பி.,
இணைப்பதிவாளர், கூட்டுறவுத்துறை

திரு. எஸ். பொன்னையா, பி.ஏ., அவர்கள்
வருவாய் கோட்டாட்சியர், உத்தமபாளையம்

திரு. ஜி. ராஜேந்திரன், எம்.ஏ., பி.எல்., அவர்கள்
வட்டாட்சியர், உத்தமபாளையம்.

பேராசிரியர் நயினார் முகமது, எம்.ஏ.,
முதல்வர், ஹாஜி கருத்தராவுத்தர் கல்லூரி, உத்தமபாளையம்

திரு. எஸ்.டி.டி. இளங்கோவன், பி.ஏ.,
கம்பம் நகர்மன்ற தலைவர்

திருமதி. பிரேமா, எம்.ஏ., பி.எட்.,
கமிஷனர், கம்பம் நகராட்சி

திருமதி. உமாதேவி ஈஸ்வரன்,
கம்பம் ஒன்றிய பெருந்தலைவர்

திரு. சின்னமாயன், கூடலூர் பேரூராட்சித் தலைவர்

திரு. இ. குமரதாஸ், எம்.ஏ.,பி.எட்.,
நிர்வாக அதிகாரி, கம்பம் கம்பராயப் பெருமாள் கோவில்

புலவர் கு. காமராசு, கம்பம்

கண்ணகி கோட்ட பயணத்தில் சி. கோவிந்தராசனார் அவர்களின் பயணத்தில் உதவியவர்களை கௌரவித்தல்

ஏற்புரை : பேராசிரியர் சி. கோவிந்தராசனார் அவர்கள்

நன்றியுரை : திரு. பீ.எஸ்.எம். முருகன், எம்.ஏ.,பி.எட்.,
பொருளாளர், மங்கலதேவி கண்ணகி அறக்கட்டளை, கம்பம்.

மாருதி அச்சகம், கம்பம். ✆ 23394

பேரா.சி.கோவிந்தராசனார்,
அவர் மகன் பேரா.தெய்வநாயகத்துடன் நேர்காணல் செய்த நூலாசிரியர்

சி.கோ: அவங்களுக்கு அதில் வருமானம் வருதா? அதில ஏதாவது கிடைக்குமா என்று பார்க்கிறார்.

தெய்வ: கண்ணகிச் சிலை நல்ல தேய்வு. அதனுடைய காலப் பழமை. அது வழிபாட்டில் இருந்தது என்பதால் அபிசேகம் ஆக ஆக இந்தக் கல் தேய்வு அடைந்தது என்பதைப் பார்க்கலாம். நான் சிம்லாவில் இமயமலைக் கல்லைப் பார்த்திருக்கிறேன். கல் பொறி பொறியா கிளம்பும். அந்தப் பொறிகல் கண்ணகிச் சிலையிலும் இருந்தது. எனக்கு நல்லா நினைவில் இருக்கிறது. அது நமது ஹார்ட் ராக் மாதிரி இல்ல. கிரானைட் மாதிரி இல்ல. அது பொறிகல், பொறிப் பொறியா கிளம்பிடுச்சு.

ராஜே: வெயிட் எப்படி இருந்தது?

தெய்வ: ஆவரேஜ் வெயிட்தான். ரொம்ப பெரிசில்லயே?

சி.கோ: ஆம் சாதாரணமா தூக்கும் அளவுதான்.

ராஜே: எப்படி அய்யா மலையிலிருந்து தூக்கிட்டு வந்தீங்க? பையில் போட்டா?

சி.கோ: பையில்தான் கொண்டு வந்தேன். பையில் போட்டுக் கையில் அணைத்தபடி கொண்டு வந்தேன்.

ராஜே: பஸ்ஸில் கொண்டு வந்தீர்களா? ட்ரெயினில் கொண்டு வந்தீர்களா?

சி.கோ: பஸ்ஸில்தான்.

ராஜே: சரி.

சி.கோ: துணியில் சுத்திக்கிட்டு கொண்டு வந்தேன்.

தெய்வ: கருவறையில் இடிஞ்சி கிடந்திருக்கு. இருட்டு தான அப்ப? போதைப் புல் 12,18 அடி உயரம். நான் அப்போது அப்பா கூட போகல அவர் சொன்னது தான்.

ராஜே: அய்யா, நீங்க கோட்டத்துக்கு உள்ளயிருந்து கண்ணகிச் சிலையை எடுத்தபோது என்ன நேரம் இருக்கும்? சாயந்தரம் இருக்குமா?

சி.கோ: இருக்கும்.

தெய்வ: 70-72-களில் நாராயணசாமி சூப்பிரண்டிங் இன்ஜினியராகயிருந்தார். இளஞ்சேரன் மிகவும் ஆக்டிவாக இருந்தார். தமிழ், திராவிடம் இந்தி எதிர்ப்பில் முன்னனியில் இருந்தார். நாகப்பட்டினத்தில் இளஞ்சேரன் மிகவும் பிரபல்யம். அவர் பெயரில் ஒருவர் இளஞ்சேரன் நகர் என்று பிளாட் போட்டு குறைந்த விலையில் வீட்டு மனைகள் கொடுத்தார். அவர் இறந்த பிறகு தமிழ்ப் பல்கலைகழகத்தில் அவர் பையன் சேரவாணனுக்கு வேலை கொடுத்தார்கள். நீங்கள் தஞ்சாவூர் பல்கலைக்கழகத்தில் முனைவர் பட்டம் பயில சேர்ந்தபோது அவன்தான் உங்களுக்கு கடிதம் எல்லாம் அனுப்பினான். அவனும் இறந்துவிட்டான்.

ராஜே: ஓ! நான் தஞ்சாவூர் பல்கலைகழகத்தில் முனைவர் பட்ட பதிவு செய்தபோது இளஞ்சேரனின் மகன் இருந்தாரா?

தெய்வ: ஆம். சி.பாலசுப்பிரமணியம் துணைவேந்தராக யிருந்தபோது அவனுக்குப் பணி நியமனம் கிடைத்தது. உங்கள் சம்பந்தப்பட்ட தபால் என்றால் விரைவில் அனுப்பிவிட்டு என்னிடம் வந்து சொல்லுவான்.

ராஜே: சி.பா. பீரியடில் இருந்தாரா? என்னப் பார்த்திருப்பாரா?

தெய்வ: ஆம். பார்த்திருக்கிறார். பணியில் சேர்ந்த கொஞ்ச நாளிலேயே இறந்துவிட்டார். உங்களை அவருக்கு நன்றாகத் தெரியும்.

ராஜே: நீங்கள் ஜனாதிபதியிடம் கண்ணகிக் கோட்டம் கண்டுபிடிப்பிற்காக விருது வாங்கியபோது நாங்க உங்க கூட வந்தது நினைவில் இருக்கா அய்யா?

சி.கோ: ஆம், ஆம். ஜனாதிபதி (பிரணாப் குமார் முகர்ஜி) நல்ல மனிதர்.

தெய்வ: அந்த அம்மா (பிரதிபா பட்டீல்) ஜனாதிபதியா இருந்தப்ப நேரம் கொடுக்காம, லேட் பண்ணிட்டாங்க. பிரணாப் குமார் முகர்ஜி ஜனாதிபதி ஆனவுடனே டைம் கொடுத்துட்டாரு.

ராஜே: பெரிய விஷயம். உங்களுக்கு என்று தனியாக விழா ராஷ்ட்ரபதி பவனில் நடந்ததே?

சிகோ: ஆம். நான் சக்கர நாற்காலியில் உட்கார்ந்திருந்த தால மேடையில் இருந்து இறங்கி வந்துல்ல ஜனாதிபதி விருது கொடுத்தார்.

தெய்வ: நீங்க பரிசு வாங்கையில ராஜேந்திரன் முன் வரிசையில உட்கார்ந்திருந்தாரு.

சி.கோ: ஆம். நினைவிலிருக்கு.

பொங்கல் பானை உரிமை பெற்ற கதை

அம்மன் கோயில் என்றாலே பொங்கல் வைக்கும் வைபவம் தான் பிரதானம். மங்கலதேவி கண்ணகிக் கோயிலில் 1975ஆம் ஆண்டுக்கு முன்பு வரை மொட்டை போடுதல், காது குத்து, ஆடு கோழி நேர்ச்சை செய்தல், பொங்கல் வைத்தல் போன்ற பாரம்பரிய திருவிழா நடைமுறைகள் இடம் பெற்றிருந்தன. திருவிழா நடக்கும் மூன்று நாளும் மைக்செட் போடுதல், பெண்கள் குலவையிடுதல் எனத் திரு விழாவிற்கான அனைத்து ஆர்ப்பாட்டங்களும் மங்கலதேவி கண்ணகிக் கோயிலிலும் இருந்தன. 1975ஆம் ஆண்டில் நெருக்கடி நிலை அமுலில் இருந்த கலாபக் காலத்தைப் பயன்படுத்திக்கொண்டு மங்கலதேவி கண்ணகிக் கோட்டத்துக்கு கேரள அரசு பாதை அமைத்தது.

கேரள அரசு பாதையமைத்ததின் மூலம் வருடந்தோறும் மூன்று நாள்கள் நடந்த சித்ரா பௌர்ணமி திருவிழாவை இரண்டு நாளாகக் குறைத்ததுடன், கட்டுப்பாடுகளையும் விதித்தது. திருவிழா நேரம் தவிர மற்ற நாள்களில் கோயிலுக்கு வரக்கூடாது என்ற கட்டுப்பாட்டையும் விதித்தது. 1980 முதம் 1983ஆம் ஆண்டுக்கு இடைப்பட்ட காலத்தில், இலங்கை பிரச்சினை உச்சகட்டத்தில் இருந்தது. தமிழகத்தின் நெருக்கடியான இந்தக் காலகட்டத்தைக் கேரள அரசு முழுமையாகப் பயன்படுத்திக் கொண்டது.

1977ஆம் ஆண்டு முதல் சித்ரா பௌர்ணமி திருவிழாவின் அனைத்து விமர்சைகளையும் கேரள வனத்துறை தடை செய்தது. கோயிலுக்குள் பொங்கல் வைக்க முயன்ற 21 பேரைக் கைது செய்தது. பிறகுதான் தமிழக மக்கள் கண்ணகிக் கோட்டத் துக்கு வழிபாடு செய்யவும் பொங்கல் வைக்கவும் அச்சப்படத் தொடங்கினர். பல நூற்றாண்டுகளாக, கம்பம், கூடலூர், தேனி

பகுதி மக்கள் தங்களின் குலதெய்வமாக நினைத்து வழிபட்டு வந்த பாரம்பரியம் பெரும் அச்சுறுத்தலுக்கு உள்ளாக்கப்பட்டது.

இன்று வரை பொதுமக்கள் பொங்கல் வைப்பதற்குத் தடை தொடர்கிறது. மங்கலதேவி கண்ணகி அறக்கட்டளையினர் மட்டும் மூன்று பொங்கல் பானைகள் வைக்க அனுமதிக்கப் படுகிறது. (பொங்கல் வைக்க மட்டும்தான் அனுமதி. கண்ண கிக்குப் படையல் போட்டுவிட்டுப் பிரசாதமாக விநியோகிக்க கூடாது. இத்தனை நெருக்கடிகளும் நிபந்தனைகளும் உலகின் எந்தவொரு வழிபாட்டிடத்திலாவது இருக்கிறதா?) இந்த மூன்று பொங்கல் பானை வைக்கும் உரிமைகூட எதிர்பாராமல் கிடைத் ததுதான்.

இதுகுறித்து, மங்கலதேவி கண்ணகி அறக்கட்டளையின் மகளிர் குழுத் தலைவி சாந்தி சேகர் சொல்கிறார்;

''நாங்க பத்துப் பதினைஞ்சு வருசமா கண்ணகி ஆத்தா கோயில்ல பொங்க வைக்கிறோம். மொத வருசம் விசயம் தெரியாம பொங்கப் பான, அரிசி, வெல்லம், கிஸ்மிஸ், ஏலக்கா, முந்திரிப் பருப்பு, பாசிப் பருப்புன்னு பொட்டணம் கட்டி எடுத்துக்கிட்டோம். கோயிலு காட்டுக்குள்ளதான இருக்கு? வெறகு எதுக்குன்னு சரசு அக்கா கூட கேட்டுச்சு. இல்ல இல்ல விறகுக் கட்டையும் எடுத்துக்கிட்டுப் போவோம்னு சாப்பாடு கொண்டு போற டிராக்டர்ல லட்சுமி, பிரவிணா, பவுன்தாயிய ஏத்திவிட்டோம். மூணு கேரளா செக்போஸ்ட்லயும் விறகுக் கட்டைகளைப் பார்த்தாங்க, பிரச்சினையில்ல.''

கண்ணகி ஆத்தா கோயிலுக்குள்ளதான் கல்லுச் சுவர்க இடிஞ்சு விழுந்து கல்லுக் கும்மி கும்மியா கிடக்குதுல்ல. அதுல மூணு சைசான கல்லுகளத் தேடிப் பிடிச்சு அது மேல பானைய வச்சு அடுப்புக்கூட்டுனா... எங்கயிருந்து தான் வந்தாங்களோ? கேரளா பாரஸ்ட் ஆளுக. உங்கள யாரு கோயிலுக்குள்ள பொங்க வைக் கச் சொன்னது? இது ரிசர்வ் பாரஸ்ட்ன்னு தெரியாதா? தூக்கு, தூக்கு என்று காட்டுக் கத்தல் (பொங்கல் பானையை ஏதோ சம்பவ இடத்திலிருந்து கைப்பற்றும் ஆயுதம் என நினைத்து) பவுன்தாயி, பரமேஸ்வரின்னு ரெண்டு பிள்ளைக. ரொம்ப சூட்டிக்கானதுக, கோயிலுக்குள் பொங்க வக்காம ஒனக்கு காடயத்தா கூட்டுவாங்க? (காடயத்து என்பது இறந்தவர்களுக்குச்

செய்யப்படும் சடங்கு. கேரள ஆட்களுக்கு காடயத்தின் பொருள் தெரியாது)

''பொங்கப் பானைய அடுப்பில வை. மான மரியாத கெட்டுறும்னு'' கத்துச்சுக. இளந்தாரிப் பொம்பளக விசித்ரா, பரமேஸ்வரி, தேவி பிரபாகரன் சம்பவம் நடக்கிற இடத்துக்கு ஓடியாந்தாங்க. காட்டுப் பயலுக பொம்பளக கையப் பிடிச்சு இழுத்துத் தரையில விழுகத்தாட்டிட்டாங்க. நானு அலறிக்கிட்டு ராஜகணேசன் அண்ணன் கிட்ட ஓடுனேன். கோயிலுக்குள்ள நேரு அண்ணன்கூட ராஜகணேசன் அண்ணன் பேசிக்கிட்டு இருந்தாரு. நா ஓடியாரதப் பாத்து, ''என்னாச்சு?'' ஏன் இப்படி பதறிக்கிட்டு வர்றன்னு'' கேட்டு அண்ணனுங்க ரெண்டு பேரும் ஓடிவந்தாங்க. விசயத்த சொன்னேன். ராஜகணேசன் அண்ணனுக்கு கோவம் வந்துருச்சு. தரையில கிடந்த பொங்கப் பானைய எடுத்து அடுப்பில வச்சாரு. ''யார் வந்து தடுக்கிறாங்கன்னு பாக்குறோம். அம்மனுக்குப் பொங்க தான வைக்கிறோம். இது என்ன பெரிய தப்பா''ன்னு பிஎஸ்எம் முருகன் அண்ணன் சத்தம் போட்டுக்கிட்டே வந்தாரு. அப்ப தேனி டிஆர்ஓ ராஜேந்திரன் சாரக் கூட்டிக்கிட்டு பஞ்சு அண்ணன் அந்த இடத்துக்கு வந்தாரு.

கேரளா அதிகாரிகளும் ஏதோ குசுகுசுன்னு பேசிக்கிட்டு ராஜேந்திரன் சார்கிட்ட வந்தாங்க. இங்கிலீஸ்ல என்னமோ பேசிக்கிட்டாங்க. ரெண்டு மூணு பெரிய ஆபீஸர்கள கேரள பாரஸ்ட் ஆட்க கூட்டிக்கிட்டு வந்தாங்க. கொஞ்ச நேரத்துல, ''சார் மூணு பொங்க பானை மட்டும் வச்சிக்கிறலாம்'' என் றார்கள். ''யார் மூணு என்று சொன்னார்கள்?'' என்று அவங்களை ராஜேந்திரன் சார் கேட்டார். ''ஒயில்ட் லைப் வார்டன் சார். வயர்லஸ்ல கேட்டோம்'' என்றார்கள். ராஜேந்திரன் சார் எங்க ளைப் பார்த்து, ''அடுப்பு பத்த வையுங்க'' என்று சொன்னவர், அவர்கள் அந்த இடத்திலிருந்து போய் விட்டார்களா எனப் பார்த்துவிட்டு, ''எத்தனை பொங்கப் பானை வச்சிருக்கீங்க? என்று கேட்டார்.

''ஒன்னுதான் சார்''னு சொன்னேன்.

''சரி, இந்த வருசம் ஒன்னு. அடுத்த வருசம் முதல் மூணு'' என்று சொல்லிவிட்டு, உதயராணியிடமும் ராணியிடமும் சிரித்த படி ஏதோ சொன்னார். அவங்க ரெண்டு பேரும் ஆறு கல்லுகளத்

கண்ணகிக் கோட்டத்தில் பொங்கல் வைத்து கொண்டாடிய பெண்கள்

டாக்டர் மு.ராஜேந்திரன், இ.ஆ.ப

தேடிப்பிடிச்சு இரண்டு அடுப்ப கூட்டிட்டாங்க. நானு வச்ச அடுப்புல மட்டும் பொங்கல் வேகுது. அடுத்த ரெண்டு அடுப்புல நெருப்பு மட்டும். (இப்படித்தான் மூன்று அடுப்பு உரிமை கிடைத்தது)

எங்களப் பொங்க வைக்க விட்டுடாங்கன்னு தெரிஞ்சதும் கொஞ்ச நேரத்துல கேரளக்காரங்க பொங்க பானையோடும் அரிசியோடும் வந்துட்டாங்க. (கேரள வனத்துறையின் வாக்கி டாக்கியில் குமுளிக்கு தகவல் தந்து) அவங்களும் பொங்க வைப்பேன்னு சொல்ல, கேரள போலீசுக்கு என்ன செய்யுறதுன்னு தெரியல. கேரள பாரஸ்ட் செஞ்ச திடீர் ஏற்பாட்டை கேரள போலீஸ் நிறுத்த பார்த்தது. அப்புறம் 'விஷயம்' தெரிஞ்சு அமைதியாயிட்டாங்க. அவங்க கொண்டுவந்த அரிசியில கொஞ்சத்த எடுத்து எங்க பொங்கப் பானையில போட்டுக்கிறலாம்ன்னு கட்டப் பஞ்சாயத்து பண்ணினாங்க. சரின்னுட்டோம். (அவங்க கொண்டுவந்த) மீதி அரிசிய என்ன பண்ணுறது? சிவசங்கரியும், சாந்தி துரைப்பாண்டியும் ஒரு ரோசன சொன்னாங்க. அரிசிய ஊறவச்சு தேங்கா, வெல்லம் போட்டு வர்றவங்களுக்குச் சாப்பிடக் கொடுத்திடுவோம்னு சொன்னாங்க. கேரளாக்காரங்க மொத்த அரிசியையும் நம்மகிட்டக் கொடுத்துட்டாங்க. அத தயார் பண்ணிக் கொடுத்தோம். கேரள போலீஸ் கோயிலுக்குள் பொங்கல் சப்ளை செய்யக் கூடாதுன்னு கட்டுப்படுத்தியது. அரிசி வெல்லம் விநியோகத்தைத் தடை செய்யவில்லை. (அடுத்த ஆண்டிலிருந்து மூன்று பொங்கப் பானை, அரிசி, வெல்லம் விசயம் மினிட்டில் சேர்க்கப்பட்டது.)

1997-ஆம் ஆண்டு நடந்ததை நினைவு கூர்ந்த சாந்தி சேகர், 2016-ஆம் ஆண்டு நடந்த இன்னொரு சம்பவத்தையும் நினைவு கூர்கிறார்.

''கொஞ்ச வருசத்துக்கு முந்தி ஒரு பெரிய அநியாயம் நடந்து போச்சு. எப்பவும் சாயந்திரம் கோயில்ல பூச முடிஞ்சு, நாங்க கிளம்ப தயாராவும் போது மழ பெய்யும். அன்னிக்கும் சரியான மழை. எப்பவும் கடைசி ஆளா கிளம்புற ராஜேந்திரன் சார் அன்னிக்கு மத்தியானமே கிளம்பிப் போயிட்டார். மழை ரொம்பப் பேஞ்சவுடன் நானு, ராசம்மா, கவிதா, சரண்யா பிரபு, சரண்யா ரமேஷ், சத்யா காளிமுத்து எல்லோரும் கோயிலுக்குள்ள

இருந்த மரத்துக்குக் கீழ் ஒண்டிக்கிட்டு இருந்தோம். ஏதோ கள்ளனப் புடிச்ச மாதிரி கேரள இன்ஸ்பெக்டர் சோசப் வந்து எங்களப் பாத்து அரட்டுனார். ''கிளம்புங்க கிளம்புங்க. அஞ்சு மணிக்கு மேல ஒரு சனம் இங்க இருக்கக் கூடாதுன்னார். அவரு எப்பவுமே இப்படித்தான். நானும் அந்த மனுசனைப் பத்து வருசமா பாக்குறேன். சித்ரா பௌர்ணமினாலே வந்துர்றாரு. அவருக்கு டிரான்ஸ்பர்லாம் கிடையாதா? இல்ல டிரான்ஸ்பர் ஆனாக்கூட இவர்தான் சரியான ஆளுன்னு புடிச்சிக்கிட்டு வந்துர் றாங்களான்னு தெரியல.''

''இருங்க சார், மழ பெய்யுது, கொஞ்சம் குறையட்டுன்னோம். அந்த ஆளு கீழ கிடந்த குச்சிய எடுத்து எங்கள அடிக்கிறதுக்கு வாகா ஓடச்சான். நித்யாவும் சரண்யா வெங்கடேசும் 'வாங்க போகலாம் ன்னாங்க' இருங்கடி மழகொறயட்டும்னு ராசம்மா சொல்லுச்சு. அவ்வளவுதான். சோசப் கூட வந்தவங்களுக்கு வேகாளம் வந்துருச்சு. ராசம்மாவ புடிச்சு தள்ளிவிட்டானுங்க. நானு போயி 'என்ன சார் இதுன்னு'' கேட்டேன். என்னைய அடிக்க கைய ஓங்குனான் ஒருத்தன்.

''சார், நானு சுகர் பேசண்ட், தலசுத்தல் வேற இருக்கு. கண்ணகி ஆத்தா காரியம்னு முடியாம கெடந்தாலும் வைராக்கி யத்துல வந்துருக்கேன்னு சொன்னேன். நா பேசிக்கிட்டி ருக்கேலயே என்னைய இழுத்துவிட்டானுங்க. மழ பெய்யு துல்லயா? மரத்துக் கீழே தேங்கியிருந்த சகதியில விழுந்தேன். என்னைய முத்துப் பேச்சியும் புஷ்பமும் தூக்கிவிட்டாளுக''

''ராஜேந்திரன் சார் எங்கப்பா இருக்காருன்னு சத்தமாக் கேட்டேன்.''

நம்ம ஆளுக சாரத் தேடி ஓடினாங்க.

''ஆ ஆளு போயாச்சுன்னானுங்க கேரள பாரஸ்ட்.''

''தேனி கலெக்டர்?''

''அந்த அம்மே ரண்டாம் கேட் கிட்ட கையில குச்சி வச்சிக் கிட்டு வாக்கிங் போயிக்கிட்டிருக்காங்க.'' இதுவும் கேரள பாரஸ்ட் சொன்னதுதான்.

''டிஆர்ஓ?''

''அவர இழுத்துத் தள்ளிட்டுத்தான் இங்க வந்தோம்.'' கேரள பாரஸ்ட் தெனாவட்டா பேசினான்.

''ராஜகணேசனும் ராஜாவும் முருகனும் ஓடிவந்தாங்க. கேரள போலீஸ் அங்கயிருந்து நகந்துருச்சு. காத்தும் மழையும் அடிச்சுக் கொட்டுது. கோயிலுக்கு வெளியே போட்டிருந்த டெண்ட்ல பவளக்கொடி, நீலாவதி, சூரியா, ஈஸ்வரன் மூணு பேரையும் புடிச்சுத் தள்ளி, ''வெளியே போங்க, நாங்க டென்ட எடுக்கனும்னு'' கத்துனாங்க. இதயெல்லாம் சபரி அண்ணன் செல்போன்ல வீடியோ எடுத்துச்சு.''

''இந்தாங்க, இத ராஜேந்திரன் சாருக்கு அனுப்பப் போறோம்ன்னு'' கத்துச்சு. அவர வெரட்டிக்கிட்டு நாலு கேரள போலீஸ் ஓடுனாங்க. நம்ம தமிழ்நாடு போலீசத் தேடிப் பாத்தோம். மொத ஆளா கிளம்பிப் போய்ட்டாங்க. ராஜகணேசன் அண்ணன் எங்க எல்லாரையும் ஜீப்ல ஏத்திட்டு கடைசி ஆளா ஜீப்பில ஏறுனாரு. நாங்க குமுளி வர்றவர பேசாம பல்லக் கடிச்சிக்கிட்டு இருந்தோம். குமுளிக்குள்ள நம்ம பார்டர் வந்ததும் எங்ககூட வந்த ஆறு டிராக்டரையும் குறுக்க மறுக்க நிறுத்திட்டோம். வழியில்லாம கேரள வண்டிக மொத்தமா நின்னுருச்சு. ஒரு மணி நேரம் எங்க ஆத்திரம் தீர்ற வரைக்கும் வண்டிகள எடுக்க விடல. முருகன் அண்ணன் வந்துச்சு, ''இங்க பாருங்க நம்ம டிவிகள்ல பிளாஷ் நியூஸ் போகுது. நம்மள கேரள போலீஸ் அடிச்ச வீடியோ வருதுன்னு காமிச்சாரு. அதுக்குள்ள எப்படின்னன்னு கேட்டேன்.''

''நான் கோயில்லயிருந்து கிளம்பும் போதே ராஜேந்திரன் சாருக்கு வீடியோக்கள அனுப்பிட்டேன்னு அண்ணன் சொல்லுச்சு.''

''நாங்க பத்து இருபது வருசமா கண்ணகி தாய்க்குச் சவரட்டன பண்ணிக்கிட்டுத்தான் இருக்கோம். விசேசம் நடக்குறதுக்குப் பத்து நாளைக்கு முன்னே கொடியேத்தி காப்பு கட்டுவோம். பளியன்குடியில கொடி ஏத்துறதுக்கே பெரும் கூட்டமா பொம்பளக, பிள்ளைகன்னு போயிருவோம். ராஜேந்திரன் சார் எங்களுக்கு மஞ்ச புடவையும் பச்சை சட்டையும் யூனிபார்மா கொடுத்திருக்கார். அதப் போட்டுக்கிருவோம். காரு, டிராக்

டர்னு கிடைக்கிறதுல ஏறி பளியன்குடி கிளம்பிடுவோம். செல்லம்மா, சந்திரா, கொடியம்மா, அபிராமி, குரு வீட்டுச் சின்னதுக எல்லாம் பளியங்குடியில கூட்டிப் பெருக்கி, கோலம் போடுவாங்க. பொங்கப் பானை கொதிக்கயில குலவ போடுவோம். ராஜேந்திரன் சார் அங்க இருந்தாங்கன்னா நாலஞ்சு தடவகூட குலவ போடுவோம்.

பளியங்குடியில கொடி ஏத்தியதோட எங்க வேல ஆரம்ப மாயிரும். அடுத்த ஒரு வாரமும் தெரிஞ்சவங்ககிட்ட அரிசி, காய்கறின்னு வாங்கி ராஜகணேசன் அண்ணன்கிட்டக் கொடுப் போம். ஜெயப்பிரதா, ஒச்சாயி, பரிமளா எல்லாம் ஜனத்துங்க கிட்ட நல்லா சூட்டிக்கா பேசி பொருள்கள வாங்குவாங்க.

திருவிழா நடக்குறதுக்கு மூணு நாளுக்கு முன்னயிருந்து எங்க வேல வெரசா நடக்கும். நேதாஜி அறக்கட்டள பிள்ளைகள சும்மா சொல்லக் கூடாது, பஞ்சு அண்ணனும், ரீத்தா டீச்சரும் ரொம்ப ஒத்தாசையாயிருப்பாங்க. மூணு நாளைக்கு முந்தியே இஞ்சி மூட்ட மூட்டயா வந்து சேந்திரும். அத தோலச்சீவி வைக்கணும். வெள்ளப் பூண்டு மூட்டயப் பிரிச்சு அத உரிச்சு வைக்கணும். வேலம்மா, பழனியம்மா, வசந்தி, கண்மணி, காவியா, வசந்தி சோலை, பாண்டியம்மா, நிதி எல்லாரும் அவங்க அவங்க வீட்டுக்கு எடுத்துக்கிட்டுப் போயி வேல செய்வாங்க.

திருவிழா நடக்குற இரண்டு நாளுக்கு முந்தி பெரிய வெங்காயம், சின்ன வெங்காயத்த வெட்டி வைக்கணும். மாங்கா ஊறுகாய் போடுறதுக்காக மாங்காய வெட்டி வைக்கணும். அத மேற்பார்வை செய்யுறது கவிப்பிரியா, முருகேஷ்வரி, பிரியா, சுமதி, இவங்க.

திருவிழாவுக்கு முத நாளு தக்காளிய நறுக்கி வைக்கணும். தக்காளிச் சோறுதான் கோயில்ல சாப்பாடு. அத நறுக்குறதுக்கு பவளக்கொடி, விமலா, திலகா, கமலா, பிரியங்கான்னு ஆளுகளப் பிரிச்சுவிட்டுருவேன். கவுன்சிலர் அக்கா லோகராணி ரொம்ப உதவியாயிருப்பாங்க.

மொத நா மதியம் 9 மணிக்கு அடுப்பு பத்த வச்சா தேக்சா தேக்சாவா தக்காளிச் சோறு தயாராகும். எப்படியும் பத்து அடுப்பு வப்பாங்க. மறுநா விடியற நேரம் வரை பத்து அடுப்பும் எரிஞ்சிக்

கிட்டுத்தான் இருக்கும். அறுவது தேக்சா தயாராகணுமே? முப்பதாயிரம் பேரு பசியப் போக்குறதுக்கு.

சமையல் முடிஞ்சதும் தேவி பிரபாகரனும், தேவியும் சத்யாவும் வந்து என்கிட்டச் சொல்லுவாங்க. அதுக்கப்புறம் தான் நாங்க சமைக்கிற இடத்தவிட்டுக் கிளம்புவோம். போயி ஒரு மணி நேரத்துல பொங்கல் சாமான தயார் பண்ணிக்கிட்டு ஜீப்ல ஏறணும்.

பளியன்குடியில் கொடி ஏத்தினதுல இருந்து பத்து நாளும் மும்முரமாகத்தான் இருப்போம். ஒடம்பு சீக்கு, ப்ரஷர், சுகர் ஒன்னும் தெரியாது. ஆத்தாவுக்குப் பொங்க வச்சுட்டு ஊருக்கு வந்த பிறகுதான் எல்லாச் சீக்கும் திரும்பவும் நாவகத்துக்கு வரும்.

அறக்கட்டளை உறுப்பினர்கள் சபரிநாதன், சிவா இவங்க ஒரு குரூப். அதாவது பூசை டீம். மங்கலதேவி கண்ணகிக் கோயிலுக்குள் விழா நடக்கிற நாள்ல இவங்க ரெண்டுபேரும் கர்ப்பகிரகத்துக்கு உள்ளயும் வெளியவும் இருப்பாங்க. கண்ணகி தாய்க்கு கம்பத்திலேயே அலங்காரம் செஞ்சு கொண்டு வருவாங்க. கோயிலுக்கு வந்ததுமே அம்மனுக்கு முன்னால தேங்கா, வாழைப்பழம், எலுமிச்சை, கை வளைவி, தாலிக்கயிறு, மஞ்ச குங்குமத்தைப் பரப்பி வைப்பாங்க. அம்மனுக்கு முன்னால கணபதி ஹோமம் வளர்ப்பாங்க. அடுத்து சந்தனக் காப்பு நடக்கும்.''

அசாதாரண நிகழ்வுகள்

2018-ஆம் ஆண்டு மங்கலதேவி கண்ணகி அறக்கட்டளை யில் நடந்த இரண்டு முக்கிய நிகழ்வுகள் அசாதாரணமானவை. நம்ப முடியாதவை.

தேனி மாவட்டத்தின் மாவட்ட வருவாய் அதிகாரியாக நான் பணியாற்றிக் கொண்டிருந்த நேரம். சிலப்பதிகாரத்தின் மீதும், மங்கலதேவி கண்ணகி மீதும், தேனி மாவட்டத்தில் சித்ரா பௌர்ணமி அன்று நடைபெறும் கண்ணகி விழா மீதும் பற்று கொண்டிருந்தேன். 2000 ஆண்டுகாலத் தமிழ் இலக்கியத்தோடும் வரலாற்றோடும் உள்ள தொடர்பிற்குச் சாட்சியமாய் நிற்பது மங்கலதேவி கண்ணகிக் கோட்டம் மட்டுமே. சிலப்பதிகார காலத்திற்கு, சிலப்பதிகாரம் என்ற இலக்கியச் சான்றைத் தவிர்த்து, நேரடி சாட்சியமாக உள்ளது கண்ணகிக் கோட்டம் தான். தமிழ் பண்பாட்டின் அடையாளமான கண்ணகிக்கு ஒவ்வொரு ஆண்டும் விழா நடக்கும் தேனி மாவட்டத்தில் பணியாற்றும் வாய்ப்புக் கிடைத்த பெருமையை, பணியாற்றும் காலத்தில் பெறுவதுடன் நிறுத்திவிடாமல், எக்காலத்துக்கும் நிலை நிறுத்த விரும்பினேன்.

அந்த விருப்பத்தின் விளைவுதான் 1999ஆம் ஆண்டு தொடங்கப்பட்ட மங்கலதேவி கண்ணகி அறக்கட்டளை. அறக் கட்டளையைத் தொடங்கினாலும், அதன் நிர்வாகப் பொறுப்பு களில் இருக்க விரும்பவில்லை. இரண்டு காரணங்கள். ஒன்று நான் அரசு அதிகாரியாக இருந்தது; (நான் பணியில் சேர்ந்து அப்போது பத்தாண்டுகள்தான் ஆகியிருந்தன) இரண்டாவதாக, உள்ளூர் ஆட்கள் நிர்வாகிகளாக இருந்தால் எப்போதும் சித்ரா பௌர்ணமி விழாவை நடத்த உதவியாக இருக்கும் என்று நினைத்தது.

1999ஆம் ஆண்டு துவங்கப்பட்ட மங்கலதேவி கண்ணகி அறக்கட்டளை, 23 வருடங்களாகத் தொடர்ந்து சித்ரா பௌர்ணமி விழாவைப் பலமுனை போராட்டங்களைத் தாங்கி நடத்தி வருகிறது.

2017ஆம் ஆண்டு நான் பணி ஓய்வுபெறும் நிலையில் இருந்தேன். அறக்கட்டளையின் பொறுப்பிற்கு வராமல் இருக்க நினைத்த முதல் காரணம் முடிவுக்கு வர இருந்த நேரம். கடந்த இருபதாண்டுகளில் மங்கலதேவி கண்ணகிக் கோட்டத்திற்கும், சித்ரா பௌர்ணமி திருவிழாவுக்கும் பல்வேறு நெருக்கடிகள் அதிகரித்துவிட்டன. ஒவ்வொரு ஆண்டும் திருவிழா நடத்து வதற்கு இரு மாநில அரசுகளிடம் அனுமதி வாங்குவது, விழா நடத்துவது எல்லாமே பெரும் போராட்டமாகிவிட்டது. ஒவ்வொரு காரியத்திற்கும் இரண்டு மாநில அதிகாரிகளிடம் அறக்கட்டளையினர் நடையாக நடந்தனர். இதைத் தவிர்த்து, கேரள உயர்நீதிமன்ற வழக்கு, கோயிலைச் சீரமைக்க வழக்கு என ஆண்டு முழுவதுமே கண்ணகிக் கோயிலின் பிரச்சினைகள் எங்களை நெருக்கின.

இந்தச் சூழலில் அறக்கட்டளையின் நிர்வாகிகளும் உறுப்பினர்களும் நான் அறக்கட்டளையில் பொறுப்பேற்றுக் கொள்ள வேண்டும் என்று வற்புறுத்தினர். நான் பொறுப்புக்கு வர வேண்டும் என்றால் என்ன பொறுப்பு கொடுப்பது என்றொரு கேள்வியும் எழுந்தது. தன்னுடைய இடத்தைக் குறிவைத்து விடுவார்களோ என்றெண்ணிய அறக்கட்டளை தலைவர், ‘‘நான் இருக்கும் வரை இருந்து கொள்கிறேன்’’ என்றார் ஹீனமான குரலில். குரலின் பலஹீனம் அவரின் வயோதிகத்தால் மட்டும் இல்லை.

முதலில் அறக்கட்டளையின் துணை விதிகளில் மாற்றம் செய்துவிடலாம் என்று நிர்வாகிகள் தீர்மானித்து, கம்பம் துணைப் பதிவாளரை அணுகினர். பதிவாளர், பதிவுத் துறை சட்டங்களை விளக்கிவிட்டு, தலைவரின் பெயரில் அரசு ஆவணம் இருந்தால் துணை விதிகளில் மாற்றம் செய்யலாம் என்றார். தலைவரின் இயற்பெயர் ஒன்று. புனைபெயர் ஒன்று. அறக்கட்டளையின் தலைவராக அவரை நியமித்தபோது, அவர் தன் புனைபெயரைச் சொல்லியிருந்தார். எல்லா

நடைமுறைகளிலும் அந்தப் புனைபெயரே இருந்தது. ஆனால் அவரின் புனைபெயரில் எந்த அரசு ஆவணமும் இல்லை.

1999ஆம் ஆண்டு அறக்கட்டளை பதிந்தபோது அவரின் பெயர், முகவரிக்குப் பதிவுத் துறை அடையாள ஆவணம் எதுவும் கேட்கவில்லை. அதனால் சிக்கலின்றி மங்கலதேவி கண்ணகி அறக்கட்டளை பதிவு நடந்தேறியது. 2017இல் பதிவுச் சட்டம் மாறிவிட்டதே? இவரை வைத்துக்கொண்டு துணை விதிகளைத் திருத்த முடியாது. அடுத்து, பதிவுத் துறையின் ஜாம்பவான்களைக் கலந்து ஆலோசித்தனர். இந்தச் சிக்கலுக்குத் தீர்வே இல்லை என்றார்கள் அவர்கள். ‘‘எப்படி ஒரு மனிதர் எந்த அரசாங்க ஆதாரமும் இல்லாமல் பெயரை மாற்றி வைத்துக் கொள்வார்?’’ என்று கேள்வியும் கேட்டார்கள். ‘‘படித்த ஆட்களாகயிருக்கிறீர்கள்’’ என்று கூடுதல் விமர்சனம் வேறு.

இதற்கு மாற்று வழியாக அறக்கட்டளை உறுப்பினர்கள் கூட்டத்தில் தீர்மானம் போடலாம் என்றார் ஒரு பதிவுத் துறை ஜாம்பவான். அதற்காக ஒரு சிறப்பு அறக்கட்டளை கூட்டம் கூடலூரில் கூட்டப்பட்டது.

கூட்டம் நடந்து கொண்டிருக்கும் போதுதான் மற்றொரு முக்கியமான தடங்கல் இருப்பதும் தெரிய வந்தது. அறக்கட்டளை பதிவு செய்தபோதே தலைவர், செயலாளர், பொருளாளர், துணைச் செயலாளர் என நால்வர் நியமிக்கப்பட்டுவிட்டனர். அறக்கட்டளை பதிவு செய்து 18 ஆண்டுகள் கடந்த நிலையில் தான் புதிதாக யாரையும் அறக்கட்டளையில் நிரந்தர உறுப்பினராகக் கொண்டுவர முடியாது என்று தெரிந்தது. அறக்கட்டளையின் துணை விதிகளை அப்போதுதான் உறுப்பினர்கள் தீவிரமாகப் படித்துப் பார்க்கின்றனர். எப்போதுமே இருளில்தான் ஒளிக்கீற்று கிளம்பும் என்பதுபோல, என்ன ஆச்சரியம்?

துணை விதிகளைப் பதிந்தபோது தலைவர், செயலாளர், பொருளாளர், துணைச் செயலாளர் ஆகிய பதவிகளை மட்டும் தான் பதிவு செய்திருந்ததாக நினைத்திருந்தனர். ஆனால் துணைத் தலைவர் என்ற பதவியும் பதிவு செய்யப்பட்டிருந்தது. அப்படி ஒரு பதவி அறக்கட்டளையில் இருப்பதும், அதற்கு 18 ஆண்டுகள் யாருமே நியமிக்கப்படாமல் இருப்பதும் பெரும் ஆச்சரியம்தானே?

துணைத் தலைவர் பதவி காலியாக இருப்பதை அறிந்தவுடன் எல்லோருக்குமே மகிழ்ச்சியாகிவிட்டது. ''துணை விதிகளில் திருத்தம் செய்ய வேண்டாம், வழி கிடைத்துவிட்டது'' என்றனர். ஆனால் ராஜகணேசன், பி.எஸ். நேரு, காசிராஜன், சரவணன், சபரி, வீரணன் எல்லோரும், ''அதெப்படி, சார் துணைத் தலைவராகயிருப்பார்?'' என்றனர்.

சிறு குழப்பமான சூழல். அறக்கட்டளையின் பொறுப்பில் நான் இல்லையென்றாலும், ஒவ்வொரு ஆண்டும் சித்ரா பௌர்ணமி திருவிழா ஏற்பாடுகளையும், மங்கலதேவி கண்ணகிக் கோட்டம் தொடர்பான சட்டப் பிரச்சினைகள், நீதி மன்ற வழக்குகள் அனைத்தையும் நான் செய்து வருவதை அறக்கட்டளையின் உறுப்பினர்கள் மட்டுமின்றி, மாவட்டத்தில் பலரும் அறிந்திருந்தனர். எனவே, என்னைத் துணைத்தலைவராக நியமிக்க தயக்கம் காட்டினர்.

அறக்கட்டளையினர் அதற்கொரு மாற்று வழியும் கண்டு பிடித்தனர். அன்று நடந்த கூட்டத்தில் இரண்டு தீர்மானங்கள் நிறைவேற்றப்பட்டன.

முதல் தீர்மானம்: 'முனைவர் மு.ராஜேந்திரன் 18 ஆண்டுகளாக காலியாக உள்ள மங்கலதேவி கண்ணகி அறக்கட்டளையின் துணைத் தலைவர் பதவியில் நியமிக்கப்படுகிறார்.'

முதல் தீர்மானம் எழுதிய மை காயும் முன்னர், அடுத்த தீர்மானம் நிறைவேற்றப்பட்டது. 'அறக்கட்டளையின் பொறுப்பாளர்கள் அனைவரும், தலைவர் உட்பட துணைத் தலைவர் கட்டுப்பாட்டில் பணிபுரிய வேண்டும். துணைத் தலைவர் இன்று முதல் ஆங்கிலத்தில் 'மேனேஜிங் ட்ரஸ்டி' என்றும் தமிழில், 'முதன்மைத் தலைவர்' என்றும் அறியப்படுவார்'' என்று எழுதி அறக்கட்டளையினர் அனைவரும் கையொப்பமிட்டனர்.

என் அம்மா ஜெயலட்சுமி பிறந்த தேனி மாவட்டத்தில், மங்கலதேவி கண்ணகிக் கோட்டம் இருக்கின்ற மாவட்டத்தில், கண்ணகியின் பெயரில் உள்ள அறக்கட்டளையின் முதன்மைத் தலைவர் பொறுப்பேற்றுக் கொண்ட அந்த நாள் வாழ்நாளில் மறக்க முடியாத நாள் என்பதைத் தனித்துச் சொல்ல வேண்டுமோ? ஓய்வுபெற்ற பிறகு தமிழ்நாடு கூட்டுறவு

சங்கங்களின் தேர்தல் ஆணையராக ஐந்து ஆண்டுகளுக்குப் பணியமர்த்தப்பட்டதும் எதிர்பாராது அமைந்த தொடக்கம்.

அடுத்த நாள் பதற்றம்

சித்ரா பௌர்ணமி திருவிழாவுக்கு ஒரு வாரம், பத்து நாளுக்கு முன்பு வழக்கமாகப் பளியன்குடியில் கொடியேற்றும் நிகழ்வு நடக்கும். 2017ஆம் ஆண்டு பளியன்குடியில் கொடி ஏற்றும் நிகழ்ச்சி. மங்கலதேவி கண்ணகி அறக்கட்டளையின் முதன்மைத் தலைவர் என்ற பொறுப்பில் முதன்முறையாக நான் கலந்து கொள்ளும் நிகழ்ச்சி. அறக்கட்டளையின் மகளிர் குழுவைச் சேர்ந்த சாந்தி, சரசு கருத்தக்கண்ணு, ரீத்தா பஞ்சுராஜா, ரமா ராஜகணேசன், மெர்சி காசிராஜன், ராஜலட்சுமி, தனலட்சுமி, ராஜாத்தி சுருளிநாதன், கலைவாணி ஜெயபாண்டியன் உள்ளிட்டோர் விமரிசையாக ஏற்பாடு செய்திருந்தனர். பச்சை மூங்கில் குச்சிகளை நேருவின் மகன் முத்து மாயத்தேவன் கொண்டு வந்தான். எப்போதும் போல பூஜை ஏற்பாடுகளைச் சரவணன், சபரி, சிவா செய்தனர். நேதாஜி அறக்கட்டளை குழந்தைகள் கோசேந்திர ஓடையைச் சேர்ந்த ஜெயராஜின் டெம்போ வேனில் வந்திருந்தனர்.

அறக்கட்டளையினர் அனைவரும் ஒரே குடும்பத்தினர் என்று ஊரார் நினைக்கும் வண்ணம் பெரும் விமர்சையாக விழாவில் கலந்து கொண்டோம். பச்சை வேட்டி, மஞ்சள் சட்டை, மஞ்சள் சேலை, பச்சை ரவிக்கை கட்டி ஆண்களும் பெண்களும் வந்திருந்தனர். அன்று குழந்தைகள் பெரும் அளவில் கொடியேற்றும் நிகழ்வில் கலந்துகொண்டனர். காவல் துறை, வனத்துறையினரும் கொடியேற்றும் நிகழ்ச்சிக்கு வந்திருந்தனர்.

அறக்கட்டளையினருக்கு நெருக்கமான புதுப்பட்டி சிவாஜி மோகனும் பளியன்குடி நிகழ்ச்சிக்கு வந்திருந்தார். ஏறக்குறைய ஆறு ஏழு வருடங்களாக அவரது இரண்டாவது மகளுக்கு அவர் மாப்பிள்ளை தேடிக் கொண்டிருந்தார். வருடா வருடம் அன்னதானத்தில் உதவுவார். ஆனால் பளியங்குடி கொடி ஏற்றும் நிகழ்ச்சிக்கு வந்ததில்லை. அன்று வந்திருந்தார். நிகழ்ச்சி நடந்துகொண்டிருக்கும்போதே அவருக்கு செல்லில் அழைப்பு வந்தது. அவர் மிகவும் எதிர்பார்த்த பெங்களூர்

வரன் அமைந்த தகவல் வந்தது. மிகுந்த பரவசமாகிவிட்டார். தகவல் தெரிந்துகொண்டதும் அவர் பக்கத்திலிருந்த பிஎஸ்எம் முருகன் சொன்னார், ''சார், இதே மாதிரிதான் கம்பராயர் கோயில் நிர்வாக அதிகாரி கல்யாணி மேடத்திற்கும் ரொம்ப நாளா மாப்பிள்ளை அமையல. கண்ணகிக் கோயிலுக்கு வந்து வேண்டிக்கிட்டாங்க. அடுத்த வருசம் மாப்பிள்ளையோடு வந்து சாமி கும்பிட்டாங்க. நீங்களும் அடுத்த வருசம் மாப்பிள்ளையும் பொண்ணையும் மலைக்குக் கூட்டிக்கிட்டு வரணும்' என்று சொல்லிக்கொண்டிருந்தார்.''

பொங்கல் வைத்து பூஜை நடந்தது. முதன்முறையாக கேரளப் பகுதியிலிருக்கும் மங்கலதேவி அறக்கட்டளையைச் சார்ந்தவர்கள், கேரள சாதுக்கள் வந்திருந்தனர். கொடி ஏற்றும் நிகழ்ச்சிக்குப் பின் நான் ஊடகங்களுக்குப் பேட்டி கொடுத்தேன்.

பளியன்குடி நிகழ்ச்சிக்கு வந்திருந்தவர்களை ஏற்றி வந்த வாகனங்கள் இருபதிற்கும் மேல் இருக்கும். நிகழ்ச்சி நடந்த இடத்திற்கு மேற்கே, மங்கலதேவி கண்ணகிக் கோயிலில் மலையின் நேர் அடிவாரத்தில் வாகனங்கள் நிறுத்தப்பட்டி ருந்தன. காலை பதினொன்றரை மணி இருக்கும். பூஜையில் கலந்து கொண்டவர்கள் நிகழ்ச்சி மிக விமர்சையாக நடந்தது குறித்து விஸ்தாரமாகப் பேசியபடி மரநிழலில் அமர்ந்திருந்தனர். சிலர் படுத்துக்கொண்டிருந்தனர். சிறு குழந்தைகளைத் தொட்டில் கட்டிப் போட்டிருந்தனர். குழந்தைகள் ஆங்காங்கு விளையாடிக் கொண்டிருந்தனர்.

திடீரென கோசேந்திர ஓடை ஜெயராஜின் டெம்போ வாகனத்தின் டிரைவர் செல்வம் அலறிக்கொண்டு வாகனங்கள் நிறுத்துமிடத்தை நோக்கி ஓடினார். அந்த வண்டிக்குள் நேதாஜி அறக்கட்டளை குழந்தைகள் உட்கார்ந்திருந்தனர். அதில் வெங்கடேஷ் என்ற பையன். ஒருவன், அவனுக்குப் பதினைந்து வயது இருக்கும், குறைந்த மனவளர்ச்சி கொண்டவன், அவன் டிரைவர் சீட்டில் உட்கார்ந்து எதையோ இழுத்துவிட்டுவிட்டான். வண்டி மெதுவாகப் பின்னோக்கி வந்தது. நான்கு ஐந்து ஆட்கள் ஓடிப்போய் ரிவர்ஸில் வரும் வண்டியை நிறுத்த முயன்றார்கள். முடியவில்லை. வண்டி பின்னோக்கிச் சரிவில் இறங்கியது. பெரும் அலறல் சத்தம் போட்டு உட்கார்ந்திருந்தவர்களை நகரச்

பளியன்குடியில் வாகனம் பின்னோக்கி வந்தும் பெரும் விபத்திலிருந்து பக்தர்கள் காப்பாற்றப்பட்டார்கள். அங்கிருந்து தெரியும் கண்ணகிக் கோட்டத்துக்கு நன்றி தெரிவிப்பவர்கள் பிஎஸ் நேரு, காசிராஜன். உடன் நூலாசிரியர்

சொல்லி, ஆளாளுக்கு எச்சரித்தனர். தூங்கிய குழந்தைகளைத் தாய்மார்கள் வாரிச்சுருட்டி தூக்கிக் கொண்டோடினர்.

சில நிமிடங்களுக்கு முன் மனநிறைவும் ரம்மியமும் நிறைந்திருந்த இடம் இப்போது பெரும் கலவரமாகிவிட்டது. வேகமெடுத்த வாகனம், என்ன மாயமோ? இரண்டு பின் சக்கரங்களும், 'சடக்' என்ற ஒரு சிறு பள்ளத்தில் இறங்கி நின்றன. யாரோ பிடித்து நிறுத்தியது போல வண்டி நின்றது. வண்டியருகே ஓடிய கூட்டம், வண்டிக்குள்ளிருந்தபடி அலறிய நேதாஜி இல்லக் குழந்தைகளை வெளியேற்றினர். நேதாஜி இல்லக் காப்பாளர்கள் ரீத்தாவும் பஞ்சுராஜாவும் குழந்தைகளை ஆசுவாசப்படுத்தினர்.

பள்ளத்தில் வாகனம் இறங்கி நின்ற சப்தம் கேட்டதை வைத்து, வாகனத்திற்குப் பெரும் சேதம் உண்டாகியிருக்கும் என்றும் நினைத்தோம். பெரும் ஆச்சரியம், வாகனத்திற்கும் ஒன்றும் ஆகவில்லை. அடுத்த நிமிடம் ஒன்றுமே நடக்காதது போல வாகனத்தை இயக்க முடிந்தது.

இப்போது நினைத்தாலும் பதற்றம் தரும் நிகழ்ச்சி. அன்று மட்டும் ஏதாவது சம்பவம் ஆகியிருந்தால் அங்கிருந்த காவல் துறையும் வனத் துறையும் வழக்குப் பதிவு செய்திருப்பார்கள். பளியன்குடியில் கொடியேற்றும் நிகழ்ச்சிக்கும் ஏதேனும்

தடையோ, சிக்கலோ உண்டாகியிருக்கும். கண்ணகியின் கருணை வண்டிக்குள் இருந்த குழந்தைகள் மேலும், எங்கள் மேலும் இருந்ததாகத்தான் நான் நினைக்கிறேன்.

இன்னொன்றும், நான் முதன்மைத் தலைவர் என்று அறிவிக்கப்பட்ட பின் நடந்த முதல் நிகழ்ச்சியில் துயரம் என்று வந்திருந்தவர் மனத்திலும் சிந்தனை ஓடியிருக்கும். இவ்வளவு பெரிய விபத்து வந்ததும் போனதும் தெரியாமல் முடிந்தது அங்கிருந்தவர்களின் நல்லூழ்.

தெய்வத்தின் தலையீட்டை நேரடியாகப் பார்த்த தினம் அன்று. நிகழ்ச்சி நடந்த பளியன்குடியிலிருந்து கண்ணகிக் கோயிலைப் பார்த்து தலைக்குமேல் கைதூக்கி ஜனக்கூட்டம் வணங்கியது. குழந்தைகளின் கைகளைத் தங்கள் கைகளோடு சேர்த்துக் கூட்டி வணங்க வைத்த முதியவர்கள் கண்ணீர் விட்டனர்.

சித்ரா பௌர்ணமி விழாவுக்கு உள்ளூர் விடுமுறை

மூன்று ஆண்டுகள் தேனி மாவட்ட வருவாய் அலுவலராக இருந்துவிட்டு நான் மாறுதலில் சென்ற பிறகும் மங்கலதேவி, கண்ணகி அறக்கட்டளையினரோடு தொடர்பில் இருந்தேன். திருமங்கலத்தை அடுத்த வடகரைதான் என் சொந்த ஊர். வடகரையில் வருடந்தோறும் என் தாயார், தங்கை திவசம் நடைபெறும். 1999ஆம் ஆண்டிலிருந்து கடந்த 22 வருடங்களாக என் தாயார், தங்கை சமாதியைப் பூக்களால் அலங்கரிக்கும் கைங்கரியத்தை மங்கலதேவி கண்ணகி அறக்கட்டளையினர் விருப்பமுடன் செய்து வருகின்றனர்.

மதுரை மாவட்டத்தில் கள்ளழகர் ஆற்றில் இறங்கும் சித்திரை திருவிழா வெகு விமர்சையாக நடக்கும். லட்சோபலட்சம் மக்கள் கூடும் அவ்விழாவிற்கு ஆண்டுதோறும் மாவட்ட நிர்வாகம் உள்ளூர் விடுமுறை அறிவிக்கும். மதுரையில் கள்ளழகர் ஆற்றில் இறங்கும் அதே நேரத்தில்தான் விண்ணேற்றிப் பாறை கண்ணகிக் கோட்டத்திலும் திருவிழா நடைபெறும். மதுரை மாவட்டத்தில் இருந்து 1996ஆம் ஆண்டு தேனி தனி மாவட்டமாகப் பிரிக்கப்படுகிற வரை, கண்ணகிக் கோட்டத்தின் சித்ரா பௌர்ணமி விழாவுக்காகத் தனியே விடுமுறை விடவேண்டிய தேவை எழவில்லை.

தேனி தனி மாவட்டமாகி, நான் அதன் முதல் மாவட்ட வருவாய் அலுவலராகப் பொறுப்பேற்று மூன்றாண்டுகள் அங்கிருந்த வேளையில், கண்ணகிக் கோட்டத்தின் விழா விடுமுறை நாளிலேயே வந்தது. அழகர் ஆற்றில் இறங்கும் நாளுக்கு உள்ளூர் விடுமுறை விடப்படுவதைப்போல், கண்ணகித் திருவிழாவுக்கும் விடுமுறை விடப்பட வேண்டும் என்று நினைத்தோம். அதற்கான முயற்சிகள் அவ்வப்போது எடுத்து வந்தாலும், நிறைவேறவில்லை.

தேனி மாவட்ட ஆட்சியராக இருந்த என். வெங்கிடாஜலம் இஆப உடன் நூலாசிரியர்

சுருக்கம்

விடுமுறை - உள்ளூர் விடுமுறை - தேனி மாவட்டம் - மங்கலதேவி கண்ணகிக் கோயில் சித்ரா பௌர்ணமி விழா மற்றும் மதுரையில் கள்ளழகர் வைகை ஆற்றில் எழுந்தருளல் நிகழ்ச்சி நடைபெறும் நாளான 22.04.2016 வெள்ளிக்கிழமை அன்று உள்ளூர் விடுமுறை - ஆணை வெளியிடப்படுகிறது.

பொது (பல்வகை)த் துறை

அரசாணை (1டி) எண்.139   நாள்: 21.04.2016
                                                                துன்முகி, சித்திரை - 08
                                                                திருவள்ளுவர் ஆண்டு 2047

படிக்க:

1. அரசாணை (நிலை) எண்.154, பொது (பல்வகை)த் துறை நாள். 03.09.2009.
2. அரசாணை (1டி) எண்.190, பொது (பல்வகை)த் துறை, நாள். 29.04.2015.
3. மாவட்ட ஆட்சித் தலைவர், தேனி மாவட்டம் அவர்களின் கடித எண். ந.க.9882/2016/சி.2 நாள். 18.03.2016.

ஆணை:

பார்வை மூன்றில் படிக்கப்பட்ட தேனி மாவட்ட ஆட்சித் தலைவர் தன்னுடைய கடிதத்தில் தேனி மாவட்டம், தமிழகம் மற்றும் கேரள எல்லைப் பகுதியில் அமைந்துள்ள வரலாற்று சிறப்பு மிக்க மங்கலதேவி கண்ணகிக் கோயில் திருவிழாவானது சித்திரை மாத பௌர்ணமி தினத்தன்று கள்ளழகர் வைகை ஆற்றில் இறங்கும் வைபவத்துடன் கொண்டாடப்பட்டு வருகிறது என்றும் இதன் பொருட்டு 22.04.2016 வெள்ளிக்கிழமை அன்று தேனி மாவட்டத்திற்கு உள்ளூர் விடுமுறை வழங்குமாறு கேட்டுக் கொண்டுள்ளார்.

2. தேனி மாவட்ட ஆட்சித்தலைவரின் கோரிக்கையினை அரசு கவனமுடன் பரிசீலித்து, தேனி மாவட்டம், மங்கலதேவி கண்ணகிக் கோயில் சித்ரா பௌர்ணமி விழா மற்றும் மதுரையில் கள்ளழகர் வைகை ஆற்றில் எழுந்தருளல் நிகழ்ச்சி நடைபெறும் நாளான 22.04.2016 வெள்ளிக்கிழமை அன்று அம்மாவட்டத்திலுள்ள மாநில அரசு அலுவலகங்களுக்கும் மற்றும் கல்வி நிறுவனங்களுக்கும், பள்ளிகள், கல்லூரிகளில் நடைபெறும் தேர்வுகள் மற்றும் இதர முக்கிய தேர்வுகளுக்கு இடையூறு ஏற்படாத வகையில் உள்ளூர் விடுமுறை அறிவிக்க மாவட்ட ஆட்சித் தலைவர் அவர்களுக்கு அதிகாரம் வழங்கப்படுகிறது. மேற்படி அவ்விடுமுறை நாளை ஈடுகட்டும் விதமாக 30.04.2016 சனிக்கிழமையன்று பதிலி வேலை பணி நாளாக அறிவிக்க அவர் அறிவுறுத்தப்படுகிறார்.

3. மேற்கண்ட உள்ளூர் விடுமுறை தினமானது செலாவணி முறிச்சட்டம் 1881 (Under Negotiable Instruments Act. 1881)-ன் கீழ் அறிவிக்கப்படவில்லை என்பதால் அவசர அலுவல்களை கவனிக்கும் பொருட்டு அம்மாவட்டத்தில் உள்ள கருவூலம், சார்நிலைக் கருவூலங்களும் குறிப்பிட்ட பணியாளர்களோடு செயல்பட தகுந்த ஏற்பாடு செய்யுமாறு தேனி மாவட்ட ஆட்சித் தலைவர் கேட்டுக் கொள்ளப்படுகிறார்.

(ஆளுநரின் ஆணைப்படி)

யத்தீந்திர நாத் ஸ்வேன்
அரசு முதன்மைச் செயலாளர்

பெறுநர்

மாவட்ட ஆட்சித் தலைவர், தேனி மாவட்டம், தேனி.
முதலமைச்சரின் செயலர், முதலமைச்சர் அலுவலகம், சென்னை - 9.
தனி அலுவலர், முதலமைச்சரின் தனிப்பிரிவு, சென்னை - 9.
கருவூல அலுவலர், தேனி மாவட்டம், தேனி.
இயக்குநர், செய்தி மக்கள் தொடர்புத் துறை, சென்னை - 9.
அனைத்து மாவட்ட ஆட்சித் தலைவர்கள்.

நகல்

உதிரி/இருப்பு கோப்பு

//ஆணைப்படி/ அனுப்பப்படுகிறது//

ரெ.கலைமணி
பிரிவு அலுவலர்

2014ஆம் ஆண்டு கண்ணகி விழாவுக்காக உள்ளூர் விடுமுறை பெற்றுத் தீர வேண்டும் என்று தீவிரமாக முயற்சி செய்தோம். அப்போது தேனி மாவட்ட ஆட்சியராக இருந்த திரு. வெங்கடாசலம், இஆப அவர்களைத் தொடர்பு கொண்டு, விழாவின் பின்னணியைப் பற்றிச் சொன்னேன். நான் கூறியதை ஏற்றுக்கொண்டு அவர், தமிழக அரசின் பொதுத் துறைக்குப் பரிந்துரை செய்தார். அப்போது பொதுத்துறையின் இணை செயலாளராக இருந்த திருமதி அனு ஜார்ஜ், இஆப, விளக்கம் கேட்டு கோப்பை தேனி மாவட்ட ஆட்சியருக்குத் திருப்பியனுப்பினார். மங்கலதேவி கண்ணகிக் கோட்டம் விழாவிற்கு அரசு ஊழியர்கள் எவ்வளவு பேர் கலந்து கொள் வார்கள் என்பதே அவர் கேட்டிருந்த விளக்கம். ஆட்சியரும் அரசு ஊழியர்கள் பத்தாயிரம் பேர் கலந்துகொள் வார்கள் என்று பதில் அனுப்பினார். பத்தாயிரம் பேர் மட்டும் கலந்துகொள்வதற்காக உள்ளூர் விடுமுறை வழங்க முடியாது என்று மாவட்ட நிர்வாகத்தின் பரிந்துரையை நிராகரித்தார் அனு ஜார்ஜ்.

பரிந்துரை நிராகரிக்கப்பட்ட செய்தியை மாவட்ட ஆட்சியர் என்னிடம் சொன்னார். என் முன்னால் இரண்டு வழிகள் இருந்தன. ஒன்று தேனி மாவட்டத்தைச் சேர்ந்த திரு ஓ.பன்னீர் செல்வம்தான் அப்போது முதல்வராக இருந்தார். அவர் மூலம் உள்ளூர் விடுமுறை விடச் செய்யலாம். யோசிக்கும்போதே அது நடக்காது என்று எனக்குள் தோன்றிவிட்டது. இரண்டாவது வழி, பொதுத் துறையின் முதன்மைச் செயலாளரை அணுகுவது. அரசியல்வாதிகளைவிட அதிகாரிகளிடம் எடுத்துச் சொல்வது இயல்பாக இருக்குமென்று நினைத்து, திரு ஜத்தீந்திரநாத் ஸ்வைன், இஆப அவர்களிடம் தொலைபேசியில் பேசினேன்.

''இத்தனை வருஷமா ஏன் லோக்கல் ஹாலிடே கேட்கலை'' என்றார். நான் தொடக்கத்தில் இருந்து இதற்கான பின்னணி அனைத்தையும் விளக்கினேன். கண்ணகிக் கோட்டம் சீரமைக் கப்படாமல் கேட்பாரற்று சிதிலமடைந்து வருகிறது. கண்ண கிக்குத் தமிழகத்தில் இருக்கும் ஒரே கோயில் அதுதான். கண்ணகிக்கு நடக்கும் ஒரே திருவிழா சித்ரா பௌர்ணமி மட்டும்தான். இந்த முக்கியத்துவம் குறைந்தபட்சம் அந்த மாவட்ட மக்களுக்காவது தெரிய வேண்டும். அதற்கு உள்ளூர் விடுமுறை விடப்படுவது அவசியம் என்பதையும் திரு ஸ்வைன்

அவர்களிடம் சொன்னேன். கடைசியாக அவரிடம், "துறையின் தலைவர் நீங்கள் இருக்கையில், உங்களுக்குத் தெரியாமலேயே தேனி மாவட்ட ஆட்சியரின் கோரிக்கை மீது விளக்கம் கேட்பதும் நிராகரிப்பதும் உங்களை மீறி நடந்த செயல் அல்லவா? உங்கள் துறையின் இணை செயலாளருக்கு அவ்வளவு அதிகாரம் இருக்கிறதா?" என்றேன். "தேனி கலெக்டரை என் பெயர் போட்டு மீண்டும் கடிதம் அனுப்பச் சொல்லுங்கள்" என்றார். மீண்டும் கடிதம் அனுப்பப்பட்டது. அந்தாண்டு முதல் கண்ணகி கோட்டத்தில் நடைபெறும் சித்ரா பௌர்ணமி திருவிழாவுக்கு உள்ளூர் விடுமுறை விடப்பட்டு வருகிறது.

திருவிழாக்கள் மூலம்தான் அந்தந்த விழாவுக்கான முக்கியத்துவத்தை மனித சமூகம் அடுத்தடுத்த தலைமுறைக்குக் கடத்துகிறது. தமிழர்களின் இலக்கியப் பொக்கிஷம் சிலப்பதிகாரம். தமிழர்களின் இலக்கிய நாயகி கண்ணகி. ஆனால் தேனி மாவட்டம் தவிர வேறெங்கும் கண்ணகிக்கு விழா நடப்பதில்லை என்பது தமிழர்களிடம் உள்ள முரண்.

அடுத்த ஆண்டு நாடாளுமன்றத் தேர்தல் சமயத்தில் சித்ரா பௌர்ணமி விழா வந்தது. அதுவும் வேட்புமனு துவங்கும் நாளில் விழா இருந்தது. உள்ளூர் விடுமுறை கேட்டு மாவட்ட ஆட்சியர் தமிழக அரசுக்குப் பரிந்துரை செய்தார். தேர்தல் நடத்தை விதிகளால் தமிழக அரசு உள்ளூர் விடுமுறை கொடுக்க மறுத்துவிட்டது. தமிழக அரசு மறுத்த பிறகும் சோர்ந்துவிடாமல் மங்கலதேவி கண்ணகி அறக்கட்டளை டெல்லி தேர்தல் ஆணையத்திடம் முறையிட்டது. அறக்கட்டளையின் கோரிக்கையை ஏற்று, 'வேட்பு மனு தாக்கல் இருந்தாலும் உள்ளூர் விடுப்பு விடலாம்' என்று டெல்லி தேர்தல் ஆணையம் அறிவித்தது. முதல் ஆண்டு மனித முயற்சியில் விடுமுறை கிடைத்தது என்றால், அடுத்த ஆண்டு கிடைத்த அனுமதி கடவுளின் அருளன்றி வேறென்ன?

கேரள உயர் நீதிமன்ற வழக்கு

ஒவ்வொரு ஆண்டும் சித்ரா பௌர்ணமி விழாவுக்குச் செல்லும்போது சிதிலமடைந்து கிடக்கும் கண்ணகிக் கோட்டத்தைப் பார்க்கும்போது மனம் துயரம் கொள்ளும். இடிந்து விழுந்து கிடக்கும் கோயில் சுவர்களும், பின்னப்பட்டு கிடக்கும் தெய்வ விக்கிரகங்களும், கால்கள் மட்டுமே இருக்கும் கருவறையின் கண்ணகி என அந்த இடம் நம் பாராமையினை முகத்தில் அறைவதுபோல் சுட்டிக்காட்டும். சிலப்பதிகார காலத்திற்கு நம்மிடம் இருக்கும் ஒரே வரலாற்று ஆதாரம். இரு மாநில எல்லைப் பிரச்சினை, ஆட்சிக்கு வருபவர்களுக்கு அவ்வளவு முக்கியமாகத் தோன்றாமல் எங்கோ மலைமேல் உள்ள தனித்த கோயில் போன்ற காரணங்களால் கண்ணகிக் கோட்டம் முற்றிலும் சிதைவடைந்து கிடக்கிறது.

2010ஆம் ஆண்டு முதல் கோயிலைச் சீரமைக்க வேண்டும் என்ற வேட்கை அதிகமாகியது. கண்ணகி, தமிழகத்திற்குச் சொந்தமானவள் என்றாலும், கோயில் தமிழகத்தின் கட்டுப் பாட்டுக்குள் இல்லை. கோயிலைச் சீரமைக்கும் அதிகாரம் தமிழகத் தொல்லியல் துறையிடமோ, மத்திய அரசின் தொல்லியல் துறையிடமோ இல்லையென்பதைப் பல முயற்சிகளுக்குப் பிறகு தெரிந்துகொண்டோம். தங்களின் கட்டுப்பாட்டுக்குள் இல்லாத ஒரு கோயிலை அவர்களால் சீரமைக்க முடியாது என்பது ஏற்றுக்கொள்ளக்கூடிய உண்மைதானே?

இடிபாடுகளில் சிக்கியிருக்கும் கண்ணகிக் கோட்டத்தை எடுத்துக் கட்டுங்கள் என்று 1998-ஆம் ஆண்டு முதல் 2014-ஆம் ஆண்டு வரை கோரிக்கைகளை மனுக்களாக எழுதிப் பார்த்தோம். உரியவர்களை நேரில் சந்தித்து வேண்டுகோள் விடுத்தோம். கேரள, இந்தியத் தொல்லியல் துறைகளை அணுகி வேண்டினோம்.

தமிழ்நாட்டில், தமிழ் வளர்ச்சித் துறை அமைச்சராக யார் பதவியேற்றாலும் அவரை முதலில் சந்திக்கும் ஆட்களாக நாங்கள் இருந்தோம். மங்கலதேவி பற்றிய தகவல்களைச் சொல்லி ஆவன செய்ய கோரிக்கை விடுத்தோம்.

இந்திய அரசாங்கத்தின் கலை, கலாச்சாரத் துறை அமைச்சர்கள் பதவியேற்கும் போதும் மிகுந்த நம்பிக்கையுடன் அவர்களைத் தொடர்பு கொண்டோம்.

இந்த 16 வருட காத்திருப்பு எங்களுக்கு ஓர் உண்மையைப் புலப்படுத்தியது. மக்களின் பிரதிநிதிகளுக்கு, தொல்லியல் துறை அதிகாரிகளுக்கு, கண்ணகி மீதோ, நம் பண்பாட்டின் மீதோ, சிலப்பதிகாரத்தின் மீதோ பெரிய ஆர்வம் இல்லை என்பதை அனுபவப்பூர்வமாக உணர்ந்தோம்.

பிரச்சனைக்குத் தீர்வு ஒரே வழி நீதிமன்றம்தான் என்று உணர்ந்தோம். முல்லை பெரியாறு விசயத்தில் கம்பம் அப்பாஸ், காவிரி நதி வழக்கில் மன்னார்குடி ரெங்கநாதன் போன்ற சாமான்யர்களின் முயற்சியில்தான் நீதிமன்றங்களின் நியாயமான தீர்ப்பு கிடைத்து. வழக்கு நல்லபடியாகப் போகிறது என்று தெரிந்தவுடன் தமிழகத்தின் அரசியல்வாதிகள் வழக்கில் தங்களைச் சேர்த்துக் கொள்வார்கள். சாமான்யர்களே நமது பண்பாடு, வாழ்வாதாரங்களைக் காப்பவர்களாகிவிட்டனர். கண்ணகியையும் அப்படியொரு சாமான்யர் என்ற நிலையில் இருந்து காக்க நினைத்தோம். மங்கலதேவி கண்ணகி அறக் கட்டளையின் கூட்டம் நடத்தினோம்.

எந்த நீதிமன்றத்தில் வழக்குத் தொடர்வது? சென்னை உயர்நீதி மன்றத்திலா? கேரள உயர்நீதி மன்றத்திலா? என்று ஆலோசனை சென்றது.

ராஜகணேசன் சொன்னார், "சார், இது ரொம்பவும் சென் சிட்டிவ்வான விஷயம். நாம் கேரள உயர்நீதிமன்றம் போனால், இங்குள்ள சிலர் நம்மீது குறை சொல்லக்கூடும். கண்ணகிக் கோட்டம் தமிழ்நாட்டுக் கோயில். எப்படிக் கேரள கோர்ட் டிற்குப் போனீர்கள் என்று?''

நானே எதிர்நிலையைச் சொல்லி, விவாதத்தை ஆரம்பித்தேன்.

''கண்ணகிக் கோட்டம் 1983ஆம் ஆண்டே கேரளத் தொல்லியல் துறையால் ஏற்கப்பட்டுவிட்டது. தமிழகத் தொல்லியல் துறை பட்டியலில் கண்ணகிக் கோட்டம் இல்லை. அப்படியிருக்கையில் நாம் கேரளத் தொல்லியல் துறையைக் கட்டுப்படுத்தும் அதிகாரம் கொண்ட கேரள உயர்நீதி மன்றம் தானே போக முடியும்?''

முருகனும், ராஜகணேசனின் கருத்தை ஒட்டிப் பேசினார்.

''சார், கொஞ்சம் யோசித்துச் செய்வோம். நாம் 16 வருடங்களாக எந்த காண்ட்ராவர்சியிலும் சிக்காமல், சித்ரா பௌர்ணமி நிகழ்ச்சியை நடத்துகிறோம். தமிழக அரசின் பாராமுகமும், கேரள அரசின் கெடுபிடிகளும் உங்களுக்குத் தெரியும். கேரள அரசை எதிர்த்து வழக்குத் தொடர்ந்தால், தமிழக அரசு நமது உதவிக்கு வராது. கேரள அரசு இப்போதிருப்பதைவிட இன்னும் அதிகமாகக் கடுமையைக் காண்பிக்க ஆரம்பித்துவிடும்.''

''இந்தப் பதினாறு வருசத்தில் நாம் பார்த்தது இரண்டு உலகங்கள். ஒன்று இறந்தேவிட்டது. இன்னொன்று விழிக்க மறுக்கிறது. இதில் எந்த உலகத்தை அசைத்துப் பார்க்கலாம் என்று சொல்லுங்கள்'' என்றேன்.

''விழிக்க மறுக்கும் உலகத்தைதான் சார் எழுப்ப முடியும்'' என்றார் நேரு.

''கரெக்ட். ஏற்கனவே கண்ணகிக் கோட்டம் குறித்து வழக்கறிஞர் கே.எஸ்.ராதாகிருஷ்ணன் மெட்ராஸ் உயர் நீதிமன்றத்தில் இருபது வருடங்களுக்கு முன்பு கண்ணகிக் கோட்டம் தமிழ்நாட்டுக்குச் சொந்தம் என்று வழக்குத் தொடர்ந்தார். வழக்குத் தொடுத்து ஒன்பது வருஷம் கழித்து, தீர்ப்பு வந்தது. தீர்ப்பில், கோயிலுக்கு வருபவர்களை கேரள அரசு தடுக்க கூடாது என்பதை மட்டும் சொல்லி, வழக்கு முடித்து வைக்கப்பட்டது. அந்தத் தீர்ப்புப்படி கண்ணகிக் கோட்டத்திற்கு எப்போது வேண்டுமானாலும் பக்தர்கள் செல்லலாம் என்று அர்த்தமாகிறது. ஆனால் சென்னை உயர் நீதிமன்றத்தின் தீர்ப்பை கேரள அரசு துளியும் நடைமுறைப்படுத்தவில்லை என்பது எல்லோருக்குமே தெரிந்ததுதான். அதனால் மெட்ராஸ் உயர் நீதிமன்றத்தால் நமக்கு உதவ முடியாது. இன்றைக்குள்ள சூழலில் கண்ணகிக் கோட்டம்

பற்றி மதுரை உயர்நீதிமன்ற கிளையில் வழக்குத் தொடர்ந்தால் தங்களின் அதிகார எல்லைக்குள் வரவில்லையென்று வழக் கையே எடுத்துக் கொள்ள மாட்டார்கள். சரி, நான் கேட்பதற்கு ஒவ்வொன்றாகப் பதில் சொல்லுங்கள்'' என்றேன்.

''சொல்லுங்க சார்.''

''1957-ஆம் ஆண்டு காமராஜர் முதலமைச்சராகயிருந்தார். மொழிவாரி மாநிலங்கள் பிரிக்கப்பட்டன. நாகர்கோயில், தமிழ்நாட்டிற்கு வந்தது. பீர்மேடு, தேவிகுளம் கேரளாவிற்குப் போனது. இதெல்லாம் உங்களுக்குத் தெரியும். கண்ணகிக் கோட்டம், முல்லைப் பெரியாறு அணை இரண்டும் 1957க்கு முன்பு வரை நம்மிடம் இருந்தது.''

''ஆம் சார், கேள்விப்பட்டிருக்கிறோம்'' என்றார் பஞ்சுராஜா

''உங்களுக்கு ஒன்று சொல்கிறேன். மொழிவாரி மாநிலப் பிரிவினைக்குப்பின் மக்கள் குடியிருக்கும் பகுதிகளை அளந்து பிரித்துக்கொண்ட தமிழக - கேரள அரசுகள் வனப்பகுதியைப் பிரிக்கவில்லை. கடந்த அறுபது ஆண்டுகளுக்கு மேலாக 600 கி.மீ. கேரள-தமிழக வனப்பகுதி இன்றுவரை பிரிக்கப்பட வில்லை. இந்த 600 கி.மீ காட்டுப் பகுதிக்குள் தான் கண்ணகிக் கோட்டம் வருகிறது. எனவே இரு மாநில அரசும் சேர்ந்து கூட்டு சர்வே செய்யப்படாத பகுதியில் உள்ள கண்ணகிக் கோட்டத்தை நாம் எப்படித் தமிழ்நாட்டிற்குள்தான் வருகிறது என்று சொல்ல முடியும்? அதுவும் கோர்ட்டில்?''

''கட்டாயம் சொல்ல முடியாது சார். முல்லை பெரியாறு பிரச் சனையே கோர்ட்டில போய்த்தான தீந்துச்சு. நம்ம ஊர் அத்தா போட்ட போடு'' என்றார் சரவணன்.

''இப்போதைக்கு கண்ணகிக் கோட்டம் கேரள தொல்லியல் துறையின் கட்டுப்பாட்டில் இருக்கிறது. ஆகவே கேரள உயர் நீதிமன்றமே நம் தேர்வாக இருக்க முடியும்.''

''சார், நம் ஊரில் ஏதாவது நம்மைப் பத்தி குறை சொன்னால்?'' காசிராஜன் கேட்டார்.

''காசி, குறை சொல்பவரைக் குமுளிக்கு வரச் சொல்வோம். கண்ணகிக் கோட்டம் போகும் பாதையில் நின்றுகொண்டு அவர்

பத்து நிமிடம் கோயில் இருக்கும் திசையை கூர்ந்து பார்க்கட்டும். கேரள அரசு எடுக்கும் நடவடிக்கையில் துண்டை காணோம், துணியைக் காணாம் என்று ஓடி வர வேண்டியிருக்கும்.''

''சார், பத்து நிமிசம் உத்துப் பாக்குறவனையே இந்த ஆக்கினை பண்ணுற கேரளா வனத்துறை அவர்கள்மீது வழக்குத் தொடரும் நம்மை என்ன பாடுபடுத்துவார்கள்?''

''ஒன்றும் செய்ய மாட்டார்கள் காசி. நாம் போவது உயர் நீதிமன்றம் என்பதால் நம்மைப் பார்த்துப் பயப்படுவார்கள்.''

''சரிங்க சார்.''

''இன்னொன்று. நம்மைக் குறை சொல்லுகிறவர்கள், சொல்லப் போகிறவர்கள் யாருமே கண்ணகிக் கோயிலுக்கே வந்திராதவர்கள். நீங்கள் என்னைவிட அதிக வருடங்கள், கண்ணகிக் கோயிலுக்குப் போயிருப்பவர்கள். நான் பதினாறு வருடங்களாகப் பார்க்கிறேன். யார் யார் நம்மீது குறை சொல்வார்கள் என்று நீங்கள் நினைக்கிறீர்களோ அவர்கள் யாரும் கோயிலுக்கு வந்ததில்லை. கோயில் இடிந்து கொண்டிருக்கிறதே என்ற உண்மையான வருத்தம் எல்லாம் அவர்களுக்கு இருக்காது.''

''கரெக்ட் சார். நீங்க சொல்லுறதுதான் சார்'' என்றார் சாந்தி.

அன்றைய கூட்டத்திற்கு மங்கலதேவி கண்ணகி அறக் கட்டளை கட்டிடத்திற்கு இலவசமாக இடம் கொடுத்த கே.ஆர்.ஜெயபாண்டியனும் அவர் தம்பி பாலமுருகனும் வந்திருந்தார்கள். இவர்கள் இருவரும் கம்பத்தில் பல பொது கட்டிடங்களுக்கு இலவசமாக நிலம் கொடுத்த கே.ராமசாமித் தேவரின் மகன்கள்.

(கே.ராமசாமித் தேவரை கே.ஆர். என்று கம்பத்தில் அழைப்பார்கள். நான் டி.ஆர்.ஓவாக இருந்தபோதே கே.ஆரை என் தம்பி ராஜசேகர் என்னிடம் அறிமுகப்படுத்தியிருந்தார்.)

தந்தையின் வழியில் பரோபகாரிகளாக அவரின் பிள்ளைகள் இருந்தனர். கருத்தக் கண்ணுத் தேவர், கே.ஆர்.சகோதரர்களுக்குச் சொந்தக்காரர். ஆனால் அவர்களுக்குள் இடத்தகராறு இருந்தது. கோர்ட், போலீஸ் ஸ்டேசன் வரை மனக்கசப்பு தொடர்ந்தது.

கண்ணகி அறக்கட்டளைக்கு இடம் தருவதில் இருவருமே இணைந்தார்கள். அன்றைய கூட்டத்தில் கே.ஆரின் மகன்கள் அவர்களது அப்பாவைப் பற்றிப் பேசவேயில்லை. ரெண்டு மூன்று முறை கருத்தக் கண்ணு தேவர், "எம் மாமன் கே.ஆர் இருந்தார்ன்னா'' என ஆரம்பித்தார்.

"கண்ணகி சாதித்த சாதனைகளிலேயே இதுதான் சார் பெரிய சாதனை. இவங்க ரெண்டு பேரையும் சேத்து வச்சது'' என்று ராஜகணேசன் என் காதில் ரகசியம் சொன்னார்.

கருத்தக் கண்ணுத் தேவர் கவனித்துவிட்டார்.

"மகனே! சார்கிட்ட என்ன குசுகுசுன்னு சொல்லுற. சத்தமாச் சொல்லு. நிசந்தானப்பா, கே.ஆர். என் மாமன்தான். எம் மாமன் இருந்தா என்னைய போலீஸ் ஸ்டேசன் இழுத்திருப்பாரா?''

"சரி தேவரே! விடுங்க ஏற்கனவே பதினாறு வருச மேட்டர் இப்ப ஓடிக்கிட்டிருக்கு! நீங்க உங்க பதினாறு வருச மேட்டர உசுப்பி விட்டுறாதீங்க'' என்றேன்.

"சார், அது பதினாறு வருசம் இல்லை. அது ஒரு ஏழரை மேட்டர்'' என்றார் ஜெயபாண்டியன். அனைவரும் சிரித்தார்கள்.

"யப்பா சாமிகளா, சார் பெரிய விசயம் பேசிக்கிட்டி ருக்கையில இப்படி எதுக்குப்பா போட்டு ஒழப்புறீங்க. நீங்க சொல்லுங்க சார். என்ன செய்யணும்ன்னு சொல்லுறீங்களோ அத செஞ்சிருவோம்'' என்றார் கருத்துக் கண்ணுத் தேவர்.

"அப்பா கொஞ்சம் யோசித்துச் செய்வோம்னு சார்கிட்டு சொல்லிக்கிட்டிருக்கிறோம். யாராவது நாம கேரள கோர்ட்டுக் குப் போறதப் பத்தி நம்ம அறக்கட்டளைய தப்பா பேசினா என்ன செய்யறதுன்னு சொல்லுறோம்'' என்றார் காசிராஜன்.

"காசி சொல்லுறார்ல, அதுதான் மாமா பிரச்சனை'' என்றார் நேரு.

"யோவ்! என்னாங்கையா பெரிய பிரச்சனை? சொத்து சொகம் காசு கையில இருக்குறதுன்றதால எம் மருமகன் நேருவும் எம்மகன் காசியும் பயப்படுறாங்க போல?''

"அட நீங்க ஒன்னு. நானு அதைச் சொல்லல மாமா'' என்றார்

நேரு.

"சரிப்பா, சார் சொல்லுறதச் செய்வோம்" என்றார் தேவர்.

கேரள உயர்நீதிமன்றம் போக வேண்டும் என்று முடிவானது. அதற்குத் தேவையான ஆவணங்களைத் தேடினோம். கேரளத் தொல்லியல் துறையின் வலைப்பக்கத்தில் இருந்த கண்ணகிக் கோட்டம் பற்றிய செய்திகளையும் சேகரித்தோம்.

கேரளத் தொல்லியல் துறைக்கு இரண்டு விசயங்கள் கேட்டு பி.எஸ்.எம். முருகன் தகவல் உரிமைச் சட்டத்தின்படி கடிதம் தயாரித்தார். பத்து நாளில் பதில் வந்தது. நாங்கள் எதிர்பார்த்த பதில்தான்.

கேள்வி: கேரளத் தொல்லியல் துறையின் கட்டுப்பாட்டில் மங்கலதேவி கண்ணகிக் கோட்டம் உள்ளதா? எந்த ஆண்டு முதல்?"

பதில் : ஆம், 1983ஆம் ஆண்டு முதல்.

கேள்வி: கேரளத் தொல்லியல் துறையில் கட்டுப்பாட்டில் உள்ள கோயில்களின் எண்ணிக்கை?

பதில் : 76 கோயில்கள்

கேள்வி : அதில் எத்தனை கோயில்கள் பாதுகாக்கப்பட்ட வனப்பகுதிக்குள் இருக்கின்றன?

பதில்: 7

கேள்வி: அதில் கண்ணகிக் கோயிலும் ஒன்றா?

பதில் : ஆம்

கேள்வி: வனப் பகுதிக்குள் உள்ள கோயில்களில் துறையின் கட்டுப்பாட்டிற்கு வந்த காலத்திலிருந்து இதுவரை செலவழித்த தொகை எவ்வளவு?

அவர்கள் ஒவ்வொரு கோயில்களுக்கும் செலவழித்த தொகையைக் கொடுத்திருந்தார்கள். கண்ணகிக் கோட்டத்துக்கு இதுவரை ஒரு பைசாவும் செலவழிக்கவில்லை என்ற எழுத்து மூலமான பதில் எங்களுக்கு உத்வேகத்தைத் தந்தது.

வழக்கை நடத்த எர்ணாகுளம் வழக்கறிஞர் ஆர்.எஸ்.

கல்குராவைத் தேர்ந்தெடுத்தோம். அவர் ஒரு பக்திமான். அண்ணாமலையார் பக்தராக அவர் இருந்தது, எங்களுக்கு நல்ல வாய்ப்பாகிவிட்டது. நான் திருவண்ணாமலை கலெக்டராக யிருந்தேன் என்று தெரிந்ததும் அவர் இந்த வழக்கில் கூடுதல் ஆர்வம் காண்பிக்க காரணமாயிற்று.

கேரள அரசு சித்ரா பௌர்ணமி நாளில் காட்டும் கோர முகத்தை நம் எர்ணாகுளம் வக்கீல் சந்தித்தால்தான் சிறப்பாக வாதாடுவார் எனத் தோன்றியது. அவரைச் சித்ரா பௌர்ணமி நிகழ்ச்சிக்கு வரச் சொன்னோம். இத்தனைக்கும் கண்ணகி அறக் கட்டளை ஆட்கள் வக்கீல் கல்குராவுடன் இருக்கும்போதே, அவரைப் படாத பாடு படுத்திவிட்டார்கள் கேரள வனத் துறையினர்.

"என்ன சார் இது? இந்தியா பாகிஸ்தான் பார்டருக்குள் நுழைந்தது போல இருக்கிறது" என்று வருந்திய வக்கீல் ஆர்.எஸ். கல்குரா, "நீங்க நல்ல முடிவு எடுத்திருக்கீங்க. இங்க வராம நான் கேஸ் நடத்தியிருந்தா அது சரியாயிருந்திருக்காது. பிரச்சனைய முழுசா புரிஞ்சுக்கிட்டேன் சார்" என்றார்.

உயர் நீதிமன்றத்தில் கேரளத் தொல்லியல் துறையும் கேரள வனத்துறையும் மோதிக்கொண்டன. தொல்லியல் துறை தனக்கு வனத்துறை ஒத்துழைப்பு தர மறுக்கிறது என்று மனுத்தாக்கல் செய்தது. இரு துறையின் அரசாங்க வக்கீல்களின் பதில் மனுக்களைப் படித்துப் பார்த்தோம். எங்களுக்கு நம்பிக்கை அதிகமானது.

நீதியரசர் ஏ.முகம்மது முஷ்டாக் விசாரிப்பார் எனத் தெரிந்ததும், வக்கீல் கல்குரா என்னைத் தொடர்பு கொண்டார்.

"சார், அடுத்த வாரம் மங்கலதேவி கண்ணகி வழக்கு விசாரணைக்கு வருகிறது" என்றார்.

"நல்லது சார். நம் தரப்பில் நியாயம் உள்ளது. கேரளத் தொல்லியல் துறை செய்ய வேண்டிய வேலையை உயர் நீதிமன்றம் மூலம் செய்ய வைக்கிறோம், அவ்வளவுதான்."

"இல்லை சார், ஜட்ஜ் மாற்று மதத்தினராகயிருக்கிறார்."

"பரவாயில்லை. இந்துக்களில் மதநம்பிக்கையில்லாதவர்கள் பலர் இருக்கிறார்கள். ஆனால் மாற்று மதங்களில் அப்படி இல்லை. மற்றபடி நியாயப்படி நடப்பவர்தானே?''

"ஆம்.''

"அதுபோதும். கேசை அவரிடமே நடத்துவோம்.''

வழக்கு நடத்தினோம். நீதிபதி முகமது முஷ்டாக் கோயிலை 10 நாட்களுக்குள் சீரமைக்க நடவடிக்கை எடுக்க வேண்டும் என 05.04.2016ல் உத்தரவிட்டார்.

இந்த உத்தரவை கேரள அரசு எதிர்பார்க்கவில்லை. (நாங்கள் எதிர்பார்த்தோம்.)

உயர்நீதிமன்ற ஆணை வந்ததும் கேரளத் தொல்லியல் துறை ஆணையர் பிரேம்குமாரைத் திருவனந்தபுரம் ஹோட்டல் ஒன்றில் சந்தித்தோம். நீதிமன்ற தீர்ப்பின் அடிப்படையில் கேரள தொல்லியல் துறை கண்ணகிக் கோயிலை உடனடியாகச் சீரமைக்கும் என்று அவர் உறுதி கொடுத்தார். "தமிழகக் கட்டிடக் கலையின் அடிப்படையில் உள்ள கண்ணகிக் கோயிலைச் சீரமைக்க தமிழகத்திலிருந்துதான் ஆட்கள் வர வேண்டும். தமிழகக் கட்டிடக் கலை பற்றி கேரள தொல்லியல் துறைக்குத் தெரியாது. அதற்கான கலைஞர்களைத் தமிழகத்தில் இருந்து கொண்டுவாருங்கள். கோயிலை முழுமையாக எடுத்துக் கட்ட எவ்வளவு செலவாகும் என்றொரு எஸ்டிமேட்டும் கொடுங்கள்'' என்று சொன்னார். இந்தச் சமயத்தில் நான் சேலம் சேகோ சர்வில் மேனேஜிங் டைரக்டராக இருந்தேன்.

சேலத்தில் சேகோ சர்வ் மேனேஜிங் டைரக்டரின் குடியிருப்பு பெரிய மாளிகைபோல் இருக்கும். சேலத்தில் நானிருந்த காலத்தில் பேச்சுலர்ஸ் வாழ்க்கைபோல், மிகுந்த ஏகாந்தம். எழுதுவதும், புத்தகங்கள் படிப்பதும், நண்பர்களைச் சந்திப்பதும், சேலத்தையொட்டி உள்ள இடங்களுக்குப் பயணம் செய்வதும் என்று நான் அங்கிருந்த ஏழு மாதங்களும் ரம்மியமானவை. அங்கிருக்கும்போதுதான், கண்ணகிக் கோயிலின் மாதிரியையும் திட்ட மதிப்பீட்டையும் தயார் செய்தோம். கோயில் கட்டுமானத்தில் தேர்ச்சிப் பெற்ற

 வண்ணச் சீரடி

கேரள உயர்நீதிமன்றத்தில் கேரளத் தொல்லியல் துறை,
கண்ணகிக் கோயிலைச் சீரமைப்போம் என எழுத்துப்பூர்வமாகக்
கொடுத்த உறுதிமொழி

BEFORE THE HONOURABLE HIGH COURT OF KERALA AT ERNAKULAM

WP(C) No.14853 OF 2014

Mangaladevi Kannagi Trust & others : Petitioner

Vs

State of Kerala & others : Respondents

STATEMENT FILED BY THE 4th RESPONDENT AS DIRECTED
BY THIS HON'BLE COURT VIDE ORDER DATED 16.06.2014

P. VIJAYARAGHAVAN
STATE ATTORNEY
KERALA

Copy to Advo R.S. Kalkura
Cousel for the petitioners

BEFORE THE HONOURABLE HIGH COURT OF KERALA AT ERNAKULAM

WP(C) No.14853 OF 2014

Mangaladevi Kannagi Trust & others   : Petitioner

Vs

State of Kerala & others   : Respondents

STATEMENT FILED BY THE 4th RESPONDENT AS DIRECTED BYTHIS HON'BLE COURT VIDE ORDER DATED 16.06.2014

1. The above writ petition is filed praying for the issuance of a Writ of Mandamus directing the respondents 1 to 4 to chalk out a plan for restoration, preservation, conservation of the ancient monument in consultation with the 7th and 8th respondents and carry out and complet the works within a time frame to be specified by this Hon'ble Court.

2. It is respectfully submitted that the above writ petition is not maintainable as the petitioner has no locus standi to file the same. Hence the above writ petition is liable to be dismissed in limine.

3. It is submitted that the Mangaladevi Kannagi Temple situated at Kumily Village of Peerumade Thaluk in Idukki District, is declared as a protected monument as per the provisions contained in Kerala Ancient Monuments and Archaeological Sites and Remains Act, 1968 by Government of Kerala as per its Notification No.18574/H3/83/H Edn dated 9th August, 1983. The protected area is the Mangaldevi Kannagi Temple complex and an area of 0.2470 Hectate around it comprised in survey No.30/1 of Kumily Village. The temple is located at the summit of the hill popularly known as the Mangaladevi Hills. The North West, West and South Boundaries of the protected site is the Reserve Forest in Idukki District, Peelamade Taluk, Kumily Village. Government of Kerala. Its North East and East boundaries are the Reserve Forest of Madurai Division (at present Theni District) of State of Tamil Nadu. The temple is situated in the Reserve Forest Area of Kerala Government and it is accessible by a Jeep road by travelling around 8 Kms from Kumily.

4. It is true that the temple is opened to general public for worship once in every year in the month of April/May during Chithra Pournami. A large number of devotees visit the temple on the occasion. On other days, permission from the Kerala Forest/Revenue departments are to be obtained for visiting the temple. The difficult terrain, presence of wild life, adverse climatical conditions and more over the status of reserve forest area are the obstacles to maintain the site properly.

5. It is submitted that the Department of Archaeology, Government of Kerala is primarily responsible for the protection of structures, sites and artifacts. which were declared as protected under the Kerala Ancient Monuments and Archaeological Remains and Sites Act 1968. At present, there are 166 such monuments under its control in addition to 11 museums. The Department of Archaeology is carrying out the conservation work of protected monuments under its control every year depending upon the budget allocation by the Government of Kerala. However, the department could not undertake the conservation work of the temple since it being in the midst of Reserve Forest, lack of proper road conveyance, non-availability of water and labour, presence of wild animals etc. Would it have been on an accessible normal place, it would have been conserved well before.

6. It is humbly submitted that protected monument i.e. Mangaladevi Kannaki Temple, is on the top of the hill called the Mangaladevi Hill in the Western Ghat. It is in the midst of Reserve Forest under the control of Forest Department of Kerala and can be reached by a road on which only jeep can ply. The area is not easily accessible and the temple is open to all general public for prayer one day in a year. The wild animals such as elephants very often cause damage to the structures. In the past, Department of Archaeology has been working measures to conserve the structure but could not bring any substantial progress other than inspection of site and a few documentation works.

7. It is respectfully submitted that with a high spirited will to defeat the major constraints such as transportation of materials, non-availability of water, labour, presence of wild animals etc., the Department of Archaeology, has now worked out a comprehensive plan for the conservation, preservation and restoration of the Protected Monument at Mangaladevi Hills. The ultimate aim of the Department is to restore the structure back to its original grandeur. This can be achieved only with the support of the Department of Forest and Revenue authorities. Taking into account its sculptural and architectural patterns, a great deal of technical expertise is also required. The Department plans to undertake the complete structural conservation of the temple in a phased manner so that the past glory of the temple is brought back. In the first phase, the Department plans to undertake short term conservation measures without any delay in co-operation with Forest and Revenue Department. The details of the work being done in the 1st phase is :-

(i) Complete eradication of vegetation over the structural remains, with utmost care on the stability of the individual pieces.

(ii) Careful clearance work around each temple structure to locate the deteriorated members of the temple through surface excavation.

(iii) Necessary surface leveling works for proper access different structures.

(iv) Urgent measures for an effective drainage system, so that percolation of water to be avoided to the maximum.

This preliminary works includes comprehensive documentation in photo and video including preliminary exploration for the forthcoming conservation project.

8. It is true that Department of Archaeology could not undertake any major conservation works in Mangaladevi Kannagi temple in spite of the efforts taken by it. This was mainly because of the constraints mentioned above. Now within a fixed time frame, the Department of Archaeology will commence the 1st phase of conservation work in Mangaladevi Kannagi Temple, for which the details are being worked out.

9. It is true that the Mangaladevi Kannagi Temple is a protected monument under the Kerala Ancient Monuments and Archaeological Remains and Sites Act 1968. So far, a lot of efforts were made by Department of Archaeology, Government of Kerala to start with the conservation works of the structure. However, a lot of constraints such as Hilly terrain not having a proper road access, being in the Periyar Reserve Forest, presence of wild animals prevented the Department of Archaeology in carrying out the conservation works of the protected structure. Now the Department of Archaeology is working out details for the structural conservation of the structure in a phased manner for which tremendous support from the Forest and Revenue and Home Departments are very essential.

10. It is respectfully submitted that this respondent is committed to carry out the urgent maintenance and special work of the above temple immediately after the mansoon. Sufficient funds are available for the maintenance and rerestoration of monuments in Kerala including the Mangaladevi Kannagi Temple. This department is expected to start the maintenance and other works by the end of July, 2014.

All the facts stated above are true and correct.

Dated this the 23rd day of the June, 2014.

DR.PREM KUMAR,

DIRECTOR,

DEPARTMENT OF ARCHAEOLOGY

P.VIJAYARAGHAVAN,
STATE ATTORNEY,
KERALA

தொல்லியல் துறை இன்ஜினியர் வேலூர் மணி, சேலம் இன்ஜினியர்கள் பீட்டர், ஹென்றி ஆகியோர் கோயிலுக்கான பிளான், எஸ்டிமேட்டை தயாரித்தனர். அப்போது கண்ணகி அறக்கட்டளை ராஜகணேசன், பி.எஸ்.எம்.முருகன், காசிராஜன், கே.ஆர்.ஜெயபாண்டியன், பிஎஸ் நேரு என நண்பர்கள் நாள் கணக்கில், வாரக்கணக்கில் தங்கியிருந்தனர். ஆறு கட்டங்களில் மூன்று கோடி ரூபாய் செலவில் கண்ணகிக் கோயிலைப் புனரமைப்பதற்கான திட்ட மதிப்பீட்டைத் தயார் செய்தோம். கோயில் விரைவில் சீரமைக்கப்படும் நம்பிக்கை வந்தது.

கேரள அரசு டெண்டர் போட்டது

கேரளத் தொல்லியல் துறையிடம் நாங்கள் திட்ட மதிப் பீட்டைக் கொடுத்தவுடன், அவர்கள் உடனடியாகப் பரிசீலனை செய்து, ஏற்றுக்கொண்டார்கள். எங்களின் போதாக் காலம், தொல்லியல் துறையின் இயக்குநர் பிரேம்குமார் மாற்றப்பட்டார். புதிதாக வந்த இயக்குநரை சந்திக்கவோ, கண்ணகிக் கோட்டம் சீரமைப்புப் பற்றிப் பேச இயலவில்லை. ஆனால் ஏற்கெனவே நீதிமன்ற உத்தரவின்படி வேலைகள் தொடங்கப்பட்டிருந்ததால், கேரளத் தொல்லியல் துறை கோயிலைச் சீரமைப்பதற்கான டெண்டர் கோரி பத்திரிகைகளில் செய்தி வெளியிட்டது.

டெண்டர் நாளன்று கலந்துகொண்ட ஒப்பந்ததாரர்களுக்குக் கொடுக்கப்பட்ட படிவங்களை வாங்கிப் படித்தபோதுதான் அதிர்ச்சி காத்திருந்தது. வேறெந்த டெண்டரிலும் இத்தனை கடுமையான நிபந்தனைகள் இருந்திருக்க வாய்ப்பில்லை. ஆறு கட்டங்களில் மூன்று கோடி ரூபாய் மதிப்பிலான திட்டம். அதில் முதல் கட்டமாகக் கோயிலின் சுற்றுச் சுவரை சீரமைக்க 39,33,000 ரூபாய்க்கான வேலைக்குத்தான் தொல்லியல் துறை டெண்டர் அறிவித்திருந்தது. சுமார் 40 லட்சம் மதிப்பிலான ஒரு கோயிலைக் கட்டுவதற்கு கேரள தொல்லியல் துறை சொல்லிய நிபந்தனைகளைப் பாருங்கள்; கண்ணகிக் கோட்டம் சீரமைப்பிற்கு விண்ணப்பிப்பவர் டெண்டர் தொகையைவிட 40% அதிகமான மதிப்பில் ஏதேனும் ஒரு தொல்லியல் துறை வேலையைச் செய்திருக்க வேண்டும். அத்துடன் இந்த டெண்டரை எடுப்பவர் ஒரு வருடத்திற்குள் வேலையை முடிக்க வேண்டும். சின்னஞ்சிறிய கோயிலின் சுற்றுச் சுவரைச் சீரமைக்க வழக்கமாக ஒரு மாதமே போதுமானது. தொல்லியல் துறை ஓராண்டு காலம் என்று குறிப்பிட்டதன் பின்னணியில் அந்த வேலை கடுமையானது, காட்டுக்குள் செய்ய வேண்டிய வேலை போன்ற மறைமுக எச்சரிக்கைகளை உள்ளடக்கிய நிபந்தனை அது.

இதுபோன்ற நிபந்தனைகளின் மூலமே கண்ணகிக் கோட்டம் சீரமைப்புப் பணிக்கு யாரும் வந்துவிடாமல் தந்திரமாகப் பார்த்துக்கொண்டது கேரள தொல்லியல் துறை. 25 நாட்கள் அவகாசம் கொடுத்திருந்தும் ஒரு ஒப்பந்ததாரரும் வருவதாக இல்லை.

மங்கலதேவி கண்ணகி அறக்கட்டளையினர் கடும் முயற்சி செய்து, டெண்டர் முடியவிருந்த கடைசி நாளில் ஓர் ஒப்பந்ததாரரைப் பிடித்து டெண்டரில் கலந்து கொள்ள வைத்தனர். தொல்லியல் துறை விதித்த நிபந்தனைகளை ஏற்றுக்கொள்ள தயாராக இருந்தார் அவர். அப்போது அடுத்த நெருக்கடியைக் கொடுத்தது தொல்லியல் துறை. ஒரே ஒரு டெண்டரை மட்டும் வைத்து, நாங்கள் முடிவு செய்ய முடியாது என்றது. மீண்டும் டெண்டரைப் பத்திரிகைகளில் வெளியிட்டு, மறுடெண்டர் நடத்தப்போகிறோம் என்றது. தொல்லியல் துறை குறிப்பிட்டுள்ள மதிப்பீட்டைவிட குறைந்த தொகைதான் நாங்கள் டெண்டரில் குறிப்பிட்டுள்ளோம், நீங்கள் டெண்டரைப் பிரிக்கலாம் என்று சொன்னோம். தொல்லியல் துறை குறிப்பிட்ட தொகையைவிட குறைந்த தொகை குறிப்பிட்டிருந்ததால் அந்த ஒப்பந்ததாரர் தேர்வானார். அவரிடம் வேலை ஒப்ப டைக்கப்பட்டது.

ஒருவழியாக வேலை ஆரம்பிக்க இருக்கிறதே என்று நிம்மதி பெருமூச்சு விடுவதற்குள், வழக்கம்போல் கேரள வனத்துறை முட்டுக்கட்டை போட்டது.

''கோயில் கட்டுமானம் என்பது, 'நான் பாரஸ்ட் ஆக்டி விட்டி', அது வனம் சம்மந்தப்பட்ட பணி அல்ல. கண்ணகிக் கோட்டம் பெரியார் வனச் சரணாலயத்திற்குள் இருக்கிறது. அதனால் கட்டுமானப் பணி எதுவும் செய்யக்கூடாது'' என்றது. பிறகு, கேரள உயர்நீதிமன்றத்தின் உத்தரவின்படிதான் வேலை நடக்கப்போகிறது என்று நாங்கள் வலியுறுத்தியவுடன், அரைகுறை மனதுடன் அனுமதி தந்தார்கள்.

வேலை தொடங்கியது. ஒவ்வொரு நாளும் ஒவ்வொரு சிக்கல். ''காலை 11 மணியில் இருந்து மதியம் 3 மணி வரைதான் வேலை செய்ய வேண்டும்'' என்றார்கள். சரி என்றோம். முதல் நாள் வேலை நடந்தது. அடுத்த நாள், ''இயந்திரங்கள் வனத் திற்குள் வரக்கூடாது'' என்றார்கள். ராஜராஜன் காலத்தில்

கட்டப்பட்ட கண்ணகிக் கோயிலில் சுற்றுச் சுவரில் இருந்த கற்கள் ஒவ்வொன்றும் 5 அடி நீளம், 3 அடி அகலம் கொண்டவை. அவற்றைத் தூக்கி வைக்க உடல்வலு கொண்ட மனிதர்கள் யாரிருக்கிறார்கள்? இயந்திரங்கள்தான் அந்த வேலையைச் செய்தாக வேண்டும். இயந்திரங்கள் வரக்கூடாது என்றால் எப்படி வேலை நடக்கும்? எந்தத் துறையிலும் வேலையைச் சிறப்பாகச் செய்வது எப்படி என்று யோசிப்பதுதான் வழக்கம். கேரள அரசின் வனத்துறையும் தொல்லியல் துறையும் வேலையைத் தடுத்து நிறுத்துவது எப்படி என்று சிறப்பாக யோசித்தன.

இயந்திரங்கள் உதவியின்றி வேலை செய்ய முடியாத நிலை. அடுத்து, குமுளி அம்பாடி கேட்டில் இருந்து கண்ணகிக் கோயிலுக்குச் செல்ல 14 கி.மீ. செல்ல வேண்டும். வேலை செய்ய கொத்தனார்களை இரண்டு ஜீப்களில் ஏற்றிச் சென்ற ஓட்டுநர்களை வனத்துறை தடுத்து நிறுத்தி விசாரணைக்குக் கூட்டிச் சென்று விட்டார்கள். 'வனத்திற்குள் வாகனத்தில் எப்படி வரலாம்' என்பதுதான் விசாரணை. தினந்தோறும் கண்ணகிக் கோயிலுக்கு அருகில் உள்ள கண்காணிப்பு கோபுரத்திற்கு ஜீப்பில் சென்று வரும் கேரள வனத்துறைதான் இப்படி அர்த்தமற்ற கேள்வியைக் கேட்டது. 14 கி.மீ. தினம் நடந்து சென்றா தொழிலாளர்கள் வேலை செய்வார்கள். வனத்துறையின் அட்டூழியங்களைத் தாங்க முடியாமல் தொழிலாளர்களும் ஓடி விட்டார்கள். ஒப்பந்ததாரரமும் விலகிக்கொண்டார்.

நீதிமன்ற அவமதிப்பு வழக்கு

கேரள உயர் நீதிமன்றத்தின் ஆணையைச் செயல்படுத்தாத கேரளத் தொல்லியல் துறை, வனத்துறை இரண்டின்மீதும் நீதிமன்ற அவமதிப்பு வழக்குத் தொடர்ந்தோம்.

''கண்ணகிக் கோட்டம் பெரியார் வனச் சரகத்திற்குள் இருக் கிறது. அது புலிகள் வனச் சரணாலயமாக அறிவிக்கப் பட்டுவிட் டது. புலிகள் வனச் சரணாலயத்திற்குள் எந்தக் கட்டுமானமும் செய்யக் கூடாது. அப்படி ஏதும் செய்ய வேண்டுமென்றால் மங்கலதேவி கண்ணகி அறக்கட்டளை மத்திய அரசிடமும் உச்ச நீதிமன்றத்தின் பசுமை அமர்விலும் ஆணை பெற்று வரட்டும் என்று கேரள வனத்துறை பதில் மனுதாக்கல் செய்தது. (முட்டுச்சந்தில் மாட்டியது போலாகிவிட்டது.)

மீண்டும் பி.எஸ்.நேரு, ராஜகணேசன், காசிராஜன், பிஎஸ்எம் முருகன், ஜெயபாண்டியனோடு எர்ணாகுளம் சென்று வக்கீலைச் சந்தித்தேன். கேரள வனத்துறை சமர்ப்பித்த மனுவைக் காண்பித்து ''இனி ஒன்றும் செய்ய முடியாது சார்'' என்றார் வக்கீல் கல்குரா.

நான் மனுவை நிதானமாகப் படித்துப் பார்த்தேன். திடீரென ஒரு யோசனை வந்தது. 'புலிகள் சரணாலயம் என்பது கண் ணகிக் கோட்டம் கட்டுமானத்தை மட்டுமா தடை செய்யும்?. இதே சரணாலயத்திற்குள் வரும் சபரிமலைக்கு இந்தக் கட்டுப் பாடுகள் பொருந்தாதா? சபரிமலையில் தினமும் நடக்கும் கட்டுமானங்களுக்கு மத்திய அரசிடமும் உச்சநீதிமன்றத்தின் பசுமை அமர்விடமுமா அனுமதி பெற்றுக் கட்டுகிறார்கள்?' என்று யோசித்தேன்.

''சார், நாம் புதிய வழக்கு ஒன்று தொடர்வோம். சபரிமலைக் கோயிலை முன்னிருத்தி. சபரிமலையும் கண்ணகிக் கோயிலும்

பெரியார் புலிகள் வனச் சரணாலயத்திற்குள்தான் இருக்கின்றன. அதனால் சபரிமலைக்கு வனத்துறை காண்பிக்கும் அத்தனை சலுகைகளும் கண்ணகிக்கும் வேண்டும். கண்ணகியிடம் காண்பிக்கும் அத்தனை கெடுபிடிகளும் சபரிமலைக்கும் காண்பிக்கப்பட வேண்டும்'' என்றேன்.

''வழக்குக்குத் தேவையான ஆவணங்களோடு வாருங்கள்'' என்று எங்களை அனுப்பி வைத்தார் வழக்கறிஞர்.

தகவல் பெறும் உரிமைச் சட்டத்தின்கீழ் சபரிமலையை நிர்வகிக்கும் திருவாங்கூர் தேவசம் போர்ட்க்குத் தகவல் கேட்டு கடிதம் தயாரித்தோம்.

''மத்திய அரசு சபரிமலைக் கோயிலில் கட்டுமான பணிக்காக எவ்வப்போது அனுமதி அளித்தது? அந்தக் கட்டுமானங்களுக்கு உச்ச நீதிமன்றத்தின் பசுமை அமர்வு (Green Bench) கொடுத்த அனுமதி ஆணை எண் என்ன'' போன்ற கேள்விகள் கேட்டு கடிதமொன்றை எழுதி, எர்ணாகுளம் போஸ்ட் ஆபிஸ் சென்று அனுப்பினோம்.

சபரிமலை என்பது அதிகார பீடம். அதில் கை வைத்தால், சமாதானம் பேசப்படும். திருவாங்கூர் தேவசம் போர்டு பதில் மனு தாக்கல் செய்தது. சமரசப் பேச்சுக்கு தயாரானது. அவர்கள் முன்னெடுப்பில் கேரள முதலமைச்சர் பினராயி விஜயன் தலைமையில் 28.05.2018 அன்று மாலை 4.15-க்கு கூட்டம் கூடியது. கண்ணகிக் கோட்டம் சீரமைக்கவும் கண்ணகிக் கோயிலை வருடத்தில் 24 நாட்கள் திறந்து வைக்கவும் கேரள முதல்வர் உத்தரவிட்டார்.

கண்ணகிக் கோயிலை எடுத்துக் கட்டும் வேலை ஆரம்பிக்கப்பட்டது. முதலில் சுற்றுச் சுவர்களை எடுத்துக் கட்டினார்கள். தேனி மாவட்ட வன அலுவலர் மூலம் சிக்கல் வந்தது.

கேரள வனத்துறைக்கு அவர் ஒரு கடிதம் எழுதியிருக்கிறார். கண்ணகிக் கோயிலைச் சீரமைப்பு செய்ய தமிழ்நாடு வனத் துறையிடம் அனுமதி வாங்க வேண்டும் என்று கடிதம் அனுப்பினாராம். எதுடா சாக்கு? வேலையைக் கிடப்பில் போடலாம் என்று எதிர்பார்த்துக் காத்திருந்த கேரள வனத் துறைக்கு இது போதுமே? வேலையை நிறுத்தியது.

நீதிமன்ற அவமதிப்பு - இரண்டாவது வழக்கு

முதலமைச்சர் ஜெயலலிதா, கண்ணகிக் கோயிலுக்கருகில் ஒரு சமுதாயக் கூடம் கட்ட 2014-ல் நடந்த மாவட்ட ஆட்சியர் கூட்டத்தில் 1 கோடியே முப்பது லட்சம் ரூபாய் அனுமதித்தார். இதற்காகத் தமிழக வனத்துறை சென்றபோது கண்ணகிக் கோட்டம் அருகிலேயே நமது வனத்துறையை அனுமதிக்காத கேரள அரசு சாதாரண மாவட்ட வன அலுவலர் எழுதிய கடிதத்திற்கு ஏன் மதிப்பு கொடுக்க வேண்டும்? இரு மாநிலப் பிரச்சனையை ஒரு மாவட்ட நிலை அலுவலர் தீர்க்க முடியுமா? என்று கேரள உயர்நீதிமன்றத்தில் கேள்வி எழுப்பினோம்.

"இரு மாநிலங்களுக்குள்ள எல்லைப் பிரச்சனை அறுபது ஆண்டுகளாக தீர்க்கப்படவில்லை. இதைத் தீர்க்க இன்னும் எத்தனை ஆண்டுகள் ஆகுமோ? எங்கள் நோக்கம் கோயிலை இடிபாட்டிலிருந்து காப்பது மட்டும்தான். கோயில் இப்போது இருக்கும் நிலை தொடர்ந்தால் இன்னும் பத்துப் பதினைந்து வருடங்கள் கூடத் தாங்காது. ஆகவே விரைந்து சீரமைப்புச் செய்யுங்கள்" என்று அட்வகேட் கல்குரா வாதிட்டார்.

"இது இரு மாநிலப் பிரச்சனை, கேரள உயர்நீதிமன்றம் இதை விசாரிக்க முடியாது" என்று தடாலடியாக கேரள வனத்துறையும் தொல்லியல் துறையும் ஒன்று சேர்ந்து வாதிட்டன. எங்களது வழக்கு முடித்து வைத்தது. (மறுபடியும் முட்டுச்சந்திற்கு வந்துவிட்டோம்)

வேறுவழியின்றி கேரள வனத்துறைமீது கேரள உயர் நீதி மன்றத்தில் கண்ணகி அறக்கட்டளை நீதிமன்ற அவமதிப்பு வழக்குத் தொடுத்தோம். வழக்கை ஏற்றுக்கொண்ட நீதிமன்றம் வனத்துறைக்கு நோட்டீஸ் அனுப்பியது.

வனத்துறை அனுப்பியிருந்த நோட்டீஸ் குறித்து விவாதிக்க கேரள உயர் நீதிமன்றத்தில் மங்கலதேவி கண்ணகி அறக்கட்டளைக்காக ஆஜராகியிருந்த வழக்கறிஞர் ஆர்.எஸ்.கல்குராவை அவரின் வீட்டில் சந்தித்தோம். வழக்கறிஞர் கல்குரா, நீதி மன்ற அவமதிப்பு வழக்கில் கேரள வனத்துறை கொடுத்த பதிலைக் காண்பித்தார். தலைசுற்றியது. பத்து வருடப் போராட்டத்திற்குப்பின் மீண்டும் புறப்பட்ட இடத்திற்கே வந்து விட்டதைப் போன்ற அதிர்ச்சி.

கேரள வனத்துறை எழுதியதை ஆர்.எஸ்.கல்குரா வாசித்துக் காண்பித்தார். ''பெரியார் வனச்சரகத்திற்குள் எந்த வேலை செய்ய வேண்டுமென்றாலும் மத்திய அரசின் சுற்றுச்சூழல் துறை அனுமதியும், உச்ச நீதிமன்ற அனுமதியும் பெற வேண்டும். மங்கலதேவி கண்ணகி அறக்கட்டளைக்கு கண்ணகிக் கோயிலை எடுத்துக் கட்டும் பணியில் உண்மையிலேயே ஆர்வம் இருந்தால் உச்ச நீதிமன்றத்திலும், மத்திய அரசிலும் அனுமதி பெற்றுத்தர வேண்டியதுதானே?'' என்று கேரள வனத்துறை எகத்தாளமாகப் பதில் தந்திருந்தது.

வக்கீல் கல்குராவிடம், ''சார் ஒரு யோசனை'' என்றேன். ''கண்ணகிக் கோயிலைப் போலவே சபரிமலை அய்யப்பன் கோயிலும் பெரியார் வனச் சரணாலயத்திற்குள்தான் இருக்கிறது. சபரிமலைக்கு ஆரம்பத்தில் பதின்மூன்று ஏக்கர் வனநிலம் மட்டுமே வழங்கப்பட்டது. பின்பு ஐம்பது ஏக்கர் வனநிலம் சபரிமலைக்கு வழங்கப்பட்டது. மொத்தம் அறுபத்து மூன்று ஏக்கர். ஆனால் இப்போது தொண்ணூற்று ஐந்து ஏக்கருக்குமேல் சபரிமலையின் கட்டுப்பாட்டில் இருக்கிறது. அங்கு தற்போது ஆயிரம் கோடி செலவில் ஒரு பெரிய காம்ப்ளக்ஸ் கட்டப் போகிறார்கள் என்ற செய்தி படித்திருக்கிறேன்.

சபரிமலைக்கும் கண்ணகிக் கோயிலுக்கும் இடையில் அதிகபட்சம் முப்பது கி.மீ. தூரம்தான் இருக்கும். பெரியாறு அணைக்கு இடதுபுறம் கண்ணகிக் கோயில். வலதுபுறம் சபரி மலைக் கோயில். கண்ணகிக் கோயிலில் காண்பிக்கப்படும் கெடுபிடிகள் சபரி மலையில் காண்பிக்கப்படுவதில்லை. கண்ணகிக் கோயிலுக்குத் தண்ணீர் பாட்டில்கூட கொண்டு வரக்கூடாது. பிஸ்கட் கொண்டுவரக் கூடாது. கேமரா கூடாது.

சமையல் செய்யக் கூடாது. வெடி வெடிக்கக் கூடாது. கண்ணகிக் கோயிலில் இரண்டிற்கு மேல் வாழை மரங்கள் கட்டக் கூடாது. ஒலிபெருக்கி கூடாது.

திருவிழாவிற்கு வரும் பக்தர்கள் ஒவ்வொருவருக்கும் மெட்டல் டிடெக்டர் வைத்து சோதனை உண்டு. இந்தியா - பாகிஸ்தான் எல்லையில்கூட மெட்டல் டிடெக்டர் சோதனை கிடையாது. அரசியலமைப்புச் சட்டம் ஆர்டிகிள் பதினான்கின் படி சட்டத்தின் முன்பு அனைவரும் சமம். வலுத்தவனுக்கு ஒரு சட்டம். இளைத்தவனுக்கு ஒரு சட்டம் என்று இல்லை.''

ஆர்.எஸ்.கல்குரா கவனமாகக் கேட்டுக் கொண்டார்.

''சார், நமக்குத் திணிக்கப்படும் அத்தனை கட்டுப்பாடுகளும் சபரிமலைக்கும் வர வேண்டும். அல்லது சபரிமலைக்கு காண்பிக்கப்படும் அத்தனை சலுகைகளும் கண்ணகிக் கோயிலுக் கும் காண்பிக்கப்பட வேண்டும்'' என்றேன்.

''அது எப்படி சார் முடியும்?'' என்றார் கல்குரா.

''ஏன் சார்?''

''சபரிமலை வேற இல்லையா?''

''என்ன சார் வேற? கண்ணகிக் கோயிலும் சபரிமலையும் ஒன்றுதான். இரண்டும் பெரியார் வனச் சரணாலயத்திற்குள்தான் இருக்கின்றன.''

''நீங்கள் சொல்லுவது சரிதான் சார்'' என்று சொல்லியவர்,

''இருந்தாலும் யோசித்துக்கிறலாம் சார்.''

கல்குரா கர்நாடகாவைச் சேர்ந்தவர் என்றாலும், அவரின் தந்தை காலத்தில் இருந்து கேரளாவில் குடியேறியவர்கள் என்பதால், சபரிமலைக்குச் சரிசமமாகக் கண்ணகிக் கோயிலைப் பார்க்க வேண்டும் என்றவுடன் அவரும் யோசிப்பது தெரிந்தது.

''கண்ணகிக் கோட்டத்திற்காக நாங்கள் எடுக்கும் முயற்சி கள் எல்லாம் தோல்வியில் முடிந்து முடிந்து, சரிசெய்ய நாங்கள் தீவிரமாக முயற்சிப்பதின் விளைவே, இந்த யோசனை எல்லாம். ஒரே இடத்தில் இருக்கும் இரண்டு வழிபாட்டு இடங்களுக்குக் கேரள அரசு காட்டும் பாரபட்சத்தையும் கண்டுபிடித்து

விட்டோம். இதை நாங்கள் சொன்னால் கேரள அரசு கேட்காது. தேவசம் போர்டு சொன்னால் கேட்கும்.''

''எப்படி?''

''சபரிமலைக் கோயிலை நிர்வகிக்கும் திருவாங்கூர் தேவசம் போர்டை நம் வழக்கில் எதிர்மனுதாரராகச் சேர்ப்போம்''

உடனே எதிர் மனுதாரராகச் சபரிமலை ஐயப்பன் சேர்க்கப்பட்டார். எதிர்பார்த்தது போலவே அதிசயங்கள் நிகழ்ந்தன. கேரள முதலமைச்சர் பினராயி விஜயனின் நேரடி கவனத்திற்கு கண்ணகிக் கோயில் வழக்கு எடுத்துச் செல்லப்பட்டது.

கண்ணகி வைத்த சோதனையா? காட்டிய அருளா?

திருவிதாங்கூர் தேவசம் போர்டின் தலைவராக இருந்தவர் வழக்கறிஞர் பத்மகுமார். இவர் கேரளத்தின் முன்னாள் சட்ட மன்ற உறுப்பினரும்கூட. மங்கலதேவி அறக்கட்டளையினர் கேரள உயர்நீதி வழக்கில் தேவசம் போர்டையும் எதிர்மனு தாரராகச் சேர்த்தவுடன், தேவசம் போர்டு பிரச்சினையைச் சுமூகமாக முடிக்க நினைத்தது. அவர்களே கேரள முதலமைச் சரின் கவனத்திற்கு கொண்டு சென்றார்கள்.

2018-ஆம் ஆண்டு மே மாதம் 28-ஆம் தேதி கேரள முதலமைச்சர் பினராயி விஜயன், இடுக்கி மாவட்ட ஆட்சியர், திருவாங்கூர் தேவசம் போர்டு தலைவர், உறுப்பினர்கள், தொல்லியல் துறையினர், வனத்துறை உள்ளிட்ட அதிகாரி களுடன் தலைமைச்செயலகத்தில் ஆலோசித்தார். கேரள உயர் நீதிமன்ற உத்தரவின்படி கண்ணகிக் கோயிலை எடுத்துக் கட்டவும் வருடத்தில் 24 நாட்கள் கோயிலைத் திறந்து வைக்க வும் அந்தக் கூட்டத்தில் முடிவு செய்யப்பட்டது. கேரளப் பத்திரிகைகள் முக்கியச் செய்தியாகப் பிரசுரித்திருந்தன.

கோயில் கட்ட அனுமதி கிடைக்க வேண்டும் என்று மட்டும் தான் எங்கள் எதிர்பார்ப்பாக இருந்தது. வருஷத்தில் 24 நாட்கள் கண்ணகிக் கோயிலைத் திறந்து வைக்கவும், பூசைகள் நடத்தவும் முதல்வர் உத்தரவிட்டது எதிர்பாராதது. பெரும் மகிழ்ச்சியைத் தந்தது.

முதலமைச்சரின் உத்தரவு பற்றிய தகவல் தெரிந்ததும் தமிழ் நாளிதழ்களில் மங்கலதேவி கண்ணகி அறக்கட்டளை கேரள முதலமைச்சருக்கு நன்றி தெரிவித்தது. முதல்வரை நேரில் சந்தித்து நன்றி கூறவும் நேரம் கேட்டோம். முதல்வர் அலுவலகத்தில் உடனே நேரம் ஒதுக்கி எங்களுக்குத் தகவல் அனுப்பினார்கள்.

ராஜகணேசன், முருகன், காசிராஜன், பி.எஸ்.நேரு, கே.ஆர். ஜெயபாண்டியன் முதலியோருடன் நானும் என்னுடைய மகள் வானவிகாவும் திருவனந்தபுரம் சென்றோம். முதல் வரைச் சந்திக்கச் செல்லும்முன் முதல்வர் கூட்டத்தில் நடந்த விவரங் களை அறிந்துகொள்வதற்காக கேரள மாநிலத் தொல்லியியல் துறை இயக்குநர் ரெஜிகுமாரையும், இன்ஜினீயர் பூபேசையும் சந்தித்தோம். அவர்களைச் சந்திக்க காத்திருந்த நேரத்தில்தான் அவர்கள் இருவரைப் பற்றியும் தெரிந்துகொள்ள நேர்ந்தது.

ரெஜிகுமார் ஆவணக்காப்பகத்தில் இருந்து தொல்லியல் துறைக்கு ஃபீடர் கேட்டகிரியில் (feeder category) வந்தவர். அவருக்கு வரலாறு தெரியாது. இன்ஜினியர் பூபேஷ் அணைக் கட்டில் வேலை பார்த்தவர். இருவருமே தொல்லியல் துறை பற்றி அறியாதவர்கள். அவர்களைச் சந்திக்கும் முன்பே எங்கள் நம்பிக்கை தகர்ந்துவிட்டது.

வந்ததற்காகச் சந்தித்துவிடலாம் என உள்ளே சென்றோம். ரெஜிகுமார், எங்களை எதிர்பார்க்கவில்லை. அவரது முக பாவனை, கேரள முதல்வரின் உத்தரவைத் தடுத்து நிறுத்துவது எப்படி என்பது போலிருந்தது. கேரள முதலமைச்சர் நடத்திய கூட்டத்தில், ''முதல்வர் கண்ணகிக் கோயில் சீரமைப்பை எப்படி நடத்த சொன்னார், எவ்வளவு காலத்தில் முடிக்க சொன்னார்'' என்று கேட்டதற்கு, ''செகரேட்டரி வேணுவைத் தான் கேட்கணும், எனக்கொன்றும் தெரியாது'' என்றார்.

''ரெஜிகுமார், நீங்கள்தான் கேரள அரசின் தொல்லியல் துறை டைரக்டர், உங்கள்மீது தான் நாங்கள் வழக்குத் தொடர்ந் திருக்கிறோம். முதலமைச்சர் அறிவிப்பும் பத்திரிகைகளில் வந்திருக்கிறது. எங்களை இன்று சந்திக்கவும் கேரள முதல்வர் நேரம் கொடுத்திருக்கிறார். உங்களது பூடகமான பேச்சு எங்களுக்குச் சோர்வைத் தருகிறது. முதலமைச்சர் நடத்திய கூட் டத்தின் மினிட் காப்பி தருகிறீர்களா?'' என்று கேட்டேன்.

''என்னிடம் இல்லை'' என்றார்.

இவரிடம் பேசிப் பயனில்லை என்று கிளம்பினோம்.

பிறகு திருவிதாங்கூர் தேவசம் போர்டின் தலைவர் பத்ம குமாரைச் சந்தித்தோம். எங்களை மிகுந்த மகிழ்ச்சியுடன்

கேரள முதல்வர் பினராய் விஜயன் அவர்களுக்கு வானவிகா ராஜேந்திரன் நினைவுப் பரிசு வழங்கியபோது... உடன் இருப்பவர்கள் தேவசம்போர்டு தலைவர் பத்மகுமார், உறுப்பினர் சங்கரதாஸ், ராஜகணேசன், முருகன் உள்ளிட்டோருடன் நூலாசிரியர்

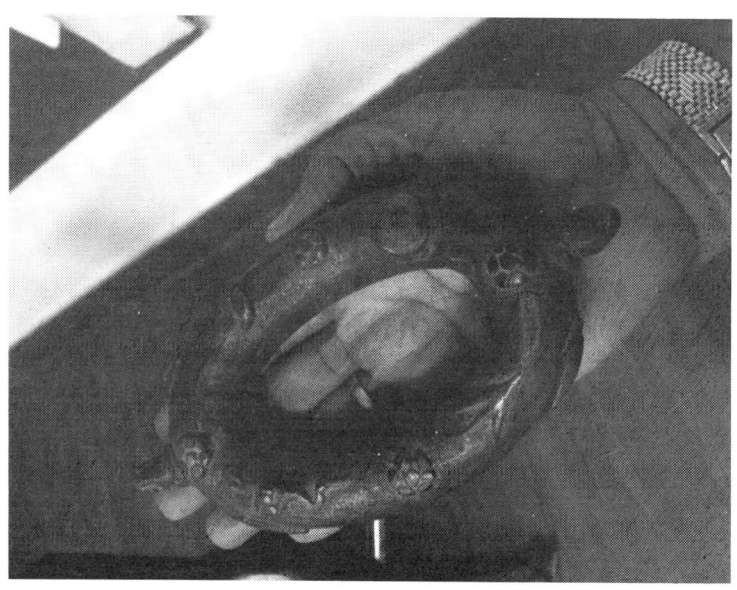

வரவேற்றார். தேவசம் போர்டு உறுப்பினர்கள் சங்கரதாஸ், ராகவன், இந்து சமய அறநிலையத் துறை ஆணையர் வாசு, தேவசம் போர்டு செயலாளர் ஜெயஸ்ரீ, உதவி இயக்குநர் யுதீந்திரா முதலானவர்களும் அங்கிருந்தார்கள். தேவசம் போர்டு தலைவர் பத்மகுமார் கேரள முதலமைச்சர் நடத்திய கூட்டத்தின் மினிட்டைக் காண்பித்தார்.

மதியம் 12 மணி அளவில் தலைமைச் செயலகத்தில் உள்ள முதலமைச்சர் அலுவலகத்திற்கு வந்தோம். எங்கள் கையில் சால்வை இருந்தது. பத்மகுமார் சிரித்தார்

"சிஎம் சால்வை வாங்க மாட்டார்" என்று சொல்லி நிறுத்தினார்.

'அப்படியா, சரி தரவில்லை' என்றேன்.

'இல்லை இல்லை, உங்களிடம் வாங்கிக் கொள்வார்" என்றார்.

முதலமைச்சர் அழைப்பதாக உதவியாளர் வந்து சொன்னார். சால்வையோடும் நினைவுப் பரிசோடும் முதல்வரின் அறைக் குள் நுழைந்தோம். முதலமைச்சர் பினராயி விஜயன் மிக மிக எளிமையான மனிதராக இருந்தார். விருந்தினர்கள் யார் வந்தாலும் அவரது நாற்காலியிலிருந்து எழுந்து நின்று வரவேற்பாராம். எங்களையும் எழுந்து நின்று வரவேற்றார். அவரது இருக்கைக்கு முன்பாக நான்கு நாற்காலிகள் மட்டும் இருந்தன. நாங்கள் பத்துப் பேருக்கு மேல் இருந்தோம். நான்கு பேர் நாற்காலியில் உட்கார மீதி ஆறு பேர் எங்களது இருக்கை களுக்குப் பின்னால் நின்றார்கள். முதலமைச்சர், "மற்றவர்களும் உட்கார வேண்டுமே" என்று சொல்லிக் கொண்டே அறையின் ஓரத்திலிருந்த சோபாவிற்குச் சென்றார். அங்கு பத்துப் பேர் உட்கார இடம் இருந்தது.

முதல்வரிடம் எங்களை அறிமுகம் செய்து கொண்டோம். கண்ணகிக் கோட்டம் புனரமைப்பில் கேரள முதலமைச்சர் காட்டும் ஆர்வத்திற்கும் வெளியிட்ட அறிவிப்புகளுக்கும் முதல்வருக்கு நன்றி தெரிவித்தோம்

"மிகப் பழமையான மங்கலதேவி கோயிலை மீட்டு எடுத்துக் கட்ட வேண்டும் என்ற உங்களது கோரிக்கை மிக நியாயமானது.

அதைச் செய்யப் போகிறோம். திருவிதாங்கூர் தேவசம் போர்டு அதற்கான அனைத்துச் செலவுகளையும் ஏற்றுக்கொள்ளும்'' என்றார் முதலமைச்சர்.

''சார், நீங்கள் கண்ணகிக் கோயிலுக்குச் செய்தது மிகப் பெரிய பங்களிப்பு. இந்தியாவிலுள்ள மிகப் பழமையான கோயில் இது. இரண்டாம் நூற்றாண்டில் இருந்து வழிபாடு நடக்கும் இடம். இந்தியாவில் பெண் தெய்வங்களுக்குத் தனி கோயில் அமைத்ததே பத்தாம் நூற்றாண்டிற்குப் பின்புதான். அதற்கு 800 வருடங்களுக்கு முன்பே கட்டப்பட்ட பெண் தெய்வத்தின் கோயிலொன்றை நீங்கள் அழிவிலிருந்து காப்பாற்ற நடவடிக்கை எடுத்திருக்கிறீர்கள்'' என்றேன் நான்.

முதலமைச்சர் சிரித்துக்கொண்டார்.

''இரண்டாம் நூற்றாண்டில் எழுதப்பட்ட சிலப்பதிகாரத் திற்குச் சாட்சியாக இருக்கும் ஒரே கோயில், மங்கலதேவி கண்ணகிக் கோயில் மட்டும்தான். இரண்டாம் நூற்றாண்டில் இருந்து வழிபாட்டில் இருக்கும் கோயில், இந்தியாவிலேயே இதுமட்டும்தான். பத்தாம் நூற்றாண்டின் இறுதியில் ராஜராஜன் சோழன் காலத்தில் கண்ணகிக் கோயில் கற்கோயிலாக மாற்றப் பட்டிருக்கிறது. அதுதான் நாம் இப்போது பார்க்கும் கண்ண கிக் கோயில். தமிழகம் - கேரளா இரு மாநிலங்களிலும் இலங்கையிலும் கண்ணகி வழிபாடு 18 நூற்றாண்டுகளாக இருக்கிறது. அவ்வகையில் இந்தியாவிலேயே மிகப் பழமையான வழிபாட்டிடமாக இருக்கும் கண்ணகிக் கோயிலை அழிமாந்திரத்திலிருந்து காப்பாற்றியவர் நீங்கள்.''

முதல்வர் நாங்கள் சொல்லியதையெல்லாம் ஆர்வமாகக் கேட்டுக்கொண்டார்.

எங்கள் அன்பின் அடையாளமாக ஒரு நினைவுப் பரிசு எடுத்துச் சென்றிருந்தோம். கண்ணகியின் கையில் இருக்கும் ஒற்றைச் சிலம்பை நினைவுகூர்வது போல், ஒரு கால்ச் சிலம்பை மரச்சட்டத்தில் பிணைத்திருந்த நேர்த்தியான நினைவுப் பரிசு.

"To the Chief Minister of Kerala Shri.Pinarayi Vijayan, The Defender of the Oldest Temple in India"

என்று எழுதப்பட்ட நினைவுப் பரிசை என்னுடைய மகள் வானவிகா ராஜேந்திரன் கேரள முதலமைச்சரிடம் கொடுத்து அதைப் படித்துக் காண்பித்தார்.

நினைவுப் பரிசைப் பெற்றுக்கொண்ட முதலமைச்சர், 'கண்ணகி அறக்கட்டளையும் திருவாங்கூர் தேவசம் போர்டும் சேர்ந்து கோயில் புனரமைப்புப் பணிகளை வழிநடத்திச் செல்ல வேண்டும். அதற்காகத் தமிழக - கேரள மங்கலதேவி கண்ணகிக் கோட்டம் கூட்டமைப்பு' என ஓர் அமைப்பைக்கூட உருவாக்கலாம்" என்றார்.

முதல்வரின் யோசனையைக் கேட்டவுடன் திகைப்பாக இருந்தது.

"அதுதான் சரியாக இருக்கும்" என்றார் பத்மகுமார். முதலமைச்சரிடம், யாரும் பயமின்றி இயல்பாகப் பேசக்கூடிய சூழல் அங்கிருந்தது.

"கோயில் பணிகள் ஆரம்பிப்பதற்குமுன் கண்ணகிக் கோயில் கூட்டமைப்பிற்குத் தலைவர் போட வேண்டும். யாரைப் போடலாம்? இப்போதே உங்களுக்குள் பேசி முடிவு செய்கிறீர்களா? 'என்றார் முதலமைச்சர்.

"ராஜேந்திரன் சார் தலைவராக இருக்கட்டும்" என்றார் தேவசம் போர்டு தலைவர் பத்மகுமார்.

"செயலாளர்?"

"திருவாங்கூர் தேவசம் போர்டின் தலைவர் என்ற முறையில், நான் கண்ணகிக் கோயில் புனரமைப்புக் குழுவிற்குச் செயலாளராக இருந்து கொள்கிறேன்" என்றார் பத்மகுமார்.

"பொருளாளர்?" என்று முதல்வர் கேட்டவுடன்,

"ராஜகணேசன் இருக்கட்டும்" என்றார் பத்மகுமார்.

"நல்லது" என்ற முதலமைச்சர், "மற்ற உறுப்பினர்களையும் நீங்கள் இருவரும் சேர்ந்து முடிவு செய்து என்னிடம் சொல்லுங்கள். இரு மாநிலங்களிலிருந்தும் கண்ணகிக் கோயில் நிர்மாணத்தில் ஆர்வம் உள்ளவர்களைச் சேர்த்துக் கொள்ளுங்கள் முக்கியமானவர்களை விட்டுவிட வேண்டாம்" என்றார்.

மனநிறைவுடன் முதல்வர் அலுவலகத்தில் இருந்து வெளியில் வந்தோம்.

★

 வண்ணச் சீரடி

எண்.260/தேவ2/2018/ரவ

வருவாய் (தேவசம்) துறை
திருவனந்தபுரம் நாள்.06.06.2018
தொலைபேசி.0471/2518147

முதன்மைச் செயலாளர்
முதன்மை தலைமை வன பாதுகாப்பு அதிகாரி
தலைவர், திருவிதாங்கூர் தேவசம்போர்டு, திருவனந்தபுரம்
மாவட்ட ஆட்சியர், இடுக்கி
இயக்குநர், தொல்லியல் துறை, திருவனந்தபுரம்
ஆணையர், திருவிதாங்கூர் தேவசம்போர்டு, திருவனந்தபுரம்
துணைதேவசம் ஆணையர், திருவிதாங்கூர் தேவசம் போர்டு, முண்டகயம்
செயலர், மங்கலாதேவி கண்ணகி டிரஸ்ட், இடுக்கி

ஐயா,

பொருள்: வருவாய் (தேவசம்) துறை-மங்கலாதேவி ஆலய மறுசீரமைப்பு திருப்பணி கூட்ட தீர்மானம் அனுப்புதல் - தொடர்பாக.

மங்கலாதேவி ஆலய மறுசீரமைப்பு திருப்பணி தொடர்பாக மாண்புமிகு முதலமைச்சர் முன்னிலையில் 28.05.2018-ஆம் தேதி முதலமைச்சர் அலுவலக கூட்ட அரங்கில் வைத்து நடைபெற்ற கூட்ட நடவடிக்கைகள் மேல் நடவடிக்கைக்காக இத்துடன் இணைத்து அனுப்பப்படுகிறது.

உண்மையுள்ள
டெஸ்ஸி.பி.ஜோஸ்
கூடுதல் செயலாளர்
முதன்மைச் செயலாளருக்காக

மங்கலாதேவி ஆலயத்தின் மறுசீரமைப்பு திருப்பணிகள் தொடர்பாக முதலமைச்சர் அலுவலக கூட்ட அரங்கில் வைத்து 28.05.2018-ஆம் தேதி

முதலமைச்சர் முன்னிலையில் நடைபெற்ற கூட்ட நடவடிக்கைகள்

இடுக்கி மாவட்டத்தில் குமுளி கிராமத்தில் தமிழ்நாடு எல்லையோடு சேர்ந்து பெரியார் புலிகள் சரணாலயத்திற்குள் சயாத்ரி மலைத் தொடர்ச்சியில் அமைந்துள்ள மங்கலாதேவி ஆலயத்தின் மறுசீரமைப்பு திருப்பணிகள் தொடர்பான கூட்டம் மாலை 4.15-க்கு மாண்புமிகு முதலமைச்சர் தலைமையில் ஆரம்பிக்கப்பட்டது. மேற்படி கூட்டத்தில் திருவிதாங்கூர் தேவசம்போர்டு தலைவர் வழக்கறிஞர் எ.பத்மகுமார், தலைமை வன அதிகாரி திரு.எ.கே.துராணி, இடுக்கி வருவாய் கோட்ட அலுவலர் திரு.எம்.பி.வினோத், தொல்லியல் துறை இயக்குநர் திரு.ஜெ.ரெஜிகுமார், மங்கலாதேவி ஆலய டிரஸ்ட் நிர்வாகிகள் மற்றும் பல்வேறு துறை அலுவலர்கள் கலந்துகொண்டனர்.

குமுளி டவுனில் இருந்து 14 கிலோமீட்டர் பயணம் செய்தால் பெரியார் புலிகள் சரணாலயத்தில் அமைந்துள்ள மங்கலதேவி கண்ணகி ஆலயத்திற்கு சென்று சேரலாம் எனவும், கம்பம் வழியாக ஆலயத்திற்கு 6 கிலோமீட்டர் தொலைவு எனவும், ஆலயத்தில் வருடத்தில் ஒருநாள் நடக்கும் பூஜையில் கேரளத்திலிருந்தும் தமிழ்நாட்டிலிருந்தும் ஏராளமான மக்கள் கலந்துகொள்வார்கள் எனவும், திருவிதாங்கூர் தேவசம் போர்டு தலைவர் தெரிவித்தார். இது தொடர்பாக நடைபெற்ற ஆலோசனை கூட்டத்தை குறித்து கோந்தி, இடுக்கி ஆட்சியர்கள் தேவசம் போர்டு நிர்வாகிகளையோ, அதிகாரிகளையோ தெரியப்படுத்தவில்லை எனவும், தமிழ்நாட்டிலிருந்து வரும் பக்தர்களுக்கு உணவும், தண்ணீரும் வழங்குவதற்கு தமிழ்நாடு அரசும், மாவட்ட ஆட்சியரும் நடவடிக்கைகள் மேற்கொண்டனர். ஆனால் இடுக்கி மாவட்ட ஆட்சியர் நமது பகுதியிலுள்ளவர்களிடம் எதிரியைப் போன்று நடந்து கொண்டார் எனவும் அவர் தெரிவித்தார்.

திருவிதாங்கூர் தேவசம் போர்டின் கீழ் உள்ள வள்ளியங்காவு தேவி ஆலயத்திலுள்ள ஆபரணங்களைத்தான் மேற்படி மங்கலாதேவி ஆலயத்தில் பயன்படுத்தப்பட்டது எனவும், அது மட்டுமின்றி திருவிதாங்கூர் தேவசம்போர்டின் ஆலய பணியாட்கள் மற்றும் குருக்கள் தான் மேற்படி ஆலய பூஜை நடவடிக்கைகள் மேற்கொண்டனர் எனவும் மேற்படி தேவசம் போர்டு தலைவர் தெரிவித்தார். கண்ணகி ஆலயத்தின் மறு சீரமைப்பு திருப்பணிகளை நடத்துவதற்கு மாண்பமை கேரள உயர் நீதிமன்றத்தில் ஆணை பிறப்பிக்கப்பட்டுள்ளது எனவும், மேற்படி ஆலயபணிகள் மேற்கொள்ள தேவசம்போர்டு தயாராக உள்ளது எனவும் அவர் தெரிவித்தார்.

பெரியார் புலிகள் சரணாலயத்திற்குள் இந்தக் கோயில் அமைந்துள்ளது என்பதனால் புதிதாக எந்தவொரு கட்டிடப் பணிகளும் நடத்த கூடாது என மாண்பமை (டெல்லி) உச்சநீ திமன்றம் ஆணை பிறப்பித்துள்ளது என வன முதன்மை பாதுகாப்பு அதிகாரி தெரிவித்தார்.

Kerala Ancient Monuments and Archaeological Sites and Remains Act 1968 (26 of 1969)-ன்படி மங்களாதேவி ஆலயம் கேரள அரசால் பாதுகாக்கப்பட்ட நினைவுச் சின்னமாக அறிவிக்கப்பட்டுள்ளது எனவும், ஆலயத்தின் மறுசீரமைப்பு பணி தொடர்பாக மாண்புமிகு கேரள உயர்நீதிமன்றம் (கம்பம் மங்கலதேவி அறக்கட்டளை தொடர்ந்த) WP(C) No.14853/2014 (F) என்ற வழக்கில் 05.04.2016-ல் பிறப்பிக்கப்பட்ட இடைக்கால ஆணையில் ஆலயம் மறுசீரமைப்பதற்கு தொல்லியல் துறைக்கு ஆலோசனை வழங்கப்பட்டுள்ளது எனவும், அதற்கு தேவையான எல்லா உதவிகளும் வனத்துறை வழங்க வேண்டும் எனவும், உயர்நீதிமன்றம் ஆணையிடப்பட்டுள்ளதாக தொல்லியல் துறை இயக்குநர் தெரிவித்தார்.

மாநில வழக்குரைஞரின் ஆலோசனைபடி 19.04.2018-ல் வனத்துறை அமைச்சர் முன்னிலையில் நடைபெற்ற கூட்டத் தில் இயந்திரங்களின் உபயோகம் இல்லாமலும் சாத்தியமான பாதுகாப்பு நடவடிக்கைகள், தொல்லியல் துறையால் வனவிலங்குகள் சட்டத்தைப் பின்பற்றி மேற்கொள்ளலாம்

எனவும் தீர்மானிக்கப்பட்டுள்ளதாகத் தொல்லியல் துறை இயக்குநர் தெரிவித்தார்.

விரிவான விவாதங்களின் முடிவில் கீழ்க்காணும் தீர்மானம் எடுக்கப்பட்டுள்ளது.

19.04.2018-ல் வனத்துறையுடன் சேர்ந்து எடுக்கப்பட்ட தீர்மானத்தின்படி இயந்திரங்கள் உபயோகப்படுத்தி பெரிய அளவிலான சீரமைப்புப் பணிகள் நடத்தாமல் வனத்துறையின் உதவியோடு தொல்லியல் துறை மங்கலாதேவி ஆலயத்தின் சீரமைப்பை நடத்த வேண்டும் எனவும், ஆலயத்தில் சிலை அமைப்பதற்கும் மாதத்திற்கு ஒருமுறை பூஜை நடத்துவதற்கும், சிவராத்திரி, நவராத்திரி (9 நாட்கள்) ஆகிய தினங்களில் பூஜைகளைச் சுற்றுச்சூழலுக்குப் பாதிப்பு வராத விதத்தில் நடவடிக்கைகள் மேற்கொள்வதற்கு, தொல்லியல் துறை, வருவாய்த் துறை, வனத்துறை போன்ற துறைகள் மற்றும் திருவிதாங்கூர் தேவசம் போர்டின் உதவியுடனும் தொடர் நடவடிக்கைகள் மேற்கொள்ளலாம் எனவும் தீர்மானிக்கப்பட்டது.

கூட்டம் 4.45-க்கு முடிவுற்றது.

★

25.06.2018-ல் திருவனந்தபுரத்தில் கேரள முதலமைச்சர் பினராயி விஜயனைச் சந்தித்துவிட்டு அவர் அறையைவிட்டு வெளியில் வந்தபோது கண்ணகிக் கோட்டம் விரைவில் எடுத்துக் கட்டப்படும் என்ற நம்பிக்கை வந்தது.

முதலமைச்சரைச் சந்தித்தபின் கேரள வனத்துறைச் செயலாளர் டாக்டர் வேணு ஐஏஎஸ்-ஐ சந்தித்தேன். எட்டு வருடங்களுக்கு முன்பு டாக்டர் வேணு டெல்லி அருங்காட்சியகத்தின் டைரக்டர் ஜெனரலாக இருந்தார். அப்போது நான் அவரைச் சந்தித்திருக்கிறேன். தமிழ்நாட்டிலிருந்து எடுத்து வரப்பட்ட சோழர் காலச் செப்பேடுகளைத் தேடி டெல்லி அருங்காட்சியகம் வந்திருந்தேன். ஐஏஎஸ்- அதிகாரியாக இருந்தாலும் அலுவலகத் திற்கும் வேட்டி அணிந்து வந்திருந்த அவரை வியப்புடன் பார்த்தேன்.

1988-ஆம் ஆண்டு கேரளத்தைப் பூர்வீகமாகக் கொண்ட தேவதாசன் என்ற ஐ.ஆர்.எஸ். அதிகாரி, அலுவலகத்திற்கு

வேட்டி கட்டி வரலாம் என்று உச்ச நீதிமன்றத்தில் உத்தரவு வாங்கியிருந்தார். இன்றுவரை தேவதாசன் வேட்டியில் தான் அலுவலகம் வருகிறார். தேவதாசனும் திரு ரவி ராமச்சந்திரன் ஐ.ஆர்.எஸ். அவர்களின் மூலம் தற்போது நட்பாகிவிட்டார். மலையாளிகள் விரும்பி வேட்டி அணிவது வழக்கமென்றாலும் அதிகாரிகளாக இருந்தும் அப்பண்பை மாற்றிக்கொள்ளாதது பாராட்டுக்குரியது.

அன்று திரு வேணு அலுவலகத்திற்கு அகல கரை வைத்த கேரள வேட்டி கட்டி அலுவலகத்திற்கு வந்திருந்தார். தமிழில் என்னோடு பேசினார். செப்பேடுகள் இருக்கும் அறைக்குத் தகுந்த உதவியாளர்களுடன் அனுப்பி வைத்தார்.

இப்போது கேரள வனத்துறைச் செயலாளராகியிருந்த டாக்டர் வேணு, கேரள கலாசாரத் துறைக்குச் செயலாளராகவும் கூடுதல் பொறுப்பு வகிக்கிறார். வனத்துறையும் கலாச்சாரத் துறையும் ஒருவரிடமே இருக்கும்போது கண்ணகிக் கோட்டத்துக்கு விடிவுகாலம் வருமென்று எண்ணினேன். அவரைச் சந்தித்து முதலமைச்சரோடு நாங்கள் பேசிய செய்திகளை விளக்கிக் கூறினேன். அவரது முகம் இறுகிப் போனது. ஏதோ திடீர் யோச னையில் இறங்கிவிட்டார்.

அவரது இறுக்கத்தைக் குறைக்க நினைத்தேன். சற்று விரிவாகப் பேசினால் ஏதாவது ஒரு கருத்து அவரது இறுக்கத்தைக் குறைத்து இயல்பு நிலைக்குத் திரும்புவார் என நம்பினேன்.

சபரிமலை போலவே கண்ணகிக் கோயிலும் உங்கள் காலத்தில் பிரபலமாகிவிடும். கண்ணகி ஒரு பெண்ணாகத் துன்பப்பட்டதே அதிகம். 12 வயதில் திருமணம். மிக வசதியான குடும்பத்தில் பிறந்து, வசதியான குடும்பத்தில் வாழ்க்கைப் பட்டவள். விதிவசத்தால் திருமணமான ஆறேழு வருடங்களில் கணவனின் பிரிவு. அந்தக் காலத்தில் பணக்கார இளைஞர்கள் பரத்தைப் பெண்ணை நாடிச் செல்வர். ஆனால் மொத்தமாக வருசக்கணக்கில் பிரிந்து செல்வது இல்லை. சில நாட்களில் வீடு திரும்புவர். ஆனால் கண்ணகி விஷயத்தில் நடந்தது வேறு. நான்கு ஐந்து வருசங்கள் ஒரே ஊரில் இருந்தும் அவள் கணவனைப் பார்க்க முடியவில்லை. சொத்துகளை இழந்து, மனம் திருந்தி வந்த கணவன் அதே இரவில், ‘‘வா மதுரைக்குப்

போய் வாணிபம் செய்து இழந்த செல்வத்தை மீட்போம்'' என்று அழைத்ததும் கிளம்பியவள்.

பிரிவுக்குப் பின் கணவனின் அருகாமையை அவள் அனுபவித்ததே அவளது ஏழெட்டு நாள் மதுரைப் பயணத்தின் போது தான். மதுரை வந்த அவள் கணவனுக்கு உணவுப் பரிமாறி கால் சிலம்போடு அனுப்பி வைக்கிறாள். பாண்டிய மன்னன் கோவலனைக் கள்வன் என நினைத்து மரண தண்டனை விதிக்கிறான். கண்ணகி கொதித்தெழுகிறாள். மதுரையைத் தீக்கிரையாக்கிவிட்டு மனம் போன போக்கில் கிளம்பி பதினான்கு நாள் பயணித்து வந்து சேர்ந்த இடம் தான் இப்போது குமுளியிலுள்ள மங்கலதேவி கண்ணகிக் கோட்டம்'' என்றேன்.

''மங்கலதேவி கதை தெரியும்.''

''மங்கலதேவி கோயிலைப் பார்த்திருக்கிறீர்களா?''

''இல்லை.''

''கட்டாயம் நீங்கள் பார்க்க வேண்டும், பார்த்தீர்கள் என்றால் உடனே கோயிலை எடுத்துக் கட்ட வேண்டும் என்று ஆர்வம் உங்களுக்கு வரும்.''

''முதலமைச்சர் வெளியிட்ட அறிவிப்பில் சில மாற்றங்கள் செய்ய இருக்கிறீர்களா?''

''இல்லை இல்லை. முதல்வரிடம் இதுகுறித்துப் பேசி யிருக்கிறோம்.''

''எல்லாப் பேப்பரில் வந்துவிட்டதே?''

''பேப்பரில் தானே வந்திருக்கிறது.''

''மினிட் காப்பியிலும் இருக்கிறது?''

'உங்களுக்கு மினிட்டில் இருப்பது எப்படித் தெரியும்?''

''மினிட் காபி எங்களிடம் இருக்கிறது.''

தேவசம் போர்டு தலைவர் பத்மகுமார் கண்ணகிக் கோட்டம் புனரமைப்பில் காட்டும் ஆர்வம், செகரேட்டரி வேணு ஐஏஎஸ்ஸிற்குப் பிடிக்கவில்லை என்று தெரிந்தது.

"கேரள சீப் கன்சர்வேட்டர் ஆப் பாரஸ்ட் ஒத்துக் கொள்ள வில்லை" என்றார்.

"அவரும் முதலமைச்சர் கூட்டத்தில் கலந்து கொண்டி ருக்கிறாரே? அப்போது முதல்வரிடம் அவர் சொல்லியிருக்க லாமே?" என்றேன் நான்.

"கூட்டம் நடந்த பிறகுதான் சுப்ரீம் கோர்ட் ஆர்டர் பார்த்தாராம்."

"கோர்ட் ஆர்டர் எல்லாம் ஒன்றுமில்லை. அது பழங்குடி பூசாரி ஒருவர் கொடுத்த வழக்கு. அது கண்ணகிச் சம்பந்தப்பட்ட தில்லை. ஹைகோர்ட் ஜட்ஜ்மென்டில்லயே இருக்கு."

அவரது பேச்சும் நடவடிக்கையும் எனக்குச் சந்தேகத்தைக் கொடுத்தது. ஒரு அரசாங்க செகரட்டரி நினைத்தால் எந்த நடவடிக்கையையும் காலதாமதம் செய்ய முடியும், தடை செய்து விடவும் முடியும் என்பதை நான் நன்கறிவேன். ஆனால் முதலமைச்சர் 28.05.2018 தேதி நடத்திய கூட்டத்தில் டாக்டர் வேணுவும் கலந்து கொண்டிருக்கிறார். மினிட் தயார் செய்ததே அவர் துறைதான். கையிலிருந்த முதலமைச்சரின் கூட்ட நட வடிக்கை மினிட்டைக் காண்பித்தேன்.

கேரள முதலமைச்சரைச் சந்திப்பதற்கு முன் நான் சந்தித்த கேரளத் தொல்லியல் துறை இயக்குநர் ரெஜிகுமார், இன்ஜினியர் பூபேஷ் போலவே, அரசு செயலர் டாக்டர் வேணுவும் கண்ணகிக் கோயில் கட்டுமானத்திற்கு ஆதரவாக இருக்க மாட்டார் என்று மனத்தில் பட்டது.

நான் தந்த முதலமைச்சர் மினிட் காப்பியை வேண்டா வெறுப்பாகப் பார்த்த அரசு செயலாளர், "இதில் சிறிது மாற்றம் செய்யச் சொல்லி இருக்கிறேன்" என்றார்.

"மினிட் காப்பி எங்களுக்கு இன்றுதான் கிடைத்தது. அதில் மாற்றம் செய்யுமளவு ஒன்றும் இல்லையே?" என்றேன் நான்.

"இல்லை, சிறிது மாற்றம் செய்ய வேண்டும்" என்றார்.

நல்லதனமான பேச்சு பயன்தராது என்று முடிவு செய்தேன். இன்னும் ஒரு வாரத்திற்குள் குமுளியில் நாங்களும் திருவாங்கூர்

தேவசம் போர்டும் சேர்ந்து நடத்தப்போகும் கூட்டத்தைப் பற்றி இவரிடம் சொல்ல வேண்டாம் என முடிவு செய்தேன்.

''முதலமைச்சர் கலந்துகொண்ட கூட்டத்தின் மினிட் நகல் அனைத்துத் துறைகளுக்கும் போய்விட்டது. அந்த மினிட்டில் சொன்னபடி முதலமைச்சர் கண்ணகிச் சீரமைப்புக் குழுவை இன்று அமைத்தும் விட்டார். அதற்காக இன்று முதலமைச்சரைச் சந்தித்து நன்றியும் தெரிவித்தோம். முதல்வர் என்னைச் சீரமைப்புக் குழுத் தலைவராக நியமித்திருக்கிறார். தேவசம் போர்டு தலைவர் பத்ம குமாரைச் செயலாளராக நியமித்திருக்கிறார். டிவியில் பிளாஷ் நியூஸாக இப்ப வருகிறது.''

''எந்த டிவியில்?''

''எல்லா கேரள டிவியிலும்.''

''தமிழில் செய்தி வருகிறதா?''

''ஆம் புதிய தலைமுறையில். கண்ணகிக் கோயில் கூட்ட மைப்பு உருவாக்கம். தமிழகம் கேரளா சார்பில் மங்கலதேவி கண்ணகிக் கோயில் கூட்டமைப்பு உருவாக்கப்பட்டது. திருவனந்தபுரத்தில் கேரள முதல்வர் பினராயி விஜயன் தலைமையில் நடந்த கூட்டத்தில் முடிவு'' என்று வருகிறது.

''அப்படியா?'' என்று கேட்ட வேணு, உதவியாளரை அழைத்து தொலைக்காட்சியைப் போடச் சொன்னார்.

சன் டிவியில், ''தமிழக மங்கலதேவி கண்ணகி அறக்கட் டளை, மற்றும் திருவாங்கூர் தேவசம் போர்டு சார்பில் கண்ண கிக் கோயில் சீரமைப்புக் குழு உருவாக்கம். தலைவராக தமிழக ஐஏஎஸ் அதிகாரி ராஜேந்திரன், செயலாளராக கேரளாவின் பத்ம குமார்'' என்று வந்தது.

ரிமோட்டை வாங்கிய அரசு செயலாளர் கேரள நியூஸ் சேனலுக்கு மாற்றினார். அதில் பத்மகுமார் செய்தியாளர்களிடம் தகவல் சொல்வது வெளியாகிக் கொண்டிருந்தது. அவர் பேட்டி கொடுக்கும்போது பக்கத்தில் நாங்கள் உட்கார்ந்திருப்பதைப் பார்த்த அவருக்கு இருப்புக் கொள்ளவில்லை. எழுந்து நின்றார். எனக்கான சமிக்ஞை அது.

முதலமைச்சரே கண்ணகிக் கோயிலை 24 நாட்கள் திறந்து வைக்கலாம் என்று முடிவு செய்துவிட்ட பிறகு, அதுவும் மினிட்டாக வெளிவந்த பிறகு அரசு செயலாளரால் என்ன செய்ய முடியும்? என்ற யோசனையோடு அங்கிருந்து கிளம்பினோம்.

★

அங்கிருந்து பத்மநாபபுரம் வந்தோம். இரவு தங்கிவிட்டு, அடுத்த நாள் இணைப் பதிவாளர் நடுக்காட்டு ராஜா, துணைப் பதிவாளர் பிரியாவுடன் சில இடங்களைப் பார்த்தோம்.

அடுத்துதான் ஓர் அதிசயம் நடந்தது.

இரவு எட்டு மணிக்கு நானும் வானவிகாவும் திருவனந்தபுரம் விமான நிலையம் வர வேண்டும். அன்று திருவனந்தபுரத்தில் நிறைய இடங்களில், 'மாற்றுப் பாதையில் செல்க' என்ற அறிவிப்புப் பலகைகள் இருந்தன. மழையும் சேர்ந்துகொண்டது. அங்கு இங்கு சுற்றி நாங்கள் திருவனந்தபுரம் உள்நாட்டு விமான நிலையம் வந்து சேர்ந்தபோது, விமானம் கிளம்பத் தயாராகி விட்டது. பயணிகளுக்கான போர்டிங் நேரம் முடிந்திருந்தது. நாங்கள் வந்த அரைமணி நேரத்தில் விமானம் கிளம்பிவிட்டது. மிகுந்த மனவருத்தமாகிவிட்டது. சென்னைக்குச் செல்ல வேறு விமானம் இல்லை. மறுநாள் காலையில்தான் விமானம் என்ற நிலையில் யோசனையாய் நின்றோம்.

முதலில் மறுநாள் காலை 6 மணிக்குக் கிளம்பும் விமானத்திற்கு டிக்கெட் வாங்கினோம். நாங்கள் ஏற்கனவே டிக்கெட் எடுத்திருந்ததாலும், அந்த விமானத்தைத் தவறவிட்டதாலும் எங்கள்மீது இரக்கப்பட்டு, விமானக் கட்டணத்தில் கொஞ்சம் குறைத்துக் கொண்டார்கள். (கடும் பாறையில் ஈரம் தெரிகிறதே)

இனிமேல்தான் கஷ்டங்கள் அடுத்தடுத்து அரங்கேறப் போகின்றன. டிரைவர் கன்னியாகுமரி விஜயகுமாரும், நாகர் கோயில் நாகரும் எங்களோடு இருந்தார்கள்.

விமானத்தைத் தவறவிட்டாலும் பசிப்பது தெரிந்தது. இரவு ஒன்பது மணி. அருகில் உணவகம் இருக்கிறதா என்று தேடினோம். திருவனந்தபுரம் உள்நாட்டு விமான நிலையத்திற்கு அருகில் எந்த உணவகமும் இல்லை. அரைமணி நேரம் காரில்

சென்று ஒரு சிறிய உணவு விடுதியில் சாப்பிட்டோம். மீண்டும் விமான நிலையம் வந்தோம்.

உணவகத்தில் சாப்பிடும்போது நாகரிடம், டிரைவர் விஜயகுமார் தாழ்ந்த குரலில் பேசியது கேட்டது. ''தினமும் நான் அதிகாலை 5 மணிக்கு கன்யாகுமரி கோயிலில் தரிசனம் செய்வேன். நாளைக்கு முடியுமோ முடியாதோ'' என்றார். அதனால் விமான நிலையம் வந்தவுடன், ''நாகர், நீங்களும் விஜயகுமாரும் கிளம்பலாம். நாங்க பார்த்துக் கொள்கிறோம்'' என்றேன்.

அதற்குள் நாங்கள் விமானம் தவறவிட்ட செய்தி அறிந்து கொண்ட இணைப் பதிவாளர் நடுக்காட்டு ராஜா, ''சார், திருவனந்தபுரத்தில் ஹோட்டலில் ஏற்பாடு செய்துவிட்டேன்'' என்றார். ''வேண்டாம் தம்பி. மணி இப்பவே பத்து. இன்னும் 4,5 மணி நேரம்தான். டவுனுக்குப் போய் வரவே நேரம் சரியாக இருக்கும். நிறைய இடங்களில் ரோடு வேலை நடக்கிறது. மழையாகவும் இருக்கிறது'' என்றேன்.

பத்மநாபபுரத்திலிருந்து கிளம்பிய ஜெயபாண்டியனும், பிளஸ் நேருவும் போனில் பேசினார்கள். ''சார், இன்னும் ஒரு மணி நேரம் தான். நாங்கள் காரைத் திருப்பிவிட்டோம். வந்து கொண்டிருக்கிறோம்'' என்றார்கள். ''ஒன்றும் பிரச்சனையில்லை. இணைப் பதிவாளர் தங்குவதற்கு ஏற்பாடு செய்துவிட்டார்'' (பொய் சகஜமாக வருகிறதே) என்று சொல்லி அவர்களை அப்படியே கம்பம் கிளம்பச் சொன்னேன்.

இரவு பத்து மணி ஆகிவிட்டது. நானும் வானவிகாவும் காரிலேயே உட்கார்ந்திருந்தோம். டிரைவரும் நாகரும் காருக்கு வெளியில் நின்றுகொண்டிருந்தார்கள். நாகர் எனக்குக் கொடுத்த சிப்ஸ், தேன் பாட்டில்களைப் பத்திரப்படுத்திக் கொண்டோம்.

மறுபடியும் நடுக்காட்டு ராஜா பேசினார்.

''இல்லை ராஜா, ஒன்றும் பிரச்சனையில்லை. எப்படியும் விமானம் கிளம்புவதற்கு மூன்று மணி நேரத்திற்கு முன்பாக விமான நிலையத்திற்குள் போகலாம். இப்போது மணி பத்தரை. காலை 6 மணிக்கு விமானம். அதனால் விடியற்காலை 3 மணிக்கு

விமான நிலையத்திற்குள் போய்விடுவோம். இடையில் நாலு மணி நேரம்தானே? பிரச்சனையில்லை'' என்றேன்.

காரில் வானவிகாவுடன் பேசிக் கொண்டிருந்தேன். ''வாணி, நேற்று இதே திருவனந்தபுரத்தில் நமக்குக் கிடைத்த மரியாதை என்ன? முதலமைச்சரிடம் உட்கார்ந்து பேசிக் கொண்டிருந்தோம். 24 மணி நேரத்திற்குள் நம் நிலையைப் பார். ஏறக்குறைய தெருவில் நிற்கிறோம்'' என்றேன்.

''பரவாயில்லைப்பா, நாலு மணி நேரம்தானே?'' என்றது வாணி.

நாங்கள் பேசிக் கொண்டிருக்கும்போது திடீரென மழை பெய்ய ஆரம்பித்தது. காருக்கு வெளியில் நின்றிருந்த டிரைவர் விஜயகுமாரும் நாகரும் விமான நிலையப் போர்ட்டிகோவிற்கு ஓடிச்சென்றனர். நானும் வானவிகாவும் காருக்குள் இருந்தோம். காருக்குள் இருந்த கொசுக்கள் வேலையை ஆரம்பித்தன. நான் யோசித்தேன். பெண் பிள்ளை கஷ்டப்படுகிறதே என்று வருந்தினேன். ''கண்ணகி ரொம்பவும் சோதிக்கிறாள் வாணி!'' என்று சொல்லிவிட்டு, காரைவிட்டு இறங்கி விமான நிலையப் போர்டிகோவிற்கு வேகமாக வந்தேன். அங்கு சி.அய்.எஸ்.எப். ஜவான்கள் நின்று கொண்டிருந்தனர்.

நான் என்னைப் பற்றி எதுவும் அவர்களிடம் சொல்லிக் கொள்ளவில்லை. காரணம், யோசித்து, அவர்களுக்குள் விவாதித்து ''முடியாது சார்'' என்பார்கள்.

அப்போது என்னருகில் காவலர் ஒருவர் வந்தார். சசிதரன் என்ற அவர் பெயர் வில்லையைப் பார்த்தேன். அவரிடம் பேசலாம் என்று தோன்றியது. ''நான் இரவு 8 மணி விமானத்தைத் தவற விட்டுவிட்டேன். நாளை காலை 6 மணிக்குத்தான் விமானம் இருக்கிறது. அதற்கு டிக்கெட் வாங்கியிருக்கிறேன். நான் இன்று இரவு விமான நிலையத்திற்குள் தங்கிக் கொள்ளலாமா?'' என்று அவரிடம் கேட்டேன்.

எனக்குத் தகுதியானவற்றைக் கூட எப்போதும் யாரிடமும் கேட்டுப் பெற தயங்குவேன். அன்று வாணிக்காகக் கேட்டேன். நான் கேட்டவுடன், 'சரி' என்று சொல்ல வாய்ப்பே இல்லை யென்று எனக்குத் தெரியும். இருந்தாலும் கேட்டேன்.

காவலர் சசிதரன் ஏதோ யோசித்தார்.

''சரி சார், நீங்கள் உள்ளே தங்கிக் கொள்ளுங்கள். இன்னும் சிறிது நேரத்தில் கொசுக்களை விரட்ட புகை போடுவோம். பின்பு விமான நிலைய லவுஞ்சை அடைத்து விடுவோம். மின்சாரத்தை நிறுத்திவிடுவோம். ஏசி, ஃபேன் எதுவும் இருக்காது. பவர் இல்லாமல் உங்களால் லவுஞ்சில் இருக்க முடியுமா?'' என்றார்.

''முடியும்'' என்றேன்.

''சரி, லவுஞ்சில் இருந்து கொள்ளுங்கள்'' என்றார்.

எனக்கே ஆச்சரியமாகயிருந்தது. இதெல்லாம் சாத்தியமில்லை என்று எனக்குத் தெரியும். (ஏதோ நடக்கிறது பார்ப்போம்.)

''எனது மகள் காரில் இருக்கிறாள்'' என்றேன்.

''அவரையும் வரச் சொல்லுங்கள்'' என்றார்.

வானவிகாவை அழைத்து வரச்சொல்லி, நாகரிடம் கைபேசி யில் தகவல் சொன்னேன். டிரைவரும் நாகரும் வானவிகாவை அழைத்துக்கொண்டு வந்தார்கள். வந்தது பிரச்சனை.

அந்தநேரம் பார்த்து சசிதரனின் சீனியர் ஆபிசர் வந்துவிட்டார். சசிதரனின் சீனியர் ஆபிசர் டிரைவரையும் நாகரையும் தடுத்து நிறுத்தினார்.

''நோ, நோ. இப்போது விமான நிலையத்தைப் பூட்டப் போகிறோம். நாளை காலை நான்கு மணிக்குத்தான் லவுஞ்சைத் திறப்போம். அப்போது வாருங்கள்'' என்றார்.

நாங்கள் சித்ரா பௌர்ணமி திருவிழா சமயத்தில் கண்ண கிக் கோயிலில் வழக்கமாகப் பார்க்கும் கேரள வனத்துறை அதிகாரிகள் தோற்றத்தில் சீனியர் ஆபிசர் இருந்தார். அவரிடம் நான் பேச விரும்பவில்லை.

(விரக்தியுடன்) நான் விமான நிலையத்தைவிட்டு வெளியே வந்தேன். சசிதரன் என்னைக் கண் ஜாடை காட்டி நிறுத்தினார். ''நீங்க உள்ளேயே இருங்க சார். எங்க கமான்டென்ட் மேடம் இருக்காங்க. அவங்ககிட்ட போய் அனுமதி வாங்கிட்டு வருகிறேன்'' என்றார் ரகசியக் குரலில்.

நானும் வானவிகாவும் எதிரெதிரில் நின்று கொண்டிருந்தோம். நான் விமான நிலைய லவுஞ்ச் வாசலில். வானவிகா விமான நிலைய வாசலில் நின்றிருந்தது. (பெரும் துயரம்)

சசிதரன் ஒரு பெண் கமான்டென்டுடன் வந்தார். அந்தப் பெண் அதிகாரி மிக மிடுக்காகச் சீருடை அணிந்திருந்தார். அவர் தோளில் அசோகச் சக்கரம் மின்னியது. அவரிடம் சசிதரன் ஏதோ சொன்னார். கமான்டென்ட் என்னிடம் சிரித்த முகத்துடன் வந்தார். ''சார், அங்கு நிற்பவர் உங்கள் மகளா?''

''ஆம்'' என்றேன்.

''சரி, நீங்கள் விமான நிலைய லவுஞ்சிற்குள் இருக்கலாம். கொசு மருந்து அடிப்பார்கள். அப்போது வெளியே நின்று கொள்ளுங்கள். பத்து நிமிடம் கழித்து லவுஞ்சைத் திறந்துவிடச் சொல்கிறேன். ஆனால் லைட், ஏசி எல்லாம் நிறுத்திடுவோம். ஒரு ராத்திரிக்கு கரன்ட் ஓடினால் லட்சக்கணக்கில் பணம் செலவாகி விடும். அதனால் அனைத்தையும் ஸ்விட்ச் ஆப் பண்ணி விடுவோம்'' என்றார்.

''பரவாயில்லை'' என்றேன்.

அவரது பெயரைப் பார்க்கலாம் என்று பார்த்தேன். பெயர் வில்லைச் சரியாகத் தெரியவில்லை. (ஒருவேளை கண்ணகி என்று இருந்திருக்கும்).

நாங்கள் பேசிக் கொண்டிருக்கும்போதே மின்விசிறிகளை நிறுத்தினார்கள். நான் லவுஞ்சிற்கு வெளியே வந்தேன். தூரத்தில் நின்ற வாணியிடம் செல்லில் பேசினேன். ''நோ பிராப்ளம், கொஞ்ச நேர வெயிட்ங், அவ்வளவுதான்'' என்றேன்.

கொசுவை விரட்ட ராட்சத ப்ளோயர்களின் மூலம் புகையை உண்டாக்கினார்கள். ஐந்து நிமிடத்தில் மறுபடியும் மின் விசிறிகளைச் சுழலவிட்டார்கள். புகை வெளியே கிளம்பியது.

''நீங்கள் லவுஞ்ச் உள்ளே போகலாம் சார்'' என்றார் கமாண்டென்ட். நானும் வானவிகாவும் விமான நிலைய லவுஞ்சிற்குள் சென்றோம். ஓரிடத்தைப் பிடித்து இருவரும் உட்கார்ந்தோம். ஐந்து நிமிடத்தில் ஒரு ஜவான் வந்தார்.

"சார், டாய்லெட் அதோ, அங்கு இருக்கிறது" என்று கை நீட்டிக் காண்பித்தார்.

"நன்றி" என்றேன்.

"சார், இன்னும் ஒரு விஷயம். கமான்டென்ட் மேடம் உங்களிடம் சொல்லச் சொன்னார்கள். எந்தக் காரணத்தைக் கொண்டும் விமான ரன்வே பக்கம் போய்விட வேண்டாம். அந்தப் பகுதியில் இருக்கும் சிஆர்பிஎப் ஜவான்களுக்கு நாங்கள் தான் உங்களைத் தங்க வைத்திருக்கிறோம் என்று தெரியாது. இரவில் உங்களைப் போல சிவிலியன்களோ யூனிபார்ம் இல்லாத ஆட்களோ நடமாடினால் யோசிக்கவே மாட்டார்கள். துப்பாக்கியால் சுட்டுவிடுவார்கள்" என்றார். (அய்யோ).

"சரி, நாங்கள் ரன்வே பக்கமெல்லாம் போக மாட்டோம்" என்றேன்.

"ஓகே சார்" என்று சொன்னவர், "சார், இதுவரை நாங்கள் யாரையும் இப்படித் தங்க அனுமதித்ததில்லை. உங்கள் அடையாள அட்டை இருக்கிறதா?" என்று கேட்டார். அதுவரை நானும் விமான நிலைய செக்யூரிட்டிகளிடமும், காவலர் சசி தரனிடமும் என்னைப் பற்றிச் சொல்லவில்லை. அவர்களும் என்னைப் பற்றி எதுவும் கேட்கவில்லை. சசிதரனிடம் எனது அடையாள அட்டையைக் காண்பித்தேன். அதில் உள்ள என் பெயர் மற்றும் தகவல்களைக் குறித்துக்கொண்டார். இதுவரையில் நான் சொல்லியதையும் இனிமேல் நான் சொல்லப்போவதையும் நம்புவதற்குக் கடினமாகத்தான் இருக்கும்.

அன்று இரவு மின்சாரம் நிறுத்தப்படவில்லை. அனைத்து குளிர்சாதனங்களும், மின்விளக்குகளும் எங்கள் இருவருக்காக மட்டுமே இயங்கின. கண்ணகியின் கருணை என்பதைத் தவிர வேறு எதுவும் எனக்குச் சொல்லத் தோன்றவில்லை.

மகாதேவ மலையில் கண்ணகியின் பெருமை

தமிழ்நாடு மாநில சிலம்பாட்டப் போட்டி குடியாத்தத்தில் நடந்தது. மாநிலத் தலைவர் என்ற முறையில் அந்தப் போட்டியில் கலந்து கொண்ட பிறகு சென்னை கிளம்பினேன். என்னோடு வேலூர் மாவட்ட சிலம்பாட்டத் தலைவர் ஜே.லட்சுமணன், குடியாத்தம் சுந்தரம், எனது ஓட்டுநர் கிருபாகரன் ஆகியோர் கிளம்பினோம். காட்பாடிக்கு முன்னால் வந்துகொண்டிருக்கும்போது, தூரத்தில் தெரிந்த மகாதேவ மலைக்கு அருகில் வந்ததும் ஜே.லட்சுமணனின் ஓட்டுநர் வண்டியை நிறுத்தினார். என்னிடம் வந்து தூரத்தில் தெரிந்த மகாதேவ மலையைக் காண்பித்த லட்சுமணனின் ஓட்டுநர் சிவக்குமார், ''மகாதேவ மலை சாமியைப் பார்க்கலாமாங்க சார்?'' என்றார். லட்சுமணன் என்னைப் பார்த்தார். ''சரி போவோம்'' என்றேன்.

லட்சுமணன் மகாதேவ மலை சாமியாருடன் அவ்வப்போது சந்திப்பவர். அவர் மகாதேவ மலை பற்றியும் சாமியார் பற்றியும் அறிந்தவர். லட்சுமணன் எங்களிடம் சொன்ன விஷயங்கள் வியப்பாக இருந்தன.

''கோயிலுக்குள் ஒரு சிறிய குகை இருக்கிறது. அந்தக் குகைக்குள்தான் மகாதேவமலை சாமி இரவு நேரங்களில் சிறிது நேரம் உட்கார்ந்திருப்பாராம். அவருக்குத் தூக்கம் என்பதே கிடையாதாம். வருடத்தில் ஒரே நாள் மட்டுமே உணவு, ஒரு நாள் மட்டுமே குளியல். என்னையும் ஒரு நாள் குகைக்குள் வா என்று கூப்பிட்டார். குகைக்குள் நான் ஒரு நாள் சென்றேன். குகை முழுக்க இருட்டு. சாமியாருடன் பேசிக்கொண்டிருக்கும் போது அருகில் ஏதோ சத்தம் கேட்டது. என்ன சத்தம் என்றதற்கு, பயப்படாதேடா, விரியந்தான் போவான். சும்மா வருவான், போவான் என்றார். எனக்குப் பயமாகிவிட்டது. சாமியாரின்

கைகளில் கட்டு விரியன் கடித்த தழும்புகள் இருப்பதாகச் சொன்னார்.''

பேசிக்கொண்டே மலைமேல் சென்றோம். கோயில் ஒரு மலைமீது இருந்தது. கோட்டத்துக்கு முன்பாக மிகப்பெரிய குளம். சுற்றி கருங்கல் படிக்கட்டுகள், நீராழி மண்டபம், கோயிலுக்குள் பிரமாண்டமான கலையம்சம் பொருந்திய சிலைகள். ஒரு தனிமனிதனால் உருவாக்கவே முடியாத மாபெரும் ஆன்மீக சாம்ராஜ்யமாக இருந்தது மகாதேவ மலை.

முன் வண்டியில் சென்றுகொண்டிருந்த, லட்சுமணனின் ஓட்டுநர் சிவக்குமார் கோயிலுக்குள் போய் சாமியின் மேனேஜர் மோகனை விசாரித்தார். மேனேஜர் போலீஸ் உடையில் இருந்தார். ''சாமி மதுரை பக்கம் போயிருக்கார்'' என்று சொல்லியபடி, என்னிடம் வந்த மேனேஜர் உடனே நான் வந்துள்ள தகவலை போனில் சொன்னார். ''திருவண்ணாமலை பழைய கலெக்டர் ராஜேந்திரன் சாரும், ஜே.எல். சாரும் வந்திருக்காங்க சாமி'' என்றார்.

பேசிவிட்டு என்னிடம் போனைக் கொடுத்தார்.

''வாங்க வாங்க. நீங்க அங்கேயே இருங்க. வந்துர்றேன்'' என்றார் சாமி.

''சாமி, நீங்க எங்கயிருக்கீங்க இப்ப?''

''உங்க ஊருக்குப் பக்கத்தில்தான். மதுரை தாண்டி யிருக்கேன்.''

''நீங்க இங்க வர குறைஞ்சது இன்னும் பத்து மணி நேரம் ஆகும். இப்பவே சாயந்திரம் ஆயிடுச்சு. இப்ப கிளம்புறேன். அடுத்த முறை கட்டாயம் பார்க்கிறேன்.''

''நீங்க வரப்போற தகவல் முதல்லேயே சொல்லி யிருக்கலாமே?''

''இல்லை சாமி. நான் உங்களிடம் தகவல் சொல்லாமல் வந்து பார்க்கணும் என்றுதான் இதுவரை பார்க்காமல் இருக்கேன். உங்களைப் பற்றி எனக்குப் பத்து வருசத்துக்கு மேலாகத் தெரிந்தும் இப்போதுதான் உங்களைப் பார்க்க வேண்டும் என

நினைக்கிறேன். அதனால் கட்டாயம் அடுத்த முறை பார்ப்பேன்'' என்றேன்.

''கொஞ்ச நேரம் இருங்களேன், மோகனிடம் சொல்கிறேன். சாப்பாடு ஏற்பாடு செய்வான். வந்துர்றேன்.''

''சாமி இப்ப மணி என்னன்னு பாருங்க. நீங்க காலையிலதான் வர முடியும்.''

''அதெல்லாம் ஒன்னுமில்லை. நீங்க சாப்பிட்டு முடிக்கிறதுக் குள்ள வந்துர்றேன்.''

''இல்ல சாமி. டிரைவர் பாவம். எங்க ஊர்ல டாஸ்மாக் கடை மெயின்ரோட்லதான் இருக்கும். பாத்து மெதுவா வர வேண்டியிருக்கும் அடுத்த முறை கட்டாயம் பார்ப்போம்.''

அடுத்த மாதத்தில் ஆம்பூர் செல்ல வேண்டியிருந்தது. ஆற்காட்டைச் சேர்ந்தவரான ஜே. லட்சுமணன் நான் வேலூர் சென்றாலோ, வேலூர் வழியாக வேறு ஊருக்குச் சென்றாலோ கட்டாயம் என்னைச் சந்திப்பார். அன்றும் என்னுடன் வந்திருந்தார்.

சென்ற வேலை முடிந்தவுடன், ''மகாதேவ மலை சாமியைப் பார்ப்போமா சார்?'' என்று ஜே.லட்சுமணன் கேட்டார்.

''கட்டாயம்'' என்றேன்.

எங்களது வாகனங்கள் மாங்குப்பம் நோக்கிச் சென்றன. ஊரைத்தாண்டி மகாதேவ மலை கோயிலுக்குள் போனோம். கோயிலுக்குள் சாமி இல்லை. மேனேஜர் ஓடி வந்தார். ''சார் சாமி அந்தா தெரியிர ரெண்டு மலைக்கு நடுவுல ரோடு போடுற வேலையப் பாக்கப் போயிருக்கிறாரு. நீங்க அங்கேயே போய்ப் பாருங்க'' என்றார்.

அவர் காட்டிய திசையைப் பார்த்தோம்.

சமய சந்தர்ப்பமில்லாமல் ஜே.லட்சுமணனின் ஓட்டுநர், ''மேனேஜர் அண்ணே! போன வாரம் கோடீஸ்வரன் ஒருத்தர சாமி கல்லாலே அடிச்சாராமே?''

முகம் மாறிய மேனேஜர், ''அது வேறப்பா'' என்றார்.

''புதுசா கட்சி ஆரம்பிச்சவர் போன மாசம் வந்து சாமியப் பாத்தப்ப மூஞ்சியில புளிச்சுன்னு காறித் துப்பிட்டாராமே?''

''அத விடுப்பா. அதெல்லாம் அப்பப்ப நடக்கும்'' என்ற மேனேஜர் மோகன், ஓட்டுநரிடம், ''நீ சார கூட்டிக்கிட்டுப் போய் சாமியப் பாரு'' என்றார். எனக்கு யோசனையாகி விட்டது. ''கல்லடி வாங்கும் அளவு நாம் கோடீஸ்வரன் இல்லை. மூஞ்சியில் எச்சியை வாங்கும் அளவு அரசியல்வாதியும் இல்லை'' என்று நினைத்தபடியே, 'இந்த விஷப்பரிட்சை நமக்குத் தேவையா? பேசாமல் சாமியைப் பார்க்காமலே கிளம்பிவிடலாமா!' என்று யோசித்தேன்.

'என்னோடு அன்று கூட்டுறவுத் துறை அதிகாரிகள் சிலர் வந்திருந்தனர். கல் அடியும் எச்சில் அபிசேகம் நடந்தால் என்ன ஆகும்? அவர்களை விடுங்கள். என்னுடைய டிரைவர் முருகன் வேறு வந்திருக்கிறான். சாமி ஏதாவது ஒரு காட்டு காட்டிவிட்டால் என் அலுவலகம் பூராவும் பரவிவிடுமே?' என்று மனத்தில் பீதி கிளம்பியது.

''போகலாம் சார்'' என்றார் சிவக்குமார். லட்சுமணனின் ஓட்டுநர் ஒரு முடிவோடுதான் இருக்கிறார்போல என்று நினைத்தபடி நான் சாமியைப் பார்க்க கிளம்பினேன். மகாதேவ மலையை ஒரு சாம்ராஜ்ஜியமாக்கி வைத்திருந்த சாமியாரைப் பார்க்க வேண்டும் என்ற ஆர்வத்தில் சாமியார் பற்றிய பயத்தைப் பின்னுக்குத் தள்ளி நடந்தேன்.

தூரத்தில் கற்குவியல்களுக்கு நடுவில் சாமி உட்கார்ந்திருந்தார். பெரிய பெரிய ஜே.சி.பி., டிராக்டர், கம்ப்பிரஷர் லாரிகள் மும்முரமாக வேலை பார்த்துக்கொண்டிருந்தன. கோயிலுக்குள் என்றாலாவது கல் அங்கு இங்குதான் கிடக்கும். சாமி கல் குவியலுக்கு மேலே உட்கார்ந்திருக்கே. வாரி அடிச்சிடுமோ? மனத்தில் பயம்.

அருகில் சென்றவுடன் என்னைப் பார்த்துச் சிரித்த சாமி

''நாம எப்பவாவது சந்திச்சிருக்கிறோமா?'' என்றார்.

''இல்லை சாமி. சந்திச்சதில்லை. ராஜேந்திரன் என்னுடைய பெயர்.''

''தெரியும், தெரியும். திருவண்ணாமலை கலெக்டர்.''

''அது பத்து வருசத்துக்கு முந்தி சாமி.''

''அதுக்காக நீங்க திருவண்ணாமலை கலெக்டர் இல்லைன்னு சொல்ல முடியுமா?''

பதில் சொல்ல நினைத்தேன். எதற்கு வம்பு. கற்குவியலைப் பார்த்துச் சற்று நகர்ந்து, லட்சுமணனை முன்னால் நிற்கும்படி செய்தேன்.

நாங்கள் எதுவும் கேட்காமலே சாமி சொன்னார்.

''இந்த டிராக்டரு, ஜே.சி.பி.க்கு மாசத்துக்கு அஞ்சு லட்ச ரூபா ஆகுது.''

''வாடகையா?''

''இல்லை. டீசல் செலவு.''

''வாடகை?''

''அது நம்மதுதான். வாங்கிக் கொடுத்திட்டானுங்க.''

அங்கிருந்த இயந்திரங்களை நோட்டமிட்டேன். எல்லாம் சேர்த்து எப்படியும் ஐந்து கோடியாவது இருக்கும்.

''வெயில் கடுமையாயிருக்கே? நிழல்ல உட்காரலாம்ல?'' என்றேன்.

''நீங்க வேற. நா நிழல்ல உட்காரக் கிளம்பிட்டா இவனுங்க அப்படியே நகன்றுடுவானுங்க சோம்பேறிப் பயலுக. ஏமாத்துக் காரனுங்க'' என்று சாமியார் சொன்னவுடன், லட்சுமணன் இடையில் புகுந்தார்.

''சாமி, நீங்க அவனுங்களுக்கு எங்க ரெஸ்ட் கொடுக்கிறீங்க. இருபத்தி நாலு மணி நேரமும் உங்களுக்குத் தூக்கம், பசி கிடையாது. அவனுங்க என்ன பண்ணுவானுங்க?''

அப்போதுதான் ஜே.லட்சுமணனைப் பார்த்தவர்போல் சாமியார் கண் சிமிட்டிச் சிரித்தார்.

''அப்பா அப்பா பெரியவரே நீங்களும் வந்திருக்கீங்களா? வாரும். எல்.எல்.ஏ.'' என்ற சாமி, ''அவனுங்க ஷிப்ட்லதான

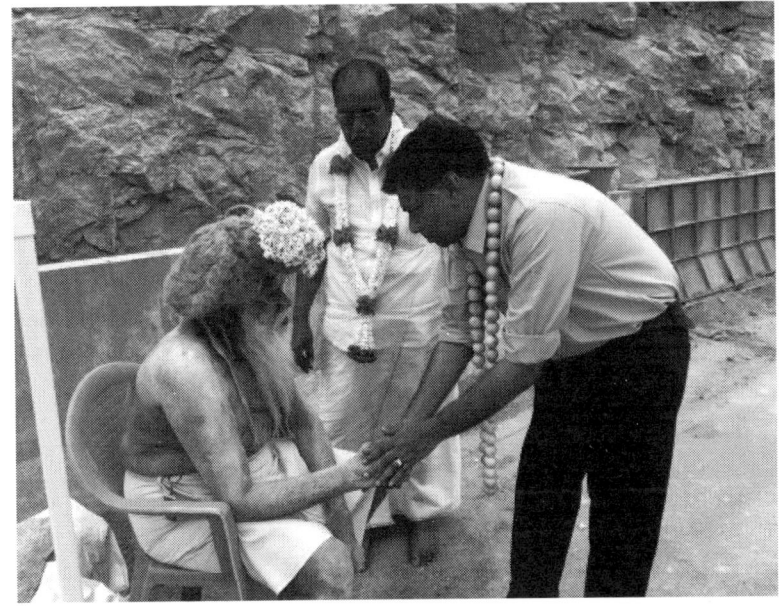

மகாதேவ மலை சாமியாருடன் நூலாசிரியர்

வேல பாக்கிறானுங்க? எட்டு மணி நேரம் ஆச்சுன்னுனா வண்டிய விட்டு இறங்கிறானுங்க. அடுத்த டிரைவர்தான் அடுத்த எட்டு மணி நேரத்துக்கு'' என்றார்.

''சாமி நீங்க அவனுங்கள தொல்ல பண்ணாதீங்க. இருபத்தி நாலு மணி நேரமும் அவனுங்களக் கண்காணிச்சா என்ன பண்ணுவானுங்க. புள்ள குட்டிக்காரனுங்க, பல வேல இருக்கும்.'' லட்சுமணன்

''யோவ் எம்.எல்.ஏ, மினிஸ்டர் ஆயிடுவான்ய்யா ஒம் மகன்.'' என்றார்.

ஜே.லட்சுமணனின் மகன் ஈஸ்வரப்பன் இரண்டாம் முறையாக ஆற்காடு தொகுதி எம்.எல்.ஏ.

''யோவ் ஜே.எல். நீ கோடீஸ்வரன். உன்னை மாதிரி ஒக்காந்து சாப்பிடுற பணக்காரப் பயல்களுக்கும் இவனுங்க மாதிரி உழைக்கிற வங்களுக்கும் ரெஸ்ட் வேணும். எனக்கு எதுக்கு? சாமியார் பயலுக்கு.''

'அய்யோ! கோடீஸ்வரன் என்ற வார்த்தையைச் சாமி பயன்படுத்திவிட்டார்.' என்று உஷாரான நான், சாமியாரின் கல்லடியை நோக்கிப் பயணிப்பதாக உணர்ந்தேன். லட்சு மணனைப் பார்வையால் கட்டுப்படுத்த நினைத்தேன். அவர் என் பக்கம் திரும்பவில்லை.

''எதுக்குச் சாமி ரெண்டு மால வச்சுக்கிட்டு உட்கார்ந் திருக்கீங்க?''

அவருக்கு அருகில் இரண்டு மாலைகள் இருந்தன. ஒன்று ரோஜா மாலை. இன்னொன்று எலுமிச்சை மாலை.

''என்னோட பிள்ளைக வர்றாங்கன்னு சொன்னான்டா.''

''யாரு சாமி?''

''யாருன்னா?''

''உங்களோட பிள்ளைக வர்றாங்கன்னு உங்ககிட்ட சொன்னது யாரு சாமி?''

''ஏன் என்னோட பிள்ளைகன்னு சொன்னான்ல, பிள்ளைக யாருன்னு கேட்க மாட்டீயா? சொன்னவனக் கேக்குற?''

''சரி சாமி, உங்க பிள்ளைக யாரு?''

''இங்க வா'' என்றார் சாமி.

'உறுதியாகிவிட்டது. அடுத்து சாமி செயலில் இறங்கப் போகிறார்' எனத் தோன்றிவிட்டது.

லட்சுமணன் சாமியை நெருங்கினார். அவர் கழுத்தில் ரோஜா மாலையை அணிவித்த சாமி, ''திருவண்ணாமலை கலெக்டர் ராஜேந்திரன்'' என்றார், ஏதோ கோர்ட்டில் கூப்பிடுவதுபோல.

நான் சென்றேன். என் கழுத்தில் எலுமிச்சை மாலையை அணிவித்தார்.

''மாலையைக் கழட்ட வேண்டாம், போட்டுக்கோங்க'' என்றார்

அவரது தலையைப் பார்த்தேன். முடிக் கற்றைகள் ஒன்றோடு ஒன்று சேர்ந்து சடைகளாகயிருந்தன. அத்தனை சடைகளையும்

பத்து இருபது கலர் கலர் ரிப்பன்களில் கட்டி கூந்தல் கோபுரம் போல முடிந்து வைத்திருந்தார்.

"நானுமா சாமி?" என்று கேட்டபடி லட்சுமணன் மாலையைக் கழற்றப் பார்த்தார்.

"ஆமாம். நீயும்தான் மாலைய கழட்டாதே" என்றார்.

"சாமி, சடைக்குள்ளே குறைஞ்சது அஞ்சு லட்ச ரூபாயாவது வைத்திருப்பார்" எனத் தேவையில்லாமல் ஜே.லட்சுமணன் சாமியைச் சீண்டினார்.

சாமியார் தனது காரைப் பற்கள் தெரிய சிரித்தார். பின்பு முறைத்தார்.

"இப்ப எவ்வளவு சாமி இருக்கு?" என்றார் ஜே.எல்.

சாமி சிரித்தார்.

சாமி சாந்தமாகயிருப்பதாக எனக்குத் தெரிந்தது. சிறிது குனிந்து அவர் கைகளைப் பற்றினேன். அவர் என்னை நெருக்கமாக இழுத்து அணைத்துக் கொண்டார். கைப்பையிலிருந்து திருநீறு எடுத்து என் நெற்றியில் பூசிவிட்டார்.

எனக்குத் தைரியமாகிவிட்டது. சாமியிடம் துணிந்து பேசலாம் என்ற நம்பிக்கை வந்தது.

"சாமி! நீங்கள் கட்டியிருக்கும் இந்தப் பிரமாண்டமான கோயில், கோயில் தெப்பக்குளம், யார் வந்தாலும் எந்த நேரம் வந்தாலும் அன்னதானம், பிரமாண்ட சிலைகள், ஏன்? இந்த மாதிரி மலைகளை உடைத்து சாலை போடுதல் இதெல்லாம் ஒரு தனி மனிதனுக்கு சாத்தியமில்லாதவை? எப்படி இவ்வளவு வேலைகள்?" என்று கேட்டேன்.

"அதெல்லாம் பெரிசில்லை. வைரத்திலேகூட கோயில் கட்ட முடியும்."

லட்சுமணனின் டிரைவரை, "டேய் மாப்பிள்ளை" என்று கூப்பிட்டுச் சிரித்தார் சாமி.

சிவக்குமார் சாமிக்குப் பயப்படுபவர் போலத் தெரியவில்லை.

''சாமிக்குக் காலு பாராங்கல்லு மாதிரியிருக்கும். வருசத்துக்கு ஒரு நா சித்திர மாசம் ஒண்ணாந் தேதி குறஞ்சது ஒரு டேங்கர் லாரி பசும் பால சாமி தலையில ஊத்துவாங்க. கண்ணன் ஸ்வீட் ஸ்டால் பாஸ்கரன் சார் ஏற்பாடு. சாமி அன்னிக்கு ஒரு நாள் குளிக்கும். அப்ப யார் வேணாலும் சாமி காலு, கைய தேய்ச்சு விடலாம். நான் தேய்ச்சி விட்டிருக்கேன். கல்லு மாதிரியிருக்கும். சாமி அன்னிக்குத்தான் இடுப்பில கட்டியிருக்கிற துண்ட மாத்தும், வருசத்துக்கு ஒரு தபா'' என்றார் ஓட்டுநர் சிவக்குமார்.

எனக்குப் பின்னால் நின்றிருந்த லட்சுமணன், ''வேலூர் மந்திரிக எந்தக் கட்சின்னாலும், சாமிக்கு...''

''அடப் போப்பா. அப்படியெல்லாம் இல்ல. இப்ப இருக்க மந்திரி அவன் பெயரென்னா?'' என்று கேட்டு நிறுத்தினார். என்னோடு வந்து கூட்டுறவுத் துறை அதிகாரிகள் யாரும் பதில் சொல்லில்லை.

''அவன்தான். அவன் வந்தான். அவனுக்கு வேலூர் பக்கத்தில தொண்ணுத்தாறு ஏக்கர் நிலம் இருக்காம். முடிச்சுக்கங்கன்னு சொன்னான். சீ போன்னு தொரத்திவிட்டேன். பாவக் காசு எனக்கு எதுக்கு?''

சாமி கொஞ்சம் குஷி மூடில் இருந்தார்.

''சாமிக்கு என்ன வயசு?'' என்றேன்

''எங்க சொல்லுங்க பாப்போம்.''

''எழுபது?''

''அடப் போங்கப்பா, எம்பத்து நாலு.''

''சாமிக்கு சொந்த ஊரு?''

''இந்தப் பக்கம்தான். ரொம்ப நாளு ஆந்திரா, கர்நாடகான்னு சுத்தினேன். ஹைதராபாத், பெங்களூருலதான் வேல பார்த்தேன்.''

''என்ன வேல சாமி?''

''ம். கலெக்டர் உத்யோகம். கேக்கிற பாரு கேள்வி?'' என்று சொல்லிச் சிரித்தார்.

''சாமிக்குக் குடும்பம்...'' நான் விடவில்லை.

''ரெண்டு பசங்க. வெளிநாட்ல நல்லா சம்பாதிக்கிறாங்க. இந்தக் கோயிலுக்கும் கொடுப்பாங்க.''

''எந்த நாட்ல இருக்காங்க சாமி?''

''அது எதுக்கு?''

''சாமி இந்தக் கோயிலுக்கு மொத மொத நீங்க வந்தப்ப அப்ப எப்படி இருந்துச்சு?''

''ரொம்பச் சின்னதா. மல மேல சின்னக் கோயில். பகல் நேரத்துல வர்றதுக்குக்கூட ஜனங்க பயப்படுவாங்க. நான் அம்பது அறுபது வருசத்துக்கு முன்ன திருப்பதி சாமிகிட்ட போனேன். அங்க ஒக்காரலாம்னு பாத்தேன். போ போ ஒனக்கு வேற இடம் இருக்குன்னு அனுப்பி வச்சாரு.''

''யாரு சாமி?''

''அதச் சொன்னவன்கிட்டே கேளு. எங்கிட்டக் கேட்டா?''

கண்ணகிக் கோயிலுக்கு வருடம் ஒருமுறை செல்பவன் என்ற முறையில் வனத்துறையின் கெடுபிடிகள் என் நினைவுக்கு வந்தன.

''இந்தக் கோயில் இடம் வனத்துறைதானே? சும்மா ஒரு பாறையத் தொட்டாலே வந்துருவாங்கலே. நீங்க எப்படிச் சாமி இவ்வளவு வேலகள செய்றீங்க? பாறைகள ஒடச்சு ரோடு போடுறீங்க? அவங்க ஒன்னும் சொல்றதில்லையா?''

சாமி இந்தக் கேள்விக்கு பதில் சொல்வது அநாவசியம் என்று நினைத்தாரோ என்னவோ, பதில் சொல்லவில்லை. நானும் சப்ஜெக்டை மாற்றலாம் என நினைத்தேன். (பாறையும் கல்லின் வகைதானே? சாமி ஏற்கனவே கல்லெறி பார்ட்டி)

''ஜே.எல்.க்கு ரோஜா பூ மால போட்டீங்க?''

''ஜே. எல்ன்ன?''

''ஜே. லட்சுமணன்.''

''ஆமா ஜே.எல். கோடீஸ்வரன்தான இவரு? இவரு மகன் என்னவோ பெரிசா பதவியில இருக்கான். எம்.எல்.ஏவா. என்ன அது?'' என்று கேட்டுச் சிரித்தார்.

''ஆமா, ஆற்காடு எம்.எல்.ஏ. ஈஸ்வரப்பன்.''

''ஆமா ஈஸ்வரப்பன்.''

''சாமி அவருக்கு ஏன் ரோஜா பூ மாலை போட்டீங்கன்னு நீங்க சொல்லல.''

''அதான் சொல்லிட்டேனே! கோடீஸ்வரனுக்கு ரோஜா பூ மால.''

''எனக்கு எலுமிச்ச மால?''

''உன்கிட்ட பெண் தன்மை இருக்கு. பெண் தெய்வம் உன்கிட்ட இருக்கே?''

என் மனம் கண்ணகிக் கோயிலை நோக்கிப் பயணித்தது. இருபது ஆண்டிற்கும் மேலாக கண்ணகிக் கோயிலைச் சீரமைக்க வேண்டும் என்று போராடுகிற எளிய மனிதர்களின் கூட்டத்தில் இருப்பவன் நான்.

''சாமி, பெண் தெய்வம்னா?''

''உங்க வீட்டு சாமி அல்லது இஷ்ட தெய்வம்.''

''நாங்க குமுளியில இருக்கிற கண்ணகிக் கோயில எடுத்துக் கட்டணும்னு இருக்கோம். அது தமிழ்நாடு கேரளா எல்லையிலே நடுக்காட்டுக்குள்ள இருக்கு. ஆயிரம் வருசக் கோயில். அது இப்ப இடிபாட்டுல இருக்கு. அத எடுத்துக் கட்டணும்னு கேரள அரசாங்கத்துக்கிட்ட போராடிக்கிட்டு இருக்கோம்.''

''நடந்துரும். கும்பாபிஷேகத்துக்கு நான் வர்றேன்.''

''வாங்க.''

''கும்பாபிஷேகத்தில ஒங்களை மாதிரி குடும்பஸ்தன்க கொஞ்சம் தள்ளித்தான் இருக்கணும். அந்தக் கண்ணகி இருக்காளே, ரொம்பக் கோவக்காரி. கோவத்துல அவளுக்கு நல்லவனும் தெரியாது, கெட்டவனும் தெரியாது. அதனால

நானே நடத்திக்கிர்றேன்'' என்றார் சாமியார். கையெடுத்துக் கும்பிட்டோம்.

''சாப்பிட்டுப் போங்க, நான் சொல்லிரவா?'' என்றார்.

''இல்ல சாமி, நானே சொல்லிக்கிர்றேன்'' என்றார் லட்சு மணனின் டிரைவர்.

காரில் ஏறி கோயிலுக்குத் திரும்பினோம். மதியம் இரண்டு மணி சாப்பிட உட்கார்ந்தோம்.

இரண்டு பஸ்களில் ஜனங்கள் இறங்கி வருவதைப் பார்த்தேன். ''சாப்பாடு இவங்களுக்கும் கிடைக்குமா?'' என்றேன் மேனேஜரிடம்.

''இன்னும் நாலு பஸ்ஸில் ஆட்கள் வந்தாலும் சாப்பாடு உண்டு. வர்றவங்க எல்லாருக்கும் சாமி சாப்பாடு போடுவார்'' என்றார்.

அற்புதம் நிகழ்த்தும் கண்ணகி

கிறிஸ்துவ மதத்தில் புனிதராக அறிவிக்கப்படுவதற்கு வழி சொல்லப்பட்டிருக்கிறது. உலகின் எந்த மூலையில் இருக்கும் கிறிஸ்தவர்களும் புனிதர் என்ற தகுதியை அடையலாம். அதற்குத் தேவை அவர்கள் ஏதாவது இரண்டு மூன்று அற்புதங்கள் நிகழ்த்தியிருக்க வேண்டும். அதற்குக் கண்ணால் பார்த்த சாட்சிகள் வேண்டும். அல்லது அற்புதம் நிகழ்ந்ததற்கான உண்மையான ஆவணங்கள் வேண்டும். அன்னை தெரசா, போப் ஆண்டவர் போன்றவர்கள் இந்த முறையிலேயே புனிதர் பட்டம் தரப்பட்டு மேன்மைபடுத்தப்பட்டனர்.

இரண்டு மூன்று அற்புதங்கள் தேவை என்பதை ஓர் அளவு கோலாகக் கொண்டால் கண்ணகிக் கோட்டம் சம்பந்தப்பட்ட குறைந்தது பத்துப் பேராவது புனிதர் பட்டத்திற்குத் தகுதி யானவர்கள் ஆவார்கள். பல அதிசய நிகழ்வுகளுக்கு எழுத்து மூலமான சான்றுகளும், நேரடி சாட்சியங்களும் உள்ளார்கள். நிகழ்வுகளின் உண்மைத்தன்மைக்காக அற்புதங்களைச் சந்தித்த சம்பந்தப்பட்டவர்கள் பெயர், ஊர் கொடுத்துள்ளேன்.

கண்ணகி நடத்திய அற்புதங்கள் ஏராளம்.

திருவனந்தபுரம் விமான நிலையம்: கடைசி விமானம் சென்றவுடன் இரவு நேரம் விமான நிலையம் பூட்டப்படும். பின்னர் அதிகாலை 4 மணிக்குத் திறக்கும்வரை இரவு 10 மணியிலிருந்து அதிகாலை 4 மணிவரை இரண்டு நபர்களைத் தங்க அனுமதிக்கப்பட்டதைக் கேள்விப்பட்டிருக்கவே முடியாது. இந்திய விமான நிலைய வரலாறு தெரிந்தவர்கள், "இது சாத்தியமே இல்லை" என்பார்கள். கன்னியாகுமரி கூட்டுறவு இணைப் பதிவாளர் நடுக்காட்டு ராஜா, ஓட்டுநர் விஜயகுமார், ஏசு தங்கம், பெரியவர் நாகர் அனைவரும்

அன்று நடந்ததைச் சொல்வார்கள். அவர்கள் அனைவரும் கண்ணகிக் கோயிலுக்குத் தொடர்பில்லாத சாட்சிகள். கண்ணகிக் கோயிலுக்கே வந்திராதவர்கள். அவர்கள் சான்று சொல்வார்கள். முதல் நாள் இரவு விமானத்தைத் தவற விட்டோம். அன்றைய இரவு எட்டு மணி பயணச்சீட்டும், அது ரத்து செய்யப்பட்டு அடுத்த நாள் காலை 6 மணிக்கு கிளம்பிய விமானத்தில் பயணித்ததும் வலைதளத்திலேயே இருக்கிறது.

அடுத்து நடந்த அதிசய நிகழ்வு: பளியன்குடியில் 2017-ஆம் ஆண்டு கண்ணகிக் கோட்டம் சித்ரா பௌர்ணமி விழாவின் முன்னோட்டமாகக் காப்புக் கட்டி கொடியேற்றியபோது பின்னோக்கி வந்த டெம்போ, ஜனங்கள்மீது மோதாமல் நின்றது, அந்தப் பெருங்கூட்டத்தில் கலந்து கொண்ட கண்ணகி அறக்கட்டளையினருக்குத் தெரியும். வாகனத்தின் உரிமையாளர் ஜெயராஜ், வண்டியின் ஓட்டுநர், நிறுத்தியிருந்த வண்டியின் கிளட்சை விடுவித்த சிறுவன் வெங்கடேசன், குழந்தைகளை வண்டியில் இருந்து வெளியேற்றிய நேதாஜி அறக்கட்டளை நிர்வாகிகள் பஞ்சு ராஜா, ரீத்தா டீச்சர் முதலானோருக்குத் தெரியும்.

மூன்றாவதாக நடந்த அதிசயம்: கண்ணகி அறக்கட்டளையில் எனக்குப் பொறுப்பு வழங்க வேண்டும் என்று 2017-ஆம் ஆண்டு அறக்கட்டளையினர் முடிவு செய்தனர். துணை விதிகளில் மாற்றம் செய்து எனக்குப் பொறுப்பு வழங்கலாம் என்று நினைத்தனர். ஆனால் அறக்கட்டளையின் துணை விதிகளில் மாற்றம் செய்ய வழி இல்லாமல் இருந்தது. வேறு வழியென்ன இருக்கிறது என்று ஆராயும்போதுதான் 18 ஆண்டு களாக அறக்கட்டளையின் துணைத் தலைவர் பதவி பூர்த்திச் செய்யப்படாமல் காலியாகயிருக்கிறது என்ற உண்மையே எங்களுக்குத் தெரிய வந்தது. துணை விதிகளில் மாற்றம் செய்யாமலேயே எனக்குப் பொறுப்பு கிடைக்க வழியமைந்தது.

நான்காவதாக நடந்த அதிசயம்: 29.12.2021 அன்று கம்பம் சப்-ரிஜிஸ்ட்ரார் அலுவலகத்தில் அறக்கட்டளைக்காகக் கூடுத லாக ஒரு பத்திரம் பதிய வேண்டியிருந்தது. இதுவரையில் மங்கலதேவி கண்ணகி அறக்கட்டளைக்கு நாங்கள் வருமான வரி விலக்குப் பெறவில்லை. இரண்டு காரணங்கள். ஒன்று அறக்கட்

டளைக்குப் பெரிதாக வருமானம் இல்லை. சித்ரா பௌர்ணமி விழாவை முன்னிட்டு வருடத்தில் அதிகபட்சம் ஒரு மாதம் மட்டுமே அறக்கட்டளை சுறுசுறுப்பாக இயங்கும்.

இடுக்கி தேனி மாவட்ட ஆட்சியர்கள் நடத்தும் கூட்டத்தில் கலந்து கொண்டு ஆலோசனை வழங்குதல், சித்ரா பௌர்ணமி விழாவுக்காகப் பக்தர்களிடம் காணிக்கை பெறுதல், நிகழ்ச்சி நாளன்று 40 ஆயிரம் பேருக்கு உணவிடுதல். நிகழ்ச்சி முடிந்தவுடன் தவறு செய்த கேரள அதிகாரிகள் குறித்து நடவடிக்கை எடுக்க கோருதல் என்று மங்கலதேவி கண்ணகி அறக்கட்டளையின் பணிகள் குறைவே.

இரண்டாவது காரணம்: மங்கலதேவி கண்ணகி அறக்கட்டளைக்கென்று நிரந்தர வருமானம் கிடையாது. சித்ரா பௌர்ணமி அன்று 20,000, 30,000 பக்தர்களுக்குச் சாப்பாடு கொடுப்பதற்காகப் பெரும்பாலும் அரிசி, காய்கறிகள், மளிகை சாமான்கள் என்று உணவுக்குத் தேவையான பொருட்களை நன்கொடையாகப் பெறுவது வழக்கம். விழா தொடங்கும்போது ஒவ்வோராண்டும் நான் முதலில் என்னால் முடிந்த தொகையைக் கொடுப்பேன். அறக்கட்டளையின் மற்ற நிர்வாகிகளும் அவரவரால் முடிந்த தொகையைக் கொடுப்பார்கள். மிகக் குறைவான அளவிலேயே கம்பம் பகுதியின் முக்கியஸ்தர்களிடம் விழா செலவுக்கு அறக்கட்டளை பணம் பெற்றிருக்கிறது. ஆண்டுக்கு ஒருமுறை மட்டுமே வரவு செலவு பார்க்கும் சூழல் இருந்ததால் அறக்கட்டளைக்கென்று பான் கார்டு, வருமான வரி விலக்குப் பெறுவது போன்ற நிரந்தர பலன்தரும் நடைமுறைகளைப் பற்றி அதிகம் யோசித்ததில்லை.

புதுக்கோட்டை ஆடிட்டர் ரவிச்சந்திரன், அறக்கட்டளைக்கு வருமான வரி செலுத்த வேண்டிய வழிமுறைகளையும், வருமான வரி விலக்குப் பெறுவதற்கான வழிமுறைகளையும் எங்களிடம் சொல்லியிருந்தார். அதற்கு அறக்கட்டளையின் துணை விதிகளில் மாற்றம் செய்து பத்திரப் பதிவு அலுவலகத்தில் பதிவு செய்ய வேண்டும் என்ற சூழல் எழுந்தது. அதற்காக நான் கம்பம் கிளம்பிச் சென்றேன்.

கண்ணகியைப் பொறுத்தவரையில் மகாதேவ மலை சாமியார் சொன்னது பாமர வார்த்தை மட்டுமல்ல. பல நேரங்களில் அது உண்மையாகவும் நடந்துள்ளது. குறிப்பாக "கண்ணகி கோவக்காரி, அவளுக்கு நல்லவனும் தெரியாது. கெட்டவனும் தெரியாது" என்று அவர் சொன்ன வார்த்தை.

கண்ணகித் தெய்வத்தை முன்னிறுத்தி செயல்படும் அறக்கட்டளைக்காகப் பத்திரப் பதிவு செய்ய வந்த எங்களுக்குத் தொல்லையை ஆரம்பித்துவிட்டாள் கண்ணகி. (தாங்கிக் கொள்ளும் அளவிற்குத்தான்.)

எனக்கும் தேனிக்குமான தொடர்பு ஏறக்குறைய 25 வருடங்கள். 1997-லிருந்து 2000 வரை தேனி மாவட்டத்தின் முதல் மாவட்ட வருவாய் அலுவலர். அப்போதுதான் மங்கலதேவி கண்ணகி அறக்கட்டளையைப் பதிவு செய்தோம். அறக்கட்டளை உறுப்பினர்கள் அனைவரும் எனது சகோதர, சகோதரிகள். கடந்த இருபத்தைந்து வருடங்களாக எனது உடன்பிறவா சகோதர சகோதரிகளின் வீட்டு விசேசங்கள், நல்லது, கெட்டது களுக்கு நான் வருவேன். வருடந்தோறும் நடைபெறும் சித்ரா பௌர்ணமி கண்ணகி விழாவையும் நான் தவறவிட்டதில்லை. அப்போதெல்லாம் ஒரு சில நாட்கள் தொடர்ந்து தேக்கடியிலோ, குமுளியிலோ தங்கியிருக்கிறேன். தேனி மாவட்டத்திற்குள் தங்கினால் அரசு விருந்தினர் மாளிகைகள்தான்.

கண்ணகிக்காகப் பத்திரப் பதிவு செய்ய வந்த அன்று உத்தம பாளையம் பொதுப்பணித்துறை விருந்தினர் இல்லத்தில் எனக்கும், அருகிலுள்ள ஒரு தனியார் ஹோட்டலில் ஆடிட்டர் ரவிச்சந்திரனுக்கும் தங்க ஏற்பாடு செய்யப்பட்டிருந்தது.

எங்கள் வாகனம் தேனியைக் கடந்தபோது இணைப் பதிவாளர் ஆரோக்கிய சுகுமாரும், செல்வமும், பி.எஸ்.எம். முருகனும் அடுத்துடுத்துப் பேசினர். "சார், உத்தமபாளையம் விருந்தினர் மாளிகைக்கு இரண்டு அமைச்சர்கள் திடீரென வந்துவிட்டார்கள். பால் வளத்துறை அமைச்சர் நாசர், கலெக்டருடன் மீட்டிங் வைத்திருக்கிறாராம். அதனால், சார் தங்குவதற்கு மாற்று இடம் பார்க்கிறோம். நீங்கள் உத்தம பாளையம் வந்து சேர்வதற்குள் (அதாவது 20 நிமிடத்திற்குள்) அறைகள் பார்த்துவிடுகிறோம்" என்றார்கள்.

விஷயம் கேள்விப்பட்டு ராஜகணேசனும் காசிராஜனும் பேசினார்கள். "சார், நேரா வீட்டிற்கு வந்துவிடுங்கள். இரண்டு நாளும் இங்கேயே தங்கிக் கொள்ளலாம்" என்றார்கள். நான் வேண்டாம் என்று சொல்லிவிட்டேன். (அடுத்த நாள் ராஜகணேசனின் வீட்டிற்கு அடுத்த வீட்டில் சிறு பெண்ணின் மரணம் நேர்ந்ததும் எதிர்பாராதது.)

என்னிடம் சொல்லாமலேயே ஆரோக்கிய சுகுமார் இடம் தேடினார். கம்பம் நகரில் காசிராஜனின் மக்கள் மருந்தகத்திற்கு எதிரிலேயே பிரமாதமான, 'சாகர் ஹோட்டலில்' அறை எண் 111, 112 கிடைத்தது. 25 வருட கால தேனி மாவட்டத் தொடர்பில் நான் முதன்முதலில் தனியார் ஹோட்டலில் தங்கியது அன்றுதான்.

ஒரு கொசுறு செய்தி: கம்பத்தில் பத்திரப் பதிவு முடிவதற்கு முன்பு அனுமந்தன்பட்டி மிராசுதாரர் பேராசிரியர் துரைசாமியின் மாளிகை போன்ற வீட்டில் காலை உணவு. அன்பான கள்ளர் ஜனங்கள் விருந்தினரை உபசரிக்கும்விதமே தனிதான். பெரும் தடபுடல்தான். காலை, மதியம், இரவு என்று மூன்று நேரமும் அசைவம்தான். காய்கறிகள் பெயருக்கு இருக்கும். வேறு வழியின்றி எங்களுக்குத் திருப்தியாகச் (என்னால் காலையிலேயே நான்கு அசைவ வகை உணவுகளைச் சாப்பிட முடியாது.) சாப்பிட்டுவிட்டு அவர் மாளிகைக்கு எதிரிலிருக்கும் சனி பந்தன அனுமார் கோயிலுக்குப் போனோம்.

கம்பத்திற்கு நான் அடிக்கடி வருபவன் என்றாலும் அதுவரை அந்தப் புராதன கோயிலுக்குப் போனதில்லை. கோயிலுக்குப் போவதற்குப் பாதை போட இடம் கொடுத்தவர் பேரா. துரைசாமியாம். அன்றுதான் அவரும் எங்களோடு சேர்ந்து கோயிலுக்கு வந்திருக்கிறார். கோயில் தக்கார் வக்கீல் வெங்கட்ராமய்யர், "வாங்க மாப்பிள்ளை" (என்னையல்ல, துரைசாமியைத்தான்) அழைத்துத் தரிசனம் பண்ணி வைத்தார். "கோயில் வர மாப்பிள்ளைதான் இடம் கொடுத்தவர். என் தங்கைதான் அவர் மனைவி. இன்றைக்குத்தான் இந்தக் கோயிலுக்கு வந்திருக்கிறார்" என்றார் (கள்ளர்களுடன் பிராமணர்களுக்கு மாப்பிள்ளை மச்சான் உறவாம்). இந்தக் கூத்தைப் பார்த்துவிட்டுத்தான் பத்திரப் பதிவுக்குச் சென்றோம். சபரிநாதன், அவரது மாமனார் ரவி ஆசாரியிடமிருந்து இரண்டு

கருங்காலிக் குச்சிகளைக் கடைசல் செய்து வாங்கி வந்து கொடுத்தார்.

பி.எஸ்.எம். முருகன், ராஜகணேசன், செல்வம், ஆடிட்டர் ரவிச்சந்திரனுடன் சென்று பத்திரம் பதிவு செய்தோம். அப்போது கண்ணகிக் கோயிலைத் தூரத்திலிருந்தாவது பார்த்துவிட வேண்டும் என்ற திடீர் உந்துதல் ஏற்பட்டது.

பி.எஸ். நேருவிற்குத் தகவல் தரப்பட்டது. நேரு தனது பென்ஸ் கார் (நன்றி ஜஹாங்கீர்) எண்.100 உடன் கூடலூரில் காத்திருந்தார். அனைவரும் பளியன்குடி சென்று அங்கிருந்த படியே மலைமுகட்டில் தெரிந்த கண்ணகிக் கோயிலைத் தரி சனம் செய்தோம். பளியர்களோடு அளவளாவினோம். கண்ணகி இந்தப் பிராந்தியத்திற்கு வந்தபோது உடன் இருந்தவர்கள் இவர்களுடைய மூதாதையர்கள் அல்லவா? பளியர்களின் மூதா தையர்கள் ஆரம்பத்தில் மலைமேல்தான் குடியிருந்தார்களாம். அந்த மலையின் பெயரே வித்தியாசமானது. விட்டை தள்ளி மலை. மலையில் முன்னேறும் போதே வயிற்றுக்குள் இருப்பது வெளியேறி விடுமாம்.

தற்போது அவர்கள் பெரும் கட்டுப்பாடுகளுக்கு மத்தியில் குடி இருக்கிறார்கள் என்பதுதான் துயரம். ஏதோ ஒரு திட்டத்தில் அவர்களுக்கு 180 ஆடுகள் தரப்படுவதாக இருந்ததாம். தமிழக வனத்துறை அவர்களுக்கு ஆடுகள் தரக்கூடாது என்று தடை விதித்து விட்டதாம். அதைவிடப் பரிதாபம். சென்ற தீபாவளி அன்று அங்கு குடியிருக்கும் 180 பேருக்கு பி.எஸ்.எம். முருகனும் கம்பத்தைச் சேர்ந்த வேளாண்மை துறை இணை இயக்குநர் பி.முருகன் உள்ளிட்டவர்கள் சேர்ந்து பிரியாணி ஏற்பாடு செய்தார்களாம். தரக்கூடாது என்று வனத்துறை தடையாம். (நான் அந்த மாவட்டத்தின் மாவட்ட வருவாய் அலுவலராகயிருந்த போது இப்படியெல்லாம் நடக்கவில்லை)

நாங்கள் நின்றுகொண்டிருக்கும் பளியன்குடியில்தான் 2017-ஆம் ஆண்டு நடக்கவிருந்த விபத்தில் இருந்து தப்பித்த அதிர்ஷ்டத்தை நினைவு கூர்ந்தோம். அங்கிருந்தபடியே கண்ணகிக் கோயிலைப் பார்த்து வணங்கினோம். திடீரென

அடுத்த எண்ணம் வந்துவிட்டது. ஏன் குமுளிக்குப் போய் கண்ணகிக் கோயிலுக்குப் போகும் இரும்புக் கேட்டை தொட்டு வணங்கினால் என்ன?

நேரு உடன் இருப்பதால் கூடுதல் தைரியம். நேருவிற்குக் கேரளாவில் நல்ல செல்வாக்கு. கேரளாவில் காரியம் சாதிக்க மலையாளத்தில் பேச வேண்டும் ஆனால். நேருவுக்கு மலையாளம் தெரியாது. எல்லோருடனும் தமிழில்தான் பேசுவார். யாரிடமாவது பேசி காரியம் சாதித்து விடுவார். நேரு இருக்கும் துணிவில் எங்களது வாகனங்கள் குமுளி சென்றன. கண்ணகிக் கோட்டத்துக்கு நேருவின் நண்பர்கள் இருவரின் உதவியால் சுலபமாகச் சென்றடைய முடியும் என்பது அப்போதுதான் தெரிந்து கொண்டோம்.

மதியம் மூன்று மணியாகி விட்டிருந்தது. வழியில் நார்த்தை வெள்ளம் என்னும் அற்புதமான பானம் கிடைத்தது. எலுமிச்சை, இஞ்சி, சோடா கலந்த தேவபானம். முதல்முறையாகக் குடித்து இன்புற்றோம். நேருவின் கேரள நண்பர்கள் இருவரும் கண்ணகிக் கோட்டத்துக்குச் செல்ல வாகனங்களைத் தேடினர். கண்ணகிக் கோட்டத்துக்குச் செல்லத் தகுதியான இரண்டு ஜீப்கள், ஐகோர்ட் (கேரளா தான்) நீதிபதியின் குடும்பத்தினரோடு சென்றிருந்தனர், அந்த வாகனங்கள் திரும்ப சற்றுக் காலதாமதம் ஆவது போலத் தெரிந்தது. அதனால் எங்கள் வாகனமே மலைப்பகுதியில் செல்ல அனுமதிக்கப்பட்டது. மன்னார்கள் வாழும் காட்டுப் பகுதிவரை சென்றோம். அங்கிருந்து ஒரு மலை தாண்டினால் கண்ணகிக் கோட்டம். கண்பார்வையில் கண்ணகிக் கோட்டம் தெரிந்தது. அங்கிருந்து வணங்கினோம். அறக்கட்டளைப் பத்திரம் முடித்த அடுத்த மூன்று மணி நேரத்தில் கண்ணகிக் கோட்டம் தரிசனம்.

சரண் தற்போது விருதுநகர் மாவட்ட குற்றவியல் நீதிபதியாக இருக்கிறார். இருபது வருடங்களுக்கு முன்பு அவர் வழக்கறிஞராகவும், சரவணகுமாராகவும் இருந்தபோது கோயில், சாமி என்று எதிலும் நம்பிக்கையில்லாதவராக இருந்தார். அடிக்கடி ராஜகணேசனின் தட்டச்சு நிலையத்திற்கும் வருவார். சித்ரா பௌர்ணமி அன்று கண்ணகிக் கோயிலுக்கு, ஜீப்பில்

உணவுப் பொட்டலங்களை ஏற்றிச் சென்று பக்தர்களுக்கு விநியோகிப்பது வழக்கம்.

சிறிது காலம் உணவு வழங்க உதவி செய்த சரவணகுமார், ''ஹோட்டலில் வாங்காமல் சமையல் செய்து எடுத்துக்கொண்டு போனால் என்ன?'' என்று யோசித்திருக்கிறார். 25 கிலோ அரிசி வாங்கி சமைத்து எடுத்துக்கொண்டு சித்ரா பௌர்ணமி விழாவிற்குப் போக ஆரம்பித்திருக்கிறார். ''என் மனதில் ஒன்று நினைத்திருக்கிறேன். அது நடந்தால் நான் கண்ணகியைத் துடியான தெய்வம் என்று நம்புவேன். வேறு ஊருக்குச் சென்றாலும் கட்டாயம் சித்ரா பௌர்ணமியன்று வந்து விடுவேன்'' என்று ராஜகணேசனிடம் சொல்லுவாராம். ஆரம்பத்தில் 25 கிலோ சமையல் அரிசி இன்று 2500 கிலோவாகி விட்டது. சரவணகுமார் சரண் ஆகிவிட்டார்.

வழக்கறிஞராக இருந்தவர், மாவட்ட நீதிபதியாகி விட்டார். எவ்வித ஆர்ப்பாட்டமும் இன்றி சித்ரா பௌர்ணமியன்று கண்ணகிக் கோயிலுக்கு வருகிறார். பக்தர்களுக்குத் தரப்படும் உணவில் அவர் பங்கும் இருக்கும்.

இரண்டு நாட்களுக்கு கெட்டுப் போகாத உணவு

2016-ஆம் ஆண்டு சித்திரை பௌர்ணமி நாள் அன்று கேரள அரசின் கெடுபிடிகள் சற்றுக் கூடுதல். அந்த ஆண்டுதான் வாகனங்களுக்குப் பர்மிட், டோக்கன் என்று இரண்டு கட்டுப்பாட்டுகளைக் கேரள போக்குவரத்துத் துறை விதித்தது. பர்மிட் வழங்குவது அந்தந்த மாவட்ட ஆர்.ட்டி.ஓ.க்கள்தான். இதுதான் இந்தியா முழுவதுமுள்ள நடைமுறை. ஆனால் கண்ணகி கோட்டத்துக்கு வரும் வண்டிகள் மட்டும் இரண்டு நாட்களுக்கு முன்பே குமுளி ஆர்.ட்டி.ஓ-விடம் புதிதாக பர்மிட் ஒன்று வாங்க வேண்டும்.

அந்தாண்டே கேரள வருவாய்த் துறையும் தனது இருப்பைக் காண்பிக்க நினைத்தது. கோட்டத்துக்கு உணவு எடுத்து வரும் கண்ணகி அறக்கட்டளையினர், அவர்கள் ஏற்பாடு செய்யும் உணவு வழங்குபவர்கள், அழைத்து வரும் பூசாரிகள் அனைவருக்கும் ஆதார் கார்டு நகல் வேண்டும் என்று நச்சரிக்க ஆரம்பித்தது.

கேரள ஆட்சியாளர்களின் கெடுபிடிகளுக்கு அப்போதைய தேனி மாவட்ட ஆட்சியாளர் துணை போனார். அதனால் அந்தாண்டு திருவிழாவுக்கு வந்தவர்களைவிட, மலைமேல் வர முடியாமல் பாதி வழியிலேயே திரும்பியவர்கள் அதிகம். கொண்டுபோன ஆறு டிராக்டர்களிலிருந்த உணவை அந்த வருடம் பக்தர்களுக்கு முழுவதுமாகக் கொடுக்க முடியவில்லை. மாலை மூன்று மணிக்கு மழை பிடித்துக் கொண்டது.

இருநூறு பேர் சாப்பிடக்கூடிய உணவு, ஒரு பெரிய தேக்சா முழுவதுமாக மிஞ்சிவிட்டது. கருப்பு, அவரது டிராக்டரில் பக்தர்களுக்குத் தரமுடியாமல் போன ஒரு தேக்சா உணவை

டாக்டர் மு.ராஜேந்திரன்,இஆப 159

மங்கலதேவி அறக்கட்டளையினர் ஆறு டிராக்டர்கள் மூலம் மலைமேல் கொண்டு வந்து வழங்கும் உணவு

எடுத்துக்கொண்டு அதிகாலை 1 மணிக்கு கம்பம் வந்தார். என்ன நினைத்தாரோ? டிராக்டரிலேயே தேக்சாவை வைத்துவிட்டு வீட்டுக்குப் போய்விட்டார். எங்களுக்கு வருத்தமாகிவிட்டது. டிரைவர் கருப்பு என்கிற கருப்பசாமி எப்போதும் பொறுப்பாக நடந்து கொள்பவர். ஒரு தேக்சா அளவு உணவு வீணாகி விடுமே? வீரபாண்டி கோயிலில் தீச்சட்டி எடுப்பவர்களுக்கு தந்திருக்கலாமே? என்று யோசித்தோம்.

அப்போது விடியற்காலை மூன்று மணியிருக்கும். அவரை உசுப்பி தகவல் சொல்லலாம் என்று ராஜகணேசன் கூப்பிட்டிருக்கிறார். ''இல்லை கணேசா, கவலைப்படாதே. அசதியில படுத்திட்டேன். பத்து நிமிசந்தான் தூங்கியிருப்பேன். வீரபாண்டி கிளம்பி வந்துட்டேன். இப்ப சீலயம்பட்டியைத் தாண்டியிருக்கிறேன். வீரபாண்டியில எனக்கு யாராவது உதவிக்கு கிடைச்சா நல்லது'' என்றாராம்.

ராஜகணேசன் வீரபாண்டியிலுள்ள முத்துகிருஷ்ணனை போனில் அழைத்தார். நல்ல தூக்கத்திலிருந்தவரை உசுப்பி டிராக்டரில் உணவு வருவதைச் சொல்லி தயாராகச் சொன்னார். சொன்னால் நம்பக் கூட மாட்டார்கள். எப்போதுமே டிராக்டரில் கண்ணகிக் கோட்டத்துக்கு உணவு ஏற்றும்போது, எது முதலில் சமைத்ததோ அதைத்தான் முதல் டிராக்டரில் ஏற்றுவோம். கடைசி டிராக்டரில் ஏற்றும் உணவு கடைசியாகச் சமைக்கப் பட்டது. உணவு தரும்போது அதே வரிசைதான். முதலில் தயாரித்தது முதலில் தரப்படும்.

வீரபாண்டி கோயிலில் விநியோகத்திற்குப் போகும் இந்த தேக்சா திருவிழா நடந்த நாளன்று அதிகாலை கடைசி டிராக்டரில் ஏற்றப்பட்டது. அன்று மாலை நேரம் வரை கண்ணகிக் கோயிலில் இருந்தது. அன்று இரவு கம்பம் வந்த உணவு இப்போது வீரபாண்டி போகிறது. எப்படியும் உணவு தயாரித்து 35 மணி நேரம் ஆகிவிட்டது. விடாத மழை வேறு. ஆனால் வீரபாண்டியில் ஜனங்களை வரிசையாக நிற்க வைத்து உணவு கொடுத்தபோது, கையால் உணவைத் தொட முடியவில்லையாம். அவ்வளவு சூடு. முத்துகிருஷ்ணனும், கருப்புவும் சொன்னார்கள். இதை எப்படிப் புரிந்து கொள்வது?

கூடலூரில் மக்கள் நலமன்றம் என்ற ஓர் அமைப்பை பழனிவேல் என்பவர் நடத்தி வந்தார். அவராகத் தனிப்பட்ட முறையில் கண்ணகி விழா குறித்து துண்டறிக்கை அச்சிடுவது, வசூல் செய்வது என்று இருந்தார். அவரிடம் ஒன்றிரண்டு முறை மங்கலதேவி கண்ணகி அறக்கட்டளையினர், "தனியாகச் செயல்பட வேண்டாம். எங்களோடு இணைந்து செய்யுங்கள்" என்ற வேண்டுகோள் விடுத்தனர். அவர் கேட்கவில்லை. இப்போது அவர் ஊரிலேயே இல்லை. திருப்பூர் போனவர்தான்.

புலவர் இளங்கோ என்று ஒருவர். கம்பத்தில் அச்சுக்கூடம் ஒன்று வைத்திருந்தார். அவரும் கண்ணகி விழா சமயத்தில் தனியாக இயங்கினார். அவரது 24 வயது பேரன் பாத்ரூமில் வழுக்கி விழுந்து மறைந்ததால், வாழ்வில் விரக்தியுற்று எல்லாவற்றில் இருந்தும் ஒதுங்கிக் கொண்டார்.

கூடலூர் மாயி என்ற நபர் பொதுவுடமை கட்சியைச் சேர்ந்தவர். ஊரில் அடிதடி ஆள் என்று பெயர் வாங்கியவர். அவரும் அன்னதானம், நீர்மோர் தருவதாகச் சொல்லி தனிப்பட்ட முறையில் வசூல் செய்வார். 1998-ஆம் ஆண்டுவரை கண்ணகிக் கோட்டத்துக்குள் அவ்வப்போது பிரச்சினைகளை உருவாக்குவார்.

ஒருமுறை அவர் ஒரு தயிர் பானையைக் கொண்டு வந்திருந்தார். தயிரை மோராக்க தண்ணீர் வேண்டுமல்லவா? அதற்காக மங்கலதேவி கண்ணகி அறக்கட்டளையினர் வைத்திருந்த தண்ணீரை மாயி கேட்டிருக்கிறார். அதற்கு, "அந்தத் தண்ணீர் பூஜைக்காக கொண்டுவந்தது. சாமி சிலைகளைக் கழுவ வேண்டும்" என்று சொன்னதற்குப் பெரும் ரகளையில் ஈடுபட்டார். அவரைக் கம்பம் திமுக நகரச் செயலாளர் ஆர்.பி.ஈஸ்வரனும் ராஜகணேசனும் எவ்வளவு சொல்லி சமாதானப்படுத்தியும் அவர் கூச்சலைக் குறைக்கவில்லை. இந்தக் காட்சியை சிறிது நேரம் ரசித்த கேரள போலீஸ் இரு தரப்பினரையும் கடுமையாக எச்சரிக்கை செய்து அனுப்பி வைத்தது. அடுத்தாண்டு கோட்டத்துக்கு வந்த மாயியைப் பார்த்து அனைவரும் அனுதாபப்பட்டுள்ளனர். கை, கால் விளங்காத நிலையில் வார்த்தைகளும் கோர்வையாக வராமல் அழுதிருக்கிறார். கோயில் முன்பாக கைகளைக் கூப்பியபடி தரையில் விழுந்து புரண்டாராம்."

மங்கலதேவி கண்ணகிக் கோட்டம் 4200 அடி உயரத்தில் அமைந்துள்ளது. திருவிழாவுக்கு வரும் பக்தர்கள் எல்லோரும் தங்களுக்குத் தேவையான உணவைக் கொண்டுசெல்வது கடினம். மலையேறும்போது கையில் சுமையின்றி இருப்பது அவசியம். கேரள வனத்துறையின் கெடுபிடிகள் தொடங்கிய பிறகு, ஒவ்வொருவரின் கைப்பைகளையும் சோதிக்கத் தொடங்கியது. வனப்பாதுகாப்பைக் காரணம் காட்டி, மலைமேல் குடிதண்ணீர், உணவுப் பொருட்களைக் கொண்டு செல்வதற்குத் தடை விதித்தது. கட்டுப்பாடுகளுக்குப் பயந்த மக்கள் வெறும் வயிற்றுடன் கோட்டத்துக்குச் சென்று திரும்பினர். ஆளாளுக்கு உணவு கொண்டு செல்வதின் சிக்கலைத் தீர்க்கத்தான் தனிநபர்களும், அமைப்புகளும் வனத்துறையின் அனுமதி பெற்று மலைமேல் உணவு கொண்டுசென்று பக்தர்களின் பசியைப் போக்கினர்.

தொடக்கத்தில் காளி கணபதி கோயில் கமிட்டியினர் 100, 200 பேருக்கு உணவு கொடுத்துள்ளனர். பின் அவர்களாலும் தொடர்ந்து கொடுக்க முடியவில்லை. மங்கலதேவி கண்ணகி அறக்கட்டளையும் சிறிய அளவில் தொடங்கி, பின் 1999-ஆம் ஆண்டு முதல் மங்கலதேவி கண்ணகி அறக்கட்டளை மட்டுமே உணவு கொண்டுசெல்ல முடியும் என்ற நிலைமை உருவானது.

கணபதி ஸ்டோர்ஸ் என்று ஒரு பலசரக்கு கடை. அந்தக் கடையில்தான் திருவிழாவுக்காக மளிகைப் பொருள்கள் வாங்குவது வழக்கம். கம்பம் போன்ற புராதனமான ஊர்களில் இருப்பவர்கள் அன்னதானத்திற்கு அரிசி, புளி, உப்பு வாங்கித் தருவார்கள். எண்ணெய் வாங்கித் தரமாட்டார்கள். ஆரம்பத்தில் கண்ணகிக் கோயிலில் எலுமிச்சை சோறு, தக்காளிச் சோறு, தயிர்ச் சோறு, புளியோதரை கொடுத்து வந்தோம். தக்காளி சோறோ, புளியோதரையோ வாங்கி சாப்பிடுபவர்கள், அடுத்த சோறு கொடுக்கும்போது கையிலிருப்பதைக் கீழே போட்டு விட்டுப் புதிதாகத் தருவதை வாங்கிச் சாப்பிடுவார்கள்.

அதனால் நிறைய உணவுப் பொருள்கள் வீணானது. மேலும் ஒவ்வொரு வகை உணவிற்கும் தனித்தனியாக பேப்பர் பிளேட் தர வேண்டியிருந்தது. கூடுதல் பிரச்சினையாகத் தயிர்ச் சோறும், எலுமிச்சை சோறும் கொஞ்ச நேரத்திலேயே கெட்டுவிடும். தக்காளிச் சோறு மட்டுமே அதிக நேரம் தாங்கக்

கூடியது. எல்லோரும் விரும்பிச் சாப்பிடக் கூடிய உணவு என்று அனுபவத்தின் அடிப்படையில் கண்டு பிடித்தோம். பெயர்தான் தக்காளிச் சோறே ஒழிய ஏறக்குறைய அது தக்காளி பிரியாணிதான். பிரியாணிக்குப் போடக்கூடிய புதினா, பட்டை, சோம்பு, முந்திரி, நெய் எல்லாம் கண்ணகிக் கோட்டம் தக்காளிச் சோற்றில் உண்டு. தம் கட்டுவதும் உண்டு. அரிசி, எண்ணெய் அனைத்தும் சுத்தமான உயர்தர வகைகள். நெய் என்றால் ஆவின் மட்டும்தான்.

நன்கொடை தருபவர்கள் நெய், எண்ணெய்க்குப் பண உதவி செய்ய விரும்பாததால் கணபதி ஸ்டோர்ஸில் ஒரு வாய்மொழி ஒப்பந்தம் செய்திருந்தோம். பணம் கொடுப்பவர்கள் அரிசி சிப்பத்திற்கும், புளி, மஞ்சள், பருப்பு வகைகளுக்கும் என்று கொடுத்தால் வாங்கிக் கொள்ள வேண்டும். ஆனால் அதில் எண்ணெய், நெய்க்கான காசை எடுத்துக் கொள்ள வேண்டும். கொடுக்கும் அனைத்துப் பொருள்களும் தரமாக இருக்க வேண்டும். அந்தாண்டு மளிகைக் கடைக் காரரின் மனைவியும் கடையில் இருந்தார். அறக்கட்டளையினர் மளிகைப் பொருள் வாங்கி வண்டியில் ஏற்றிக் கொண்டிருக்கும்போது, தேவையில்லாமல் "ஏம்பா உங்க கண்ணகிக்கு எல்லாம் பிராண்டட் அயிட்ட மாத்தான் கேக்குதா?" என்ற பொருள்படும்படி பேசிவிட்டார். பொருள் வாங்கச் சென்ற அறக்கட்டளையினருக்கு மிகுந்த விசனமாகிவிட்டது. என்ன காரணமோ தெரியவில்லை. அடுத்த ஆண்டு அந்தக் கடை இல்லாமல் போய்விட்டது.

இப்போதும்கூட ஒரு நிகழ்ச்சி நினைவுக்கு வருகிறது. 2017ஆம் ஆண்டு வரை எங்களுடன் இருந்தவர் பிரிந்து சென்றுவிட்டார். அவர் பண வசூல் செய்து, விழாவன்று உணவு கொடுக்க ஏற்பாடு செய்துகொண்டிருந்தார். என்னிடம் அறக்கட்டளையினர் பேசி, அவர் தனியாக உணவு தயாரிக்க வேண்டாம் என்று சொல்லச் சொன்னார்கள். நான் சொல்ல மறுத்துவிட்டேன். அவரவர் விருப்பம், நாம் தடை சொல்ல முடியாது என்ற எண்ணத்தில். மறுநாள் விழா நாளன்று 200 பேருக்கு உணவு தயாரித்து ஒரு தேக்சாவில் வைத்து மலை ஏறினார். முதல் கேட்டிலேயே அவரை நிறுத்தினர். வனத்துறை கேள்வி கேட்டவுடன், "நானும் கண்ணகி ட்ரஸ்ட் ஆள்தான்" என்றார்.

"ஏற்கெனவே கண்ணகி ட்ரஸ்ட் டிராக்டர் எல்லாம் மலைமேல் போயிடுச்சே?" என்று கேட்டவுடன், பதில் சொல்ல முடியாமல் முழித்தார்.

"கண்ணகி ட்ரஸ்ட் டிராக்டர் மட்டும்தான் அனுமதி. ஆளாளுக்குச் சாப்பாடு கொண்டு வந்தா, எதுனா பிரச்சினை வந்துச்சின்னா யார் பதில் சொல்றது?" என்று சொல்லி, அவருக்கு அனுமதி மறுத்துவிட்டது. அவரும் அவருடைய நெருங்கிய சகாவும் அடுத்தவர் துணையின்றி நடக்க முடியாமல் இருக்கிறார்கள்.

கம்பத்தில் டாக்டர் என்று ஒருவரைச் சொல்வார்கள். படித்து டாக்டர் ஆனவர் இல்லை அவர். சுன்னத் செய்யும் வேலையைச் செய்வதால் அவரை எல்லோரும் டாக்டர் என்று அழைத்தார்கள். அவரும் சில காலம் தனித்து இயங்கி பின்னால் மங்கலதேவி அறக்கட்டளையுடன் இணைந்து செயல்படுகிறார்.

கேரள உயர்நீதி மன்றத்தில் மங்கலதேவி கண்ணகி அறக்கட்டளை தொடர்ந்த வழக்கின் காரணமாக கேரளத் தொல்லியல் துறை ஆரம்பித்த கோயில் சீரமைப்புப் பணி

சித்ரா பௌர்ணமி அன்று அலங்கரிக்கப்பட்ட கண்ணகி

குமுளியில் நடந்த மங்கலதேவி கண்ணகி அறக்கட்டளை மற்றும் தேவசம்போர்ட் கூட்டுக்குழு கூட்டத்திற்கு முன்பு எடுத்த படம்

அறக்கட்டளையினருடன் நூலாசிரியர்.

கண்ணகிக் கோயில் என்றால் விண்ணேற்றிப் பாறை மட்டும்தான்

கண்ணகி வழிபாடு என்பது சிலப்பதிகார காலமான இரண்டாம் நூற்றாண்டிலேயே ஆரம்பித்துவிட்டது. குமுளி கண்ணகிக் கோயிலின் உருவாக்கமும், இரண்டாம் நூற்றாண்டு தான். பத்தினி தெய்வம் கண்ணகியைப் பெருமைப்படுத்த நினைத்த சேரன் செங்குட்டுவன், தனது தளபதி வில்லவன் கோதைக்கு ''வடநாடு சென்று இமயக் கல்லைக் கொணர்க, அந்தக் கல்லை தென்னவர்களை இழிவாகப் பேசும் கனக-விசயர் தலையில் ஏற்றி வருக'' என உத்தரவிடுகிறான்.

இமயக் கல் சுமந்த கனக-விசயர் சேர நாடு வந்தவுடன் பாண்டிய, சோழ மன்னர்களுக்குத் தகவல் சொல்ல, நீலன் என்பவனைச் சேரன் செங்குட்டுவன் அனுப்புகிறான்.

விண்ணேற்றிப் பாறையில் மங்கலதேவி கண்ணகி வழிபாட்டிடம் உருவாகிறது. இதற்கு மங்கலம் செய்தல் என்று பெயர். இந்த நிகழ்ச்சிக்கு சிலப்பதிகாரம் எழுதிய இளங் கோவடிகள், மதுரை பெரும்புலவர் சீத்தலைச் சாத்தனார், கைதியாக இருந்த வடதிசை அரசர்கள் கனக - விசையர், பளியர் இன மக்கள் முதலானோர் கலந்துகொண்டனர். சேர அரசன் செங்குட்டுவன், அவன் பட்டத்தரசி வேண்மாள், பாண்டிய அரசன் வெற்றிவேல் செழியன், உறையூர் சோழன், கொங்கு அரசன், இலங்கை அரசன் கயவாகு, மாளவ அரசன், எனப் பல தேசத்து அரசர்களும் வந்திருந்தார்கள். கண்ணகியின் பெருமை அறிந்து பத்தினி தெய்வ வழிபாட்டை தங்கள் நாடுகளிலும் செய்ய விரும்பினார்கள்.

வஞ்சிக் காண்டத்தின், வாழ்த்துக் காதையில்,

''தென்னவன் தீது இலன். தேவர்கோன் தன்கோயில்
நல்விருந்து ஆயினான். நான் அவன் தன்மகள்
வென்வேலான் குன்றில் விளையாட்டு யான்
அகலேன்''

''பாண்டியன் நெடுஞ்செழியன் எனக்குத் தீமை செய்ததாக இப்போது நினைக்கவில்லை. நீதியை நிலைநாட்ட உயிர்விட்ட அவன், இப்போது இந்திர உலகத்தில் உள்ளான். அவன் எனக்குத் தந்தை போன்றவன். வென்வேலான் குன்றில்தான் (கண்ணகி கோட்டத்தில்) நான் இருப்பேன். நீங்கள் எவ்வளவு வருந்தி அழைத்தாலும் இந்த இடத்தைவிட்டு, நான் வேறு எங்கும் வர மாட்டேன். என்னை வேண்டி வருபவர்களுக்கு வேண்டியது செய்து அருள்வேன்'' என்று கண்ணகியின் கூற்றாக இளங்கோவடிகள் சொல்கிறார்.

கண்ணகியே இப்படி அருளியதால்தான் கண்ணகி பெயரிலோ, மங்கலதேவி என்ற பெயரிலோ தமிழகத்தில், கேரளாவில், இலங்கையில் கோயில்கள் அமைக்கப்படவில்லை. பத்தினி வழிபாடு பிற தேசங்களுக்கும் பரவியபோது கண்ணகி யின் பெயரில் அல்லாது புதிதாக உருவான கண்ணகிக் கோயில்களுக்கு, செல்லத்தம்மன், பகவதி, ஒற்றை மூலைச்சி எனப் பெயரிட்டனர்.

வரலாறு தெரியாதவர்கள் சிலப்பதிகாரம் அறியாதவர்கள் ஒருமுறை அல்ல பலமுறை கண்ணகியின் பெயரில் கோயில் அமைக்க முயன்றனர். அவர்களுக்கெல்லாம் காலமே காலனாக மாறியது. அவர்களது முயற்சிகள் கைவிடப்பட்டன.

எம்.ஜி.ஆர். முதலமைச்சராகயிருந்தபோது பளியன்குடியில் அறுபது ஏக்கர் நிலத்தில் கண்ணகிக் கோயில் அமைக்கப்படும் என்ற அறிவிப்பு வெளியானது. அறிவிப்போடு நின்றுபோனது.

கண்ணகி பிறந்த பூம்புகாரிலோ, அவளைப் பத்தினி தெய்வம் என்று அறிய வைத்த மதுரையிலோ கண்ணகியின் பெயரில் கோயில்கள் கட்டப்படவில்லை. கண்ணகியைப் பெரிதும் பிரபலப்படுத்திய சேரன் செங்குட்டுவன், அவன் மனைவி வேண்மாள், சிலப்பதிகாரம் படைத்த இளங்கோவடிகள்

ஆகியோர் வாழ்ந்த சேர நாட்டில் கூட கண்ணகியைப் பகவதி என்றுதான் சொல்கிறார்கள்.

★

வருடந்தோறும் சித்ரா பௌர்ணமி விழாவிற்கு வரும் பக்தர்கள் பளியன்குடி வழியாக நடந்துபோவார்கள். அந்தப் பாதையில் ஒருவர் புதிதாக முருகன் கோயிலைக் கட்டினார். குறி சொல்வது, பில்லி, சூனியம் செய்வது என்று தொழில் விரிவடைந்தது. அடுத்து தொழில் விருத்திக்காக, முருகன் கோயிலை, கண்ணகிக் கோயில் என்றார். கண்ணகிக் கோயில் விண்ணேற்றிப் பாறையில் இருக்கும்போது, அடிவாரத்தில் முருகன் கோயிலைக் கட்டி, அதைக் கண்ணகிக் கோயில் என்று பொய்யாகப் பரப்பியதை உள்ளூர் மக்கள் விரும்பவில்லை. எதிர்ப்பு வருவதை அறிந்த அந்த நபர், 'தான் கட்டியுள்ளது கண்ணகிக் கோயில் என்றும் அதை யாரும் தடுக்கக் கூடாது என்றும் அறிவிக்கக் கோரி' மதுரை உயர்நீதிமன்றத்தில் வழக்குத் தொடர்ந்தார்.

மதுரை உயர்நீதிமன்றம் முன்சீப் கோர்ட்டில் முறையிடுமாறு அந்த நபருக்கு அறிவுறுத்தியது. உத்தமபாளையம் முன்சீப் கோர்ட்டில் வழக்குத் தொடர்ந்தார். வழக்கில் மங்கலதேவி கண்ணகி அறக்கட்டளை எதிர் மனுதாரராகச் சேர்க்கப்பட்டது நம் நல்ல நேரம்: அவரின் கெட்ட நேரம். அறக்கட்டளை சார்பில் வழக்கறிஞர் சியாம் ஆஜரானார். கண்ணகிக் கோட்டத்தைக் கண்டுபிடித்த கோவிந்தராஜனாரோடு இவரது தாத்தா அக்தர் சிங் தொடர்பில் இருந்தவர். மங்கலதேவி கண்ணகி அறக்கட்டளை சார்பாக ராஜகணேசன், பி.எஸ்.எம்.முருகன், சரவணன் முதலானோர் சாட்சியம் அளித்தனர்.

"குமுளி விண்ணேற்றிப் பாறையில் உள்ளது மட்டுமே கண்ணகிக் கோயில். பளியன்குடியில் கண்ணகிப் பெயரில் கோயில் இருக்க கூடாது" என உத்தமபாளையம் முன்சீப் கோர்ட் ஆணை வழங்கியது.

தீர்ப்பு வந்த பிறகும் அந்த நபர் விடவில்லை. தீர்ப்பை எதிர்த்து உத்தமபாளையம் சப்கோர்ட் சென்றார். அங்கும்

மங்கலதேவி கண்ணகி அறக்கட்டளை சார்பாக வழக்கறிஞர் சியாம் ஆஜரானார்.

வழக்கில் தீர்ப்பு வந்தது. 'மங்கலதேவி கோயில் என்பது ஒன்றே ஒன்றுதான். அது குமுளியில் உள்ளது. வேறு யாரும் அந்தப் பெயரில் கோயில் கட்டக் கூடாது என்று உத்தமபாளையம் முன்சீப் கொடுத்த தீர்ப்பே சரியானது. அது உறுதி செய்யப்படுகிறது' என்று உத்தமபாளையம் சார்பு நீதிமன்றமும் தீர்ப்பு வழங்கியது.

நீதிபதியின் ஆணையைப் பார்த்தபோது, வஞ்சிக் காண்டத்தில், வாழ்த்துக் காதையில் இளங்கோவடிகள் பதிவுசெய்த கண்ணகியின் சொல்தான் நினைவுக்கு வந்தது.

டெல்லி உச்ச நீதிமன்றத்தில் வழக்கு

கேரள உயர் நீதிமன்றத்திற்கு அலைந்து, மிகச் சோர்ந்து போய் விட்டோம். கண்ணகியின் அருளால் அடுத்த கதவு திறந்தது. கேரள நீதிமன்றமே, இது இரு மாநிலப் பிரச்சனை என்று சொல்லிவிட்டதால், டெல்லி உச்ச நீதிமன்றம் போகலாமே? (கேரள வனத்துறை எர்ணாகுளம் கோர்ட்டில் நீதிமன்ற அவமதிப்பு வழக்கிலிருந்து தப்பித்தது. எங்களின் வழக்கு முடிந்தது என நினைத்து பூரித்தது. இப்போது தலைவலி போய் திருகு வலி வரப்போகிறது.)

டெல்லி உச்ச நீதிமன்றத்தில், வழக்கறிஞர் கௌதம் மூலம் வழக்கை தயார் செய்தோம். ''உச்ச நீதிமன்ற விசாரணைக்கு மனுதாரர் டெல்லிக்கு அடிக்கடி வர வேண்டிவரும் சார்'' என்றார்.

''கௌதம், கேரள உயர் நீதிமன்றத்தில் வழக்குத் தொடரும் போதே, அறக்கட்டளை தரப்பில், நம்பிக்கைக்குப் பாத்திரமான செயலாளர் ராஜகணேசன், பொருளாளர் பிஎஸ்எம் முருகன் பெயரில்தான் வழக்குப் பதிவு செய்தோம். இந்த வழக்கை அப்பீலாக எடுத்துச் செல்ல வேண்டாம். புதிய வழக்காகப் பதிவோம். உச்ச நீதிமன்ற வழக்கில் அறக்கட்டளையின் தலைவர் என்ற முறையில் என் பெயரில் வழக்கைப் பதிவு செய்வோம்'' என்றேன்.

மனுவிலேயே என்னைப் பற்றி முழுவதுமாகச் சொல்லி விட்டேன். நான் இந்திய ஆட்சிப் பணியின் தமிழக அதிகாரி. வரலாற்றுப் புத்தகங்களின் ஆசிரியர் எப்போதெல்லாம் தொல்லியல் துறை கண்ணகிக் கோட்டம் ஆய்வுக்கு வந்தாலும் எனக்கு எழுத்து மூலமாகத் தகவல் தெரிவித்துவிட்டுத்தான் வருவார்கள். எங்களது அறக்கட்டளையின் நோக்கம், தீர்க்கவே

முடியாத இருமாநில எல்லைப் பிரச்சனையைத் தீர்ப்பதல்ல. எங்களுக்கு அதற்கான அதிகாரமோ, சக்தியோ கிடையாது. ஆனால் கோயிலைக் காப்பாற்ற வேண்டும் என்ற எண்ணம் மட்டுமே மங்கலதேவி அறக்கட்டளையை உச்ச நீதிமன்றத்திற்கு வரவைத்திருக்கிறது'' என்று குறிப்பிட்டேன்.

உச்ச நீதிமன்றத்தில் வழக்குத் தொடரும் முன் டெல்லியில் நடந்த ஒரு நிகழ்ச்சியை நான் குறிப்பிட வேண்டும். எனது சம்பந்தி அ.பழனிச்சாமி, மருமகன் பிரவீன், மகன் ராஜாவுடன் டெல்லிக்கு ஒரு வேலையாகச் சென்றிருந்தேன். கண்ணகிக் கோட்டம் நினைவு வந்தது. பிஎஸ்எம் முருகனிடம் பேசி சில ஆவணங்களை வாட்ஸ் அப்பில் வாங்கினேன். நேராக மத்திய அரசின் தொல்லியல் துறை டைரக்டர் ஜெனரல் அலுவலகத்திற்குச் சென்றேன்.

நம்பிராஜன், பத்து வருடங்களுக்குமுன் மத்திய அரசின் தொல்லியல் துறை கேரளா சரகத்தில் வேலை பார்த்தவர். அவர் டெல்லி தலைமை அலுவலகத்தில் அப்போது அடிஷனல் டைரக்டர் ஜெனரலாகயிருந்தார். அவரைச் சந்தித்து, ‘மங்கலதேவி கண்ணகிக் கோயிலை மத்தியத் தொல்லியல் துறை எடுக்க வேண்டும்’ என்று நான் மத்தியத் தொல்லியல் துறைக்கு எழுதிய கடிதத்தின் நகலைக் கொடுத்தேன்.

''பார்த்தேன் சார். நீங்கள் மேடத்தைப் பாருங்கள். என்னைப் பார்த்ததைக்கூட சொல்ல வேண்டாம்'' என்றார்

''சரி'' என்று சொல்லிவிட்டு டைரக்டர் ஜெனரல் அறைக்குச் சென்றேன். திருமதி வி.வித்யாவதி என்ற பெயர் பலகையைப் பார்த்தேன். மத்திய அரசாங்கத்தில் IAS, IPS எல்லாம் பெயருக்குப் பின்னால் போட மாட்டார்கள். கூகுளில் வித்யாவதி IAS என அடித்தேன். கர்நாடகா கேடர் என்றும் தமிழகத்தைச் சேர்ந்தவர் என்றும் தெரிந்துகொண்டேன். சரி, நமக்கு நல்லதாகப் போய்விட்டது என்று நினைத்தேன் (விதி கோணல் சிரிப்பு சிரித்தது).

அறைக்கு உள்ளே சென்றேன். ரயில்வே டிக்கட் கவுன்ட்டர் போன்ற பெரிய கண்ணாடி தடுப்பிற்குப் பின்னால் டைரக்டர் ஜெனரல் உட்கார்ந்திருந்தார். கண்ணகிக் கோட்டம் வரலாற்றைச்

சொல்லி கோயில் இருக்குமிடத்தை விவரித்தேன். கேரள நீதிமன்றத்தில் கேரள அரசு தந்த மனுவைக் காண்பிக்க எழுந்தேன். ''கையில் தர வேண்டாம். கண்ணாடியில் வைத்துக் காண்பியுங்கள்'' என்றார் (கொரானா கட்டுப்பாடு) அடிக்கடி கைகளை சானிடைசர் போட்டுத் தேய்த்துக் கொண்டார்.

''நீங்கள் பெரிதாக எதுவும் செய்ய வேண்டாம். எங்கள் கடிதத்தை கேரள அரசிற்கு அனுப்பினாலே போதும்'' என்றேன்.

''அந்தக் கோயில் கேரளாவின் கட்டுப்பாட்டில் இருக்கிறது என்கிறீர்கள். அதனால் கடிதம் நாங்கள் அனுப்புவது நன்றாக யிருக்காது'' என்றார்.

''உங்களது புதிய சர்க்கிள் திருச்சியில் அமைக்கப்பட்டி ருக்கிறது. எண்பது பாதுகாக்கப்பட்ட நினைவுச் சின்னங்கள் மட்டுமே திருச்சி சர்க்கிளுக்கு ஒதுக்கப்பட்டிருக்கிறது. சாதாரண மாக ஒரு சர்க்கிளுக்கு 200 அல்லது 300 இடங்கள் ஒதுக்கப்படும். எண்பதுடன் கண்ணகிக் கோயிலை எண்பத்தொன்றாக சேர்க்கலாமா என்று கேரளாவுக்கு கடிதம் எழுதினாலே போதும். கோயில் கட்டுமானத்தைக் கேரளா தொடங்கிவிடும்.''

''அது சரியாகப் படாது.''

''மத்தியத் தொல்லியல் துறை எடுக்கவே கூடாது என்று போராடிய திருவண்ணாமலை, மாமல்லபுரத்தை எடுக்க முயல் கிறீர்கள். எடுத்துக் கொள்ளுங்கள் என்று கேட்டும் கண்ணகிக் கோயிலை எடுக்க மாட்டேன் என்கிறீர்கள்.''

''இல்லை வாய்ப்பில்லை.''

''சரி, அப்படியென்றால் எங்களுக்கு வேறு வழியில்லை. டெல்லி உச்ச நீதிமன்றத்தில் வழக்குத் தொடர உத்தேசித் துள்ளோம். வழக்கில் உங்களையும் பார்ட்டியாகச் சேர்ப்பேன். நீங்கள் பதில் மனு போடும்போது நியாயமான பதில் போட்டால் போதும். நன்றி உடையவனாகயிருப்பேன்.''

''எங்களை வழக்கில் பார்ட்டியாகச் சேர்க்க வேண்டாம்.''

''அதெப்படி, நீங்கள் இல்லாமல்?''

''இல்லை முதலில் சேர்க்க வேண்டாம். பின்னாளில் தேவைப்பட்டால் அய்.ஏ. போட்டுச் சேர்த்துக் கொள்ளலாம்.''

அய்.ஏ. என்பது இன்டர்லாக்டரி அப்ளிக்கேசன். வழக்கு நடக்கும் போது புதிதாக யாரையாவது எதிர்மனுதாரராகச் சேர்க்க விரும்பினால் அய்.ஏ. பெட்டிசன் போட வேண்டும். வக்கீலாக இருந்த எனக்கு அய்.ஏ.வின் தகிடுதத்த வேலைகள் தெரியும். மத்திய அரசின் ஆர்க்கியாலஜி துறையை வழக்கில் சேர்க்காமல் வழக்கு நடக்கும்போது அய்.ஏ. போட்டுச் சேர்க்க முயலும்போது, ஒரு பெரும் சட்டச் சிக்கல் வரும். அந்த விண்ணப்பத்தைக் கேரள அரசு எதிர்த்தால், மத்திய ஆர்க்கியாலஜி வழக்கிற்குள் வர முடியாமலேயே போய்விடும்.

மத்தியத் தொல்லியல் துறையின் பாராமுகம் எனக்குச் சோர்வைத் தந்தது. ''மேடம் நீங்கள் உட்கார்ந்திருப்பது சாதாரணமாக ஓர் அதிகாரி உட்காரும் சேர் இல்லை. நூறு ஆண்டுகள் கடந்தும் மக்கள் மனதில் சிம்மாசனம் போட்டு உட்கார்ந்திருக்கும் சர் ஜான் மார்ஷல், அலெக்ஸாண்டர் கன்னிங்காம், மார்டிமர் வீலர் என்ற ஜாம்பவான்கள் உட்கார்ந்த சேர்'' என்றேன்.

''எங்களை வழக்கில் சேர்க்க வேண்டாம்'' என்றார் வி.வித்தியாவதி.

பதில் பேசாமல் அறையைவிட்டு வெளியே வந்தேன். அதுவரை கேரளத் தொல்லியல் துறையை முதல் எதிர்மனு தாரராகவும் மத்தியத் தொல்லியல் துறையை நான்காவது அல்லது ஐந்தாவது எதிர்மனுதாரராக வைக்கலாம் என நினைத்தேன். இல்லை. மத்தியத் தொல்லியல் துறையே முதல் எதிர்மனுதாரர் எனத் தீர்மானித்து நடந்தேன்.

★

உச்ச நீதிமன்ற விசாரணைக்குத் தேதி குறிப்பிடப்பட்டது. சீனியர் வக்கீல் கோபால் சங்கர நாராயணனிடம் பேசினோம். திடீரென ஒரு பயம், ''அவர் கேரளாக்காரரே?''

வக்கீல் கௌதம், ''இல்ல சார். அவர் பக்கா புரபஷனல். அப்படியெல்லாம் நினைக்க மாட்டார்'' என்றார்.

2021ஆம் ஆண்டு பிப்ரவரி மாதம் 16ஆம் தேதி நீதியரசர்கள் மோகன் சந்தானு கவுண்டர், வினீத் சரண் அமர்வில் கண்ணகிக் கோட்டம் வழக்கு விசாரணைக்கு வந்தது. கோவிட் ஊரடங்கு

காலமென்பதால் வெர்ச்சுவல் கோர்ட் நடந்தது. வக்கீல் சங்கரநாராயணனை எதிர்பார்த்து கௌதம் ஆன்லைன் வீடியோ கான்பரன்ஸில் காத்திருந்தார்.

வழக்கை நீதியரசர்கள் எடுத்தனர். கோபால் சங்கரநாராயணன் லைனில் இல்லை. கௌதம், ''மை லார்ட்ஸ் ஐஅம் லெட் பை டெசிக்னேடட் சீனியர் கோபால் சங்கரநாராயணன். அவர் லைனில் வர கொஞ்சம் காலதாமதமாகிறது. வழக்கை கொஞ்ச நேரம் தள்ளி வைக்க வேண்டுகிறேன்'' என்று வேண்டுகோள் விடுத்தார். ஆன்லைனில் பார்த்துக் கொண்டிருந்த எனக்குத் திக்திக் என்றிருந்தது. நீதியரசர் மோகன் சந்தானு கவுண்டர் நல்ல நிறத்தில் ஆஜானுபாகுவான தோற்றம். சிரித்தபடி சொன்னார். ''மிஸ்டர் கௌதம், இந்த வழக்கில் சீனியர் வக்கீல் வாதாடும் அளவு ஒன்றுமில்லை. நாங்கள் முழுவதுமாகப் படித்துவிட்டோம். கண்ணகிக் கோயிலை எடுத்துக் கட்ட வேண்டும் என்பது உங்கள் கட்சிக்காரரின் வேண்டுகோள். இன்பிரின்சிபில், அது சரி என்று நினைக்கிறோம்'' என்றவர், "Case taken on file. Send notice to all including Archaeological survey of India" என்றார். என் மனம் அடைந்த மகிழ்ச்சிக்கு எல்லையில்லை. கண்ணகியின் கருணை.

ஒரு பெரும் வருத்தம். இந்த நோட்டீஸ் அனுப்பிய இரண்டாவது மாதம் (ஏப்ரல் 24, 2021) நீதியரசர் மோகன் சந்தானு கவுண்டர் கொரானாவால் உயிரிழந்தார். அப்போது அவருக்கு வயது 62. இன்னும் மூன்று ஆண்டுகள் அவர் உச்சநீதிமன்ற நீதியரசராக இருந்திருக்கலாம். நமது வழக்கிற்கும் ஒரு நல்ல வழி பிறந்திருக்கும்.

இந்த வழக்கில் நோட்டீஸ் வாங்கிய தமிழக அரசும் கேரள அரசும் ஒரு வருடமாகப் பதில் மனுதாக்கல் செய்யவில்லை. திருவாங்கூர் தேவசம்போர்டு மட்டும் பதில் மனுதாக்கல் செய்திருக்கிறது.

இதுகுறித்து விசாரிக்க டெல்லியிலுள்ள மத்தியத் தொல்லியல் துறை அலுவலகத்திற்கு மீண்டும் சென்றேன். டைரக்டர் ஜெனரல் வி.வித்யாவதி அலுவலகத்தில் இருந்தார். அவரைப் பார்க்க வேண்டாம் என முடிவு செய்தேன். அலோன் என்ற மராட்டியர் இணை இயக்குநராக உள்ளார். அவர்தான் நீதிமன்ற

வழக்குகளைப் பார்க்கிறார். அவரைப் பார்க்க வேண்டி எனது விசிட்டிங் கார்டை கொடுக்க அவரது செயலாளர் அறைக்குச் சென்றேன். எனது விசிட்டிங் கார்டை பெண் உதவியாளர் ஒருவர் வாங்கினார். பக்கத்திலிருந்த பெண் செயலாளர் சுவாரசியமாக செல்லில் பேசிக் கொண்டிருந்தார். ''நான் அவரிடம் தருகிறேன்'' என்று பெண் உதவியாளர் சைகை செய்தார்.

ஏதோ முக்கியமான விசயத்தைப் பேசுகிறார் என நினைத்து அறைக்கு வெளியில் வந்தேன். பத்து நிமிடம் காத்திருந்தேன். அப்போதும் அவர் போனில் பேசிக்கொண்டே இருந்தார். பொறுமை எல்லை மீறியது. மீண்டும் பெண் செயலாளரின் அறைக்குள் வந்தேன். பெண் உதவியாளர் கையில் தான் என் விசிட்டிங் கார்டு இருந்தது. செகரட்டரி போனில் தொடர்ந்து பேசிக் கொண்டிருந்தார். அது அலுவலகச் சம்பந்தப்பட்ட பேச்சு அல்ல என்பதை அறிந்தேன். எப்படித்தான் எனக்குக் கோபம் வந்ததோ. பெரும் சத்தம் போட்டேன். செக்ரட்டரி பெண் செல்போனை வைத்துவிட்டு ஜாயின்ட் செகரட்டரி அலோனின் அறைக்குள் ஓடினார். நான் யாருடைய அனுமதியையும் எதிர்பார்க்கவில்லை. அலோனின் அறைக் கதவைத் தட்டிவிட்டு உள்ளே நுழைந்தேன். அந்தப் பெண் என்னைப் பற்றிப் புகார் சொல்லிக் கொண்டிருந்தார். திரும்பவும் சத்தம் போட்டேன்.

''இது ஆபிசா அல்லது டைம் பாசிங் இடமா? பத்து நிமிசம் என்னைக் காத்திருக்க வைத்ததோடு, என் விசிட்டிங் கார்டையும் உங்களுக்கு அனுப்பவில்லை. இங்கு நீங்கள் அதிகாரியா? உங்கள் செகரட்டரியா?''

உடனே அலோன் வருத்தம் தெரிவித்தார்.

''நான் என்னுடைய சொந்த விசயத்திற்கு வரவில்லை. உங்களுக்குச் சம்பளம் தரும் வேலைக்கு உதவ வந்துள்ளேன். என்னைக் காக்க வைக்க என்ன காரணம் இருக்கிறது?''

அலோன் மீண்டும் வருத்தம் தெரிவித்தார். என்னை அமைதி படுத்தி உட்காரச் சொன்னார். அலோன் நல்ல மனிதராகத் தெரிந்தார். கண்ணகி வழக்கில் எதிர்மனு தாக்கல் செய்ய உத்திரவாதம் அளித்தார்.

காத்திருக்கிறோம். சிதிலமடைந்த கண்ணகிக் கோட்டத்தில் இருக்கும் கண்ணகியும் நம்முடன் காத்திருக்கிறாள்..

கண்ணகிக் கோயிலை மத்தியத் தொல்லியல் துறையின் கீழ் கொண்டுவர வேண்டும் என்று மங்கலதேவி கண்ணகி அறக்கட்டளையின் தலைவர் டாக்டர் மு. ராஜேந்திரன், இஆப டெல்லி உச்ச நீதிமன்றத்தில் தொடர்ந்த வழக்கு விவரம்

டெல்லி உச்ச நீதிமன்ற வழக்கு எண் 144

IN THE SUPREME COURT OF INDIA
(Civil Original Writ Jurisdiction)
under article 32 of the Constitution of India
WRIT PETITION (C) NO. 000144 of 2021

Mangala Devi Kannagi Trust, Cumbam,
Tamil Nadu. 625 516. Represented by its
President Dr.M.Rajendran

PETITIONER

Versus

1. Director General Archaeological Survey of India (ASI)
No.24 Thilak Marg,
New Delhi. Pin 110 001.

2. Secretary to Government
Department of Forest
Secretariat
Trivanathapuram. Pin 695 001.

3. Secretary to Government
Department of Art and Culture
Secretariat,
Trivanathapuram. Pin 695 001

4. Director of Archaeology
Sreepadam Palace
Fort post,
Trivanathapuram. Pin. 695 023.

 வண்ணச் சீரடி

5. District Collector
   Idukki. Kuyilimala,
   Kerala. Pin 685 603.

6. Deputy Director
   Periyar Tiger Reserve (PTR).
   Rajiv Gandhi Complex,
   Thekkady. Pin 685 509.

7. Trivancore Devasam Board
   Nanthancode,
   Kowdiar Post,
   Trivanathapuram, Pin 695 003

8. Principal Secretary to Government
   Department of Forest and Environment,
   Fort St, George, Chennai. 600 009.

9. District Collector
   Theni,
   TamilNadu - 625 531.

10. Sri S.Kalanithi, Formerly Wild Life Warden
    Megamalai Wild Life Division Theni Dist,
    Presently,
    Wild Life Warden,
    Nagapattinam, Pin - 611 001.

RESPONDENTS

MEMORANDUM OF WRIT PETITION FILED UNDER ARTICLE 32 OF THE CONSTITUION OF INDIA

1. That the present writ petition is filed seeking for direction to the Director General of Archeological Survey of India who is the respondent no.1 herein to take over the Mangala Devi Kannagi Temple Site as the Writ preferred by the petitioner Trust before the Hon'ble High Court of Kerala which lost its jurisdiction under Article 226 of the Constitution as the court

could not pass an order against the respondent no. 1 to 7 in view of the letter of the respondent no. 10 by his letter dated 25.09.2018 in which he has raised inter-state dispute over the Temple Site and its jurisdiction is disputed and the site is presently under the respondent no.4 who is the Director of Archaeology, State of Kerala

1a. That the respondent no. 10 has raised an inter-state territorial dispute even though when he is not the competent authority the respondent no.4 who proceeded with the work of conservation has stopped the work, carried on only on the basis of the said letter as the letter states work has to be done only after prior permission of the State of Tamil Nadu and letter observes that if work is carried out without the permission, legal action would be initiated and said letter affects the right of petitioner's trust to preserve the 2nd Century Temple Monument which is violative of Legal Right and also violative of Articles 14 and 25 of Constitution of India.

1b. That the Petitioner herein submits that the Trust did not approach any authority before filing the present Writ Petition challenging the order passed by High Court of Kerala as there is no finality obtained in the Writ Petition pending before the Hon'ble High Court of Kerala.

2. That the Petitioner herein submits that he did not file any other Petition before this Hon'ble Court and the only other petition that is pending before the Hon'ble High Court of Kerala has become defunct in view of loss of Jurisdiction as the respondent no. 10 had raised an inter-state territorial dispute over Temple Site. After the above said dispute this Hon'ble Court alone has the power to deal with a dispute with regard to the preserving the Temple Site in the above said facts and circumstances. Hence, the Petitioner Trust has no other efficacious remedy except invoking jurisdiction of this Hon'ble Court under Art. 32 of Constitution of India by way of filing the present Writ Petition.

3. That the facts leading to the filing of the present Writ Petition are as follows:

a) The Petitioner represents a Trust created by the Devotees of Mangala Devi Kannagi Temple (MDK-Trust). The Temple is near Kumuly Town. The Temple is a 2nd Century AD monument in the inter State Border of Tamil Nadu and Kerala.

b) Petitioner Trust is Registered on 31st March 1999 in Tamil Nadu. Petitioner Trust is functioning in Cumbum town which is around 20 KMs from the Mangala Devi Kannagi Temple. Like Sabari Mala represented by respondent 7 Mangala Devi Kannagi Temple is also in the Periyar Tiger Reserve (PTR). Every year on one day that is on Chithira Pournami Day the Mangala Devi Kannagi Temple is open for worship. There are two road approaches to the temple. One is a 14 KMs Motorable Road from Kerala side. Another is 6.6 KMs Path Way from Tamil Nadu side.

c) Every year around 40 thousand people visit the temple on Chithira Pournami Day. Since the temple is inside the Reserve Forest there is too much of restrictions. The road approach is only through four wheel jeeps by Kerala Transport Department. The Petitioner Trust is Providing Food to the entire devotees on Chithria Pournami day. Respondents 2 to 6 provide water supply and other supports to the devotees.

d) There used to be an elaborate and hectic Inter State coordination meetings every year with the two State officials prior to the Chithira Pournami Day. The petitioner Trust was formed with the purpose of coordinating with the Kerala and Tamil Nadu State Officials in celebrating the Chitra Pournami Day Function in the Mangala Devi Kannagi Temple. Respondents 4,5,6,9 and 10 attend the meeting along with the petitioner Trust. In the last 21 years the petitioner Trust is invited to all the meetings convened by the Respondents 5 and 9. Any matter related to Mangala Devi Kannagi Temple, Petitioner Trust is a necessary party as the Trust is the only authorized Entity to feed the 40 thousand people on a single day. Ex P1 is the true copy of the Mangala Devi Kannagi Trust. Ex P2 is the true English translation of Ex P1.

e) Mangala Devi Kannagi Temple is situated near Kumily, Idukki District of Kerala in the mountains of Westen Ghat in the Periyar Tiger Reserve (PTR). The temple is a 86 cent Plot (390 links length and 220 links breath). Its a 2nd Century AD monument.

f) The Temple was originally in Periyakulam Taluk of Madras Presidency. States were formed on the basis of language in the year 1957 under States Reorganization Act. Till the year 1957 there is no dispute as to the territorial ownership of the Temple either from the Government of Trivancore (The Predecessor of the present Kerala State) and Madras Presidency (The Predecessor of present Tamil Nadu State). The Temple went dilapidated due to vagaries of nature. On 17.11.1963 the great Historian and Archaeologist Prof. C. Govindarajanar has proved the Dilapidated Temple to be that of the great Mangala Devi Kannagi Temple. Kannagi was the heroin of the famous 2nd Century AD Tamil Epic Silapathiharam.

g) The history of the Temple is narrated in the popular 2nd century AD Tamil epic Silapathikaram wherein it is stated that Kannagi a simple and innocent Girl gets married to a rich young merchant by name Kovalan. They both lived in Poompukar village rear Thanjavur of Chola Kingdom. Subsequently Kovalan lost all his wealth because of his youthful waywardness and extra marital affair with a Dancer Girl, by name Madhavi. Misunderstanding arose with Madhavi and he returned to his wife Kannagi and decided to regain his lost fourtune through business. In order to do business outside his home Country he along with his wife travelled to Madurai, the Pandya Kingdom. To raise money and to start business Kovalan decided to sell his wife's anklets. Anklets of the nature worn by Kannagi was one which ladies of rich family and Royals alone wear. Kovalan went to a goldsmith. The goldsmith is a cunning person. He took Kovalan to the Pandya king's palace. At that time the anklet of the Pandya queen was missing. In fact the goldsmith had received the said anklet of the queen from a thief and wanted to misappropriate the same. The cunning goldsmith informed the king that he had met a person attempting to sell an anklet belonging to the queen and the thief is waiting outside the palace. The king was in desparate mood at that time. To appease the queen who was in a sulking mood due to a domestic dispute, the king without any application of mind directed his guards that the person with the anklet in hand be killed and the anklet brought to the Court. Kovalan was beheaded and the anklet was taken to the king.

h) On coming to know the tragic death of innocent Kovalan, Kannagi rushed to the Pandiya's court and demanded justice. She challenged in the Pandiya's Court that the queen's anklets had only pearls within the anklet whereas the anklet of her's had rubies inside. The anklet recovered from Kovalan was brought to the court and Kannagi broken it in the presence of the king. Rubies fell. Shocked by the injustice caused by his misjudgment the king died instantaneously, followed by the queen. Angered, Kannagi set fire to the Madurai Town. Then she walked for 14 days and reached the Mangala Devi Site. This incident is reported to have taken place in July 144 AD. 10 to 20 years later, the Chera King Chenguttuvan came to see the mountain area and enjoy the Nature. At that time Paliyar Tribals who reside nearby Mangala Devi site, met the King and Chera Queen Vennmal. They narrated Kannagi's final appearance in this site.

i) The temple was built by the famous Chera King Chenguttuvan, which was subsequently renovated by the Imperial Chola King Raja Raja in his 4th Renal year (989 AD). The great pandia ruler Kulasekara Pandian in 14th Century, Naik Rulers in 16th Century and the Poonchar rulers in 17th Century AD have renovated the Temple. We have stone inscriptions in the Temple even today. The temple is situated in the Reserve Forest Area (RF), at the Tamil Nadu - Kerala State Border.

j) Respondent 4 is in charge of protection of Archaeological site in the State of Kerala. Mangala Devi Kannagi Temple. Its premises were proclaimed as State monument and taken over by the 4th respondent on 09.08.1983. The temple is in the custody of the 4th respondent.

k) The Mangala Devi Kannagi Temple complex as stated above is situated in Managala Devi hills facing the Cumbum valley of Tamil Nadu. The Temple complex consists of four shrines of different sizes confined to a well defined prakara with a fairly large size gopura dwara. Among the four temple precincts one is facing east with a covered Garba Griha, Ardha Mandapa, a well, and an open courtyard. There are two other sub shrines in the complex and the sketch is marked as Exhibit P3 and P4. The Kerala Archaeological department (ie. 4th Respondent) taking into consideration the historic and archaeological value of the temple declared it as a protected monument in the year 1983. The relevant portions of a handbook on protected monuments of Kerala prepared by the Department of Archaeology, Government of Kerala, pages 78 and 79 of the said book are produced herewith and marked as Exhibit P5.

l) In this connection it is submitted that till the year 1977 devotees from both Kerala and Tamil Nadu States visited the temple on 2 days, Chitra Pournami day and a day before and after which is inclusive of two days. Till 1977, 12 feet right of pathway from Tamil Nadu side was used by the devotees. In the year 1977 people wanted to use the motorable road made from Kerala side in the year 1975. At the instance and request tendered by the Kannagi festival committee to the Respondent 5 on 28.04.1977, he permitted people from Tamil Nadu to use the newly constructed motorable road from Thekkady check post to Mangala Devi Kannagi Temple (Exihibit P6).

m) The Temple was taken possession by the 4th respondent in the year 1983. The Temple has several very vital inscriptions of 11th and 14th Centuries depicting the history of the Temple as well as the history of the place. Due to total neglect on the part of the respondent 4 the idol of the Lord Ganesha has been stolen and the Shivalingam was smashed by intruders. Several ornate stone beams have been mutilated. The ancient inscriptions hitherto deciphered are fading away on account of natural wear and tear and on account of exposure to the vagaries of nature.

n) The Temple and its precincts are in such a pitiable condition which clearly shows the neglect of the 4th respondent to such an important ancient monument. The stones are falling apart. The corner portions of the monument which are holding the existing portions of the monument have loosened and have become slack. The stones forming the walls of the monument have fallen apart and are in a disarray. The monument is completely covered by wild vegetation coming from the crevice between the stones and the walls thus further weakening the same. The entire ancient monument now looks totally neglected and there is no maintenance for more than 3 decades. From the date of taking over monument in the year 1983, not a single rupee has been spent by the respondent 4. The monument stands in a forest area and is situated in a place where a Resting Room and Security Watch Tower of the Forest Department under the control of respondents 2 and 6 is erected and maintained. Forest Department officials make day to day trips to the security tower and rest rooms. The temple, forest rest room and watch tower are approachable by jeeps, Tractors and therefore the mere fact that the monument is located in a Reserve Forest area cannot be a ground for a total neglect on the part of the respondents, 2, 3, 4 and 5. Respondent 4 is maintaining more than 7 monuments in Reserve Forest Area. It is submitted that a report had appeared in the Indian Express dated 24.05.1987 mentioning the inaction and gross neglect on the part of the Respondent. True copy of the paper report dated 24.05.1987 appearing in Indian Express is produced herewith and marked as Exhibit P7.

o) The former Prime Minister of India Sri.P.V.Narasimha Rao while he was Minister for Human Resource Development has made it clear that though dispute exists as to the territorial jurisdiction action has to be taken by the Government of Kerala to conserve the Mangala Devi Temple and the letter is marked as Exhibit P8.

p) It is submitted that every year before the Chitra Pournami function preparatory meetings are held at Kumuli between the members of the Petitioner's Trust and the officials incharge of Theni and Idukki Districts. In that meeting coordination aspects are discussed. Several conditions have been thrust upon the devotees by the Respondents 2 to 6 on the guise of protecting the forest area causing considerable hardship to the devotees. In fact no such restrictions are imposed on Sabari Mala Temple which belongs to Respondent 7. Both Sabari Mala Temple and the MKD Temple are in the same PTR area with a crow fly distance of 15 KMs. Due to excessive restrictions imposed by Respondents 2 to 6 the devotees of Kerala and Tamil Nadu avoid a second visit to the temple.

q) The petitioner Trust had submitted a representation to the 4th Respondent calling upon him to take appropriate steps for conservation, preservation, restoration, maintenance of the monument. To the said communication issued by the petitioner it was informed to the petitioner that Conservation Engineer would shortly visit the temple for preparing a detailed report for conservation of the temple. True copy of the letter dated 08.07.2005 issued by the Cultural Affairs (B) Department, Trivandrum to the petitioners herein is produced herewith and marked as Exhibit P9. Subsequently however in spite of the repeated requests, reminders and perseverance of the petitioner Trust till date even after the expiry of over nine years after the assurance held out in Exhibit P9 no step is taken to restore the ancient monument.

r) **Historian Dr.M.Rajendran IAS, the petitioner herein had requested the Superindenting Archealogist, ASI Chennai circle vide communication dated 18.07.2013 who in turn forwarded it to the 1st respondent for appropriate action. True copy of the letter dated 18.07.2013 issued by the ASI Chennai Circle to the 1st Respondent is produced herewith and marked as Exhibit P10. However no action has been taken so far.**

s) In this connection it is pertinent to note that the person who identified the ancient monument on

17.11.1963, viz. Tamil scholar and popular Archeologist Prof.G.Govindarajanar was conferred with Tholgoppiar award by the President of India on 21.12.2012 for his discovery of the Mangala Devi Kannagi Temple.

t) The petitioner have applied under the Right to information Act to the 4th Respondent seeking information regarding the amount spent by the Government of Kerala for the conservation, preservation, restoration, maintenance of the monument after taking over of the Temple. True copy of the letter dated 06.06.2013 by the Petitioner Trust before the information officer is produced herewith and marked as Exhibit P11. On receipt of Exhibit P10 the information Officer of Respondent 4 vide communication dated 04.07.2013 informed the petitioner Trust that in the last 30 years no amount has been spent by the Government of Kerala for conservation, preservation, restoration, maintenance of the monument.

u) To the various representations submitted by the petitioner trust on the above matter before the Archaeological Survey of India, Respondent Number 1 here in and its various offices, the petitioner Trust's Secretary was informed by communication dated 29.05.2013 that the monument was under the State Department of Archaeology of Government of Kerala and the petitioners were requested to contact the 4th respondent, However till date apart from the correspondence nothing has materialized.

v) In spite of the same the petitioner Trust on 28.12.2013 once again submitted a representation requesting immediate interference on the part of the 4th Respondent requesting for entrustment of the maintenance, upliftment, restoration, conservation and preservation work. The photographs of the ancient monument as it stands now in a deplorable condition is produced herewith and marked as Exhibit P3 and 4.

w) With the passing of each day, the ancient monument of the Mangala Devi Kannagi Temple is crumbling down and turning to pieces. If the above state of affairs are to continue, on account of gross neglect on the part of the respondents who are shirking their responsibility and making the petitioners to run from piller to post the ancient monument will no longer exist. In a few years, this ancient monument would be nothing but a heap of stone, if things move in this fashion.

x) The Petitioner Trust filed a case in the Honorable High Court Kerala in the year 2014. In WP No. 14853/2014 the Honorable High Court has directed Respondents 1 to 6 to conserve the monument. In the order dated 05.04.2016 Respondent 4 was specifically directed to carry out the necessary maintenance work on or before 24th April 2016. (Exhibit P12)

y) In spite of the assurance given by the 4th Respondent, he has not started work. Hence a contempt petition was filed in the Kerala High Court in file Number 2111/2016. In this case Respondent 2 has misrepresented that the conservation in the Temple is a non forestry activity which cannot be carried out in the PTR Area, as per Forest Conservation Act, and in view of SC direction in 1A1430 - 1432 in WP (C) No. 202/1995 T.N. Godhavarman Thirumulpad vs Union of India. We filed counter affidavit, saying that the judgment R2 has quoted has nothing to do with our case. Moreover if non forest activity cannot be done in PTR, the Petitioner Trust has raised a valid question as to how in Sabari Mala Temple, all non forest activities are happening? In the contempt case the R4 has taken a different stand from R2 and said that they are trying to do the conservation.

z) Honorable Chief Minister of Kerala intervened and he convened a meeting with R2,3,4,5 and 7 along with the Petitioner Trust on 06.06.2018 and a minites was drawn. English Translation of the minites is shown as Exhibit P13. In the Minites of the Honorable CM it was decided to start the conservation work and to make the temple open on 24 days in a year instead of one day.

aa) On 25.06.2018 the Petitioner Trust President Dr M. Rajendran, Secretary T. Raja Ganesan, Treasurer P.S.M.

Murugan, Member of Trust C.T. Kasirajan, P.S. Nehru, K.R. Jayapandian and Vanavika Rajendran along with R7 meet the Honorable CM and thanked him. (It was reported in Major News Papers of Tamilnadu and Kerala.)

bb) The Respondent 4 got approval for Rs. 60 Lakhs on 24.12.2016 to conserve the Monument. Tender was called for and work started. Then all on a sudden work was stopped on the basis of a letter dated 25.09.2018 by Respondent 10. (Exhibit P14) In the letter it was told that the Mangala Devi Temple Site is in Tamilnadu Area and hence work cannot be proceeded without Tamilnadu Government's concurrence. Work is stopped by the Respondent 4 in view of Respondent 10's communication. Respondent 10 alleged that the Temple is in Tamil Nadu area and Respondent 4 has accepted the stand by stopping the work. For the last 2 years the petitioner's Trust's efforts with Respondent 4 did not yield any result. The Respondent 4 got approval for Rs. 60 Lakhs on 24.12.2016 to conserve the Monument. Tender was called for and work started. Then all on a sudden work was stopped on the basis of a letter dated 25.09.2018 by Respondent 10. (Exhibit P14) In the letter it was told that the Mangala Devi Temple Site is in Tamilnadu Area and hence work cannot be proceeded without Tamilnadu Government's concurrence. Work is stopped by the Respondent 4 in view of Respondent 10's communication. Respondent 10 alleged that the Temple is in Tamil Nadu area and Respondent 4 has accepted the stand by stopping the work.

cc) Hence, to get an appropriate remedy the petitioner Trust has to file the present Writ Petition before this Hon'ble Court

4. The Petitioner in the present Writ Petition raises certain substantial issues that are formulated in the form of questions for the convenience.

A. The moot question that would arise before this Hon'ble Court's consideration is despite the territorial dispute raised vide Letter dated 25.09.2018 of the Respondent 10 herein, is it not the responsibility of the respondents namely respondent no. 1 to 6 to carry out the work and preserve the ancient monument belongsing to 2nd century AD which is in a dilapidated condition?

B. When the aims of formation of the Archeological Survey of India is for the preservation, conservation and environmental development of centrally protected monuments and sites, including Heritage Monuments and antiquities, maintenance of surroundings of the Monuments, is it not mandatory to carry out the same at the disputed site irrespective of to which state the Monument belongs to?

C. **Whether the newly formed ASI Trichy circle which is under the control of R1 has jurisdiction over just 81 sites which is nearer to the Mangala Devi Kannagi temple site and when his (Trichy ASI circle) counterparts in the country are maintaining an average of 300 to 400 sites, is it not the responsibility of the Respondent 1 to take over the disputed site as there is apparently an inter-state dispute?**

D. Whether as per the provisions of the Ancient monuments and Archaeological sites and remains (amendment and validation) Act, 2010 is it not mandatory on the part of the Respondent no.1 to conserve one of the oldest monuments of the country? In such circumstances can the respondent No.4 to 6 stop abruptly the work carried out on the basis of a letter by the 10th respondent who is not at all competent to write on inter-state issue and stop the work. Letter is not written by the appropriate authority, namely Respondent 8, can that be acted upon?

E. When there are continuous representations made from the year 1990s to the Archaeological Survey of India/ Respondent No.1 herein to take over and to maintain the monument which was not considered till this date despite of the Respondent 1's Tamilnadu circle Letter vide dated 18.07.2013 on the basis of the request made by the petitioner herein on 25.02.2013 and 15.07.2013. Can ancient monument be allowed to get dilapidated due to vagaries of nature for the past several decades?

5. Grounds

I. Because the Respondents Nos. 2, 3, 4, 5, 6,7 and the representatives of the Petitioner Association had meeting on 28.05.2018 in the presence of Honorable CM of Kerala to conserve the temple site. In the meeting it was decided to allow the public to worship the temple on the 1st day of every month and on Sivarathiri and Navarathiri days besides the regular Chitra Pournami day totaling 24 days in a year. Minutes was also drawn and issued (Ex..........) In the light of the above is it justified on the part of the Respondent No.2 to 6 to abandon the work on the basis of a letter written by Respondent 10 who is not at all competent to highlight the inter-state dispute.

II. **Because the Petitioner / Trust had taken herculean effort to conserve the ancient monument and had approached the Kerala High Court and obtained an interim order to undertake the conservation in Writ Petition No. 14853/2014. The respondent No.4 has given false assurance in Kerala High Court in writing that they have sufficient funds and he intended to start the renovation by the end of July 2014. The Respondent No.4 started the work and waited for a lame excuse. Letter from Respondent no. 10, was good enough to stop the work. In the Kerala High Court Respondent no. 4 informed in writing that due to the letter of Respondent no. 4 they stopped the work. Now the petitioner is remedyless than to approach this Hon'ble Court and the petitioner is not interested in resolving the larger issue of inter-state dispute as it is not resolved between the two states from the year 1957.**

III. Because the Petitioner Trust want to protect the monument as the same is not taken care of by the Respondent no. 4 and can be protected only by ASI, the Respondent No.1 through its newly formed Trichy circle which has just 81 sites to take care of. As a circle it has only 25% of work when compared to other circles in the country. The Trichy circle is nearer to the Mangaladevi Kannagi temple. In view of the above said circumstances the Petitioner Trust does not have an alternative efficacious remedy than to invoke Article 32.

IV. Because the Petitioner Trust was formed way back in 31.03.1999 with an intention of protecting the ancient Mangaladevi Kannagi Temple and to support the devotees by providing food who visit the temple on the Chitra Pournami Day every year.

V. This Petitioner Trust in the year 2014 approached High Court of Kerala for preserving the temple structure in which the Respondents 1 to 7 are the Defendants and they have acted upon the directions given by the Kerala High Court. The inter-state dispute raised by the 10th Respondent had resulted in the stoppage of conserving the temple structure / monument.

VI. Because of the inter-state dispute the Petitioner Trust had to find out a solution for protecting the 2nd century AD temple structure. Hence, the Petitioner had to approach this Hon'ble Court under Article 32 having no other alternative efficacious remedy as the High Court declined to interfere when there is an inter-state dispute.

VII. Because the Petitioner Trust is not concerned over the territorial jurisdiction of this ancient monument, as the territorial dispute is not resolved for more than 63 years, the Petitioner Trust is only concerned to protect the structure as well as to carry further the purpose of the Trust which can only be done by way of invoking Article 32 as the contempt petition preferred before the High Court of Kerala was not considered citing the letter of respondent no.10 even without considering whether the said letter could be the basis for raising an inter-state dispute. As the ASI being the Respondent No.1 had not considered the several representations more specifically from their own Madras Circle in their letter dated 18.07.2013 to conserve the temple.

VIII. **Because the Petitioner Trust has no motive behind this petition to decide the larger issue involved between the two states and the petitioner wants to confine the petition only to the extent of transferring the site from Kerala state Archeological department / Respondent no. 4 herein to Respondent No.1 so that the work which has been stopped** abruptly in the pretext of inter-state dispute can be carried out in a better and appropriate manner. Hence the present writ petition is being preferred to the extent as stated above. Though the larger issue of territorial jurisdiction is seemingly involved in the disputed site, the Petitioner Trust does not want to venture into the same as the Petitioner Trust is interested only in the conservation of the ancient site besides supporting their devotees.

IX. Because the larger issue of territorial jurisdiction may be left open and this writ petition is preferred only for the purpose of resuming the work through ASI, Respondent No. 1 herein. The Petitioner Trust works for the last 22 years effectively and Respondents are fully aware of it. In all the meetings conducted by the Respondents 5 & 9 the Petitioner Trust is invited. The Petitioner Trust is the only authorized entity to feed 40,000 and odd devotees who come to the MKD temple on the Chitra Pournami day every year. Hence the Petitioner Trust has both legal and factual reasons to come before this Hon'ble Court for the remedy sought in the prayer. Article 32 alone can be invoked for conserving the monument as there seems to be an inter-state territorial dispute with regard to the site of the monument / temple.

X. Because the Petitioner Trust wants to place the factual background which would reveal the ancientness of the temple which dates back to 2nd Century AD (CE). There is a strong literary evidence for establishing the age of the temple. It finds place in the 2nd century AD Tamil Epic Silapathigaram written by well known poet Elango Adigalar. Five kings namely Chera King Senguttuvan, Chozha king of Urayur, Pandia king Vetrivel Chellian, Kongu Chozha and Cylon (Sri Lanka) king Kayavahu attended the consecration of the temple in the 2nd century AD. We have literary evidences to this. Later the great Chozha Emperor Raja Raja did renovation, in the year 989 AD. Stone inscriptions are still there in the temple to that effect. Pandiya king Kulasekara, Naik kings and Punjjar Raja have done conservation on this monument which is also inscribed in stone.

XI. Because the Petitioner Trust is bringing to notice of this Hon'ble Court all these facts so that this Hon'ble Court may appreciate the ancientness as well as the continuous endeavor made by several kings and other personalities to protect the monument for the past 1800 years. The Petitioner Trust being a small entity with its limited resource made valiant efforts to bring before the Hon'ble High Court of Kerala in the year 2014 by way of filing a writ petition and got an interim order directing the Respondent No. 4 to conserve the temple. On the basis of the order of the Hon'ble High Court Kerala, the Hon'ble Chief Minister of Kerala had convened a meeting on 28.5.2018 and directed the Respondents 2 to 7 to conserve the temple and to open the temple for 24 days in a year as against one day in a year. For this gesture Petitioner Trust office bearers met the Hon'ble Chief Minister of Kerala on 25th June 2018 along with Respondent 7 and thanked him. The meeting was reported in TV and reports came in all leading newspaper of Tamil Nadu and Kerala. Further the Petitioner Trust obtained an order from the State of Tamil Nadu announcing public holiday for Theni District, under Negotiable Instrument Act from the year 2015 for celebrating the Chitra Pournami Festival at Mangaladevi Kannagi Temple.

XII. The President of the Petitioner Trust, an IAS officer retired on 31.05.2017. He is a law abiding citizen and well known writer, writing books on History and Archaeology. During his post retirement period, the petitioner was appointed as Election Commissioner for Cooperatives for Tamilnadu on 21.09.2017. The petitioner has no personal motives in filing this present writ petition. The petitioner has thorough knowledge and fully acquainted with the ancientness of the temple. The petitioner is authorized by the Trust to represent the trust before this Hon'ble Court. The petitioner is associated with the Trust from the day one of the formation of the trust i.e 31.03.1999. The Petitioner is concerned only with the protection of the ancient monument as well as to serve the devotees of the said temple.

XIII. Because the petitioner has no personal intention or gain in preferring the present petition but interested only to the aforesaid reasons as stated above which would be squarely brought under the Article 32 of the Constitution of India and to seek appropriate relief under the same.

XIV. Because the petitioner intends to confine the present writ petition only to the extent the prayer sought for. The prayers were made with an intention to protect the temple and to carry forward the work to prevent further deterioration. These facts would reveal that the petitioner is approaching this Hon'ble Court with a noble cause and to seek reasonable relief from this Hon'ble Court as the petitioner has no other remedy in the given circumstances than to invoke Article 32 of the constitution.

XV. **Because the Petitioner Trust has already revealed it's intend and also has brought out the service nature of the Trust. The Trustees in the Petitioner Trust are well educated youngsters joined together with an intention to serve the society at large and to maintain the 2nd century AD temple so that the forthcoming generations can continue to worship the deity, which has got an avowed recorded years of 1800 years of existence.**

PRAYER

It is, therefore, the petitioner herein most respectfully prayed that this Hon'ble Court may be graciously pleased to :

a) issue a writ of mandamus directing the Respondent no.1 to take over the disputed site from respondent no.4 and

b) issue any other appropriate writ, direction(s) or order(s) as this Hon'ble Court may deem fit and proper in the facts and circumstance of the case.

AND FOR THIS ACT OF KINDNESS THE PETITIONER AS IN DUTY BOUND SHALL EVER PRAY

FILED BY:

S. Gowthaman

ADVOCATE FOR THE PETITIONER

டாக்டர் மு.ராஜேந்திரன், இ.ஆ.ப 195

கண்ணகிக் கோயிலை மத்தியத் தொல்லியல் துறையின் கீழ் கொண்டுவர வேண்டும் என்று மங்கலதேவி கண்ணகி அறக்கட்டளையின் தலைவர் டாக்டர் மு. ராஜேந்திரன், இ.ஆ.ப டெல்லி உச்ச நீதிமன்றத்தில் தொடர்ந்த வழக்கில் பிறப்பிக்கப்பட்ட ஆணை

ITEM NO.6   Court 10 (Video Conferencing)   SECTION X

SUPREME COURT OF INDIA
RECORD OF PROCEEDINGS

Writ Petition(s)(Civil) No(s). 144/2021

MANGALA DEVI KANNAGI TRUST   Petitioner(s)

VERSUS

DIRECTOR GENERAL
ARCHAEOLOGICAL SURVEY OF INDIA (ASI) & ORS.   Respondent(s)

(FOR ADMISSION and IA No.14979/2021-APPROPRIATE ORDERS/DIRECTIONS)

Date : 16-02-2021 This petition was called on for hearing today.

CORAM :   HON'BLE MR. JUSTICE MOHAN M. SHANTANAGOUDAR
             HON'BLE MR. JUSTICE VINEET SARAN

For Petitioner(s)   Mr. S. Gowthaman, AOR

For Respondent(s)

UPON hearing the counsel the Court made the following
ORDER

Issue notice.

(GULSHAN KUMAR ARORA)   (R.S. NARAYANAN)
AR-CUM-PS   COURT MASTER

கண்ணகிப் பக்தர்களும்
மஞ்சள் - பச்சை சீருடையும்

"ஏங்க சார்! சித்ரா பௌர்ணமி வருதுன்னாலே கொடியேத்துற நாள்ல இருந்து நாங்க பாத்த வேல கொஞ்ச நஞ்சமில்ல. இப்படிப் புடிச்சு இழுத்துத் தள்றீங்களே சார்?"

"டிரஸ்ட் ஆளா நீ?"

"ஆமாங்க சார்."

"சொல்றதில்லையா? போங்க, போங்க."

சித்ரா பௌர்ணமியன்று கண்ணகிக் கோட்டத்திற்குள் இதுபோன்ற இரஞ்சுதல்களும் பதில்களும் அடிக்கடி கேட்கும். இவ்வாறு இரஞ்சும் அறக்கட்டளை உறுப்பினர்கள் இரண்டு மூன்று நாட்கள் ஓய்வு இல்லாமல் கூட வேலை பார்த் திருப்பார்கள்.

கண்ணகிக் கோட்டத்திற்குள் வழிபாடு செய்ய வந்தவர்களில் யாரிடம் உதவி கேட்பது, யாரிடம் வேலையை ஒப்படைப்பது என்று தெரியாமல் பல நேரங்களில் அடையாளம் தெரியாமல் திகைத்து நின்றிருக்கிறோம்.

சித்ரா பௌர்ணமி திருவிழா கூட்டத்தில் அறக்கட்டளையினர் தனித்து தெரிய வேண்டும் என்ற நிலை ஒரு கட்டத்தில் உருவாகிவிட்டது. குறிப்பாக, சாப்பிட்டு முடித்தபின் குப்பை களை எடுக்கும்போது வேலை செய்யும் நம் ஆட்களைக் கேரள வனத்துறை விரட்டி அடித்து விடக்கூடாமல் அடையாளம் காட்ட வேண்டிய நிலை. ஒரு முறை மாலை 3 மணிக்கே கேரள வனத்துறை கோட்டத்துக்குள் இருந்தவர்களை வேகமாக வெளியேற வேண்டும் என்று வற்புறுத்தியது. அறக்கட்டளை ஆட்கள் சிலரை வற்புறுத்தி டிராக்டரில் ஏற்றி அனுப்பிவிட்டது.

அந்த வருடம் கடைசியாகப் பத்துப் பேர்தான் இருந்தோம். எல்லோரையும் விரட்டி அனுப்பிவிட்டு, கோயில் முழுக்க இறைந்து கிடந்த இலைகளைப் பார்த்து, கேரள வனத்துறை கையைப் பிசைந்தது. இருக்கும் பத்துப் பேரை வைத்து, "இருட்டுவதற்குள் எப்படி இறைந்து கிடக்கும் சாப்பாட்டு இலைகளை எடுப்பது?' என்ற யோசனை. பத்துப் பேரில் நானும் ஒருவன். திருவண்ணாமலை மாவட்ட ஆட்சியராக நான் இருந்த காலம் அது. அறக்கட்டளை உறுப்பினர்களோடு சேர்ந்து நானும் இலைகளை எடுக்க ஆரம்பித்தேன். அதுவரை எப்போதுமே வேடிக்கை பார்க்கும் வனத் துறையினர் நான் இலை எடுப்பதைப் பார்த்துத் திகைத்தனர். ஒருவர் ஓடிவந்து என் கைகளில் இருந்ததைத் தரும்படி வேண்டினார். அடுத்து ஒவ்வொருவராகச் சேர்ந்து கொண்டார்கள். அன்று முதல் ஒரு நல்ல பழக்கம் வந்துவிட்டது. அறக்கட்டளையினரோடு சேர்ந்து கேரள வனத்துறை, காவல்துறையினரும் தரையில் கிடக்கும் பேப்பர் தட்டுகளை எடுக்கிறார்கள்.

நடுக்காட்டில் அவ்வப்போது ஏற்படும் இதுபோன்ற சிக்கல்களால் அறக்கட்டளை உறுப்பினர்களை அடையாளம் கண்டுகொள்ள சீருடை தரலாம் எனத் தீர்மானித்தேன். சித்ரா பௌர்ணமி திருவிழா அன்று அடிக்கும் வெயிலில் இருந்து

காப்பாற்ற மஞ்சள் நிறம் பயன்படும். ஆண்களுக்கு மஞ்சள் சட்டை, பச்சை வேட்டி, பெண்களுக்கு மஞ்சள் சேலை, பச்சை ரவிக்கை எனத் தீர்மானித்தேன். இருபது வருடங்களுக்கு முன்பு பத்துப் பேர் போட்ட இந்தச் சீருடையை இப்போது ஆயிரக்கணக்கானவர் போட்டுக்கொண்டு வருகின்றனர். இந்தச் சீருடையைப் பார்க்கும் கேரள வனத்துறை கடுமையைக் குறைத்துக் கொள்கிறது, ஒருவேளை, ''ஈ ஆளு ட்ரஸ்ட் ஆளோ'' என நினைத்துக் கொண்டு.

அறக்கட்டளை மட்டும்தான் உணவு கொடுக்க வேண்டுமா?

குமுளி பக்கத்திலுள்ள ஒருவர் தன்னைச் சேரன் செங்குட்டு வனின் வாரிசு என்றும், சித்ரா பௌர்ணமியன்று மங்கலதேவி கண்ணகி அறக்கட்டளை பக்தர்களுக்கு உணவு தருவதைப் போல் தனக்கும் உணவு கொடுக்க அனுமதி தர வேண்டும் என்று கேரள உயர் நீதிமன்றத்தை அணுகினார். இன்னொருவரும் இதேபோல ஒரு கோரிக்கையுடன் கேரள உயர் நீதிமன்றத்தில் வழக்குத் தொடர்ந்தார். கேரளாவைச் சேர்ந்த மலையாள அமைப்பு ஒன்று, பக்தர்களுக்கு ஏன் மங்கலதேவி கண்ணகி அறக்கட்டளை மட்டும் உணவை வழங்க வேண்டும்? நாங்கள் தர விரும்புகிறோம் என்று இடுக்கி கலெக்டரிடம் மனு கொடுத்தார்கள்.

உயர் நீதிமன்ற வழக்குகளில் மங்கலதேவி கண்ணகி அறக் கட்டளையையும், இடுக்கி கலெக்டரையும் எதிர்மனுதாரராகச் சேர்த்திருந்தனர். உயர் நீதிமன்றம், இடுக்கி கலெக்டரை இந்தக் கோரிக்கைகள் மீது நான்கு வாரத்தில் தகுந்த நடவடிக்கை எடுக்க உத்தரவிட்டது.

மங்கலதேவி அறக்கட்டளை சித்ரா பௌர்ணமியன்று பசியாற்றுவதைப் பெரும் பாக்கியமாக நினைக்கிறது. கடந்த முப்பது வருடங்களில் எப்படி ஓர் அமைப்பிற்கு மட்டும் இந்தப் பெருமையைக் கொடுப்பது என்பதுதான் வழக்குத் தொடர்ந்தவர்களின் நோக்கம். இடுக்கிக்கு அடுத்தடுத்து வந்த கலெக்டர்கள் உயர் நீதிமன்ற ஆணைமீது எடுத்த நடவடிக்கை, அறக்கட்டளை பற்றி அவர்களது நல்லெண்ணத்தைப் புரிந்து கொள்ள வழிசெய்தது. இத்தனைக்கும் நாங்கள் இடுக்கி கலெக்டர் அலுவலகத்திற்கு இதுகுறித்து எந்த விளக்கமும் தரவில்லை. கேரள வனத்துறை கண்ணகிக் கோட்டத்திற்கு வரும் 30 ஆயிரம் பக்தர்களுக்கும் குடிதண்ணீர் வசதி செய்கிறது. மங்கலதேவி கண்ணகி அறக்கட்டளை உணவு தருகிறது.

கண்ணகிக் கோட்டத்தில் மங்கலதேவி அறக்கட்டளை யினருக்கு எப்போதாவது கிடைக்கும் மரியாதையைப் பார்த்து சில அமைப்புகள் தங்களுக்கும் முக்கியத்துவம் வேண்டும் என்று கேட்கின்றன. முக்கியத்துவம் பெறுவதைவிட முக்கியத் துவத்தைத் தக்க வைக்க அறக்கட்டளை படும் சிரமம், அவமானங்கள் அவர்களுக்குத் தெரியாது.

இருபது வருடங்களாகப் பார்க்கிறோம். ஒருமுறை கூட பக்தர்களுக்கோ, அரசு அலுவலர்களுக்கோ உணவு இல்லை என்ற மங்கலதேவி அறக்கட்டளையினர் சொன்னதில்லை. அறக்கட்டளையினருக்கு உணவு தருவதோடு மட்டும் வேலை முடிவதில்லை. பக்தர்கள் சாப்பிட்டுவிட்டுக் கீழே போடும் பாக்குத் தட்டுகளையும், பேப்பர் பிளேட்களையும் பொறுக்கியெடுத்துச் சுத்தப்படுத்துவதும் அறக்கட்டளையின் வேலைதான். 20000, 30000 பேர் சாப்பிட்டுப் போட்ட இலைகளை எடுத்து, உணவு எடுத்துச் சென்ற டிராக்டர்களில் கீழே கொண்டு வந்து போட வேண்டும். இத்தனை வேலையையும் பக்தர்கள் கிளம்பிய ஒரு மணி நேரத்திற்குள் முடிக்க வேண்டும். சாப்பிட்ட இலைகளை அறக்கட்டளையினர் சுத்தம் செய்யும்போது, கேரள வனத்துறையினர் மேற்பார்வை பார்க்கும் நாட்டாமையின் தோரணையோடு நின்று வேடிக்கை பார்ப்பார்கள், ஆள்களை விரட்டுவார்கள்.

சித்ரா பௌர்ணமியன்று பக்தர்களுக்கு உணவு தருகிறோம் என்று ஆர்வத்துடன் வந்தவர்கள் நூறு பேர், இரு நூறு பேருக்கு ஆரம்பத்தில் சாப்பாடு தந்தார்கள் இரண்டு மூன்று வருடங்களில் ஆர்வம் குறைந்து காணாமல் போய்விட்டார்கள். எந்த வேலையையும் செய்ய நினைப்பது, செய்யத் தொடங்குவது எளிது. தொடர்ந்து செய்வதுதான் கடினம். அதற்கு மன உறுதியும், கூட்டுழைப்பும், விடாப்பிடித்தனமும் அர்ப்பணிப்பும் தேவை. அறக்கட்டளை அதற்கு உதாரணமாக இருக்கிறது.

இடுக்கி கலெக்டர் அலுவலகத்திற்கு மங்கலதேவி கண்ணகி அறக்கட்டளை மட்டும்தான் தன்னலம் கருதாமல் அதிகாரிகளுக்கும் பக்தர்களுக்கும் உணவு கொடுக்கிறார்கள் என்பது தெரியும். "அரசு அதிகாரிகளிடம் இணக்கமாக மரியாதையாக நடந்து கொள்வார்கள். திருவிழா நடக்கும் நாளில்

அறக்கட்டளையினர்தான் அதிகாலை 4 மணிக்குக் கோயிலுக்குள் வருவார்கள். கோயிலைச் சுத்தம் செய்துவிட்டுக் கடைசியாகக் கிளம்புபவர்களும் அவர்கள்தான். பல நெருக்கடிகளைத் தாங்கித்தான் பணி செய்கிறார்கள். விளம்பரம் தேடும் நபர்கள் பெரிய வேலைகளை தொடர்ச்சியாகச் செய்ய மாட்டார்கள். உண்மையிலேயே பக்தர்களுக்கு உணவு தரும் விருப்பம் இருந்தால் அறக்கட்டளையுடன் சேர்ந்து செய்யலாமே? மங்கலதேவி கண்ணகி அறக்கட்டளை தவிர்த்து வேறு எந்த அமைப்போ, தனிநபருக்கோ உணவு தரும் பொறுப்பைத் தர முடியாது'' என்று இடுக்கி கலெக்டர் அலுவலகத்திலிருந்த கிளார்க்குகள் எழுதியதை அடுத்தடுத்து வந்த இரண்டு கலெக்டர்கள் ஆமோதித்து கையெழுத்திட்டனர் என்பதில் இருந்தே அறக்கட்டளையினரின் அர்ப்பணிப்பை உணரலாம்.

சுற்றுலாத் துறையின் உதவி

கண்ணகி அறக்கட்டளையினருக்குத் தமிழகத் தரப்பிலிருந்து சில நல்ல அதிகாரிகள் உதவி செய்துள்ளார்கள். எனது உடன்பிறவா சகோதரர் முனைவர் வெ.பழனிக்குமார், ஐஏஎஸ் தேனி மாவட்டத்தில் எனக்கடுத்து மாவட்ட வருவாய் அலுவலராக இருந்தவர். சித்ரா பௌர்ணமி விழா பற்றி அவரும் நன்கறிவார்.

முனைவர் வெ. பழனிக்குமார் சுற்றுலாத் துறை ஆணையராக இருந்தபோது முதன்முறையாகப் பக்தர்களுக்கு குடிநீர் வழங்கவும், திருவிழாவுக்கு வருபவர்களுக்குச் சிலப்பதிகார கையடக்க நூல் வழங்கவும், கலை நிகழ்ச்சிகள் நடத்தவும் ஐந்து லட்சம் அனுமதித்தார். பழனிக்குமார் தொடங்கி வைத்தது, அடுத்த மூன்றாண்டுகளுக்குச் சுற்றுலாத் துறை நிதி தந்தது. சுற்றுலாத் துறை அனுமதித்த தொகை முழுவதும், தேனி மாவட்ட செய்தித் தொடர்பு அலுவலர் மூலமே செலவு செய்யப்பட்டது.

திரு. வெங்கடாஜலம், ஐஏஎஸ் தேனி மாவட்ட ஆட்சிய ராகயிருந்தபோதுதான் சித்ரா பௌர்ணமி திருவிழாவுக்கு அரசு விடுமுறை அறிவிக்க தமிழக அரசுக்குப் பரிந்துரை செய்தார். அறக்கட்டளையினர் கேட்கும் உதவிகளைப் பரிவுடன் செய்தார். கலெக்டர் பதவி என்பது நியாயம் செய்ய கிடைத்த வாய்ப்பு என நினைப்பவர்.

மங்கலதேவி அறக்கட்டளைக்கு 1999 ஆம் ஆண்டு நான் தேனி மாவட்ட வருவாய் அலுவலராக இருந்தபோது 10 செ ன்ட் புறம்போக்கு இடத்தைக் கொடுத்தேன். புறம்போக்கு இடத்தை வைத்திருந்தவரே விட்டுக்கொடுத்த இடம். அரசு நிலம் என்பதால் நிலக்கிரயமாக 14 ஆயிரம் ரூபாயும் நிர்ணயிக்கப்பட்டு

பணம் செலுத்தப்பட்டது. மங்கலதேவி அறக்கட்டளை பெயரில் பட்டா மாறுதலும் செய்யப்பட்டது.

நான் மாறுதலில் சென்றபிறகு, அறக்கட்டளை செயலாளர் ராஜகணேசனையும், பொருளாளர் முருகனையும் தேனி மாவட்ட ஆட்சியர் அழைத்து விசாரித்தார். பட்டா மாறுதல் ஆணையைப் பறிமுதல் செய்தார். உத்தமபாளையம் தாலுகா ஆபிசையே புரட்டிப் போட்டு விசாரணை நடந்தது. நான் விலை குறைத்து மதிப்பிட்டிருப்பேன் என்று கலெக்டர் நினைத்திருப்பார் போலும். கோப்பை பார்த்த பிறகுதான் அவருக்குப் பிடிபட்டது, நான் மார்கெட் விலையைத்தான் நிர்ணயித்திருக்கிறேன் என்று. விசாரணையில் ஒன்றும் தேறவில்லை. பறிமுதல் செய்த பட்டா மாறுதல் ஆணையைத் திருப்பித்தர வேண்டுமல்லவா? பட்டா மாறுதல் ஆணையைத் திரும்பக் கேட்டுப் போனவர்களால் கலெக்டரைப் பார்க்கவே முடியவில்லை. அவரோடு சேர்த்துப் பட்டா மாறுதல் ஆணையும் காணாமல் போய்விட்டது. நாங்களும் அதைப் பெரிதுபடுத்தவில்லை.

அறக்கட்டளைக்கு அன்று கிடைக்க இருந்தது 10 சென்ட் தான். ஆள் அரவம் இல்லாத காட்டுப் பகுதி. இப்போது 13 சென்ட் இடத்தில் கம்பத்தின் நகரத்தின் மையப் பகுதியில் மங்கலதேவி கண்ணகி அறக்கட்டளைக்கு, 'மங்கலதேவி கண்ணகி மாளிகை' இருக்கிறது.

தேனி மாவட்டம் பிரிக்கப்பட்டபோது நான் முதல் மாவட்ட வருவாய் அலுவலர். நான் இருந்தபோதே இரண்டு மாவட்ட ஆட்சியர்கள், மூன்று மாவட்ட வன அலுவலர்கள் இருந்தார்கள். எனக்குப் பின்னால் மாவட்டத்திற்குப் பல வருவாய் அலுவலர்கள், வன அலுவலர்கள், ஆட்சியர்கள் வந்திருக்கிறார்கள். தேனி மாவட்டத்தின் பெருமை யான மங்கலதேவி கண்ண கிக் கோட்டத்தைப் பற்றி அறிந்த மாவட்ட அதிகாரிகள் மிகச் சிலரே. அவர்களின் பெயர்களை நான் பதிவு செய்திருக்கிறேன். பதவிக் காலத்தை அதிகாரம் செய்ய கிடைத்த ஆயுதம் என்று நினைப்பவர்களை மக்களும் மதிப்பதில்லை. காலமும் நினைவில் வைப்பதில்லை.

தேனி மாவட்டத்திலிருந்த, இருக்கும் அதிகாரிகளைப் பற்றி நான் வருத்தத்துடன் பதிவு செய்துள்ளவை உண்மைக்கு நெருக்கமானவை. சிலர் நினைக்கலாம். இப்போது காலம் மாறிவிட்டது, அதிகாரிகள் மீதான கட்டுப்பாடு அதிகமாகிவிட்டது, அதிகாரிகளுக்கான சுதந்திரம் போய்விட்டது, அவர்கள் நல்லது செய்ய நினைத்தாலும் செய்ய முடியாத சூழல் உள்ளது என்று. இந்தப் புத்தகத்தை நிறைவு செய்யும் இந்தக் கணம் வரை நானும் அரசு உயரதிகாரியாகத்தான் இருக்கிறேன். தமிழக அரசின் மாநில தேர்தல் ஆணையராக இருக்கும் எனக்கு மட்டும் தனி சூழலா அமைந்திருக்கிறது?

டாக்டர் மு.ராஜேந்திரன்,இஆப 205

சுற்றுலா ஆணையர், சென்னை-2 அவர்களின் செயல்முறை ஆணைகள்

முன்னிலை திரு.வெ.பழனிக்குமார், இ.ஆ.ப.,

செ.மு.ஆணை.எண்.3151/கூவிழா/2018 நாள் 18.04.2018

பொருள் : சுற்றுலா ஆணையரகம், சென்னை - பொருட்காட்சிகள் மற்றும் விழாக்கள் - தேனி மாவட்டம் - கண்ணகிக் கோயில் திருவிழா - உத்தமபாளையம் வட்டம் - மேலக்கூடலூர் (தெற்கு) கிராமம் - 30.04.2018 அன்று கண்ணகி கோவிலில் சித்ரா பௌர்ணமி திருவிழா நடைபெறுதல் ரு.5.00 இலட்சம் - நிதி ஒப்பளிப்பு அளித்தல் - ஆணை வெளியிடப்படுகிறது.

பார்வை :

1) *அரசாணை நிலை எண்- 239 சுற்றுலா மற்றும் பண்பாட்டு (சு.1) துறை, நாள் 27.11.2012.*

2) *மாவட்ட ஆட்சியர் - மாவட்ட குற்றவியல் நடுவர். தேனி மாவட்டம், தேனி அவர்களின் நே.மு.க. எண்.4746/2018/ஊ.வ.10, நாள் 26.03.2018.*

★★★★★

ஆணை:

தேனி மாவட்டம் உத்தமபாளையம் வட்டம், மேலக்கூடலூர் (தெற்கு) கிராமம், மேற்குத் தொடர்ச்சி மலைப்பகுதியில் தமிழக - கேரள மாநிலங்களின் எல்லைப்பகுதியில் அமைந்துள்ள மங்கலதேவி கண்ணகி கோவிலில் வருடம்தோறும் சித்திரை மாதம் பௌர்ணமி திருவிழா நடைபெற்று வருகிறது. அவ்விழாவிற்கு, தேனி மாவட்டத்திலிருந்தும் தமிழகத்தின் பல்வேறு பகுதிகளில் இருந்தும் பொது மக்கள், கண்ணகி அறக்கட்டளையினர் ஆகியோர் சென்று வழிபாடு நடத்தி வருகின்றனர். மேற்படி கோயில் வனப்பகுதியில் அமைந்துள்ள காரணத்தினால் சாதாரண நாட்களில் அப்பகுதியில் பொது மக்களை அனுமதிப்பது இல்லை. எனவே, இவ்வருடம் 30.04.2018 அன்று சித்ரா பௌணர்மியன்று நடைபெறும்

கண்ணகிக் கோட்டம் திருவிழாவில் தமிழக பக்தர்கள், கலந்து கொள்ளத் தேவையான வசதிகள், முன்னேற்பாடுகள் செய்வது, கலை நிகழ்ச்சிகள் நடத்துவது தொடர்பாக ரூ.10.00இலட்சம் நிதி ஒப்பளிப்பு அளிக்கும்படி மாவட்ட ஆட்சியர் - மாவட்ட குற்றவியல் நடுவர், தேனி மாவட்டம் தேனி அவர்களிடமிருந்து பார்வை 2ல் காணும் கடிதத்தில் வழியாக கருத்துரு பெறப்பட்டுள்ளது.

2) மாவட்ட ஆட்சித் தலைவர், தேனி அவர்களின் கருத்துரு நன்கு ஆய்வு செய்யப்பட்டு, இவ்வருடம் 30.04.2018 சித்ரா பௌணர்மியன்று நடைபெறும் கண்ணகிக் கோயில் திருவிழாவில் தமிழக பக்தர்கள் கலந்து கொள்ளத் தேவையான வசதிகள், முக்கியமாக குடிநீர் வசதிகள் ஏற்படுத்தவும் மற்றுமுள்ள முன்னேற்பாடுகள் செய்வதற்கும் மற்றும் கலை நிகழ்ச்சிகள் நடத்துவதற்கும் நிதி ஒப்பளிப்பு அளிக்கலாம் என முடிவு செய்யப்பட்டது. அம்முடிவின்படி பார்வை 1ல்காணும் அரசாணையில் சுற்றுலா ஆணையர், அவர்களுக்கு அளிக்கப்பட்டுள்ள அதிகாரத்தின் அடிப்படையில் கண்ணகிக் கோயில் திருவிழாவில் தமிழக பக்தர்கள் கலந்து கொள்ள கீழ்கண்ட தேவையான வசதிகள் செய்வதற்கும் மற்றும் கலை நிகழ்ச்சிகள் நடத்துவதற்கும் ரூ.5.00இலட்சம் (ரூபாய் ஐந்து இலட்சம் மட்டும்) நிதி ஒப்பளிப்பு செய்யப்படுகிறது.

3) கண்ணகிக் கோவிலில் சித்ரா பௌர்ணமி திருவிழா நடத்துவதற்கு ஒப்பளிக்கப்பட்ட செலவின விவரங்கள்.

வ. எண்	பணிகளின் விபரம்	தொகை
1	மேடை அமைப்பு மற்றும் மேடை அலங்காரம், சேர், மைக்செட், ஜெனரேட்டர், இதர செலவினம்.	70000
2	சுற்றுலாப்பயணிகள் செல்லும் வழியில் ஆங்காங்கே சாமியானா பந்தல் அமைத்தல்.	60000
3	கண்ணகிக் கோயில் திருவிழா அன்றைய தினம் முழுவதும் பல்வேறு கலை நிகழ்ச்சிகள் நடத்துதல்.	120000
4	சுற்றுலா பயணிகளுக்கு சுத்திகரிக்கப்பட்ட குடிநீர் வழங்குதல்	110000
5	தற்காலிக கழிப்பிட வசதிகள் ஏற்படுத்துதல்.	60000

6	பிளக்ஸ் பேனர் தயாரித்தல்.	20000
7	புகைப்படம் மற்றும் வீடியோ ஆவணப்படுத்துதல்	10000
8	சுற்றுலாப் பயணிகள் செல்லும் வழிகளில் குப்பைத் தொட்டிகள் வைத்தல்.	0
9	சுற்றுலா மடிப்பேடுகள் (தேனி மாவட்டம்) மற்றும் கண்ணகிக் கோயில் பற்றிய வரலாற்று புத்தகம் அச்சு அடித்தல்.	50000
	மொத்தம்	500000
	(ரூபாய் ஐந்து இலட்சம் மட்டும்)	

4) மேலே பத்தி 2ல் ஒப்பளிக்கப்பட்ட தொகையை சுற்றுலா அலுவலர், உதகமண்டலம் அவர்கள் தமிழ்நாடு நிதி விதி தொகுப்பு தொகுதி 1ன் விதி 99ன் கீழ் தற்காலிக முன்பணமாக பெற்று செலவினம் மேற்கொள்ள இதன்மூலம் அனுமதி அளிக்கப்படுகிறது. மேலும், இது தொடர்பாக மாவட்ட ஆட்சியர் அவர்களின் அறிவுரைபடியும், விழா முடிந்த 30 தினங்களுக்குள் முழுமையான அறிக்கை, அச்சடிக்கப்பட்ட சுற்றுலா மடிப்பேடுகள் 100 எண்ணிக்கை, புகைப்படங்கள், பத்திரிகை நறுக்குகள் மற்றும் செலவீன சீட்டின் நகல்களுடன் சுற்றுலா ஆணையரகத்திற்கு அனுப்பி வைக்க வேண்டும் என சுற்றுலா அலுவலர், தேனி அவர்களுக்கு அறிவுறுத்தப்படுகிறது.

5) மேற்கண்ட செலவினம் கீழ்க்கண்ட தலைப்பின்கீழ் பற்று வைக்கப்பட வேண்டும்.

''3452 - சுற்றுலா - 80 - பொது - 001 நெறிப்படுத்தலும், நிருவாகமும்-1 திட்டத்தில் சேராதது - AF பொருட்காட்சி களும், பண்டிகைகளும் - 08 விளம்பரமும் பிரசாரமும் - 02 - பொருட்காட்சி'' (குறியீட்டு எண்.3452 80 0001 AF 0822)

6) இச்செலவினத்திற்கு ஒப்பளிக்கப்பட்ட தொகைக்கு தேவையான நிதி ஒதுக்கீடு 2018-2019ஆம் ஆண்டிற்கான திட்ட மதிப்பீட்டில் மேற்காணும் கணக்குத் தலைப்பில் உள்ளது என்று சான்று அளிப்பதுடன், செலவினத் தொகையை இத்துறை தலைமை அலுவலகம், சென்னை கணக்கிலிருந்து சுற்றுலா அலுவலர், தேனி மேற்கொள்ள அனுமதி அளிக்கப்படுகிறது. மாவட்ட கருவூல அலுவலர், தேனி, மேற்காணும் பட்டியலை

அனுமதித்து ஒப்பளிப்பு தொகையை வழங்கும்படி கேட்டுக் கொள்ளப்படுகிறார்.

ஓம்/வெ.பழனிக்குமார்
சுற்றுலா ஆணையர்

பெறுநர்

சுற்றுலா அலுவலர், தேனி

நகல்

1) மாவட்ட கருவூல அலுவலர், தேனி.

2) சுற்றுலா நிதி மற்றும் வரவு செலவு பிரிவு சுற்றுலா ஆணையரகம், சென்னை-2

3) மாவட்ட ஆட்சியர். தேனி
இகோ/உதிரி.

//ஆணைப்படி//

துணை இயக்குநர்

கொடுந்தொற்று காலத்திற்குப்பின் சித்ரா பௌர்ணமி விழா

2020-2021 இரண்டு ஆண்டுகளும் நாடு முழுவதும் கொரோனா தொற்றுக் காரணமாக முழு ஊரடங்கு இருந்த காலம். ஒவ்வொரு மாவட்டத்திலும் நோய் தொற்றின் தீவிரத்தினை அனுசரித்து, கட்டுப்பாடுகள் தளர்வும், நீட்டிப்பும் தரப்பட்டன.

2020ஆம் ஆண்டு தொற்றுத் தீவிர நிலையில் இருந்ததால் தமிழகம் முழுவதுமே வழிபாட்டிடங்கள் திறக்கப்படவில்லை. 2021-ஆம் ஆண்டு கோயிலைத் திறந்திருக்கலாம். ஆனால், அன்றைய தேனி மாவட்ட நிர்வாகம் சித்ரா பௌர்ணமி விழா ஏற்பாடு மற்றும் அனுமதி குறித்து முடிவெடுக்க இடுக்கி மாவட்ட ஆட்சியருக்குக் கடிதம் எழுதியது. கடிதத்தில் இடுக்கி மாவட்ட ஆட்சியரே சித்ரா பௌர்ணமி விழா நடத்துவது தொடர்பாக முடிவெடுத்துக் கொள்ளலாம் என்று எழுதியதால், இடுக்கி மாவட்ட ஆட்சியர் விழா வேண்டாம் என்று முடிவெடுத்தார்.

இரண்டாண்டுகளாகத் தடைபட்டிருந்த சித்ரா பௌர்ணமி விழாவை 2022-ஆம் ஆண்டு நடத்தியே தீர வேண்டும் என்று எண்ணிய அறக்கட்டளை, 2022ஆம் ஆண்டு ஜனவரி மாதமே அதற்கான முயற்சிகளில் ஈடுபட்டது. பிப்ரவரி 25 அன்று தேனி மாவட்ட ஆட்சியரைச் சந்தித்து, சித்ரா பௌர்ணமி திருவிழா நடத்த, இடுக்கி மாவட்ட ஆட்சியருக்குக் கடிதம் எழுத கேட்டுக் கொண்டனர்.

மார்ச் மாதம் 3-ஆம் தேதி, அறக்கட்டளையினர் இடுக்கி மாவட்ட ஆட்சியரை நேரில் சந்தித்து கோரிக்கை வைத்தனர். கேரள மங்கலதேவி அறக்கட்டளையும் எங்களோடு சேர்ந்து வந்து, விழா நடத்த கோரிக்கை வைத்தது எங்கள் கோரிக்

கொரானா காலத்தில் வழிபாட்டிடங்கள் திறக்கப்படாததால், சித்ரா பௌர்ணமி அன்று வீடுகளில் கண்ணகிச் சிலையின் படம் வைத்து, வழிபட்டனர். நூலாசிரியர் தன் பேரன் திரேன் பி.ராஜேவுடன்

கைக்கு வலுசேர்த்தது. மார்ச் 3ஆம் தேதியன்றே, கேரள முதலமைச்சருக்கும் வேண்டுகோள் கடிதம் அனுப்பப்பட்டது. இரண்டு நாளில் கேரள முதல்வர் அலுவலகத்தில் இருந்து பதில் வந்தது. அதில் இடுக்கி மாவட்ட ஆட்சியருக்குத் தகவல் தெரிவிக்கப்பட்டதாகக் குறிப்பிடப்பட்டிருந்தது.

மார்ச் 15 அன்று இடுக்கி மாவட்ட ஆட்சியர் சித்ரா பௌர்ணமி விழாவிற்காக முன்னேற்பாட்டுக் கூட்டம் குமுளியில் மார்ச் 30ஆம் தேதி நடைபெறும் என்று தேனி மாவட்ட ஆட்சியருக்கும் அறக்கட்டளைக்கும் தகவல் அனுப்பினார். தேனி மாவட்ட ஆட்சியர் அலுவலகத்தில் விசாரித்தபோது தமிழக அரசுக்கு வழிகாட்டுதல் கேட்டு கடிதம் எழுதியிருப்பதாகத் தெரிவிக்கப் பட்டது. உடனடியாக அரசுப் பொதுத் துறைச் செயலாளர் முனைவர் ஜெகந்நாதன், இஆப-வைத் தொடர்பு கொண்டேன். தேனி மாவட்ட ஆட்சியரிடமிருந்து கடிதம் வரவில்லை என்று சொன்னார். அன்றே அறக்கட்டளையினர் தேனி ஆட்சியர் அலுவலகம் சென்று, கடிதம் அனுப்ப ஏற்பாடு செய்தனர். மார்ச் 21-ஆம் தேதி பொதுத் துறை அனுமதி அளித்தது.

மார்ச் 28-ஆம் தேதி தேனி மாவட்ட ஆட்சியர் அலுவலகத்தில் நடந்த ஆலோசனை கூட்டம் மாலை 5.30-க்கு நடக்க இருந்தது. மாலை 6.20 வரை விழாவுக்குத் தொடர்பில்லாத இந்து அறநிலையத் துறை மற்றும் அறக்கட்டளைமீது பொய்ப் புகார்களைச் சொன்னவர்களையும் தனித்தனியாக அழைத்துப் பேசினார். பின்பு மாலை 6.20க்குக் கூட்டம் ஆரம்பித்தது. ஆட்சியரின் அழைப்பில்லாதவர்களும் கூட்டத் தில் கலந்து கொண்டனர். அதிர்ஷ்டவசமாகப் பொய்ப் புகார் சொன்னவர்களின் உண்மை முகம் வெளிப்பட்டது.

சித்ரா பௌர்ணமி விழா ஏற்பாடுகள் குறித்துப் பேசி, இரவு 7.45க்கு கூட்டம் முடிந்தது.

மார்ச் 30-ஆம் அன்று குமுளியில் நடந்த கூட்டத்தில், தேனி மாவட்ட ஆட்சியர் கோயிலுக்கு வரும் நேரத்தைப் பிற்பகல் 3 மணியில் இருந்து, ஒரு மணி நேரம் குறைத்து, பிற்பகல் 2 மணிக்குமேல் பக்தர்கள் வருவதற்கு அனுமதி இல்லை என்று அறிவித்தார். கூட்டத்திற்குத் தலைமை தாங்கிய இடுக்கி

ஆட்சியர் ஷீபா ஜார்ஜ், இஆப அமைதியாக இருந்தார். இரு மாநில அறக்கட்டளையினரும் வழிபாட்டு நேரத்தில் ஒரு மணி நேரம் குறைத்ததற்காக எதிர்ப்பைத் தெரிவித்தனர். விழாவிற்கு அனுமதி கொடுத்ததே பெரிய அனுகூலம் என்ற தோரணையில் தேனி மாவட்ட ஆட்சியர், அறக்கட்டளையின் எதிர்ப்பைப் பரிசீலிக்க மறுத்தார்.

ஏப்ரல் 5-ஆம் தேதி பளியன்குடியில் திருவிழாவிற்கான கொடியேற்றும் நிகழ்வு நடைபெறுவதாக இருந்தது. பளியன்குடி காப்புக் காட்டுப் பகுதிக்குள் வருவதால் மேகமலை வார்டனின் அனுமதி வேண்டும் என்று இந்தாண்டு புது விதி சொன்னார்கள். விஷயம் அறிந்தவுடன் ஏப்ரல் 2ஆம் தேதி விண்ணப்பித்தோம். ஏப்ரல் 4-ஆம் தேதி காலை வரை மேகமலை வார்டனின் அனுமதி வரவில்லை. ராஜகணேசன், நேரு, முருகன் மூவரும் தேனி சென்று வார்டனைச் சந்தித்தனர். வார்டன் தேனி ஆட்சியரைச் சந்திக்கச் சொன்னார். ஆட்சியரைச் சந்தித்தபோது, மீண்டும் வார்டனைப் பார்க்கச் சொன்னார். வார்டன் முப்பது பேர் மட்டும் கலந்துகொள்ளலாம் என்றார். கொடியேற்றும் விழாவுக்கான ஏற்பாடுகள் நடந்துகொண்டிருந்தபோது, இரவு 8 மணியளவில் கம்பம் ரேஞ்சர் போன் செய்து, பத்துப் பேருக்கு மட்டும்தான் அனுமதி என்றார்.

மறுநாள் ஏப்ரல் 5-ஆம் தேதி. காலை 9 மணிக்குப் பளியங்குடியில் 100 பேர் சேர்ந்து கொடியேற்றப்பட்டது. பெண்கள் பொங்கல் வைத்துக் குலவையிட, பளியன்குடியின் காடு அதிர்ந்தது.

நிமிடத்திற்கு ஒரு விதி, ஓர் உத்தரவு. இரு தேசத்தின் எல்லையில் இருக்கும் பதற்றத்துடன் ஒவ்வோராண்டும் சித்ரா பௌர்ணமி அன்று ஒரே ஒரு நாள் மட்டும் பக்தர்களின் வழிபாட்டை ஏற்றுக் கொண்டிருக்கிறாள் கண்ணகி.

வாழ்வைத் தொலைத்து நிராதரவாய்ச் சென்று சேர்ந்த அடர்ந்த வனத்தில், சிதைந்த கோவிலில், பின்னப்பட்ட விக்ரமாய் வருஷம் முழுவதும் தன்னந்தனியாய் இருக்கும் கண்ணகி அம்மைக்கு, பிள்ளைகளாகிய நாம் செய்யும் சிறு காணிக்கைதான் ஒரு நாளைய சித்ரா பௌர்ணமி விழா.

டாக்டர் மு.ராஜேந்திரன், இஆப

213

28.03.2022 பி.ப 5.30 மணி - கண்ணகிக் கோயில் சித்ரா பௌர்ணமி விழா முன்னேற்பாடு கூட்டம்

அனுப்புநர்

மாவட்ட ஆட்சித் தலைவர்,
மாவட்ட ஆட்சியரகம், தேனி

பெறுநர்

1. மாவட்ட காவல் கண்காணிப்பாளர், தேனி
2. மாவட்ட வருவாய் அலுவலர், தேனி
3. மாவட்ட வன அலுவலர், தேனி
4. வருவாய்க் கோட்டாட்சியர், உத்தமபாளையம்
5. வன உயிரினக் காப்பாளர், மேகமலை வன உயிரினக் கோட்டம், தேனி
6. காவல் துணைக் கண்காணிப்பாளர், உத்தமபாளையம்
7. மக்கள் தொடர்பு அலுவலர், தேனி
8. இணை இயக்குநர் (மருத்துவப் பணிகள்), பெரியகுளம்
9. துணை இயக்குநர் (சுகாதாரப் பணிகள்), தேனி
10. வட்டார போக்குவரத்து அலுவலர், தேனி
11. மோட்டார் வாகன ஆய்வாளர், வட்டார போக்குவரத்து அலுவலகம், உத்தமபாளையம்
12. கோட்ட மேலாளர், தமிழ்நாடு அரசு போக்குவரத்துக் கழகம், தேனி
13. வட்டாட்சியர், உத்தமபாளையம்
14. வட்டார வளர்ச்சி அலுவலர், கம்பம்
15. கோட்ட தீயணைப்பு அலுவலர், தேனி
16. நகராட்சி ஆணையாளர், கம்பம், கூடலூர்
17. மாவட்ட நியமன அலுவலர், தேனி

ந.காண்.8709/2022/சி2 , நாள்: 24.03.2022

ஐயா /அம்மையீர்,

பொருள்:

கண்ணகிக் கோயில் திருவிழா - உத்தமபாளையம் வட்டம் மேலக்கூடலூர் (தெற்கு) கிராமம் - 16.04.2022 அன்று

கண்ணகிக் கோயில் சித்ரா பௌர்ணமி விழா நடைபெற உள்ளது - முன்னேற்பாடு ஆய்வுக் கூட்டம் 28.03.2022 பிற்பகல் 5.30 மணியளவில் நடைபெறுதல்-தொடர்பாக.

பார்வை:

1. செயலாளர், மங்கல தேவி கண்ணகி அறக்கட்டளை, கம்பம். மனு நாள். 25.022022

2. கேரளா மாநிலம், இடுக்கி மாவட்ட ஆட்சியரின் கடிதம் எண். DCIDK/543/2021/A8, நாள் :15.03.2022.

3. அரசு செயலாளர், பொது(சிறப்பு-B)த்துறை, தலைமை செயலகம், சென்னை - 600009. Fax Message No.551/ Special B/2022&1, Dated. 21.03.2012

****

தேனி மாவட்டம், உத்தமபாளையம் வட்டம், மேலக்கூடலூர் (தெற்கு) கிராமம், மேற்குத் தொடர்ச்சி மலைப் பகுதியில், தமிழக கேரள மாநிலங்களின் எல்லைப் பகுதியில், அமைத்துள்ள கண்ணகி கோவிலில் (மங்கலதேவி) வருடந்தோறும், சித்திரை மாதம் பௌர்ணமி நாளன்று திருவிழா நடைபெற்று வருகிறது. அவ்விழாவிற்கு, தேனி மாவட்டத்திலிருந்தும், தமிழகத்தின் பல்வேறு பகுதிகளில் இருந்தும் பொதுமக்கள் மற்றும் மங்கலதேவி கண்ணகி அறக்கட்டளையினர் ஆகியோர் சென்று வருகின்றனர். மேற்படி கோயில். காப்பு வனப்பகுதியில் அமைந்துள்ள காரணத்தினால், சாதாரண நாட்களில் அப்பகுதியில் பொது மக்களை அனுமதிப்பது இல்லை.

எனவே, சித்ரா பௌர்ணமியன்று நடைபெறும் கண்ணகிக் கோயில் திருவிழாவில் தமிழகப் பக்தர்கள் கலந்து கொள்ள தேவையான வசதிகள், முன்னேற்பாடுகள் குறித்து ஆண்டுதோறும் இடுக்கி மாவட்ட ஆட்சித் தலைவர் அவர்களுடன் கலந்து பேசி, நடவடிக்கை எடுக்கப்படுவது வழக்கமாக இருந்து வருகிறது.

இவ்வருடம் சித்ரா பௌர்ணமி 16.04.2022 (சனிக்கிழமை) அன்று வருகிறது. எனவே, அன்றைய தினத்தில் கண்ணகிக் கோயிலில் நடைபெறும் விழாவிற்குச் செல்லும் பக்தர்களுக்கு

தேவையான பாதுகாப்பு, அடிப்படை வசதிகள் செய்து தருதல் தொடர்பாக இடுக்கி மாவட்ட ஆட்சித் தலைவர் அவர்களுடன் விவாதிக்க வேண்டிய பொருட்கள் குறித்த முன்னேற்பாட்டு ஆய்வுக் கூட்டம் வரும் *30.03.2022*-இல் தேக்கடியில் நடைபெற உள்ளது. இதில் எடுத்துரைக்க வேண்டிய கருத்துகள் தொடர்பான ஆலோசனை நடத்தும்பொருட்டு வரும் *28.03.2022* பிற்பகல் *5.30* மணியளவில் தேனி மாவட்ட ஆட்சியர் அலுவலக கூட்ட அரங்கில் கூட்டம் நடைபெற உள்ளது. எனவே, மேற்படி கூட்டத்தில் தவறாது கலந்துகொள்ளுமாறு கேட்டுக் கொள்ளப்படுகிறார்கள்.

தங்கள் நம்பிக்கையுள்ள,
(ஓம்/-)செ.விமலாராணி
மாவட்ட ஆட்சித்தலைவருக்காக,
தேனி.

/உ.ந.உ.ப/

அலுவலக மேலாளர் (குற்றவியல்)

நகல்:

1. திரு Dr M.ராஜேந்திரன், இ.ஆ.ப., தலைவர், மங்கலதேவி கண்ணகி அறக்கட்டளை
2. திரு T.ராஜகணேசன், செயலாளர், மங்கலதேவி கண்ணகி அறக்கட்டளை,
3. திரு P.S.M.முருகன், பொருளாளர், மங்கலதேவி கண்ணகி அறக்கட்டளை, மங்கலதேவி கண்ணகி மாளிகை, வில்லவன்கோதை நகர், குமுளி மெயின் ரோடு, கம்பம்.

மேற்கண்ட முன்னேற்பாடு கூட்டத்தில் தவறாது கலந்து கொண்டு தங்களது தரப்பிலான கருத்துகளைத் தெரிவிக்க கேட்டுக்கொள்ளப்படுகிறது.

 வண்ணச் சீரடி

கண்ணகிக் கோயிலைச் சீரமைக்க வேண்டும் எனக் கேரள உயர் நீதி மன்றத்தில் மங்கலதேவி கண்ணகி அறக்கட்டளையின் செயலாளர் த.ராஜகணேசன், பொருளாளர் பி.எஸ்.எம். முருகன் தொடர்ந்த வழக்கில் பிறப்பிக்கப்பட்ட ஆணை

A.MUHAMED MUSTAQUE, J.
W.P.(C).No.14853 of 2014
Dated this the 5th day of April, 2016

ORDER

In exercise of the powers conferred by sub section (3) of section 4 of Kerala Ancient Monuments and Archaeological Sites and Remains Act, 1968 (26 of 1969), the Government declared Mangaladevi Temple Idukki Distract as a protected monument. The petitioners have approached this Court pointing out dilapidated conditions of the temple and submit that unless immediate steps are taken to protect the monument, the temple would be collapsed. Considering the importance given by the State declaring it as a protected monument, certainly, the monument has to be protected by the State at any cost.

2. However, the learned Counsel for the petitioner points out that respondents 9 and 10 would not allow to carryout the maintenance of the monument, as the monument is surrounded by forest land.

3. It is to be noted that what is required is the protection of an existing monument. Therefore, the forest officials shall render all assistance to the 4th respondent to carryout the maintenance of the monument. It is further submitted by the learned Counsel for the petitioner that the festival of the temple is scheduled to be held on 24.4.2016.

4. In view of the above, the 4th respondent shall carryout necessary maintenance work on or before 24.4.2016. The respondents 9 and 10 shall render all assistance to carry out such repairs.

Post after vacation.

Sd/- A.MUHAMED MUSTAQUE
(Judge)

True copy

Assistant Registrar

பெரியாறு காப்புக் காட்டில் அமைந்துள்ள சபரிமலை கோயில் பற்றிய விவரங்களும், கோயிலுக்கு அனுமதிக்கப்பட்டுள்ள சலுகைகளும். கண்ணகி கோட்டத்திற்கு உள்ள நெருக்கடிகளோடு ஒப்பிட்டு அறிவதற்காக இப்புள்ளி விவரம்

ஒற்றுமைகள்

கண்ணகிக் கோட்டம்	சபரிமலை
பெரியார் வனச் சரகத்திற்குள் இருக்கிறது. (Periyar Tiger Reserve)	பெரியார் வனச் சரகத்திற்குள் இருக்கிறது. (Periyar Tiger Reserve)
கோயில் அமைந்துள்ள இடம் பெரியார் வனச் சரகத்தின் CORE Area-வில் இருப்பதால் வனத்துறையின் கட்டுப்பாடுகள் கடுமையாக இருக்கும்.	கோயில் அமைந்துள்ள இடம் பெரியார் வனச்சரகத்தின் CORE Area-வில் இருப்பதால் வனத்துறையின் கட்டுப்பாடுகள் கடுமையாக இருக்கும்.
கோயிலுக்குச் செல்லும் 14 கி.மி. ஜீப் பாதை பெரியார் வனச்சரகத்தின் Buffer Area-வில் இருப்பதால் வனத் துறையின் கட்டுப்பாடுகள் குறைவாக இருக்கும்	கோயிலுக்குச் செல்லும் 6 கி.மி நடைபாதையும், டிராக்டர் பாதையும் பெரியார் வனச்சரகத்தின் Buffer Area-வில் இருப்பதால் வனத்துறையின் கட்டுப்பாடுகள் குறைவாக இருக்கும்

வேற்றுமைகள்

கண்ணகி	சபரிமலை
கண்ணகிக் கோட்டம் உருவானது 2ஆம் நூற்றாண்டு	16, 17ஆம் நூற்றாண்டாக இருக்கலாம்
கோயில் சித்ரா பௌணமி அன்று ஒரு நாள் மட்டும் திறக்கப்படும்.	குறைந்தது நூறு நாட்கள் கோயில் திறந்து வைக்கப்படும்.

பிஸ்கட், கேக் என்று பிளாஸ்டிக் கவர் போட்ட உணவுப் பொருள்களைக் கையில் கொண்டு செல்லக் கூடாது.	இந்தக் கட்டுப்பாடில்லை.
ஒரு லிட்டர், இரண்டு லிட்டர் தண்ணீர் பாட்டில்கள் கையில் வைத்திருக்க கூடாது. ஐந்து லிட்டர் கேன் வைத்து இருக்கலாம்.	இந்தக் கட்டுப்பாடில்லை.
கேமரா, வீடியோக்களுக்கு அனுமதி இல்லை.	இந்தக் கட்டுப்பாடில்லை
சண்ட மேளம், கொட்டு, மைக் செட் போன்றவை களுக்கு அனுமதி இல்லை.	இந்தக் கட்டுப்பாடில்லை
மூன்று இடங்களில் பக்தர்கள் சோதனை செய்யப்படுவார்கள்.	இந்தக் கட்டுப்பாடில்லை
இரண்டே இரண்டு வாழை மரத் தோரணங்கள் மட்டும் கோயில் முன்பாக கட்டலாம்.	இந்தக் கட்டுப்பாடில்லை
கோயிலுக்கு உள்ளேயோ அல்லது கோயில் வளாகத்திலோ சமையலுக்கு அனுமதி இல்லை.	இந்தக் கட்டுப்பாடில்லை
தற்காலிக கடைகள், ஓட்டல்கள் எதுவும் கோயில் வளாகத்தில் அனுமதிக்கப்படாது.	இந்தக் கட்டுப்பாடில்லை

மூன்று பொங்கல் பானைகள் கோயிலுக்குள் வைக்கலாம். ஆனால் பொங்கலைப் பக்தர்களுக்கு விநியோகம் செய்யக்கூடாது.	இந்தக் கட்டுப்பாடில்லை
வாண வேடிக்கை, வெடிகள் வெடிக்க கூடாது.	இந்தக் கட்டுப்பாடில்லை
கோயிலுக்கு வரும் வாகனங்களுக்கு ஆர்.சி புக், இன்சூரன்ஸ் மட்டும் இருந்தால் போதாது. வாகனங்களுக்குத் தனியாக வெகிக்கிள் பாஸ், டிரிப் பாஸ் கேரளப் போக்குவரத்துத் துறையிடம் வாங்க வேண்டும்.	இந்தக் கட்டுப்பாடில்லை

 வண்ணச் சீரடி

பெரியாறு அணை கட்டுமானம் நடந்துகொண்டிருந்த 1890-ஆம் ஆண்டு மங்கலதேவி கண்ணகிக் கோட்டம் இருக்கும் வண்ணாத்திப் பாறை காப்புக் காடாக அறிவிக்கப்பட்ட விவரம்

Published in pages 49 to 64 of Forest Sheet of the Madurai District Gazette dated 2--6--1890.

Notice

In the month of January 1884 in pages 1 to 8 of the Special Supplement to the District Gazatte, it was notified that Government have declared the following tracts (which had been selected by the Forest Committee assembled in the Madurai District in the year 1880) to be Reserved Forests under Section 25 of the Madras Forest Act V of 1882:-

1. Vannathiparai	6. Kookal.	11. Kanankadu.
2. Suranganar	7. Kudiraiyar	12. Vennilai.
3. Pambar	8. Marthanathiar	13. Alagarmalai
4. Sengalavaraiar	9. Pamboo-Kallar.	14. Sirumalai.
5. Poombarai Vilpatti Valley	10. Siruvathukadu.	15. Mudimalai.

As since the date of that notification sundry changes have taken place in the rights admitted within those tracts, by reach of certain of those to lands having become extinguished by purchases and by exchanges, and othersby the alteration of boundaries here and there by which means certain puttah holdings have become altogether excluded from the limits of the respective Reserved Forests, it is deemed advisable now to notify clearly for the benefit of all concerned, what rigthts are actually admitted within the several Reserves, at the present date. The rights are as given below and they will be notified in 3 consecutive issues of the Forest Sheet of the Madurai District Gazette, and in case any right or claim to any right in any Reserved Forest may have been omitted in this notice, the undersigned upon any person or persons whose right or claim to any right so omitted to state it clearly in writing to him, within three months from the date of this notice, failing which, no notice whatever will be taken of it.

H.A.Gass,
District Forest Officer

27-3-1890.

(True Copy)   Head Clerk.

டாக்டர் மு.ராஜேந்திரன்,இ.ஆ.ப

கேரளத் தொல்லியல் துறை கோயில் சீரமைப்புக்கு வெளியிட்ட
டெண்டர் அறிவிப்பு

GOVERNMENT OF KERALA
ARCHAEOLOGY DEPARTMENT

Directorate of Archaeology
Sundaravilasam Palace, Fort P.O.
Thiruvananthapuram Fort

No.A9-56/2017/DA　　　　　　　　　　　　　　　Dated: 05.01.2017

e-Government Procurement (e-GP) NOTICE INVITING TENDER
Post Qualification Tenders

PSQ TENDER NO.05/DA/2016-17

The Director, Directorate of Archacology, Archaeology Department, Sundaravilasam Palace, Fort P.O., Thiruvananthapuram for and on behalf of the Governor of Kerala invites online bids from the Registered Bidders who have successfully completed at least one similar work costing more than 40% (Forty percentage) of the estimate Probable Amount of Contract (PAC) of the work during the last five years in any Protected Monument/Site under any State Archaeology Department or Archaeological Survey of India. A copy in proof of this should be submitted with the tender documents.

1	Name of work	Special Repair and Scientific Conservation work of Gopura of Mangaladevi Kannagi Temple, Idukki District, 2016-17
2	Estimate Amount	Rs.39,33,725/-
3	Earnest Money Deposit (EMD)	Rs.50,000/-
4	Tender Document Fee	Rs.2,500/- +5% VAT
5	Period of completion	1 Year
6	Classification of Bidder	As per eligibility
7	Tender documents	Can be downloaded from the web site www.etenders.kerala.gov.in.

8	Last date and time of Receipt of Tender/Bids	25/01/2017 up to 5 PM
9	Date and Time of Opening of Tender	31/01/2017 at 11 AM

Tender documents and tender schedule may be downloaded free of cost from the e-GP Website www.etenders.kerala.gov.in. A bid submission fee, cost of tender document along with EMD mentioned above should be remitted through online payment mechanism for e-procurement system of Govt. of Kerala.

All bid/ tender documents are to be submitted online only and in the designated cover(s) envelope(s) on the e-GP website. Technical bid and financial bid shall be submitted in their respective designated online covers. Tenders/bids shall be accepted only through online mode on the e-GP website and no manual submission of the same shall be entertained. Late tenders will not be accepted.

The scanned copies of Registration certificate duly attested, Preliminary Agreement, Bid Capacity certificate, Experience certificate and EMD exemption certificate (if any) shall be submitted online and subsequently in a separate cover physically through REGISTERED POST/SPEED POST before time of opening.

The technical bids shall be opened online at the Directorate of Archaeology on 31/01/2017 at 11 AM by the Director/Competent Officer, Sundaravilasam Palace, Fort P.O., Thiruvananthapuram in the presence of the Bidders / their representatives who wish to attend at the above address. If the tender opening date happens to be on a holiday or non-working day due to any other valid reason, the tender opening process will be done on the next working day at same time and place.

Online Tenders/bids are to be accompanied with a preliminary agreement executed in Kerala stamps paper worth Rs.200/-. Tenders/bids received online without EMD, Cost of tender documents/bid submission fee and preliminary agreement will not be considered and shall be summarily rejected. Further details can be had from the NIT or from the Directorate of Archaeology Sundaravilasam Palace, Fort P.O., Thiruvananthapuram during working hours.

All other existing conditions related to PSQ. tender of Kerala will be applicable in this tenter also. The Archaeology Department will not be responsible for any error like missing of schedule datas while downloading by the Bidder.

Bid capacity certificate means experience certificate of at least one work similar nature completed within last 5 years costing more than 40% of the estimated cost of the work. There is no tender excess shall be allowed for conservation works of Archaeology Department.

Contractors who are not submitting bid capacity certificate and requisition for e-payment in prescribed form will be strictly rejected.

Director
Directorate of Archaeology
Sundaravilasam Palace, Fort P.O.
Thiruvananthapuram

Signature Not Verified
Digitally signed by BHUPESH S
Date:2017.01.06 12:03.58 IST

Location:Kerala

 வண்ணச் சீரடி

1988ஆம் ஆண்டு கண்ணகி கோட்டத்தின் இருப்பிடம் குறித்து இரு மாநிலங்களுக்குள் கருத்து வேறுபாடு இருப்பதாகத் தெரிவித்து, மத்திய உள்துறை அமைச்சர், பெரியகுளம் நாடாளுமன்ற உறுப்பினர் ஆர்.டி.கோபாலனுக்கு எழுதிய கடிதம்

Sonthosh Mohan Dev

D.O.No.S.11012/6/88-SR

Minister of State Home (States India North Block. New Delhi-110001.

August 1988

Kindly refer to your letter dated the 10th May 1988 addressed to the Former Minister of Human Resources regarding Kannagi (Mangala Devi) Temple.

2. There have been Prcise location difference between the Governments of Tamil Nadu and Kerala over the prociselocation of the Temple in question. Such disputes can be resolved only with the willing cooperation of the state Governments concerned and towards this end the Central Government, for their part, would be glad to render all possible assistance to them.

3. You have referred to the difficulties experienced by the pilgrims of Tamil Nadu visiting the Temple for workship during the Chaltra pournami Festival. According to the information received from the Kerala Government, they have been making arrangements for providing all reasonable facilities and protection to the pilgrims every year at the time of the Festival and the only restrictions imposed by them are almed at Preventing untoward incidents. That State Government have also issued directions for joint consultation and finalization of the necessary arrangements including security. by the District Collectors of Iddukki (Kerala State) and Madurai District (Tamil Nadu State) and the respective Superintendents of Police of the two Districts as agreed in a joint meeting of the concerned District Officers of the two States in April. 1984. Should there be any complaints from any quarters in regard to the inadequacy of the facilities provided by the Kerala Government these could be taken up by the Government of Tamil Nadu with the Government of Kerala directly for necessary remedial action.

Yours Sincerely.
(Sontosh Mohan Dev)

Shri R.T.Gopalan, MP.
Amaravathi Illam
Cumbum - 626 516.
Tamil Nadu

பேராசிரியர் கோவிந்தராஜனாரின் பேட்டி

இதயம் பேசுகிறது பத்திரிகையில் வெளிவந்தது - 15.05.83

கண்ணகிக் கோட்டம் மறைக்கப்பட்ட உண்மைகள்!

கண்ணகிக் கோயிலைப் பற்றி இன்றைக்கு ஏகப்பட்ட பரபரப்பு. இத்தனை காலமாகக் கேரள எல்லையோரத்திலுள்ள சுருளி மலையில் கடல் மட்டத்திலிருந்து எட்டாயிரத்து இருநூறு அடி உயரத்தில் அமைந்திருக்கும் அந்த மங்கலதேவி ஆலயத்தைக் கண்டு கொள்ளாமலிருந்தவர்களெல்லாம் இன்றைக்கு கண்டுகொள்ள ஆரம்பித்துவிட்டார்கள்.

குமரி அனந்தனும், நெடுமாறனும் அங்கே இடுப்புக்கும் மேல் காணாமல் போயிருக்கும் உடைந்துபோன கண்ணகிச் சிலையைக் கும்பிட்டு வந்திருக்கிறார்கள்.

உண்மையில், கனக, விஜய மன்னர்களை இமயத்திலிருந்து கல்சுமக்க வைத்துக் கொணர்ந்து வடிக்கப்பட்ட இந்தச் சிலையின் மேற்பகுதி எங்கே போனது? சேரன் செங்குட்டுவன் கட்டிய இந்தக் கோயிலை முதன் முதலில் கண்டுபிடித்தது யார்? சிலப்பதிகாரத்தைக் கரைத்துக் குடித்திருக்கும் நமது அரசியல்வாதிகளா? இல்லை, ஆயிரக்கணக்கில் சம்பளம் வாங்கிக் கொண்டு, லட்சக்கணக்கில் திட்டம் தீட்டிக் கொண்டிருக்கும் நமது தொல்பொருள் ஆராய்ச்சி நிபுணர்களா? 'இல்லவே இல்லை' என்கிறார், பேராசிரியரும் கல்வெட்டு அறிஞருமான சி.கோவிந்தராஜன்.

இப்போது மதுரை காமராஜர் பல்கலைக் கழகத்தில் 'தமிழியற் புலம் தனி ஆய்வாள' ராகப் பணியாற்றிக் கொண்டிருக்கும் சி.கோவிந்தராஜனை தஞ்சாவூரிலுள்ள அவருடைய வீட்டில் சந்தித்தபோது விரக்தியோடு காணப்பட்டார்.

காரணம் கேட்டபோது, கண்ணகிக் கோட்டம் கண்டு பிடிக்கப்பட்ட வரலாற்றைச் சொல்ல ஆரம்பித்தார்.

சிலப்பதிகாரம் வெறும் கதையாக இருக்க முடியாது என்று நினைத்தேன். அதனால் கோவலனும் கண்ணகியும் காவிரிப்பூம்பட்டினத்திலிருந்து மதுரை வரை சென்ற வழியைக் கண்டுபிடிக்க முயன்றேன். அதன்படி 1946-ஆம் ஆண்டு

எனது பணிகளைத் தொடர்ந்தேன். ஒவ்வோர் இடமாகச் சென்று தோண்டினேன். கிடைத்த கல்வெட்டுக்களையெல்லாம் ஆராய்ந்தேன். பிறகு கொஞ்சம் கொஞ்சமாக அவர்கள் சென்ற வழி எனக்குப் புலப்பட ஆரம்பித்தது.

"ஒரு சாதாரணத் தமிழாசிரியரான எனக்கு இதுபோன்ற ஆராய்ச்சிகளுக்குச் செலவு செய்யப் போதுமான வசதிகள் இல்லை என்பதால், அவ்வப்போது என் மனைவியின் நகைகளை விற்றும் பூர்வீகச் சொத்துக்களை விற்றும் இந்த ஆராய்ச்சியைத் தொடர்ந்தேன். மதுரை வரைக்கும் அவர்கள் வந்த வழியைக் கண்டு பிடித்து விட்டேன். எனக்கு ஒரே மகிழ்ச்சி. இருந்தாலும் இவற்றையெல்லாம் அப்படியே நான் பகிரங்கப்படுத்தப் பயந்தேன். ஏனெனில், நான் இத்தனை கஷ்டப்பட்டுக் கண்டுபிடித்த உண்மைகள் தொல்பொருள் ஆராய்ச்சியாளர்களின் காதுகளுக்கு எட்டிவிட்டால் அத்தனையையும் தாங்களே கண்டுபிடித்ததாகச் சொல்லிவிடுவார்களே!

"கோவலன் கொலையுண்ட பிறகு கண்ணகி எந்த வழியாகப் போனாள்? இந்தக் கேள்வியும் என் மனத்தைப் போட்டு உருட்டியது. இளங்கோவடிகளின் குறிப்புக்களைக் கவனமாகப் படித்தேன். மதுரை மாவட்டத்திலுள்ள மேலைக் கூடலூர் கீழ்ப்பகுதியிலிருக்கும் பெருமாள் கோயிலில் ஒரு கல்வெட்டு காணப்பட்டது.

அதில், 'மங்கலதேவி அம்மன் பூசைக்கு விட்ட நிலம், அதற்குரிய எல்லைகள்... சுருளியாத்துக்குப் போற கீழ்மேல் பாதைக்கு வடக்கு, கம்பத்துக்குப் போற வாய்க்காலுக்குக் கிழக்கு, முடுக்கு வயல் எல்லைக் கல்லுக்கும் கிழக்கோடிய வாய்க்காலுக்கும் தெற்கு....' என்று பொறிக்கப்பட்டிருந்தது.

"இந்தக் குறிப்புகளை வைத்துக் கொண்டு, எனது முக்கிய மாணவர்களில் ஒருவரான கந்தசாமியையும் அழைத்துக் கொண்டு கண்ணகிக் கோயிலைத் தேட ஆரம்பித்தேன்."

"கடைசியில் ஒரு வழியாக ஒரு மழைக்காலத்தில் (17-11-1963) கண்ணகிக் கோயிலான மங்கலதேவி ஆலயத்தைக் கண்டுபிடித்தேன். அப்போது அங்கே 'போதைப் புல்' என்னும் ஒரு வகைப் புற்களும், முள்ளும் மரங்களும் மண்டிக் கிடந்தன. மிருகங்களைத் தவிர வேறு நடமாட்டமே இல்லை. மேலைக்கூடலூர் கல்வெட்டுக் குறிப்புகளும், சிலப்பதிகாரக் குறிப்புகளும் அந்த இடத்தில் அப்படியே காணப்பட்டன.

''இதுதான் கண்ணகிக் கோட்டம் என்றால் கண்ணகி சிலை எங்கே? தேட ஆரம்பித்தோம். மண் மூடி விழுந்து கிடந்த ஒரு கல்தூணுக்கடியில் ஒரு சிலை காணப்பட்டது. சிரமப்பட்டுத் தூணை நகர்த்தி அந்தச் சிலையை எடுத்தோம். உடைந்து கிடந்தது. கைகளிரண்டையும் காணவில்லை. முகமும் சரியான வடிவில் இல்லை. இடது மார்பகம் மட்டும் கொஞ்சம் சிறிதாக இருந்தது.

''இந்த நிலையில் அது சேரன் செங்குட்டுவனால் இமய மலையிலிருந்து கல் கொண்டு வந்து செய்யப்பட்ட சிலைதான் என்று எப்படி நம்புவது? பிறரை நம்ப வைப்பது? அதனால் உடைந்து கிடந்த அச்சிலையின் மார்புக்கு மேலுள்ள பகுதியை மட்டும் நான் எடுத்துக் கொண்டு வந்தேன். அதில் ஒரு சிறு பகுதியை எடுத்து 'டாடா இன்ஸ்டிடியூட்'டுக்கு கார்பன் சோதனைக்கு அனுப்பி வைத்தேன். அவர்கள் அனுப்பிய முடிவிலிருந்து அந்தக் கல் இமயமலைச்சாரலிலிருந்து எடுத்து வரப்பட்டது தான் என்றும், அதன் தேய்மானத்திலிருந்து அதன் காலம் கி.மு. ஐந்தாம் நூற்றாண்டாக இருக்கலாமென்றும் உணர்ந்து கொண்டேன். இப்போது சிலப்பதிகாரக் காலம் கி.பி.இரண்டாம் நூற்றாண்டு என்று சொல்லிக் கொண்டிருக் கிறோம்!

''இந்த மாபெரும் சரித்திர உண்மைகளைக் கண்டு பிடித்த என்னை ஊக்குவிப்பதற்குப் பதிலாக நமது தமிழக தொல் பொருள் ஆராய்ச்சித் துறையினர் எனது கண்டுபிடிப்புக்களை மறுத்தனர். அது கண்ணகி கோவிலே அல்ல என்று அறிக்கை விட்டனர்!

''ஆனால் மத்திய தொல்பொருள் ஆராய்ச்சியாளரான டாக்டர் கே.ஜி.கிருஷ்ணன் 12-1-1972 'இந்து' இதழில் அது கண்ணகிக் கோட்டம்தான் என்று கட்டுரை எழுதினார். அதன் பிறகுதான் நமது மாநில தொல்பொருள் ஆராய்ச்சியாளர்கள் அடங்கிவிட்டனர்.

''இது சம்பந்தப்பட்ட அத்தனை குறிப்புகளையும் புகைப் படங்களையும் அன்றைய முதல்வர் கலைஞர் மு.கருணாநிதி அவர்களிடம் கொடுத்தேன். கலைஞர், நாவலர், ப.உ.ச., திரு.திரவியம் ஐ.ஏ.எஸ் (தலைமைச் செயலாளர்) ஆகியோர் என்னிடம் கண்ணகிக் கோட்டம் பற்றி மூன்றே கால் மணி நேரம் பேசினார்கள். கேள்வி மேல் கேள்வியாகக் கேட்டு

மடக்கினார்கள். அத்தனைக்கும் ஆதாரங்களோடு பதில் சொன்னேன்.

மங்கலதேவி ஆலயம் நமது தமிழகத்திற்குச் சொந்தமானது தான் என்பதற்கான ஆதாரத்தை டபிள்யூ ஃப்ரான்ஸிஸ் என்பவர் 1906-ஆம் ஆண்டு மதுரை மாவட்ட கெஜட்டில் 45-ஆம் பக்கத்தில் குறிப்பிட்டுள்ளதிலிருந்து எடுத்துக்கொடுத்தேன்.

''இதுபற்றி சிலம்புச் செல்வர் ம.பொ.சிவஞானம் அவர்களிடமும் கூறியிருக்கிறேன். மதுரையில் உலகத் தமிழ் மாநாடு நடந்தபோது முதல்வர் எம்.ஜி.ஆர் அவர்களிடமும், மீதியிருந்த புகைப்படங்கள் ஆதாரங்கள் ஆகியவற்றை கொடுத்திருக்கிறேன். இதுவரை என் உழைப்புக்குக் கௌரவம் கிடைக்கவில்லை'' என்று மிகவும் நொந்து போய்ச் சொன்னார் சி.கோவிந்தராஜன்.

''நீங்கள் எடுத்து வந்த கண்ணகிச் சிலையில் மேல்பாகத்தை எங்கே வைத்திருக்கிறீர்கள்?'' என்று கேட்டேன்.

''பூம்புகாரை கலைஞர் மு.கருணாநிதி அவர்கள் சீரமைத்துக் கொண்டிருந்தபோது, 'இந்தக் கல்லிலேயே மறுபடியும் கண்ணகியின் முழுத்தோற்றத்தை வடித்து விடலாமே' என்றார். அதற்காக கண்ணகிச் சிலையின் முழு அமைப்பும் எப்படியிருக்குமோ அப்படியே ஓர் ஓவியம் வரைந்து கொடுத்தேன். அந்தப் பணியை அப்போது நாகையில் டிவிஷனல் எஞ்ஜினீயராக இருந்த வெங்கடேசன் என்பவரிடம் அவர் ஒப்புவித்தார்.

அதன்படி நானும் கோவை இளஞ்சேரன் என்பவரின் சாட்சியோடு அந்தச் சிலையை எஞ்ஜினீயர் வெங்கடேசனுக்குக் கொடுத்தனுப்பிவிட்டேன். இத்தனையும் தெரிந்த கலைஞர் இப்போது மௌனமாக இருப்பது ஏனென்பதும் எனக்குப் புரியவில்லை. அப்போதே இந்தக் கோயிலைப் புதுப்பித்திருந்தால் இன்றைய எல்லைப் பிரச்சினையே வந்திருக்காது.

அன்று நான் கலைஞரிடம் கொடுத்த அதே ஆதாரங்களைத் தான், இன்று நெடுமாறன் தானே தேடிக் கண்டுபிடித்ததுப் போலப் பேசிக் கொண்டிருக்கிறார்!'' என்றார் கோவிந்தராஜன்.

-இளங்கோவன்

1977ஆம் ஆண்டு இரண்டு நாட்கள் சித்ரா பௌர்ணமி கொண்டாடப்பட்டதற்கான ஆதாரம்

WIRELESS MESSAGE FROM THE DISTRICT COLLECTOR, IDUKKI TO THE SUB INSPECTOR OF POLICE, VANDIPERIYAR.

SRI. P. KAMARAJ, PRESIDENT, KANNAGI FESTIVAL COMMITTEE HAS REQUESTED THAT PEOPLE FROM TAMIL NADU MAY BE ALLOWED TO USE THE NEWLY CONSTRUCTED ROAD FROM THEKKADI CHECK POST TO KANNAGI (MANGALA DEVI) TEMPLE, FOR VEHICULAR TRAFFIC IN CONNECTION WITH THE KANNAGI FESTIVAL FALLING ON THE 2ND AND 3RD MAY(.) SANCTION IS THEREFORE ACCORDED TO USE THE ROAD FOR VEHICULAR TRAFFIC IN CONNECTION WITH THE FESTIVAL(.)

-- COLLECTOR --

Post copy in Confirmation.

FOR COLLECTOR.

Collectorate, Idukki,
Dated, 28-04-1977.

Copy To:-
(1) Sri. P. Kamaraj, Mangala (Kannagi) Temple, Festival Committee, Gudalur, Tamil Nadu.
(2) The Superintendent of Police, Idukki.
(3) Executive Engineer (Buildings and Roads) Muvattupuzha.
(4) Assistant Engineer, (Buildings and Roads) Peermade.

வண்ணச் சீரடி

2013-ஆம் ஆண்டு மங்கலதேவி கண்ணகிக் கோட்டத்தை இந்தியத் தொல்லியல் துறை, சென்னை சரகம் தன்னுடைய கட்டுப்பாட்டில் கொண்டு வருவதே நியாயமாக இருக்கும் என்று, மத்திய தொல்லியல் துறையின் சென்னை சரக கண்காணிப்பாளருக்கு நூலாசிரியர் எழுதிய கடிதம்

Dr M.Rajendran, IAS
Commissioners of Agriculture
Govt. of Tamil Nadu
Chepauk. Chennai-5

M. 97515 34567
A3/3, SAF Games Village
Koyambedu,
Chennai - 600 107.
Date: 15.02.2013

To

Dr G. Maheswari
Superintending Archaeologist
Archaeological Survey of India
Government of India
Fort St.George, Chennai - 600 009.

Madam,

Sub: 1800 years Old Mangala Devi Kannagi Temple near Kumuli - Need for Renovation - Requested - Reg.

I am writing this letter in my individual capacity as a writer on History and lover of heritage.

I worked as District Revenue Officer in Theni District during the years 1997 - 2000. During those years I attended two annual Chitra Pournami festivals of Mangala Devi Kannagi Temple at Kumuli in my official capacity as Additional District Magistrate.

After a long gap, I again visited the temple during the Chitra Pournami festival in the year 2009. I was astonished to see deterioration in the structures. Now, I hear the structures are moving towards beyond restoration stage.

If something can be done on this subject at this stage Archaeological Survey of India and you will be remembered by the posterity for doing great service to the 10th Century monument.

The facts of the case is as follows:

Mangala Devi Kannagi Temple is situated near Kumuli in between Idukki District, Kerala and Theni District of Tamil Nadu. It was built by popular Chera King Chenguttuvan in 2nd Century AD. This temple was latter renovated by the imperial Chola King Raja Raja in the 10th Century and then by Pandia Rulers in the 13th Century. It is in the Reserve Forest (RF) area of Kerala - Tamil Nadu border. From Kerala side there is a 8 km motorable road from Kumuli. From Tamil Nadu side 12 feet Right of pathway is available and if we travel in the pathway the temple is just 6 kms away.

Every year in the month of April - May during Chitra Pournami, Temple is opened for public worship and around 40 thousand people attend. On normal days, after getting permission from Kerala Forest Department, devotees use Kerala Forest road and reach the Temple. But permission is not given to ordinary mortals. For going to temple Tamil Nadu side in the 12 feet pathway, permission of Tamil Nadu Forest Department is not necessary but travel is tedious and dangerous. Wild Animals may cross the path.

In the last 15 years I have seen this 2nd Century AD Temple at various intervals. In that forest area, leaches, are there in plenty, due to continuous rain. These leaches stick to body of the wild animals and suck their blood. Just to get rid of the leaches, wild animals come and scratch their body in the Mangaladevi temple as it is the sole stone structure available in that area. So every year the temple is loosing its structure. It was a grand structure and if it is not preserved now it will become rumbles shortly.

The story of the temple is based on the popular Tamil epic Silapathikaram. Silapathikaram is based on the life of a simple lady Kannagi, who lost her husband Kovalan due to the misjudgement of the Pandiya King.

Silapathikaram story goes like this - Kannagi, a merchant community innocent girl was married to Kovalan, a rich boy in Poompukar of Chola Kingdom. After marriage, Kovalan was attracted towards Madhavi who was a great dancer at that time. So there was a temporary separation between the couple. Madhavi is a good girl. Kovalan due to his deep love towards Madhavi, stayed with her day and night. He didn't concentrate on his business. So Kovalan lost his wealth. After some time Kovalan developed misunderstanding with Madhavi and returned to Kannagi and wanted to do business to regain the lost fortune. He felt that doing business in his native place is not desirable and wanted to move to Madurai, headquarters of the Pandiya Kingdom with his wife Kannagi, which is situated 200 kms from his native place.

At Madurai, Kannagi and Kovalan were given shelter by a female jain monk, by name Koundhi Adigal. To start business, Kovalan wanted to sell the anklet of his wife Kannagi. Anklet is a golden ornament worn by Royal ladies and ladies of Rich families. He contacted a gold smith. That Gold smith has already thieved the Queen's anklet and was looking for a scape goat. He decided to make Kovalan the scape goat. Kovalan was taken to Pandiya King by that cunning gold smith.

Keeping Kovalan aside, Gold smith met Pandiya King in person. Few days before, theft had taken place in the Palace and anklet of Pandiya queen was missing. The gold smith received that anklet and he misappropriated that anklet. He misrepresented to king that now one person is found with queen's anklet and he has brought him to court. Pandia king had a domestic fight with his queen, just then. He wanted to get the anklet back and please the queen. So without enquiring the waiting Kovalan or seeing him he said, 'கொன்றச் சிலம்பைக் கொணர்க'' (Kill him and bring the anklet.)

The king's thoughtless words took the life of Kovalan and he was beheaded. On hearing this, Kannagi who was in the benevolent custody of the Jain monk, rushed to the Pandiya court and encountered the Pandiya king. She know that her anklet had rubies inside and enquired about Pandiya queen's anklet in the open court. King said his wife's anklet has pearls inside. Kannagi asked for the confiscated anklet and broke it before the king. Rubies came out. King was shocked. For misjudgement, king repented and died instantaneously. On hearing this queen also died along with the king.

Kannagi, angered over loosing her husband, set fire to the King's Madurai city and walked for 14 days and reached this spot in Kumuli where Mangaladevi Temple is constructed. People believed that there she has joined her husband. Local forest people called paliyars have seen the reunion. After few years when Chera King Chenkuttuvan visited the area, the paliyars who saw Kannagi joining with Kovalan narrated the incident to the king. Chera king was impressed and ordered for construction of temple to this noble lady.

For the consecration the Temple, Ceylon king kayavaghu came and he popularized Kannagi worship in Ceylon. Kayavaghu's period is 2nd Century AD. Astrologers through Julian calendar and Gregorian Calendars have successfully fixed the date of Kannagi's setting fire to Madurai. We have got literary evidence also to prove this. In the epic Silapathikaram Kannagi's setting fire to Madurai is explained.

''ஆடித் திங்கள் பேரிருட் பக்கத்து
அழல் சேர் குட்டத்தட்டமி ஞான்று
வெள்ளி வாரத்து ஒள்ளெரியுண்ண
உரைசால் மதுரையோடு அரைசு கேடுறுமெனும்
உரையும் உண்டே...''

This poem says that the incident happened at the evening time in a Friday, Adi month and Gogulastami day. It falls on 17th July and year is 144 (17.7.144). In Tamil Nadu, after Kannagi's death, Mariamman worship is popularized. Like Kannagi, Mariamman is also an angry goddess. Even today in Adi month Rice items in liquid forms *((கஞ்சி)* is supplied to devotees to appease the angry goddess.

Kannagi's story, is the first literary effort to talk about all the 3 popular kingdoms in Tamil Nadu (i.e) Chola, Pandiya and Chera kingdoms. Kannagi was born, and raised in Chola kingdom, lost her husband at Pandia Kingdom and attained divinehood at Chera Kingdom. Till then in Epics, Kings used to be the Heros. For the first time an ordinary girl is made the subject of an Epic. So this 2nd century AD Epic Silapathikaram is called "People's Epic", Prof. C. Govindarajanar has found out the temple in 17.11.63. Archaeologist Dr. K.G. Krishnan had discussed the findings and through his article in The Hindu on 12.01.1972 he confirmed that this structure belongs to Chola Period. Inscriptions from the temple are published in ARE 1966.

Previously every Pournami Day of every month, people used to offer prayers at the temple. In the year 1975, when Kerala state forest laid a motorable road from their side, restrictions were put on movement of vehicles first. It was told that restriction is due to arrest illegal tree cutting. Then Kerala Forest gradually restricted regular worship in the temple. Then restrictions came. One by one Previously, every year during Chitra Pournami, there used to be a 3 days function. Then it was restrieted to 2 days Now again it is restricted to a one day function.

In the Mangala Devi Temple we are having inscriptions of Raja Raja Chola (985-1014) and of Pandia King Kulasekara Thevar's (1268-1311) 29th

Renel year (1297 AD) and it is published by ASI in ARE No. 284/1966. Another inscription about Mangala Devi Temple is found in Perumal Temple, Gudalor which is 10 kms away from Mangala Devi Temple.

In view of the heritage, historical and cultural values, this Temple has to be necessarily taken over by Archaeological Survey of India for conservation. If we miss this opportunity, in 5 or 10 years temple will become a total ruin. It is already late. Time as a great Levellar is levelling the Temple Structure, year by year. It is always better late than never. Archaeological Survey of India, Tamil Nadu circle which has a monument just 10 kms from here at Uthamapalayam can take it as yet another monument and protect the 2nd century AD Temple.

If conservation is not done in another 5 to 10 years, this 1800 year old temple will be a heap of stones. It is true we have hurdles in starting the conservation work. Governments of Tamil Nadu and Kerala have border disputes. Moreover, access to the temple is only through Kerala and Tamil Nadu Reserve Forests and regular movement of people for worship to the Temple is difficult in a Reserve Forest area. These things will have to be surmounted to save this 1800 years old cultural, social and historical marvel.

Now this monument is under the control of Kerala State Archaeology. But so far, Kerala State Archaeology have not spent even a Rupee on this monument. For years together Kerala State Archaeology has not gone to the site. Archaeological Survey of India (ASI) with its vast experience in conservation is the appropriate agency to take care of this monument. Tamil Nadu Circle of Archaeological Survey of India has got a name and with its 410 monuments to protect. This can be yet another monument. If Chennai Circle or Thrissur Circle with just 44 monuments is entrusted with the care of this Kannagi Koil monument, they can do full justice to this unique monument. For any high quality technical work, it is not only important how a work is done, but who does that work, is also important. Archaeological Survey of India gets into the slot perfectly.

Yours faithfully,

(Sd)

(M.Rajendran)

Encl:
    Photos of the dilapidated 10th Century structure and literatures relating to the temple.

டாக்டர் மு.ராஜேந்திரன்.இஆப

கண்ணகி கோட்டத்தைப் பாதுகாக்க நூலாசிரியர் வைத்த கோரிக்கையின் அடிப்படையில், மத்தியத் தொல்லியல் துறையின் திருச்சூர் சரகத்தின் அலுவலர்கள் பார்வையிட வருவதாக இடுக்கி மாவட்ட ஆட்சியருக்கும் நூலாசிரியருக்கும் 2011-ஆம் ஆண்டு எழுதிய கடிதம்

From: Arhcaeological Survey of India Fax No.: 091 487 2361316

28 Apr. 2011 4:31PM
Fax:0487-2361316
☎-0482-2365818

GOVERNMENT OF INDIA
MINISTRY OF TOURISM AND CULTURE,
OFFICE OF THE SUPERINTENDING
ARCHAEOLOGIST,
ARCHAEOLOGICAL SURVEY OF INDIA,
THRISSUR CIRCLE.

PURATATIVA BHAVAN
FF 19 (A), K.S.H.B Flats, Block No 3
Pullazhy (PO),
Thrissur - 680 012.
KERALA STATE.

Dr.M.Nambirajan
Superintending Archaeologist.

D.O.No.ST/TC/MISC/2011-12-973
28th Arpril 2011

Dear ....

The Thrissur Circle of the Archaeological Survey of India proposes to protect the Mangaladevi Temple, Kumili, and District Idukki. In this regard, a team of archaeologists will be visting the Temple on 9th May 2011. I request you to kindly extend all co-operation from the Distrcit Administration to the team.

Kindly inform the Departments concerned to extend all necessary co-operation in this regard, with

Yours
(Sd)
(Dr.M.Nambirajan)

To
Shri M.C.Mohandas, IAS
District Collector
Idukki

Copy to Dr.M.Rajendran, IAS, District Collector, Thiruvannamalai for Kind information.

மதுரை எரித்த வரலா(ற்)று(க்) காலம்

பேரா.அமானுல்லா,
கணிதத் துறை, ஹாஜி கருத்த ராவுத்தர் கல்லூரி,
உத்தமபாளையம்

வரலாறு (History): நேற்றைய நிகழ்ச்சியின் முகவரியாகவும் நாளை நிகழ்ச்சிக்கு வழிகாட்டியாகவும் விளங்குவது வரலாறு. உலகம், நாடு, நகர், வீடு தனிநபர் பற்றிய அனைத்து விபரங்களையும் தருவது வரலாறு ஆகும். ஒவ்வொரு கால கட்டத்திலும் மனிதனின் வளர்ச்சி, நடை, உடை, பாவனை, காதல், வீரம் அனைத்தையும் அறிய உதவுவது வரலாறு. வரலாற்று அறிஞர்கள் பழங்கால வரலாற்றினை இலக்கிய வரலாறு (History of Literature), சமுதாய வரலாறு (Social History) மற்றும் அரசியல் வரலாறு (Political History) மூலம் தொகுத்துள்ளனர். எடுத்துக்காட்டாகத் தமிழ் இலக்கியமான சிலப்பதிகாரத்தின் மூலம் இலங்கை மன்னர் கயவாகுவின் தமிழக வருகை, சேரன் செங்குட்டுவன் வரலாறு (தமிழக வரலாறு -ந. சுப்ரமணியன் -பக்கம் 51) ஆகியவற்றை அறியலாம். வரலாற்றைக் குறிப்பிட காலம் அவசியம். அந்த காலத்தின் வரலாற்றினைக் காண்போம்.

காலம் (CALENDER):- முற்காலத்தில் காலத்தினை பலவாறு கணக்கிட்டனர். சிலர் முன்னால் நடந்தவற்றையும் பின்னால் நடப்பவை பற்றியும் வைத்துக் கணக்கிட்டனர். (ASTRONOMY - S.KUMARAVELU -பக்கம் 539). சந்திரனின் பாதை (LUNAR), சூரிய சந்திர பாதை (LUNI-SOLAR) சூரிய பாதை (SOLAR) ஆகியவற்றை வைத்துக் கணக்கிட்டனர். நைல்நதி வெள்ளத்தின் அளவைப் பார்த்து கணக்கிட்ட நிலை மாறி மிகச் சரியாகப் பருவத்தினைக் (SEASONS) கணக்கிடும் முறை வந்தது. சந்திரனை வைத்துக் கணக்கிட்ட காலத்தில் ஓர் ஆண்டிற்கு 354 நாட்களே உள்ளன. இஸ்லாமிய ஹிஜ்ரி காலண்டர் இவ்வகையே. ஆனால் சந்திர-சூரிய காலண்டர் மிகவும் சிரமமானது. அதிக வித்தியாசம் இருந்ததால் தெளிவான விடை கிடைக்கவில்லை. சூரியனின்

சுற்றுப்பாதையை வைத்துக் கணக்கிட்டு ஓர் ஆண்டிற்கு 365, 2422 நாட்கள் என்று குறித்தனர்.

கி.மு. 46-ஆம் ஆண்டில் ரோமப் பேரரசர் ஜூலியஸ் சீசர் ஒரு நாட்காட்டியை உருவாக்கினார். அதில் ஒவ்வொரு ஆண்டிற்கும் (சாதாரண ஆண்டு - CIVIL YEAR) 365 நாட்கள் எனவும், தொடர்ந்து வரும் நான்காவது ஆண்டு 366 நாட்கள் எனவும் (லீப் ஆண்டு - LEAP YEAR) திட்டமிட்டு ஜூலியன் காலண்டரை (ASTRONOMY - S.KUMARAVELU -பக்கம்.220) உருவாக்கினார். எந்த எண் நான்கால் வகுபடுகிறதோ அது லீப் ஆண்டாகும்.

இருப்பினும் ஜூலியன் காலண்டரிலும் வித்தியாசங்கள் காணப்பட்டன. இவ்வித்தியாசத்தைக் கி.பி.1582-ஆம் ஆண்டு போப் 13ஆம் கிரிக்கோரி நிவர்த்தி செய்து 100-இன் எல்லாப் பெருக்கல் தொகையும் லீப் வருடமல்ல என்றும் 400, -----, 1200 போன்று நான்கால் பெருக்கப்படும் நூற்றாண்டுகள் மட்டும் லீப் வருடம் என்றும் குறிப்பிட்டார். இக்காலண்டரே இப்போது நாம் உபயோகப்படுத்துகிறோம்.

கி.பி.1582ல் அக்டோபர் மாதம் இவர் உருவாக்கிய கிரிகோரியன் காலண்டரை இங்கிலாந்தின் 1762-உம், ஜப்பானில் 1673-உம், சைனாவில் 1912-உம், ரஷ்யாவில் 1918-உம் நடை முறைக்கு (ASTRONOMY-S.KUMARAVELU-பக்கம்-543) கொண்டு வந்தனர். இந்தியாவில் ஆங்கிலேயரின் ஆதிக்கக் காலத்தில் அமுல்படுத்தப்பட்டது.

20-ஆம் நூற்றாண்டிலே அமுலாக்கப்படுத்திய நாடுகள் தங்களின் வரலாற்றை எவ்வாறு சரியாகக் கணித்தது? இங்கிலாந்தில் 1752-இல்தான் கிரிகோரியன் காலண்டர் நடை முறைக்கு வந்தது. ஜூலியன் காலண்டருக்கும் கிரிகோரியன் காலண்டருக்கும் உள்ள வித்தியாசத்தைச் சரிசெய்ய வேண்டி 2.9.1752-க்கு அடுத்த நாளாக 14.9.1752 குறித்து 11 நாட்களை நீக்கிவிட்டனர் அப்போது ஆங்கிலேயர்கள் (தினமணிக் கதிர் - 04.01.1998) "எங்களின் பதினொரு நாட்களைத் திருப்பித்தா" எனப் போராட்டாமே நடத்தினர். இந்த திடீர் மாற்றங்கள் வரலாற்றினைப் பாதித்ததா? அதுமட்டுமல்ல புதிதாக உள்ள வரலாற்றின் நிகழ்ச்சிகளுக்கு விடை தருமா? களப்பிரார்

காலத்தைக் கணக்கிட முடியுமா? நமது வரலாற்றுத் தேதிகள் எவ்வாறு கணக்கிடப்பட்டுள்ளது? என்பதனையும் அது சரியாக உள்ளதா என்பதனையும் வரலாற்றுச் சான்றுடன் தெளிவாகக் கணக்கிடலாம். சில தெரியாத தேதிகளையும் கணக்கிடலாம்.

எடுத்துக்காட்டாக கண்ணகியின் வரலாற்றினைக் கதை என்று சிலர் கூறினாலும் உண்மைச் சம்பவமாக இருக்க அதிக வாய்ப்புள்ளது. அதுமட்டுமல்ல மதுரையை கண்ணகி எரித்த தேதி எது? என்பதையும் கணக்கிடலாம்.

வரலாற்றுக் காலம்: சிலப்பதிகாரத்தில் மதுரைக் காண்டத்தில் கட்டுரைக் கதையில் (பாடல்கள் ௩0-க௩௫) கீழ்க்கண்டவாறு குறிப்பிடப்பட்டுள்ளது. (சிலப்பதிகாரம் உரையுடன் -ந.மு.வேங்கடசாமி- பக்கம் - சு எ 0)

''ஆடித் திங்கள் பேரிருட் பக்கத்து
அழல் சேர் குட்டத்தட்டமி ஞான்று
வெள்ளி வாரத்து ஒள்ளெரி யுண்ண
உரைசால் மதுரையோடு அரைசு கேடுறுமெனும்
உரையும் உண்டே..''

பேரிருட் பக்கத்து - கிருட்டிணப்பக்கம் - தேய் பிறை
அழல் சேர் - பரணி - கார்த்திகை - சேரும்
குட்டத்து - குறையான

பொருள்: ஆடி மாதம் பரணி - கார்த்திகை நட்சத்திரங்கள் சேரும் தேய்பிறையில் அஷ்டமியன்று (கோகுலாஷ்டமி) வெள்ளிக் கிழமை மதுரை நகர் தீப்பிடித்து எரிந்து மதுரை அரசுக்கு தீங்கு நிகழும் என்ற சோதிடர்களின் உரையும் உண்டு.

சிலப்பதிகாரத்தின் இவ்வரிகளின் மூலம் மதுரை வீழ்ந்து, மாபெரும் தீப்பற்றியெரிந்த நாளினையும் மாதத்தினையும், கிழமையினையும் தெளிவாகத் தமிழ் காலண்டர் மூலமாகக் குறிக்கப் பெற்றுள்ளது. எனில் இதற்குச் சமமான - இன்றைய தேதிக்கு இணையான - கிரிகோரியன் தேதியினைக் கணக்கிடலாம்.

மதுரைத் தீப்பற்றியெரிந்த காலமும், சிலப்பதிகாரமும் ஒன்று

சிலப்பதிகார வரிகளில் மதுரைத் தீப்பற்றி யெரிந்த தமிழ் ஆண்டினைக் குறிப்பிடவில்லை. ஆனால் மதுரைத் தீப்பற்றியெரிந்த காலமும், சிலப்பதிகாரக் காலமும் ஒன்று என்பதற்கு பல சான்றுகள் உள்ளன. மணிமேகலை எழுதிய சீத்தலைச் சாத்தனார் மதுரையில் வாழ்ந்தவர். கண்ணகி காலத்தில் வாழ்ந்த அவர் சிலப்பதிகாரக் காப்பியம் வடித்த இளங்கோ அடிகளுக்கும் சேரன் செங்குட்டுவனுக்கும் நிகழ்ச்சி யை எடுத்துரைத்ததாக சிலம்பில் குறிப்பிடப்பட்டுள்ளது. மேலும் கண்ணகியின் பிரிவால் வாடிய அவரது தோழி வைகையின் கரைவழியே (சிலப்பதிகாரம்) வந்து கண்ணகி தெய்வமான இடம் சேர்ந்தார் எனச் சிலப்பதிகாரம் கூறுகிறது. மேலும் கண்ணகியையும் அவரது தோழியையும் நேரடியாகக் கண்ட மலைவாழ் மக்கள் சேரமன்னரிடம் கண்ணகியின் கதையினைக் கூறியுள்ளார்கள். எனவே மதுரை தீப்பற்றியெரிந்த காலமும் சிலப்பதிகாரக் காலமும் ஒன்றென அறியலாம்.

சிலப்பதிகாரக் காலம்: சிலப்பதிகாரக் காலத்தைப் பலர் பலவிதமாக ஆராய்ச்சி செய்துள்ளனர். டாக்டர் கே.கே.பிள்ளை அவர்கள் சிலப்பதிகாரத்தை ஆராய்ந்து புத்தர், தத்தர், மணிமேகலை சான்றுகளைக் கொண்டும் அக்காலத்திய அரசியல் சமுதாய, சமய நிலவரங்களைக் கொண்டும் சிலப்பதிகாரமும், மணிமேகலையும், கி.பி.5-ஆம் நூற்றாண்டின் இறுதியில் இயற்றப்பட்டது (தமிழக வரலாறு -மக்களும் பண்பாடும்-டாக்டர் கே.கே.பிள்ளை பக்கம்-111) என்றார். ஆனால் அது சரியல்ல. அவரே சேரன் செங்குட்டுவனும், இலங்கை வேந்தர் கயவாகுவும் ஒரே காலத்தவர் (தமிழக வரலாறு-மக்களும் பண்பாடும்-டாக்டர் கே.கே.பிள்ளை பக்கம்-111,112,113.) என்பதால் சிலப்பதிகாரம் கி.பி.இரண்டாம் நூற்றாண்டில் இயற்றப்பட்டிருக்க வேண்டும் என்பதையும் குறிப்பிட்டுள்ளார். மேலும் வானவியல் ஆய்வாளர்கள் (தமிழக வரலாறு-மக்களும் பண்பாடும்-டாக்டர் கே.கே.பிள்ளை பக்கம்.111,112,113) இக்காப்பியக் காலம் கி.பி.இரண்டாம் நூற்றாண்டு என்று கூறியுள்ளதையும் டாக்டர் கே.கே.பிள்ளை சுட்டிக் காட்டியுள்ளார்.

செங்குட்டுவன் கண்ணகிக்கு விழா எடுத்தபோது அதில் தானும் கலந்து கொண்டது மட்டுமல்லாது இவ்விழாவினை தனது இலங்கை நாட்டிலும் (11.தமிழக வரலாறு-மக்களும்

பண்பாடும்-டாக்டர் கே.கே.பிள்ளை பக்கம்.111, 112,113) பெரிஹரா (சுற்றி வருதல்) என்ற பெயரில் வருடந்தோறும் கொண்டாடிய கயவாகு மன்னரின் வரலாறும் சிலப்பதிகாரம் கி.பி.இரண்டாம் நூற்றாண்டில் இயற்றப்பட்டது என்பதை உறுதி சேர்க்கின்றது.

மதுரைத் தீப்பற்றியெரிந்த ஆண்டு

மதுரைத் தீப்பற்றியெரிந்த காலமும், சிலப்பதிகாரக் காலமும் ஒன்றெனக் கொள்கையில் மதுரைத் தீப்பற்றியெரிந்தது கி.பி.இரண்டாம் நூற்றாண்டில் தான் எனப் புலப்படுகிறது. வரலாற்று பேராசிரியர்கள்-ஆராய்ச்சியாளர்கள் சேரன் செங்குட்டுவன் காலத்தைக் கி.பி.135-லிருந்து கி.பி.190-க்குள் (தமிழக வரலாறு-ந.சுப்ரமணியன், பக்கம்-51) என வகுத்துள்ளனர். அதாவது சேரன் செங்குட்டுவன் கி.பி.2-ஆம் நூற்றாண்டில் தமிழ் வருடத்தில்(''யுவ'') ஆண்டிலிருந்து ''பிரம்மதூத'' ஆண்டுவரை ஆட்சி புரிந்தான். (1998-க்கு இணையான தமிழ் ஆண்டு வெகுதானியம்) சேரன் செங்குட்டுவன் வடக்கே சென்று கனகனையும், விசயனையும் வென்று-கல்கொணர்ந்து கண்ணகிக்கு விழா எடுக்க, கயவாகுவையும் களப்பிரர் மற்றும் களம் கண்ட பல மன்னர்களையும் அழைத்தாரென்றால் அவரது ஆட்சியின் பிற்காலத்தில் மதுரை எரிந்திருக்க வாய்ப்பில்லை. அதனால் சேரன் செங்குட்டுவனின் ஆட்சியில் முதற்பகுதி காலத்திலேயே மதுரை எரிந்திருக்க வேண்டும்.

சிலப்பதிகாரத்தில் ''அரசு கேடுறும் உரையும் உண்டு'' என்ற வரி (உரை-சோதிட உரை) இந்த ஆண்டினைச் சூசகமாகத் தெரிவிக்கிறது. ஆண்டுகளின் பலன்களைப் பற்றி சோதிடப் புத்தகத்தில் குறிப்பிடப்பட்டுள்ளது. அதில் செங்குட்டுவனின் முதற்பாதிகாலத்தில் தாரண ஆண்டில் மட்டும் தான் ''தாரணியில் கேடு உண்டு'' என்று பலன் கூறுகிறது.

தாரண ஆண்டினைப் பற்றி (ஜோதிடக் கலைக் களஞ்சியம் -மணிமேகலை பிரசுரம்-பக்கம் 104)

''தாரணியதில் மாரியறும் தாரணியிற் கேடுமுண்டாம்
ஓராய்நீ சீவன்கள் உய்யாது-பார் பிணியால் ,
ஐய மடியுமே அஃகம் குறைவாமே
வெய்யர் பயமே மிகும்''

என்று குறிப்பிடப்பட்டுள்ளது. அதுமட்டுமல்ல தாரண ஆண்டு பரணி-கார்த்திகை நட்சத்திரம் சேரும்போது காண்டம் யோகத்தில் கௌமாரகம் காணத்தில் (நமது அட்ச தீர்க்க ரேகையில்) பெரும் நகர் வீழ்ச்சியடையும் என்று சோதிடம் கூறுவதாக சோதிடர் அ.கு.ராஜேந்திரன் உத்தமபாளையம், கூறுகிறார். மேலும் தாரணத்தில் வெள்ளிக் கிழமை தேய்பிறை அஷ்டமி திதியில் விடியலில் பூக்கும்-பிறக்கும் பெண்கள் தன்னை அல்லது வீட்டை அல்லது நாட்டை எரியூட்டி அழிப்பர் என்ற சோதிடம் உள்ளதாகவும் கூறினார். சேரன் செங்குட்டுவன் காலத்திய தாரண ஆண்டு கி.பி.144 ஆகும். இந்த சான்றினை கி.மு.சுப்பரமணியம்பிள்ளை அவர்களும் உறுதிசேர்க்கிறார். கண்ணகியால் மதுரைத் தீப்பற்றியெரிந்தது கி.பி.144 ஆம் ஆண்டு என்று கி.மு.சுப்ரமணியம் பிள்ளை (தமிழக பண்பாடும் வரலாறும்-தட்சிணாமூர்த்தி) கூறுகிறார். எனவே மதுரை கண்ணகியால் பற்றியெரிந்த ஆண்டு கி. பி. 144 ஆகும்.

வானவியலின் அடிப்படியிலேயே வேறொரு ஆய்வாளர் சிலப்பதிகாரம் கி.பி.146-இல் (தமிழக வரலாறு மக்களும் பண்பாடும்-கே.கே.பிள்ளை-பக்கம்-125) ஆக்கப்பட்டிருக்க வேண்டும் என்றதைக் கே.கே.பிள்ளை சுட்டிகாட்டினார். ஆனால் கி. பி. 146-ஆம் ஆண்டிற்கான தமிழ்வருடம் வியா வருடம் (ஜோதிடக் கலைக் களஞ்சியம்-மணிமேகலை பிரசுரம்-பக்கம்-104) வியாவருட பலன், "சுயவாழ்வுடனே சுகமாம்-உயர்வாம்-பதினெட்டு வித்துப் பதிவாய்ப் பலிக்கும்" என்பதிலிருந்து கி.பி.146-ஆம் ஆண்டு இருக்க வாய்ப்பில்லை. எனவே மதுரை தீப்பற்றியெரிந்த ஆண்டு கி.பி.144 என்பது தெளிவு.

மாதமும் தேதியும்:

ஆண்டினைக் குறித்தவுடன் மாதத்தையும் தேதியையும் எளிதாகக் கணக்கிடலாம். ஆறு மாதம் ஜூலை-ஆகஸ்ட் மாதங்களில் வரும் தேய்பிறையில் அஷ்டமிக்கு இணையான தேதியினைக் குறிப்பிட வேண்டும். கணித மேதை (ASTRONOMY S.KUMARAVELU-பக்கம்-347) மேட்டான் (METON) என்பவர் ஒவ்வொரு ஆண்டிலும் சனவரி முதல் தேதியில் சந்திரனின் பிறை

(Age of Moon or Phase of Moon) எப்படி இருக்கும் என்பதனைக் காணக் கீழ்க்காணும் சூத்திரத்தைப் பயன்படுத்தியுள்ளார்.

அதற்கு முதலில் தங்க எண்ணை (GOLDEN NUMBER) வரையறுக்க வேண்டும். எந்த ஆண்டிற்கு தங்க எண் வேண்டுமோ அந்த ஆண்டின் எண்ணுடன் ஒன்றைக் கூட்டி 19-ஆல் வகுக்க மீதி எண்ணே தங்க எண்ணாகும். மீதி பூஜ்ஜியம் எனில் அதனை 19 எனக் குறிப்பிட வேண்டும்.

$$\frac{144+1}{19} = \frac{145}{19} = \text{மீதி எண் } 12$$

எனவே 144 ஆம் ஆண்டின் தங்க எண்- 12

சந்திரனின் பிறையைக் காண தங்க எண்ணிலிருந்து ஒன்றைக் கழித்து 11-ஆல் பெருக்கி 30-ஆல் வகுக்க கிடைக்கும் மீதியே சந்திரனின் பிறை (உகஅஇகூ) ஆகும்.

$$\frac{(12-1) \times 11}{30} = \frac{11 \times 11}{30} = \frac{121}{30} = \text{மீதி எண் } 1$$

எனவே சந்திரனின் பிறை- முதற்பிறை - பிரதமை அதாவது 1.1.144 ஆண்டில் சந்திரன் பிரதமை திதியில் (முதற்பிறை) இருக்கும். 19 ஆண்டிற்கு ஒரு முறை சந்திரனின் பிறையின் தன்மை ஒன்று போலவே இருக்கும் என்றும் இதற்கு "மெட்டானின் சுற்று" என்றும் அழைக்கின்றனர். அதன்படி 1987-ஆம் ஆண்டிற்கும் தங்க எண் 12 எனவும் சனவரி முதல் தேதியில் பிரதமை என்றும் அறியலாம். 1.1.144இல் சந்திரனின் பிரதமையில் இருந்தால் ஆடியில் தேய்பிறை அஷ்டமியில் ஜூலை மாதம் 17 தேதியாக இருக்கும். எனவே மதுரை தீப்பற்றியெரிந்த தேதி 17.7.144 ஆகும்.

சிலப்பதிகாரத்தில் மதுரை எரிந்தது வெள்ளிக்கிழமையென வரையறுக்கப்பட்டுள்ளது. 17.7.144 தேதியினை இன்றைய தேதியிலிருந்து கணக்கிட்டால் வெள்ளிக்கிழமை வருகிறது. இதனை மற்றொரு கணக்கின் மூலமும் சரிபார்க்கலாம். ஜோசப் ஸ்காலிங்கர் என்பவர் நாள், கிழமை கண்டு பிடிக்க புதிய உத்தியினைச் செயல் படுத்தியுள்ளார். அதற்கு ஜூலியன் நாள்

(ASTRONOMY - S.KUMARAVELU - பக்கம் 221) (JULIAN DATE) என்று பெயரிட்டார். ஜூலியன் நாள் கி.மு.1.1.4713இல் தொடங்கி ஒவ்வொரு நாளிற்கும் ஒரு எண்ணாகக் கொடுத்து, கூட்டி, தேவையான தேதிக்கு ஜூலியன் நாளைக் கணக்கிடலாம். ஜூலியன் நாளை ஏழால் வகுக்க மீதி '0' வந்தால் திங்கட்கிழமை எனவும் '1' வந்தால் செவ்வாய் கிழமை என்றவாறு கிழமை களைக் குறிப்பிட வேண்டும். 17.7.144க்கான ஜூலியன் நாள் 1773853 இதை ஏழால் வகுக்க மீதி நான்கு. எனவே 17.7.144 தேதி வெள்ளிக்கிழமை ஆகும். (இன்றைய தேதிக்கான கிழமையினையும் மேலே உள்ள ஜூலியன் நாளைத் தொடர்ந்து பார்க்கலாம்.) எனவே சிலப்பதிகார வரியிலிருந்து மதுரைத் தீப்பற்றியெரிந்த வரலாற்று ஆண்டு கி.பி.144-ஆம் ஆண்டு ஜூலை மாதம் 17ஆம் தேதி வெள்ளிக் கிழமையாகும்.

இது போலவே பல வரலாற்று நிகழ்ச்சிகளுக்கு இணையான கிரிகோரியன் தேதியினை (நடைமுறையிலுள்ள காலண்டர்) மிக எளிதாகச் சரிபார்க்கலாம்.

கிரிகோரியன் காலண்டரிலும் இரண்டாயிரம் ஆண்டினைத் தாண்டும்போது சிறு பிழை ஏற்படுகிறது. எனவே இரண்டாயிரம் ஆண்டிற்கு மேற்பட்ட வரலாறுகள் வித்தியாசம் வருவதற்கான வாய்ப்புகள் உள்ளன. காலத்தைச் சரிசெய்தால்தான் வரலாற் றினை சரியாக்க முடியும். காலத்தினைச் சரிசெய்யும் ஆய்வுகள் நடந்து கொண்டிருக்கின்றன.

எனவே இன்றைய ஆண்டை கணக்காகக் கொண்டால் மதுரைத் தீப்பற்றி எரிந்த தேதி 17.7.144 வெள்ளிக்கிழமை என திட்டவட்டமாக அறியலாம்.

1999-ம் வருடம் இந்தியன் எக்ஸ்பிரஸ் பத்திரிகைச் செய்தி. இக்கோயிலை இந்திய தொல்பொருள் துறை எடுக்க வேண்டும் என பேரா. சி. கோவிந்தராஜனார் கருத்து.

03.05.1999
THE NEW INDIAN EXPRESS--3
MADURAI

'ASI must protect Kannagi Kottam'

Express News Service

Theni, May 3: The Archaeologigal Survey of India (ASI) must come forward to take over the disputed Mangala Devi Kannagi temple which is in ruins. C.Govindrasan, a research scholar, has asserted.

Speaking at a felicitation accorded to him by Mangala Devi Kannagi Trust at Cumbam on Saturday for bringing to light the "Kannagi Kottam" in the early sixties after a series of research, he pointed out that the present structure of Kannagi Kottam has only 40 per cent of the original one.

And added that the legacy is going to seed without any preservation and maintenance of the ancient monument of historical importance.

He made a fervent appeal to the ASI to care for the disputed monument and to protect it from further degradation.

Govindarasan expressed fear that the present structure of the temple cannot withstand any natural calamities like thunder.

DRO M.Rajendran, Tamil Development Director M.Rajendran, Thanjavur Tamil University Dean Deivanayagam, HKRH College Principal Nainar Mohamed, Cumbum Panchayat Union chairperson Umadevi Eswaran and Pulavar Rama Babu offered felicitations.

Trust treasurer Murugan proposed a vote of thanks.

பேராசிரியர் சி.கோவிந்தராஜன் எழுதிய
நெடுவேள் குன்றத்தில் - கண்ணகிக் கோட்டம்

வையையின் ஒரு கரையாம் தென்கரை வழியே மேற்கு நோக்கி அமைந்து ஓடிய கண்ணகியாரின் நிலையைக் காண்போம்.

விரிந்த கூந்தலும் ஒரு நகில் குறைந்த மார்பகமும் உள்ள கண்ணகி ''மங்கல அணியில் பிறிதணி மகிழாள்'' என்று அடிகள் அந்திமாலைச் சிறப்புச் செய் காதையில் கூறியவாறு பிறிதணி இன்றி மங்கல அணி மார்பில் அசைந்தாட அவலமுடன் ஓடுகின்றார். மதுரையில் நிகழ்ந்த கொடுமையினை நினைத்து அவர் அச்சம் மேலிட அலறிக்கொண்டு ஓடுகின்றார் என்றும் கூறலாம். அவர் தம் அடிகள் பாவித் தாவிப் படர்ந்து செல்லுகின்றன.

நிகழ்ச்சியை நெஞ்சில் உருவாக்கிப் பார்க்கின்றார் இளங் கோவடிகள். இதனைக் கட்டுரைக் காதையில் காட்டத் திட்ட மிட்டார். அவர் நெஞ்சம் நெகிழ்ந்தது கண்ணகியாரின் அவல நிலையை நெடிதாக விளக்கி அவரால் காட்டவியலவில்லை.

எதிர்நோக்கு

தமிழகத்தில் ஓடும் ஆறுகளையும் அவற்றின் கரைகளில் நிலைத்து வாழ்ந்த மக்கள் வளர்ந்த நாகரிகங்களையும் ஆய்வு செய்தெழுதிய ஆசிரியர்கள், ஆறுகளின் தோற்றத்தில் தொடங்கி, நெடிதாக ஓடிக் கடலில் சங்கமமாகும் அளவு நிறைவு காட்டி எழுதுவார்கள்.

எனது ஆய்வு சிலப்பதிகாரம் தரும் செய்திகள் வழியே, கண்ணகியாரின் அடிச்சுவட்டில் அமைந்ததால், ஆறுகளின் போக்கொடு அமையாமல், எதிர்நோக்கொடு அமையலாயிற்று என்பதை அறிமுகப்படுத்துகிறேன். மற்றும் மலை உயர் விலிருந்து கடல் மட்டத் தாழ்விற்குரிய விளக்கம் போலாது, தாழ்ந்த கிழக்கிலிருந்து உயர்ந்த மேலை மலைவரையில்

என் ஆய்வுகள் தொடர்ந்து அமைந்திருந்ததனையும் நினைவு செய்கிறேன்.

எனவேதான், தேனிக்கு முன்னர் உள்ள குன்னூர் அளவில் கண்ணகியாரின் அடிச்சுவட்டைக் காப்பியம் காட்டிய அளவில் கணக்கிட்டுத் தொடர்ந்த எனக்கு, அங்குத் திருப்பங்கொள்ளும் வையையைத் தொடர்ந்து செல்ல வழியின்றிச் சிந்திக்கலானேன். ஆற்றில் எதிர்நீச்சல் எவ்வளவு முயற்சியுடையதோ அதைவிடப் பன்மடங்கு எனது எதிர்நோக்கு ஆய்வு இப்பகுதியில் மிக்க கடினமாகவே இருந்தது.

அடிகள் காட்டிய அடிகள்

இளங்கோவடிகள் எழுத்தாணியை ஓலையில் நாட்டுகின்றார், செய்திச் சுருக்கமாக எழுத்துகள் ஓலையில் பதிவிட்டன.

அவை,

''அவல என்னாள் அவலித்து இழிதலின்
மிசைய என்னாள் மிசைவைத் தேறலின்-
நெடுவேள் குன்றம் அடிவைத் தேறிப்
பூத்த வேங்கைப் பொங்கர்க் கீழோர்
தீத்தொழி லாட்டியேன் யானென் றேங்கி
எழுநா ளிரட்டி எல்லை சென்றபின்-
கோநகர் பிழைத்த கோவலன் தன்னொடு
வான வூர்தி ஏறினள் மாதோ''

என்ற அளவில் பதிவிட்டன. கண்ணகியாரின் அடிச்சுவடுகள் நெடுவேள் குன்ற மலைமேல், வேங்கை மரத்தடியில் இட்ட சுவட்டுடன் நிலைபெற்றன; நிறைவும் பெற்றன.

அடிகள் எத்துணை அளவு சுருக்கமாகக் கூறி கண்ணகியாரின் இறுதி நிலையைக் காட்டுகின்றார்? அடிகள் சமணத் துறவியராதலின் இரக்கவுணர்வுக்கு இலக்காகியுள்ளமையைச் சிலப்பதிகாரத்தில் இப்பகுதியால் அறிய முடிகிறது.

அடிகளைத் தொடர்ந்த ஆய்வு

மதுரையிலிருந்து தொடங்கிய என்னுடைய ஆராய்ச்சி, நாகமலை அளவில் படர்ந்தும் தொடர்ந்தும் அமைந்தது. மேல்,

அடிகள் சிலப்பில் காட்டிய வேகத்தில் எனது ஆராய்ச்சியும் அமைந்தது.

நாகமலை ஆண்டிப்பட்டிக்கு முன்னர் தென்புறத் திருப்ப மாகத் தாழ்ந்து, ஆண்டிப்பட்டி மலையுடன் இணைந்து கரைந்து விடுகின்றது. அடுத்துள்ளது தேனி என்ற ஊருக்கு முன்னர் வையை ஆறு குன்னூர் (குன்றூர்) என்ற இடத்தில் குறுக்கே திருப்பங் கொண்டுள்ளது.

இப்பகுதியில் பழனிமலை, கொடைக்கானல் மலை ஆகிய வற்றில் தோன்றி வந்து வையையில் கூடும் ஆறுகள் கற்பரல் நெறியில் அலைத்து ஒலித்துக் கலப்பது காணத்தக்கதாகும். இப்பகுதியில் மலைச்சரிவிடங்களில் யான் நிகழ்த்திய ஆய்வில், கற்கால மக்களின் கற்கருவிகளில் சிலவற்றைக் காண முடிந்தது. தமிழக வரலாற்றின் தொன்மைக்குச் சான்றான குன்னூரிலிருந்து வையையைத் தொடர்ந்து என்னுடைய ஆராய்ச்சிப் பணி தொடர்ந்தது.

தாக்குத்தரைவளம்

குன்னூரிலிருந்து வையையைப் பின்பற்றி மேலே செல்வது எளிதல்ல. இதற்குக் காரணம் இங்கு சிற்றாறாக ஓடிவரும் வையையும் அதில் வந்துகூடும் அருவிகளும் ஆறுகளும் இருப்பதும் எங்கும் நீர்க்கசிவும் பள்ளமும் உளையுமாகப் பரவிய தரையாக இருப்பதும், அதில் காடும், கறடும், புதரும் பரவிச் செறிந்திருப்பதுமேயாகும்.

இப்பகுதியில் ஆங்காங்கே பல சிற்றூர்கள் இருக்கின்றன. அவற்றுள் மோட்டாங்காடு, செங்குன்னூர், சுருளிப்பட்டி என்பன குறிப்பிடத்தக்கனவாகும். இவ்வூர்களில், மலையிலும், காட்டிலும் உழைப்பால் வாழும் எளிய மக்களே வாழ்கின்றனர். இவர்களுள் மிகப்பழங்குடியினராக பளியர் என்னும் வேட்டுவரேயாவர். இவர்கள் குடிசைகள் அமைந்துள்ள மலை அடிவாரம் 'பளியர்குடி' என்ற பெயருடன் உள்ளது. இங்குள்ள காடுகளில் யானைகள் கூட்டங்கூட்டமாக நிலைத்து வாழுகின்றன. கரடிகளும் புலிகளும் ஒருசில காலங்களில் இயங்குவதுண்டு என்ற செய்தியினையும் அங்குள்ள மக்கள் வழியே அறியலானேன்.

செங்கோடு

குன்னூர்ப் பகுதியிலிருந்து வையை ஆற்றினைச் சார்பாகக் கொண்டு பள்ளத்தாக்கில் சென்றால், எதிரே எங்கும் தரைவழி இல்லை. காடுகளோடு தொடர்ந்து எழுந்து வானளாவிச் செங்குத்ததாக உயர்ந்துள்ள முகடுகளுடன் கூடியதும், மேகப்படலங்கள் படிந்து நெகிழ்வதுமான செங்குகோட்டு உயர் அடுக்கு மலைத்தொடர்களே சூழ்ந்து நிற்கின்றன. இம்மலைச் சூழலில் ஓரிடத்தில் ஏறியே மேல் செல்ல வேண்டும்.

கண்ணகியார் இத்திருப்பத்தில் சென்று எதிரே வளைந்து நின்ற மலைச் சூழலில் ஓரிடத்தில் ஏறியுள்ளார். மலையின் பக்கம் செங்குத்தாக இருப்பதால் மேல்நோக்கி அடிவைத்து ஏறியுள்ளார்.

இக்காட்சியினையே அருமையாக அடிகள் ''நெடுவேள் குன்றம் அடிவைத்து ஏறி'' என்று கண்ணகியார் முயன்று வலிந்து அடியிட்டு மேன்மேல் மலையில் ஏறிய உருக்கந்தரும் நிகழ்ச்சியை எழுத்துக்காட்சியாக எடுத்துக் காட்டுகின்றார்.

மழைநாடு

கம்பம் பள்ளத்தாக்கில் தென்கிழக்குப் பருவகால மழை நன்றாகப் பெய்வதோடு, ஆண்டு முழுவதும் தொடர்ந்து மழை பெய்வதால் தரைப்பகுதி ஈரமாகவும் சேறுள்ளதாகவும் இருக்கின்றது. எனவே, காட்டு வளமாகவும் இப்பகுதி ஏற்றம் பெற்றுள்ளது.

கம்பம் பள்ளத்தாக்கில் மழை அதிகமாகப் பெய்வதென்பது பொதுவாயினும் அதன் கிழக்கிலுள்ள எழுமலை, மேகமலை ஆகிய மலைகளிலும், அதன் தாழ்வாரப் பகுதிகளிலும், தாழ்நிலச் சரிவுகளிலும் தொடர்ந்தாற்போல் பெய்யும் மழையியற்கை மிகுந்திருப்பதினால் இப்பகுதியைப் பிற்கால மக்கள் ''வர்ஷ நாடு'' என்று குறித்தனர் (வர்ஷம்-மழை தொடர்ந்து பொழிதல்) இது தமிழில் 'மழைநாடு' என்று பெயர் பெறும்.

கம்பம் பள்ளத்தாக்கு ஏறத்தாழ முப்புறமும் மலைகளால் சூழப்பட்ட தாக்காகவே அமைந்திருப்பது குறிப்பிடத்தக்கதாகும்.

கிழக்கே ஆண்டிப்பட்டி மலையுடன் தொடரும் சுருளிமலை: சுருளிமலையுடன் தொடர்ந்து உயர்ந்து மடிப்பிட்டுப்படர்ந்த எழுமலை; மேகமலை;

தெற்கே, சுருளிமலைக் கிளைப்புடன் மேற்கே படர்ந்த வண்ணாத்திப் பாறை என்ற மலை முகப்பு; இவற்றிற்குத் தென்பக்கம் தாழ்ந்து பலமுகடுகளுடன் செல்லும் பேரியாற்று அயிரிமலை அடுக்குத் தொடர்ச்சி ஆகிய இத்தொடரின் கீழ்த் திசையில் இராசபாளையம் என்கிற ஊர் அமைந்துள்ளது.

மலைக்கூடல்

குன்னூரிலிருந்து தென்திசையில் தொலைநோக்காகக் காண்போமாயின், கிழக்குப்புறம் ஆண்டிப்பட்டி மலையை அணைதெழுந்து உயர்ந்து தெற்கே நீண்டு தொடர்ந்த எழுமலைகள், மேகமலைச்செறிவு ஆகிய அடுக்குமலைகளுடன் படர்ந்து இணைந்து மேற்கு முகமாகத் திருப்பங்கொண்டு, இருபது கல் அளவில் நீண்டு, ஆங்கு மேற்குப் பெருமலையோடு மயங்கி நிற்கும் சுருளி மலைத்தொடர் பெருமிதத் தோற்றத்துடன் காட்சியளிக்கின்றது.

மேற்கே சுருளிமலையின் மேலைக் கோடியில் கூடும் பேரியாற்று அயிரிமலைத் தொடரும் வண்ணாத்திப்பாறையும் இணைந்துள்ளன.

அதைத்தொடர்ந்து தென்மேற்கே மலைத்தடம் தாழ்ந்து குமுளி என்னும் ஊரிலிருந்து மேற்கிட்டுத் தொடர்வது நெடிய மேற்கு மலைத்தொடர்.

இத்தொடருடன் சேர்ந்து உயர்ந்த பாங்கில் வடக்குத் திசையில் வானளாவி நின்று பலமுகடுகளுடன் எழுந்து கிழக்கே படர்ந்து தொடர்கின்றன கொடைக்கானல் மலைத்தொடரும், பழனிமலைத்தொடரும்.

இவ்வாறாகப் பெரிய மலைகளால் வளைக்கப்பட்ட நடுவிடமாகிய பள்ளத்தாக்கே கம்பம் பள்ளத்தாக்காகும். இவையே வர்ஷநாட்டின் எல்லைகளும் இயற்கையமைப்பு மாகும்.

வரலாற்றுச் சிறப்புமிக்க மலைத்தொடர்கள் ஒன்றோடு ஒன்று நீண்டு இணைந்து கூடித் தொடரும் சூழலினாலேயே இப்பகுதியிலுள்ள சிற்றூர்களில், 'கூடலூர்' என்ற பெயரால் இரண்டு ஊர்கள் சுட்டப்பெற்றுள்ளன என்பது அறியத்தக்க தாகும்.

மூணாறு, மலைமுக்கூடல், முக்கூடல் என்ற பெயர்களைப் போன்று, மலைகள் ஒன்றோடு ஒன்று கூடிச் செல்லுதலினால் கூடல்மலை என்ற பெயர் சுட்டப்பட்டிருக்க வேண்டும். மற்றும், இம்மலைகள் சூழ்ந்து தொடர்ந்து வந்துள்ள தோற்றத்தினைக் குதிரை இலாட வளைவு என்றும் குறிப்பிடலாகும். குன்னூரும், தேனியும் கம்பம் பள்ளத்தாக்கிற்குறுகி நுழைவாயில் போன்று இருப்பதனையும் பள்ளத்தாக்கினைச் சுற்றி வளைத்து மலைகள் சூழ்ந்த வடிவில் உயர்ந்து நீண்டு அமைந்திருப்பதையும் நேரில் காணின், அன்று கண்ணகியார் இப்பகுதியில் சென்றவர் எதிரே உயர்ந்து நிற்கும் ஏதோவொரு பகுதியில் மலைமேல் ஏறிச் சென்றிருக்க வேண்டுமென்ற கருத்து நேர்முகக்காட்சியால் நிலைபெறும்.

குமுளி

ஏரிப்பாசனமாகவுள்ள நிலங்கட்கு, ஏரியில் நிறைந்துள்ள நீரை, ஏரியில் உட்புறத்தில் மதகுக்கால் அமைத்துக்கரைக்கு வெளியே நீர்வருமாறு செய்து வைப்பது வழக்கமாகும். ஏரிக்கால் வழியே வேகமாக வரும்நீர் வெளிவாயிலில் குமிழ்த்துக்குதித்து வேகங்கொள்ளும் பாங்குடன் அமைக்கப்பெறும் கட்டட அமைப்பு கால்வாய் என்று பெயர் பெறும். அத்தகைய நிலையில் மலையின் இயற்கையான புழையிலிருந்து நீர் குமிழ்த்து வருவதால் 'குமிழி' என்று பெயர் பெற்ற மலைத்தடத்து ஊரொன்று கம்பம் பள்ளத்தாக்கின் தென்மேற்கு எல்லையினைச் சார்ந்து அமைந்துள்ளது.

மூணாறு, முக்கூடல், மலைக்கடல் என்ற பெயர்களைப் போன்று, மலைகள் ஒன்றோடொன்று இப்பகுதியில் கூடித் தொடரும் இயல்பினால் அக்காலத்தில் 'கடன் மலை' என்ற பெயர் இப்பகுதிக்குச் சூட்டப்பட்டிருக்க வேண்டும்.

பள்ளத்தாக்கைச் சூழ்ந்துள்ள மலைத்தொடர் வளைவாக அமைந்துள்ள இயற்கைத் தோற்றத்தினை முன்னர் விளக்கி யுள்ளேன்.

இப்பள்ளத்தாக்கின் தென்மேற்கு மூலையில், மலையின் தென்புறம் ஓடும் பேரியாற்று நீர், இயற்கையிட்ட தடையாகக் குறுக்கே எழுந்து நிற்கும் பெரும்பாறைகளின் இடைவெளியில்

கால்கொண்டு இறங்கி ஊடுருவிச் சென்று மலையில் அகட்டில் பதிந்து கசிந்த பள்ளத்தாக்கில் அருவியாக வெளிப்பட்டிருந்த இயற்கையினைக் கண்டு பண்டைய தமிழன் அப்பகுதிக்குக் 'குமிழி' என்று பெயரிட்டுள்ளான். அவ்வழகிய தமிழ்ப்பெயர் இன்று 'குமிளி' எனத் திரிந்துள்ளமை அறியத்தக்கதாகும்.

நெடுவேள் குன்றம் - சுருளிமலை

கம்பம் பள்ளத்தாக்கினுள் வையையின் வழித் தடத்தைப் பின்பற்றிக் கண்ணகியாரின் காலடிச் சுவடுகள் பதிந்திருக்க வேண்டும். பள்ளத்தாக்கினுக்கு இயற்கை வளைத்தமைத்த நெடிய சுவரைப்போன்றிருக்கும் மலைத்தொடர்களில் 'நெடு வேள்' என்னும் குறிஞ்சி நிலக்கடவுளாகும் முருகனுக்குரிய குன்றம் ஒன்று இருந்ததனையும், இக்குன்றின்மீதே கண்ணகி யார் அடிவைத்து ஏறினார் என்பதையும் சிலப்பதிகாரம் விளக்குகின்றது.

எனது ஆராய்ச்சி தொடர்ந்தது. பள்ளத்தாக்கின் இடது புறமுள்ள மலைப்பகுதி ஆய்வுக்கு இலக்காகியது. இம் மலைக்குச் சுருளிமலை என்று பெயர் கூறப்படுகின்றது. மலையின் சரிவில் பாறையில் மோதிய அருவிநீர் சுருண்டு எவ்வி த்தாவி விழும் இயற்கைக் காட்சி இம்மலையில் மாட்சிமை பெற்றிருப்பதால் பண்டைத் தமிழர் இம்மலையைச் 'சுருளருவி மலை' என்று சுட்டியுள்ளனர். அப்பெயர் காலவழக்கில் தேய்ந்து சுருளி மலையாகியுள்ளது.

இதனை இயற்கை வளத்தால் அறிந்துகொண்ட அளவில் முருகன் இடங்கொண்ட நெடுவேள் குன்றம் எது என்பதனை ஆராயலானேன். ஆய்வுக்கு அமைந்த உண்மையாக மலை முகப்பில் உள்ள 'கைலாயப் பொடவு' என்ற இயற்கையான குகைக்கோயிலில் முருகன் சிறப்பாகக் கொண்டாடப் பெறுவதை அறிந்தேன். மற்றும் மலையின் மேல்தளத்தின் மேற்குப்பகுதியில் வேல் மட்டும் நடப்பட்டுள்ள ஒரு தாக்குத் தளம் இருப்பதையும் கண்டேன். எனவே, சுருளை மலை முருகனுக்குரிய, வேலனுக்குரிய தெய்வத்தலமாகச் சிலப்பதிகார நிகழ்ச்சிக் காலத்திலேயே இருந்திருக்க வேண்டுமென்பதனை நேரில் அறியலானேன். எனவேதான் அடிகள், இப்பகுதிக்கு

கடுமையான கோடை காலத்திலும் வற்றாத
கண்ணகிக் கோட்டத்துக்கு முன்புள்ள சுனை

வந்த கண்ணகியார், எதிரே நின்ற நெடுவேள் குன்றத்தின்மீது அடிவைத்து ஏறினார் என்று எழுதியுள்ளா ரென்பதும் புலனாயிற்று.

அடிகள் நெடுவேள் குன்றம் என்று குறித்துள்ளதற்குரியதாகச் சுருளிமலை அமைந்திருக்கும் இயல்பினை அறிந்தபோது, அம்மலையின் தென்கிழக்கில் மேகமலை என்ற பிரிவில் தொடங்கி அருவியாக வரும் வையை யாற்றினைத் தொடர்ந்து சூழ்ந்துவரும் மலைத் தொடர்ப் பகுதியிலேயே கண்ணகியார் அடிவைத்து ஏறி மலையின் மேல்நிலைத் தாழ்வரையில் வேங்கை மரத்தின் கீழ் நின்று தெய்வநிலை எய்தி இருக்க வேண்டும் என்ற கணிப்பு உள்ளத்தில் உருவாகியது. அதுபற்றிய செய்திகளோ சின்னங்களோ கிடைக்கக்கூடும் என்ற நோக்கில் பள்ளத்தாக்கில் உள்ள வரலாறுகொண்ட வளநாடு, சின்னமனூர், உத்தமபாளையம், கம்பம் ஆகிய ஊர்களில் உள்ள கோயில் கல்வெட்டுகளையும், பிற பழைய இடங்களையும் ஆய்வு செய்தேன். அவ்வூர்களில், பிற்காலப் பாண்டியர்களைப் பற்றியும், வணிகக்குழுவினரைப் பற்றியும் தெரிவிக்கும் கல் வெட்டுக்களும், அறநிவந்தங்களைக் கூறும் கல்வெட்டுகளும் கிடைத்தனவே தவிரக் கண்ணகியாரைப் பற்றிய சின்னங்களோ தடயங்களோ கிடைக்கவில்லை.

உறுதி ஒளி

அப்பகுதியில் நான் என் மாணவர் முத்து, கந்தசாமியின் துணையுடன் ஆராய்ச்சி நிகழ்த்திய காலம் கி.பி.1961-62 ஆகும்.

பலகாலும் சென்று ஆராய்ந்து வரும் நாட்களில் ஒருநாள் கம்பம் என்ற ஊரிலிருந்து குமுளிக்குச் செல்லும் நெடுஞ் சாலை வழியே சென்றோம். அங்குச் சாலைக்குத் தென்புறம் உள்ள படர்ந்த திடர்ப்பகுதி சிதைவுடன் ஆங்காங்கே தொடரும் சிறிய மண் சுவரால் வளைக்கப்பட்டிருந்தது. அதில் வளர்ந்தோங்கி இருந்த வேப்பமரத்தின் கீழ்ச் சிறிய மழுமழுப்பான கல் ஒன்று நடப்பட்டிருந்தது. பார்வைக்கு ஏதோ ஒரு தெய்வ வழிபாடு அமைக்கப்பட்டிருந்த தோற்றம் தெரிந்தது. அத்தெய்வத்தைப் பற்றி அவ்வழிச் செல்வாரிடம்

கேட்டபோது, அவர்கள் அறிவித்த செய்தி, கண்ணகியார் அடிச் சுவட்டின் கோடிக்கு வந்துள்ள எனது ஆய்விற்குக் கலங்கரை விளக்கமாக அமைந்தது. அப்பகுதி 'ஆங்கூர் பாளையம்' என்ற சிற்றூரிற்கு அருகிலுள்ளதாகும். எழுச்சியுள்ள உணர்வுடன் அப்பகுதியிலுள்ள 'சாமண்டிபுரம்' என்ற சிற்றூரின் சூழலையும் ஆய்வு செய்த நிறைவுடன் தஞ்சைக்குத் திரும்பினேன்.

படிப்புறக் கோட்டம்

வேப்பமரத்தடி தெய்வத்தைப் பற்றிக் கூறியவர் நேர் தெற்கில் தொலைக் காட்சியாகத் தெரியும் காட்டடர்ந்து உயர்ந்து நீண்டு செல்லும் மலையில் ஒரு அடவியினைச் சுட்டிக் காட்டி அந்த மலைமேல் பழமையான கோயில் ஒன்று புதரடைந்து இருக்கின்றது; அங்கு யானைகள் எப்பொழுதும் கூட்டம் கூட்டமாக இருக்கும்; கரடி, புலி ஆகிய விலங்குகளும் உண்டு என்றார்.

அங்கு ஆடி மாத வெள்ளிக்கிழமையும், தைமாத முதல் நாளும் மக்களும் மலைப்பகுதியில் வாழும் பளியர் என்ற குறவர்களும் சென்று பத்தினிப்பூசை நடத்தி வருவார்கள்.

விலங்குகளின் தொல்லைகட்கு அஞ்சிய மக்கள் மலைமேல் சென்று வருவதற்கு இயலாமல் போகவே, அந்தத் தெய்வத்தை இங்கே இருப்பாக்கிப் பூசைகள் நடத்தி வருகின்றார்கள்; இப்பகுதி முன்னர்ப் பெரியதாக இருந்தது; இப்பொழுது வேளாண்மை விரிவாக்கத்தால் இடம் சுருக்கமடைந்துள்ளது; இந்தத் தெய்வத்தின் பெயர் பத்தினித் தெய்வமாகும்: இவ்விடத்தைப் பத்தினிக் கோட்டம் என்பார்கள் என்று தெரிவித்தார்.

இச்செய்தி என் செவிகளில் அமுதமாக நிறைந்து ஆராய்ச்சியில் புது வேகத்தினை அளித்தது. மலைமேல் உள்ள கோயில், கண்ணகியார் நின்று சென்று தெய்வமான இடத்தில் எழுப்பப்பட்ட கோயிலாக இருக்கலாம் என்ற எண்ணவூற்று எழுந்தது.

கண்ணுக்குத் தொலைவில் அச்சம் நிறைந்த பள்ளத்தாக்கும் பெருங்காடுகள் நிறைந்த மலைத் தொடர்களும் காணப்பட்டன. கம்பம் பள்ளத்தாக்கில் எவ்வகையில் ஆராய்ச்சி மேற்கொள்வது

என்ற மனக்குழப்பம் ஏற்பட்டது. அந்த அளவில் அன்றைய ஆராய்ச்சி அளவு பெற்றது.

ஆய்வில் தொய்வு

தஞ்சைக்குத் திரும்பினேன். பல நாட்கள் சிந்தித்தேன். சிலப்பதிகாரச் செய்திகளை நன்கு ஆராய்ந்தேன். கண்ணகியார் அடிவைத்து ஏறித் தெய்வமான மலைப்பகுதி இதுவாகத்தான் இருக்கவேண்டும் என்ற உறுதி அமைந்தது. அப்பகுதிக்குரிய நிலநூல் விளக்கங்களைத் தேடினேன். ஆங்கில அரசு 1906-ல் வெளியிட்டுள்ள மதுரை மாவட்ட வளாகக் குறிப்பேட்டினைப் பெற்றுப் படித்தறிந்தேன்.

தனி மனிதன் ஆராய்ச்சி செய்ய இயலாத சூழ்நிலைகளையும், மலை அமைப்பினையும் வளாகக் குறிப்பேடு விளக்கியது. அப்பகுதியை அறிதற்கு ஏட்டில் உள்ளவாறு தந்துள்ளேன்.

The Hilly area has been quite vividly described in Madura Gazetteer (Page 140) and the extract is reproduced below for ready reference.

Madura District Gazetters. A.D.1906

By

W.FRANCIS

"High Wavy Mountal in :& The upper part of this hills consists of an undulating plateau, perhaps fifteen square miles in area which is covered with a continuous dense, evergreen honest which is a favouraite haunt of elephants and runs down in long irregularly shaped masses for a considerable distance through the deep valleys on either side. Below it is a zone of bare rocky grass land and beneath that again, the lower slopes are well coverd with deciduous forests. This tract all drains into the Kambam Valley and in it lie the sources of the Suruli river the beautiful fall of which is a well&known land&mark on the road to the Periyar&lake".

எப்படிச் செல்வது? எவ்வழியே செல்வது? கொடிய விலங்கு களால் துன்பம் ஏற்பட்டால் என்ன செய்வது என்ற கலக்கமும், அச்சமுமே எழுந்து நின்றன.

மனைவி மக்களை நினைத்தபோது, ஆராய்ச்சி விரைவு பெறாமல் அழுங்கியது. மனத்தில் ஊக்கம் குன்றித் தொய்வு தோன்றியது.

இதுவரையில் தமிழகத்தில் யாரும் காணாத ஒன்றைக் கண்டுபிடித்துக் கூறும் ஆசை ஒருபுறமும், அச்சம் மறுபுறமும் இழுக்கப் பெண்டு பிள்ளைகளின் பாசம் இன்னொரு புறமும் இழுத்தன. இந்த நிலையில் காடு சூழ்ந்ததும் கொடிய விலங்குகள் நிறைந்ததுமான சுருளி மலைப்பகுதியில் ஆராய்ச்சி தொடருமா? தொடராது துணிவின்றி, வழியின்றி, மனம் அழுந்தி இருந்தேன். இவ்வாறு திங்கள் பல கழிந்தன.

தூண்டலும் துலங்கலும்

கண்ணகியார் அடிச்சுவட்டில் பூம்புகார் முதல் தொடங்கிய எனது வரலாற்று ஆய்வுப் பயணம் கம்பம் பள்ளத்தாக்கில் உள்ள பத்தினிக்கோயில் வரையில் சென்று மயங்கி நின்றபோது, ஆராய்ச்சிக்கு உயிரூட்டும் நிகழ்ச்சியொன்று தஞ்சையில் அமைந்தது.

தஞ்சை சரபோசி மன்னர் கலைக்கல்லூரியில் ஆசிரியராகப் பணியேற்ற இளைஞர் திரு. இரா. கணபதிராசன் என்பவரின் தொடர்பு ஏற்பட்டது. அவர் கம்பம் பள்ளத்தாக்கின் மேலைக் கோடியிலுள்ள மேலக்கூடலூரில் வாழ்பவர். அவரிடம் எனது ஆராய்ச்சி அவாவினை யான் ஆர்வமுடன் கூறியபோது, அவர் மலைப்பகுதிகளைப் பற்றிய விவரங்களைக் கூறியதோடு, மலைமேல் சென்று வரும் அனுபவமுள்ள பெரியோர்களின் உதவியினையும், அப்பகுதி மலைகளின் மீது துணிவுடன் எக்காலத்திலும் சென்றுவரும் உடல் உறுதி நிறைந்த சி.இராமன் என்பவரின் துணையையும் அமைத்துத் தருவதாக உறுதி யளித்தார்.

அவரது சொற்கள் எனக்கு அமுத மழையாக அமைய எனது ஆராய்ச்சி தளிர்க்கத் தொடங்கியது.

கூடலூர் பெருமாள்கோயில் கல்வெட்டு

1963-ஆம் ஆண்டு, திங்கள் என்ற காலக்கணக்கில் கழிந்து வந்தது. அக்காலங்களில், மேலக்கூடலூர் பகுதிகளில் உள்ள கல்வெட்டுகள், தொல்பொருள் துறையினரால் வெளிப் படுத்தப் பட்டுள்ளனவா என்பதை ஆராயலானேன்.

பேராசிரியர் இராகவையங்கார் எழுதிய 'சேரன் செங்குட்டுவன்' என்ற நூலில் அடிக்குறிப்பாக மேலக்கூடலூர் கல்வெட்டு என்று குறிக்கப்பட்டிருந்தது.

அக்கல்வெட்டினைக் கி. பி. 1906-ல் இந்திய அரசின் கல் வெட்டுத் துறையினர் படியெடுத்து வெளியிட்டுள்ளனர்.

கல்வெட்டு கி. பி.16-ஆம் நூற்றாண்டில் மேலக்கூடலூர் பெருமாள் கோயிலில் தனிக்கல்லில் பொறிக்கப்பட்டதாகும்.

கல்வெட்டுச் செய்திகளாகக் கம்பம் பள்ளத்தாக்கில் மேலக் கூடலூரைச் சார்ந்துள்ள கோயில்கட்குச் சேரமன்னன் நாயனார் குலசேகரப் பெருமாள் அளித்துள்ள நில நிவந்தங்கள் கூறப்பட்டிருந்தன.

அவற்றுள் சிறப்பாக, மங்கலாதேவி அம்மன் பூசைக்குச் சுருளி ஆற்றைச் சார்ந்த நிலங்களைத் தர்மசாசனம் அளிக்கப்பட்டிருந்த செய்தி ஆய்வுக்கு இலக்காக இருந்தது.

சிலப்பதிகாரத்தில், கண்ணகியை மாதரியிடம் அடைக்கலம் தந்த கவுந்தியடிகள், கண்ணகியாரை அறிமுகம் செய்யும்போது 'மங்கலமடந்தை' என்று குறிப்பிடுவதோடு, கல்வெட்டில் குறிக்கப்படும் மங்கலதேவி அம்மன் என்ற பெயரையும் ஒப்பிட்டுப் பார்க்கும்போது ஓர் உண்மை இணைவு பெற்றிருப்பதை அறியலானேன்.

எனவே, சுருளிமலைத் (நெடுவேள் குன்றம்) தொடர்ச்சியின் மேற்குப் பகுதியின்மேல் உள்ள பழைய கோயிலை ஆராய்ச்சி செய்யும் துணிவு தோன்றியது.

மலைமேல் ஆராய்ச்சி

1963-ஆம் ஆண்டு நவம்பர்த் திங்கள் 16-ஆம் நாள் ஐப்பசித் திங்களாதலின் விடாத மழைபெய்து கொண்டிருந்தது. திட்டப்படி மாணவர் முத்து, கந்தசாமியின் துணையுடன் தஞ்சையிலிருந்து மேலக்கூடலூருக்கு ஆய்வுக்குரிய சாதனங்களாகக் குறிப்பேடு, மூன்றுவகைப் புகைப்படக் கருவிகள், புகைப்படச் சுருள்கள் ஆறு, தொலைநோக்கிக் கருவி, திசைகாட்டி, அடி அளவை நாடா, பருமையாக்கிக் காட்டும் கண்ணாடி ஆகிய பொருள்களுடன் சென்றேன்.

இரவுக் காலத்தினை, அன்பர் ஒருவர் இல்லத்தில் கழித்தோம். விடாமழையுடன் சீறல் குளிர்காற்றும் தொடர்ந்திருந்தது. அப்பொழுது அவ்வூரிலிருந்த முதியவர்களிடம் மலைமேலுள்ள கோயிலைப் பற்றிக் கேட்டறிந்தபோது,

சுருளிமலைத் தொடரின் தென்மேற்குப் பகுதியில், மேலக் கூடலூருக்கு நேர் மூன்றுகல் தொலைவுக்குத் தெற்கே உள்ள உயர் அடுக்குப் பெருமலையின் தாழ் வரைப்பகுதிகளாகிய செங்குன்றுகளொன்றன் பெயர் 'மங்கலதேவி மலை' என்று கூறியதுடன், அம்மலைமேல் அடர்ந்த காட்டினுள் 'வேங்கைக் கானல்' என்ற புதரும் வேங்கைமரங்களும் சூழ்ந்த பகுதி இருக்கின்றது; புதருள் சில கருங்கல் கட்டிடக் கோயில்கள் சிதைந்து புதரினால் அடைவுபெற்றுக் கிடக்கின்றன; அங்கு, காட்டு யானைகளும், கரடி, சிறுத்தைப்புலி ஆகிய கொடிய மிருகங்களும் அடைந்திருக்கும்; எனவே நாங்கள் யாரும் அங்குச் செல்லுவதில்லை; கூட்டமாகச் சென்றால் ஓரளவு பயமில்லை; என்னும் அரிய செய்திகளை அவர்கள் தெரிவித்தார்கள்.

பழுதடைந்த நிலையில் கோயிலின் தோற்றம்

இச்செய்தி, கண்ணகியார் அடிச்சுவட்டின் இறுதிச்சுவடுகள் இணைந்து பதிவிட்ட இடம் இதுவே யாகலாமென்ற எண்ணம் வலுப் பெறினும் மலைமேல் செல்லும் அச்சம் அகலவில்லை துணிந்து வந்தாயிற்று. மேல் ஆராய்ச்சி உணர்வுத் தூண்டலால் துணிவு பெற்றேன். மறுநாள் 17.11.1963 வைகறையில் எழுந்து மலைமேல் ஆய்வுக்கு மாணவர் முத்துக் கந்தசாமியுடன் பயணமானேன். முதல்நாள், உடன் வருவதாகச் சொன்ன பெரியவர்கள் ஏதேதோ போக்குச்சொல்லி உடன் வரவில்லை. வழிகாட்டியாக இளமையும் வலிமையும் துணிவும் பொருந்திய சி.இராமன் உடன் வந்து சேர்ந்தார். தெற்கேயுள்ள மலையை நோக்கிப் பள்ளத்தாக்கில் நடந்தோம்.

அதுபோது, மேலக்கூடலூர் இளைஞர்களாகிய சு.பெ. பொன்னுராமன், சிவமூர்த்தி, மு.ஐயர், கா.கணபதி, தா.இராம சாமி, தி.ஒட்டிவீரு, பெரியமாயன் ஆகியவர்கள் தனித்தும் சேர்ந்தும் வந்து வழியிடையே சேர்ந்து கொண்டனர். கண்ணகிக் கோட்டம் இதுதான் என்ற எனது முடிவினை அறிந்து கொண்ட இராமசாமி, பின்னர்ச் சீரமைப்புக்குழு அமைத்துத் தனக்கு வேண்டிய முறையில் மாறுபட்ட கருத்துக்களை வெளிப்படுத்தி வருவது வேதனைக்குரியதாகும்.

இளைஞர்களின் துணை அமைந்தது. அச்சம் சற்றே விலக ஆய்வு முயற்சி வேகங்கொண்டது. ஊரிலிருந்து மலை அடிவாரம் மூன்று கல்தொலைவுள்ளது, இடையேயுள்ள புதர்கள், சேற்றுத் தரையிடையே மழையினால் பெருகி ஓடும் அருவிகள், அகலம் குறை வாயினும் ஆழமுடன் பெருகியோடும் முல்லையாறு, காட்டாறு ஆகியவற்றையெல்லாம் கடந்து அடிவாரத்திற்கு வந்துவிட்டோம். மழை பெய்துகொண்டே இருந்தது. ஆய்வுக் குறிப்பே நினைப்பாக அமைந்ததால், மழையைப் பற்றியோ, நனைவதைப் பற்றியோ பொருட்படுத்த நேரமில்லை.

சரிவு ஏற்றம்

மடிப்பாக அமைந்து மேன்மேல் உயர்ந்து செல்லும் மலையில், கீழ்த்தாள் வரையிலிருந்து சரிவு ஏற்றம் அமைத் துள்ளது. அடிவைத்து ஏறினேன். அடுத்துள்ள மலைப்பகுதி ஓரளவு செங்குத்தாக அமைந்திருந்தது. மலை முழுவதும்

போதைப்புல் என்ற பெயருடைய மலைப்புற் புதரடைவு இருந்தது. பாதை என்பது இல்லை. மேலே செல்ல வேண்டிய இடத்தை நோக்கிய பாங்கில் ஆங்காங்கே முயற்சியுடன் பாறை களைத் தழுவியும், சூழ்ந்தும், தொற்றியும் ஏற வேண்டிய தாயிற்று. குத்திட்ட சரிவுகளில் காலடியை மேலிட்டு வைத்து ஏறவேண்டிய நிலை ஏற்பட்டது.

அடிகள் சிலம்பில் குறித்த சொற்களின் பொருண்மையினை அதுபோது அனுபவத்தால் அறியலானேன். அத்தொடர், நெடுவேள் குன்றத்தை அடைந்த கண்ணகியார்.

''நெடுவேள் குன்றம் அடிவைத்து ஏறி''னார் என்பதேயாம். மலைமேல் சென்றார் எற்றாலே போதும். அது இயல்பான செயலைக்குறிக்கும். மலைமேல் ஏறிச்சென்றார் என்பதால் சற்றே வலிந்த முயற்சி தோன்றுகின்றது. அடிவைத்து ஏறினார் என்பதால்- மேன்மேல் அடியை வலிந்து உயர்த்தி வைத்து ஏறினார் என்ற பெருமுயற்சி புலப்பாடுறுகின்றது.

வெறியுணர்வுடன் செய்வதறியாது மலையில் செங்குத்தான சரிவுகளில் கண்ணகியார் உயர்த்தி அடிவைத்து ஏறிய பாங்கினையே அடிகள் நுட்பமாக உணர்த்தியுள்ள காப்பிய நுண்மையையும் கண்ணகியாரின் முயற்சியையும் எனது மலையேற்றப் பயணம் நன்கு புலப்படுத்தியது.

போதையும் யானையும்

மலை ஏற்றத்தின் இடையிடையே உள்ள மடிப்பிடப் பள்ளத் தாக்குகளில் 'போதைப்புல்' என்னும் மலைக் கோரைப்புதர்கள் மண்டி அடைந்து உயர்ந்திருந்தன. இப்புறகள் பத்தடி உயரத்திற்கு மேலாகவும் வளர்வன. மனிதனைக்கண்ட அளவில் மாற்றக்கொண்ட காட்டு யானைகள் வளர்ந்த இப்போதைப் புற்புதரிடையே மறைந்திருந்து, மனிதன் அருகில் வந்தவுடன் அவனைத் துதிக்கையால் பிடித்துச் சுழற்றிக் காலின்கீழிட்டுக் கனியை நசுக்குவதைப்போல் நசுக்கிவிடுமாம்.

வழிகாட்டி இராமன் வழியிடையே ஓரிடத்துக்கு அழைத்துச் சென்று ஒருசில நாட்களுக்கு முன்னர் அவ்வாறு யானையால் நசுக்கப்பட்டுப் பாறையோடு ஒட்டிய பட்டை உருவாக இருந்த

மனிதச் சுவட்டினைக் காட்டினார். கண்டேன் காகிதம்போல் நசுக்கப்பட்ட மனித உடலை. வெருண்டேன்; ஆனால், அதை வெளிக்காட்டவில்லை. போலித் துணிவினைக் காட்டி மேலும் மலைமேல் ஏறினேன்.

ஒட்டிய அட்டைகள்

மலைமேலடுக்கிடையே அமைந்த மடிப்புப் பள்ளத்தாக்கில், போதைப்புற்காட்டிடையே புகுந்து செல்லும்போது, மழைக் காலத்தில் மிகுதியாகப் பெருகி வாழும் 'அட்டை' என்ற குச்சி போன்று சிறிதாக முதலில் வடிவங்கொண்டு ஊரும் பூச்சிகள் உடலில் ஆங்காங்கே பற்றிக்கொண்டன.

அட்டைப் பூச்சிகள் மனித உடலில் பற்றிக்கொண்டு இரத்தத்தை உறிஞ்சிப் பருத்து, புளியம்பழத்தளவு நீண்டு தொங்குவதையும் நண்பர்களின் கால்களில் கண்டேன். பிய்த்து எறிந்தால் அவை பற்றிய இடங்களில் படும் நச்சுநீர் விடமாகி வருத்துமாம். அவற்றை உடலிலிருந்து நீக்கப் புகையிலைத் தூளாகும் மூக்குப்பொடியைப் பற்றிய முகப்பில் தூவினால், பற்றிய நிலையிலிருந்து அட்டை விட்டுப் பிரியுமாம்.

முற்பட இதுபற்றி யாரும் சொல்லவில்லை. அட்டைக் கடியால் அவதியுற்றோம். கால் விரல்களுக்கிடையே பற்றிய அட்டைகள் மெத்தென்று பருத்து நடைக்குத் தடையாகவும் அருவருப்பாகவும் இருந்தன. ஒருவரி அட்டை எனது வலது காதில் பற்றிக்கொண்டு தொங்கட்டானாக ஆடிவந்தது.

அட்டைகளால் அவதியுற்றதால் ஏற்றநடை தளரவில்லை. இதற்குக் காரணம் மேலே காண இருக்கும் புதுமைதான். யானைகளாலும் விலங்குகளாலும் தீங்கு நேராமல் இருக்க விரைந்து நடந்தோம்.

உயர் அடுக்கில் இரண்டாவது தாக்கிலிருந்து செங்குத்தான ஏற்றம். செல்ல வேண்டிய பகுதியைக் குறிப்பாக வைத்துக் கொண்டு வழியை ஏற்படுத்திக்கொண்டு ஏறினோம். என் மாணவர் புகைப்படக் கருவிகளடங்கிய பையை முதுகில் வைத்துக் கட்டிக்கொண்டு, எத்தகைய அச்சமோ, தளர்ச்சியோ இல்லாமல் என்னைத் தொடர்ந்து ஏறிவந்தது எனக்கு வியப்பாகவே இருந்தது.

எதிரொலி காட்டிய கோட்டம்

இரண்டாவது மடிப்பிலிருந்து ஏற்றமாக உயரும் மலைப் பகுதியில் 'மஞ்சு' என்று பெயர் கூறப்பெறும் கருமையும் வெண்மையும் குழைந்த மேகப்படலங்கள் பாறைகளில் நுழைந்தும், தவழ்ந்தும் எங்களோடு இழைந்தும் சில்லிட்டு நெகிழ்ந்து சென்றன. எதிரே யானை வந்தாலும் தெரியாத மஞ்சுப் படலங்களின் மறைப்புக் கிடையே எப்படியோ ஏறிச் சென்றோம். மூன்றாவது மடிப்பினைக் கடந்து மலையின் உயர் மட்டத் தாழ்வரைக்கு அருகே வந்துவிட்டோம்.

எங்கும் இறுக்கமாகச் சூழ்ந்து நெகிழும் மஞ்சுப்படலங் களுக்கு இடையே வழித்தடம் தெரியாது நின்றோம்.

அப்பொழுது வழிகாட்டிவந்த இராமன் எங்களைக் கூப்பாடு போடச் சொன்னார். எல்லோரும் ஓ-வென்று கூக்குரல் செய்தோம்.

என்ன வியப்பு! எதிரே மேற்குப்புறமிருந்து இணையொலி யுடன் கூக்குரல் எதிரொலித்தது. அத்திசையைச் சுட்டிக் காட்டிய இராமன் ''அதுதான் வேங்கைக்கானல் அங்கேதான் மங்கல தேவி குடி இருக்கு, அங்கிருந்துதான் ஓசைவருது'' என்று அறிவித்தார்.

அதைக்கேட்ட நான் வேங்கைக்கானல் என்று ஏன் பெயர் சொல்லுகிறீர்கள் என்று கேட்டேன். அங்கே வேங்கை மரங்கள் கூட்டமாக வளர்ந்துள்ளன என்பதால் என்று பதில் கூறினார்.

அங்கே ஒருசில கருத்துக்கள் என் உள்ளத்தில் பளிச்சிட்டன அவை:-

''கண்ணகியார் நெடுவேள் குன்றம் அடிவைத்து ஏறி, மலைமேல் தாழ்வரையில் வேங்கை மரத்தின் நிழலில் நின்று தெய்வமானார். அந்நிகழ்ச்சியை மலைவாழ் குறவர்கள் கண்டார்கள். தெய்வமான மங்கலமடந்தையைத் தெய்வமாகக் கொண்டு வழிபட்டார்கள்'' என்று இளங்கோவடிகள் காட்டும் நிகழ்ச்சிகளாகும்.

தேர்ந்த நம்பிக்கை

சிலப்பதிகாரக் காப்பியம் தரும் செய்திகளை அடியொற்றிக் காவிரிப்பூம் பட்டினத்திலிருந்து கால்நடையாகவே கண்ணகியார்

அடிச்சுவட்டில் தொடங்கிய எனது வரலாற்று ஆய்வுப் பயணம் 1945-ல் தொடங்கி 1963 நவம்பர்த் திங்கள் 17-ஆம் நாள் அளவில் வளர்ந்திருந்தது.

கண்ணகியார் பிறந்து வாழ்ந்த காவிரிப்பூம்பட்டினம் இருந்து அழிந்துள்ள உண்மை மதுரை செல்லத்தம்மன் கோயிலில் கண்ணகியின் படிமம்; மதுரை பழங்காநத்தம் கோவலன் பொட்டல்; கம்பம் பள்ளத்தாக்கில் ஆங்கூர் பாளையத்தில் பத்தினிக்கோட்டம்; சுருளிமலை என்னும் நெடுவேள் குன்றம்; செங்குன்றூர்; சுருளிமலைத்தொடரில் மங்கலதேவி மலை; வேங்கைக்கானல்; அதனிடையே மங்கலதேவி அம்மன் கோயில்; கூடலூர் பெருமாள் கோயில் மங்கலதேவி அம்மனுக்குச் சேர மன்னன் செய்த நில தர்மசாசனக் கல்வெட்டு

ஆகிய சான்றுகள் அனைத்தையும் முறையாக வைத்துச் சிலம்பில் கூறப்படும் கண்ணகி கோவலன் வரலாற்றோடு அமைத்துப் பார்க்கும்போது, சிலப்பதிகாரச் செய்திகள் அனைத்தும் கற்பனையல்ல. கண்ணகி கோவலன் வாழ்வியலை அடிப்படையாகக் கொண்டு அக்காலத் தமிழகத்தையும் முத்தமிழின் வித்தக வளர்ச்சியினையும் அளவிட்டு அறுதியிட்டுக் காட்டும் வரலாற்றுக் காப்பியமாகவே இளங்கோவடிகள் தாம் மேற்கொண்ட சமணசமயச் சார்புடனும் பிற சமயப்பொது நோக்குடனும் தெளிந்த தமிழில், தொடர் நிலையாப்புடன் தீஞ்சுவைக் காப்பியம் செய்துள்ளாரென்னும் உண்மைகள் நிலைபெறுவனவாயின.

மங்கல வாயில்

வேட்டைக்காரரும் வழிகாட்டியுமான இராமனுடன் மேல் நோக்கி நடந்தோம். மழைபெய்து கொண்டே இருந்தது. சரிவான குறுகிய மலைதடத்தில் நடந்தோம். அவ்வழியில் தான் கண்ணகியாரின் அடிச்சுவடுகள் பதிந்திருக்க வேண்டும்.

அதற்கப்பால் தொலைவில் மரக்கூட்டமாகத் தெரியும் வேங்கைக்கானலுக்கு முன்னர்ப் போதைப்புற்களினிடையே புதைந்து கிடந்தன மூன்று நெடிய வேலைப்பாடுடைய கருங்கற்கள். அக்கற்களைப் புரட்டிப் பார்த்தபோது அவைகள்

மங்கலதேவி அம்மன் கோயிலுக்குரிய கிழக்கு எல்லையாகவும் நிறுத்தப்பட்டிருந்த மகர தோரண வாயில் என்பதை அறிந்தேன். இதனை மங்கல வாயில் என்றும் கூறுவர்.

வேங்கைக்கானல்

அங்கிருந்து தொடர்ந்து வழிநடந்து வேங்கைக்கானல் அருகே வந்துவிட்டோம். கிழக்குப்புறத்தில் உள்ளே புக இடமின்றிப் புல்லும் முட்புதருமாக அடைந்திருந்ததோடு மலைவேங்கை, கருமருது, சந்தனம் ஆகிய வளமான மரங்கள் வளர்ந்தோங்கிப் படர்ந்து, ஒரு தனிச்சூழலாகத் தோற்றங் கொண்டிருந்தன.

வேங்கைக்கானலில் கண்ணகிக்கோட்டம்.

கானல் என்பது மரங்கள் நெருங்கிச் செறிந்த சோலையாகும். சோலையின் உள்ளிருந்து புகை நெகிழ்ந்து புரண்டு வருவதைப் போன்று மஞ்சு தவழ்ந்தது. சோலையை நெருங்கியபோது இடப்புறத் தாழ்வரைப் பகுதியே நடந்துசெல்ல ஓரளவு இடமுடையதாக இருந்தது.

மலை உயரம்

வேங்கைக்கானல் சுருளி மலையின் தொடர் வளர்ச்சியில் உயர்ந்த சிகரத்தின் உள்மடிப்புத் தாழ்வரையில் அமைந்த மலைவளக் காட்டுத் தொகுதியாகும்.

தமிழகத்தின் கடல் மட்ட அளவுப்படி, நான் ஏறிநின்ற வேங்கைக் கானல் 8200 அடி உயர்ந்துள்ள மலைப்பகுதியாகும்.

எனவே, மஞ்சும் மழையும் சாரலும் கூடிய வானிலை மிகுதியாக இருக்கும் இயற்கையினை அங்கு அறிய முடிந்தது.

கானலின் பின்புறம் வந்துவிட்டோம். அங்கும் போதைப்புல் புதர்களே மண்டி இருந்தன. ஒருபக்கம் மலை மூங்கில் புதர் அடைவாக எழுந்து தலைவிரித்து நின்றது.

சிறிய வாயில்

மலைப்புற்களுக்கு இடையிடையே சுமார் ஆறு அடி நீளம், மூன்றடி அகலம், மூன்றடி உயரங்கொண்டதாகச் செப்பனிடப்பட்ட கருங்கற்கள் நான்கு பதிந்துகிடந்தன. அவை கல் திருப்பணிக்குரியதாக அமைக்கப்பட்ட கற்களாகும்.

அக்கற்களுக்கு அப்பால் சுவர்போன்று தொடர்ந்திருந்த பகுதியில் சிறிய வாயில் ஒன்று புற்களிடையே காணப்பட்டது. வாயில் மூன்றடி உயரத்திற்கு மேல், '4 X 3' என்று குறிப் பிடத்தகும் உள்ளளவில் கருங்கற்சட்டங்களால் அமைக்கப் பட்டிருந்தது. அதன்மேல் கட்டமாக ஒரு பெரிய பாறையினையே அமைத்திருந்தது காணத்தக்கதாக இருந்தது. வாயிலுக்குமுன் நான் செல்ல, முத்துக் கந்தசாமியும் பின் தொடர்ந்து வந்தார்.

கண்டேன்-கோட்டம்

உள்ளே பார்த்தபோது ஒரே போதைப் புற்காடும் அதன் இடையிடையே தலை தூக்கி நிற்கும் மரங்களும் செடிகொடிகள் சூழ்ந்து முட்டுமுட்டாக நிற்கும் புதர்களும் காணப்பட்டன.

தரையில் பல ஆண்டுகளாக மடிந்து படிந்து செறிந்து கிடக்கும் புல், செடி, கொடிகளின் மடிசலும் மழைநீர்த் தேக்கமும் இருந்தன. புல் புதர்களுக்கிடையே தெரிந்தும் மறைந்தும் இருக்கும் பழைய கருங்கற் கட்டிடவாயில் புலப்பட்டது.

உள்சூழலைப் பார்த்தபோது, ஏறத்தாழ இருநூறடிப் பக்கமாக நாற்புறச் சதுரமாக வளைக்கப்பட்டு இரண்டு வாயில்களுடன் இருந்த அமைப்பு ஒருவாறு தெரிந்தது.

மதிலிட்டு வளைக்கப்பட்ட கோயிற்பரப்பிடத்தினையே கோட்டம் என்று குறித்தல் பழைய வழக்கு. அம்முறையிலேயே

வேங்கைக்கானலில் சிதைந்துள்ள கட்டிடச் சூழல் காட்சி யளித்த தால், அங்கே கோயிற்கோட்டமொன்று அமைந்துள்ள காட்சி புலனாயிற்று.

ஆய்வுத் துணிவு

சிறிய வாயிலின் அடிச்சட்டத்தில் ஏறி நின்றேன். உள்ளே குதிச்சுச் செல்ல துணிவு இல்லை. கந்தசாமியும் கொஞ்சம் சிந்திப்பதை அறிந்தேன்.

உள்ளே பாழடைந்த கட்டிடங்கள் தெரிகின்றன. அவற்றினுள் ளேயும், புதர்களிலும் என்னென்ன இருக்குமோ! மலைப்பாம்பு முதலாக யானை, புலி, கரடி ஆகியவைகள் தங்குதற்கு ஏற்ற இடம் அது; எப்படி அங்கே செல்வது!

துணிந்து உள்ளே குதித்து போதைப்புற்களை விலக்கிக் கொண்டு மழைநீருடன் பதிவிட்ட தழைமடிசலை மிதித்துக் கொண்டே ஓடி நேராகத் தெரிந்த கட்டிடவாயிலை அடைந்தேன். கந்தசாமியும், இராமனும் உடன் குதித்துத் தொடர்ந்தனர்.

அச்சம் ஒருபுறமிருக்க என் ஆராய்ச்சி தொடங்கியது. அப்பொழுது பகல் மணி $11\frac{3}{4}$ ஆகியது. மூன்று கேமிராக் களையும் சுருளிட்டுச் சரிசெய்து கொண்டேன். கருத்துக்கும் பழமைக்கும் இலக்கான காட்சிகளையும், சின்னங்களையும், கட்டிடங்களையும் முறையாகப் படமெடுத்தேன். கோட்டம் முழுவதும் மஞ்சு படர்ந்து தவழ்ந்து சென்றதால் ஒளியும் இடமும் கிடைத்தபோது இயன்ற அளவில் எனது கேமிராக்கள் இயங்கின.

இயன்ற அளவில் உள்ளே சென்று பார்க்கும் படியாக இருந்த இடங்களை மட்டும் அருகில் சென்று ஆராய்ச்சி செய்தேன். வேட்டைக்காரர் இராமனும், மாணவரும், பிற நண்பர்களும் எனக்கு உறுதுணையாக இருந்தனர். எனவே விரைவுடன் ஆய்வுசெய்து குறிப்பெடுக்கலானேன். அப்பகுதியில் நான்கு சிறிய சிதைந்து புதரடைந்து நின்ற கோயில்கள் ஆங்காங்கே இருந்தன. அவற்றுள்,

இணைந்து இருந்த கற்கோயில்கட்கு முன்புறம், முற்றம் போன்று அமைக்கப்பட்டிருந்தது. மேற்குப்புற வாயிலுடன்

கூடிய கோயில் புதரடைந்து வேரும் விழுதும் சுற்றிப் படர்ந்து மூடிக்கிடந்ததால் அதன் வாயில் இருண்டு கிடந்தது, கோயிலும் இருண்டிருந்தது. மழைநீர்க் கசிவு, இடிபாடுகள், திருமுற்றத்தின் புதைந்து தலையை மட்டும் வெளிக்காட்டி நின்ற பலிபீடம் ஆகியவற்றை உள்ளே துணிந்துசென்று பார்த்தோம். இரண்டடி உயரமுள்ள பெண் தெய்வச் சிலை ஒன்று சிதைந்து வீழ்ந்திருந்த பாறைகளுக்கு இடுக்கில் நொருங்கிப் பதிந்து கிடந்தது. இவ்வாறு சிதைந்திருந்த சிலையைத் தவிர நான்கு கோயில்களிலும் எத்தகைய சிலைகளும் இல்லை. விநாயகரின் சிலையொன்று மட்டும் வேங்கை மரப்புதருள் இருப்பதைத் தொலைவில் இருந்து பார்க்க முடிந்தது.

தனித்துத் தென்பக்க முகப்புடனும் சுவர்ப்பிளப்புடனும் நின்ற கற்கோயிலின் வாயில்நிலைச் சட்டக்கல்லில் வரிக்கு ஐந்து அல்லது ஆறு எழுத்துக்களாக முப்பது வரி அளவில் முதல் இராசராச சோழனால் வெட்டப்பட்ட பழைய வட்டெழுத்துக் கல்வெட்டு இருந்தது. அதனைப் பார்வைப் படி எடுத்துக்கொண்டேன். திருமுற்றமொன்றின் முன்புறச் சிறு கட்டைச் சுவர்க்கல்லில் எம்மண்டலமும் கொண்ட குலசேகர பாண்டியனால் வெட்டப்பட்டிருந்த கல்வெட்டையும் படி யெடுத்துக்கொண்டேன்.

கல்வெட்டிற்குக் கீழ்த்தளக் கல்லில், கோட்டத்தின் அளவு சதுரவடிவில் பொறித்துக் காட்டப்பட்டிருந்தது. அதைப் புகைப்படமெடுத்துக் கொண்டதோடு உள்ளவாறும் வரைந்து கொண்டேன்.

சிதைந்து கிடந்த சிலையுள்ள கற்கோயிலின் மேல்தளத்தில் பெரிய வடிவுள்ள செங்கற்களாலான விமானத்தைப் பிளந்து சிதைந்து எழும்பி மேல்நோக்கி வளர்ந்திருந்த வேங்கைமரத்தைக் கோயிலுடன் படமெடுத்துக்கொண்டேன்.

நான் தனித்திருந்த கோயில் வாயிலில் நின்றபொழுது மாணவர் கந்தசாமி கோயில் சுவர்ப்பாறையில் 17-11-63 என்று வெண்சுண்ணத்தால் எழுதிக் கோயிலோடு சேர்த்து என்னைப் படமெடுத்தார். அப்பொழுது அழகிய வடிவில் மஞ்சு குறுக்கே தவழ்ந்தது.

மேலும் ஆங்காங்கே தெரிந்த மூன்று கல்வெட்டுக்களைப் பதிவு செய்தேன். ஒருபகுதியில் கற்கம்பம்போல் ஐந்தடி உயரக் கல்லொன்று இடிபாடுகளுக்கிடையே இருந்தது. அதைச்சார்ந்து தெரிந்த மதில் சுவரில் மூன்றடிச் சதுர அமைப்பில் கல் சாளரம் ஒன்று புதர்களுக்கிடையே தெரிந்தது.

கோட்டத்தின் உள்ளே மேற்கில் இருந்த சிறு கற்கோயில் முன்னர்ச் சரிவுப் பாறையில் வட்டமாகக் குழித்து நீர்நிரம்பி நிற்கும் கிணறுபோன்ற சுனையொன்று காணப்பட்டது.

பேராசிரியர் சி.கோ.தெய்வநாயகத்தின் பதிவு

வேள்விச் சாலை

"தந்தேன் வரம்" எனக் கண்ணகியார் கூறியவுடன் செங்குட்டுவன், கண்ணகியாரை வணங்கிய அரசர்கள் சூழ மாடலன் மறையோனொடு, அம்மறையோன் கேள்வி நிரம்பிய வேள்வி மாக்களைக் கொண்டு தன்னேவல்வழி தன் வடபுல வெற்றியின் நிறைவாக அமைத்து வைத்துள்ள வேள்விச் சாலைக்குச் சென்றான். எனவே, கண்ணகியார் கடவுண் மங்கலஞ் செய்யப்பெற்ற நிலையில் சேரனாலும் அனைவராலும் வணங்கப்பட்ட நாளில்தான் வேள்வி புரியும் பொருட்டும் செங்குட்டுவன் சென்றிருந்தான் என்பது வெளிப்படை.

மேலும் "வேள்விச் சாலையின் வேந்தன் போந்தபின்தான்", "யானுஞ் சென்றேன்" என இளங்கோ தெளிவாகத்தாம் கண்ணகிக் கோட்டத்திற்குத் தனியாகச் சென்ற போழ்து சேரன் செங்குட்டுவன், மாடல மறையோனொடு வேள்விச் சாலைக்குப் போயினான் எனக் கூறுகிறார். இவண் "வேந்தன் போந்தபின்", "யானுஞ் சென்றேன்" எனுஞ் சொற்றொடர்களை நோக்கும்போது இளங்கோவடிகள் செல்வதற்கு முன்பே கண்ணகிக் கோட்டத்தினின்றும், அரசன் வேறெங்கோ உள்ள வேள்விச் சாலைக்குச் சென்றான் என்பதறிக. எனவே கண்ணகிக் கோட்டத்தினின்றும் சேய்மையிலே எங்கேயோதான் மாடலன் மறையோன் அமைத்த வேள்விச் சாலை இருந்திருக்கின்றது என்பது தெளிவு.

பொருண்மை:

1. இதுகாறுங் கண்ட கருத்துகளால் சேரன் செங்குட்டுவன் தான் எடுப்பித்த பத்தினிக் கோட்டத்துள், கண்ணகியாரைக் கடவுள் மங்கலஞ் செய்து வழிபட்டமை நெடுவேள் குன்றப்பறம்பின் தாழ்வரையில்தான் என்பதனை சிலப்பதிகாரம் மணிமேகலை எனும் நூல்களைக் கொண்டு தெரிந்து தெளிந்தோம்.

2. இலக்கியத்தில் காணப்படும் அமைப்பில் வையை ஒரு கரை (தென்கரை) பற்றி அவல், மிசை கருதாது, நெடுவேள் குன்றம் அடிவைத்தேறி வேங்கை மரநிழலில் தாழ்வரையில் கண்ணகியார் நின்றதறிந்து, பின் சேரனால் கோட்டமெடுப் பிக்கப்பட்ட நிலையில் தெய்வமாக வணங்கப்பட்டமை இன்றளவும் வரலாற்று முறையில் நேரிற் காணச்செல்லும் பெற்றியாளர்க்குக் காணக் கிடைப்பதே என்பதனை பேராசிரியர் சி.கோவிந்தராசனார் (சி.கோ) அவர்களின் கண்டுபிடிப்பினால் நன்கு அறிந்து கொள்ள முடியும். எனவே, சிலப்பில் காணப்படும் வரலாற்றுச் சான்றுகள் உண்மை யானவையே.

3. பேராசிரியர் சி.கோ. அவர்கள் கண்டுபிடித்து தமிழர்க்கு தலைநிமிரும்படியான உறுதியான வரலாற்றுச் சான்றாகக் காட்டிய பத்தினிக் கோட்டத்துள் மங்கலா தேவிக் கோட்டம், சிவக்கோட்டம் முதலியன சங்ககாலப் பழமை அதாவது கி.பி.2ஆம் நூற்றாண்டுக்கும் முந்திய பழமை உடையனவாக இருப்பது அத்துறையாளர்களாலும் நேரிற்கண்டு ஏற்றுக் கொள்ளப்பட்ட செய்தியேயாம். (டாக்டர் கே.ஜி.கிருஷ்ணன்- 12.01.1972 இந்து நாளிதழ் கடிதம்).

4. வரலாற்றறிஞர் கண்டுரைத்த கண்ணகியாரின் சிலை, இமைய மலைக் கல்வகையினைச் சார்ந்ததாகும்.

5. அக்கண்ணகியாரின் சிலை, கைவினை முற்றிய நிலைமையிற்றிகழ்ந்து முற்றிழை பொறிக்கப்பட்ட தாயிலங் குவது கைவன் கம்மியரால் எழுதப் பெற்றதே என்பதனை நிறுவுகின்றது.

6. கனகவிசயர் தம் தலையில் சுமக்கக்கூடிய பருமனு டையதாக அச்சிலை விளங்குகின்றது. அதாவது சிலை செதுக்கப்பட்ட இமயக்கல்லும் இருவராலும் சுமக்கக் கூடியதே.

7. அச்சிலை பெற்றுள்ள தேய்வு அதன் பழைமையை எடுத்துக் காட்டுகிறது.

8. கோட்டத்திலுள்ள கல்வெட்டுகளில் சில மிகப் பழமை யானவை.

9. இயற்கைச் சூழலும் அமைவரப் பெற்றுள்ளது.

ஆனால் கட்டுரையாசிரியர் சிலர் மனத்தாற் சார்ந்து எழுது கின்ற மலையாளத்திலுள்ள கொடுங்களூர் (கிராங்கனூர்) பகவதி கோயில் சேரன் செங்குட்டுவனால் அமைக்கப்பட்டதல்ல. ஆங்குள்ள பகவதியும் கனகவிசயர் சுமந்து வந்த இமயக் கல்லாலானதல்ல.

ஒற்றை முலைச்சி வணக்கம் சற்றேறத்தாழ இருபதிடங்களில் இன்னும் மலையாளத்தில் இருந்து வருகின்றது. கட்டுரை யாசிரியர்களின் கூற்றுப்படி நோக்க இருபது இடங்களில் எது சேரனால் அமைக்கப்பட்டது? எதுவும் செங்குட்டுவன் காலத்திய பழமை உடையதாயில்லை. ஒற்றை முலைச்சி வணக்கம் உள்ள இருபது கோயில்களும் பண்டைத் தமிழகக் கோட்ட அமைப்பில் பால்பெற வகுப்படவில்லை. பகவதியின் உருவம் நின்றநிலைக் கோலமுடையது. எட்டுக் கரங்களை உடையது. பலாமரத்தாலானது. பருமனோ பதின்மராலும் தூக்கவியலாதது. எனவே கனகவிசயரால் தூக்கப்படத்தக்கதல்ல.

சிலப்பதிகாரத்தை வழித்துணையாகக் கொண்டு தொல் பொருள் வரலாற்றாய்வு முறையில் தாமே நேர்முறையில் ''புகார் முதல் வஞ்சி வரை'' சற்றேறத்தாழ இருபதாண்டுகளின் இடையறா முயற்சியால் (1940 முதல் 1963 வரை) சிலம்பினை ஆய்ந்து, நெடுவேள் குன்றின் மிசை ஏறி, பறம்பின் தாழ்வரையில் ''வேங்கைக் கானல்'' என இன்றும் அழைக்கப்படுகின்ற, ''மங்கல தேவிக் கோட்டம்'' என இன்றளவும் பெயர் நிலைத்த கண்ணகிக் கோட்டம் கண்டு ஆங்குள்ள இயற்கைச் சூழல் கல்வெட்டுப் பழமை, கலைப் பழமை, சிலைப் பழமை, கோட்ட அமைப்பு இவற்றை அணுகி நுணுகி ஆய்ந்த பிறகு உறுதியாக எழுதி கண்ணகிக் கோட்டத்தை அறிமுகப்படுத்தித் தமிழகப் பழமைக்கு உறுதி கொடுத்தவர் வரலாற்றறிஞர் பேராசிரியர் சி. கோவிந்தராசனார் அவர்களாவர். அவ்வழி,

இதுகாறுங் கூறியவற்றால் நாமறியத்தக்க வரலாற்று உண்மைகள்:

1. கி.பி. இரண்டாம் நூற்றாண்டுக்கு முன் அளவில், சுருளி மலைத் தொடரின் ஓரிடத்தின்மீது, கண்ணகியால் இயற்கையுற்ற இடத்திலேயே சேரன் செங்குட்டுவனால் கோட்டம் எழுப் பிக்கப்பட்டு வணங்கப்பெற்றார்.

வண்ணச் சீரடி

2. பேராசிரியர் சி.கோவிந்தராசனார் அவர்கள் சுமார் 20 ஆண்டுகள் உழைத்துக் கண்டுபிடித்த இக்கம்பம் பகுதி மங்கலதேவி மலை மீதுள்ள மங்கலதேவிக் கோட்டமே கண்ணகிக் கோட்டமாகும்.

3. சிலப்பதிகாரம் என்ற பழந்தமிழ்க்காப்பியத்தை முழுமையான வரலாற்றுச் செய்திகளை இலக்கிய ஒப்பனைகளோடு என்றும் அழியாவண்ணம் இளங்கோ வடிகள் உருவாக்கியுள்ளார். எனவே நமது முதன்மையான பண்டைய வரலாற்று நூல்களுள் சிலம்பும் ஒன்றாகும். ஏனெனில்,

4. கண்ணகி-கோவலன் பிறந்து வாழ்ந்த பூம்புகார் நகர் இன்றும் பழமைச் சின்னங்களுடன் காணக்கிடக்கின்றது. (மேலையூர் -பேராசிரியர் சி.கோ., தொல்பொருளாய்வுத் துறையினரின் ஆய்வுகள்).

5. கண்ணகி-கோவலன் சென்ற காவிரிக்கரை வழி இன்றும் உறையூர்க்குச் செல்கின்றது. இடையியே சிலப்பதிகாரத்தில் குறிப்பிடப்பட்டுள்ளவாறே ஆற்றுவீயரங்கம் (சீரங்கம்) அமைந்துள்ளது.

6. "கொடும்பை நெடுங்குளக் கோட்டம்" (11.17) எனச் சிலம்பில் குறிக்கப்பட்ட கொடும்பாளூர் நெடுங்குளப் பகுதி, இன்றும் திருச்சியினின்றும் மதுரை செல்லும் வழியில் (குறுக்குவழி உள்ளமை கல்வெட்டறிஞர் சி.கோவிந்த ராசனாரின் புகார் முதல் வஞ்சி வரை நடத்திய ஆய்வின் வழியே புலனாகின்றது.) சிலம்பில் குறிக்கப்பட்டு உள்ளவாறே உள்ளது. கொடும்பாளூர் வறண்ட நிலப்பகுதி ஊராகவே உள்ளது.

7. மாங்காட்டு மறையோன், கண்ணகி-கோவலன், கவுந்தி யடிகள் இவர்களிடத்தே மதுரைக்குச் செல்லும் வழியாகக் கூறிய "சிவபெருமான் ஏந்தியுள்ள திரிசூலம் போல அமைந்துள்ள பாதைகளை" (11:73) இன்றும் நாம் காணலாம். அம்மூன்று பாதைகளில் ஒன்று மட்டும் காலநிலையில் மக்களால் பயன் படுத்தப்படாது உள்ளது.

8. அவ்வழிகளி லொன்றிடையே குறிக்கப்பட்டுள்ள திருமாலிருங்-குன்றம், இன்றும் திருமாலுக்குரியதாக அழகர் மலை என்ற பெயரில் பிளப்பகுதிகளை உடையதாக, சிலம்பாறு

ஓடப்பெறும் சூழலில் அடர்ந்த காடுகளை உடைய தாகவும் விளங்குகின்றது.

9. மதுரை மாநகரோ சிலம்பில் குறிப்பிட்டுள்ளவாறே வையை ஆற்றிற்குத் தென்கரையில் இன்றளவும் அதே பெயரில், ஆனால் புதுமைக்கு இலக்காகி அழித்தவை போக எஞ்சிய பழமைச் சினனங்களோடு விளங்கி நின்கின்றது.

10. வையை ஆறும் சிலம்பு எவ்வாறு குறிப்பிடுகின்றதோ அதே பெயரில், அதே நிலையில் உள்ளது.

11. கோவலன் கொல்லப்பட்ட கொலைக்களம் இன்றளவும் ''கோவலன் திடல்'' என அழைக்கப் பெறுகின்றது. தொல்பொருள் புதைவிடமாயுள்ளது.

12. வையையின் தென்கரை வழியே மேற்கு நோக்கிச் செல்லின், சீரற்ற பாதையே உள்ளது. இக்காலத்திலேயே இப்படியிருப்பின் சிலப்பதிகாரக் காலத்தில் அது மிகவும் கரடு முரடாகத்தானிருக்க வேண்டும்.

13. கண்ணகியார், மதுரையை அழலூட்டி, சீற்றத்தோடு வையையின் தென்கரைபற்றி மேற்கு நோக்கிச் சென்ற வழியிலேயே நாமும் செல்லின், செலவின் முடிவு கம்பம், கூடலூர் வழியே ''வர்ஷ நாடு'' எனக் கூறப்படும் குன்றூரகத்துச் சென்று மேற்குத் தொடர்ச்சி மலையின் குதிரைக்குளம்பு போல் வளைவுடன் கூடிய ஒரு பகுதியாகிய நெடுவேள் குன்றத்தால் தடுக்கப்படுகின்றதைக் காணலாம். இதனடிவாரப் பகுதி இன்று வண்ணாத்திப் பாறை என வழங்கப்படுகிறது.

14. எனவே மலைமீது ஏறி அம்மலையைக் கடந்தல்லது பயணத்தைத் தொடர முடியாத நிலை விஞ்ஞானம் வளராத சங்க காலத்தில் இயல்பானது. அத்தோடு உலகியலனுபவம் சிறிதுமற்ற கண்ணகியார்க்கு மலைமீது ஏறிக் கடக்கின்ற எண்ணமே ''மேற்றிசை வாயில் வறியேன் பெயர்க'' எனக் கொண்ட கருத்தினால் எழுந்திருக்க வேண்டும். இதனை வலிவுபடுத்தும் சான்றாக ''தன்னாட்டாங்கண் தனிமையிற் செல்லாள், நின்னாட்டு அகவயின் அடைந்தனள் நங்கை'' *(25:89-90)* எனும் சாத்தனாரின் வாய்மொழி விளக்குகின்றது.

15. உடல் நலிவுற்ற வலிவற்ற நிலையில் கண்ணகியார் அடிவைத்து ஏறிய குன்றம் முருகனுக்கு உரிய நெடுவேள் குன்றமாகும். அங்கிருந்தே சுருளி அருவியும், ஆறும், முல்லை யாறும் தோன்றி வையைத் தோற்றத்திற்கு வழிகோலுகின்றன. இன்று இந்நீர்ப் பெருக்கை ஒழுங்குபடுத்தி பைகாரா மின்னுற் பத்தி நிலையம் அமைத்துள்ளனர்.

16. கண்ணகியார் நெடுவேள் குன்றத் தாழ்வரைமீது (அடுக்கு மலைகளில் உயரிடைப் பகுதி) வேங்கை மர நிழலில் இயற்கையுற்றார். தாழ்வரை என்பது அடுக்கு மலைகளிலே காணக்கூடிய ஒன்று. அதற்கேற்பவே இம்மேற்குத் தொடர்ச்சி மலையின் கூறாகிய இப்பகுதி நெடுவேள் குன்றத்துடன் அடுக்கு மலையாகவே அமைந்துள்ளது.

17. இந்நெடுவேள் குன்றம் யானை வடிவமுடையது எனச் சிலம்பு குறிக்கும் '' செங்கோட்டுயர்வரைச் சேணுயர் சிலம்பில், பிணிமுக நெடுங்கற் பிடர்த்தலை நிரம்பிய, அணிகயம் பலவுள'' *(30:54-56)* என்ற தொடர்கள் இந்த யானையின் பிடரிப் பகுதியில் அணிகயங்கள் பல உள்ளதாகக் குறிக்கின்றன. அவ்வரிகளின் உண்மையினை நேரிற் செல்லின் இன்றும் கண்ணாரக் காணலாம். அதே யானையின் தோற்றமும், பிடரிப் பகுதியில் (தாழ்வரையில்) அணிகயங்கள் உள்ள சூழலும் மனதைக் களிக்கச் செய்கின்றன.

18. மலைமீது கண்ணகிக் கோட்டம் உள்ள இடம் சிலப்பதி காரத்தில் குறிக்கப்பட்டுள்ளவாறே வேங்கை மரங்கள் நிரம்பப் பெற்ற சூழலில் உள்ளது. இன்றளவும் ''வேங்கைக் கானல்'' என்றே அழைக்கப்படுகின்ற மூன்று கானல்கள் அடுத்தடுத்து உள. (உயரம் சுமார் 5500 அடி)

19. மலையின் பிடரிப் பகுதியாகிய ''தாழ்வரை மீதிருந்து'' நிலப்பரப்பழகினை நோக்குங்கால் சிலம்பு ''நெடியோன் மார்பில் ஆரம் போன்று'' *(25:21)* விளங்குவதாகக் குறித்த பேரியாறு மேகக் கூட்டங்கள் விலகிச் செல்கின்றபோது நம் கட்புலனுக்குப் புலனாகி நம்மை உவப்பூட்டுகின்றது. (இன்றைய தேக்கடி-பெரியார் நீர்த் தேக்கம்) (மஞ்சு சூழ் சோலை மலை காண்குவம்)

20. கண்ணகிக் கோட்டத்தினைச் சிலம்பு மங்கல தேவிக் கோட்டம் எனவும், "ஆயிழைக் கோட்டம்" எனவும் குறிக்கும். இக்கோட்டம் இன்றளவும் கூடலூர் பக்க மலைவாழ், மலைச் சாரல்வாழ் 'மக்களால் மங்கலதேவிக் கோட்டம்' என்றே அழைக்கப்படுகிறது.

21. குன்றக் குரவர் இனத்தாராகிய "பளிங்கர்", மண்ணாத் தியர் எனும் சாதி வேட்டுவர் அம்மலைப் பகுதியில் இன்றும் வாழ்ந்து வருகின்றனர். சிலம்பு காட்சிக் காதையில் குறிக்கும் வருடை ஆடு போன்ற மலைபடு பொருட்கள் இன்றும் அங்கு உள்ளன.

22. கோட்டத்தின் அடிப்படை, முதலுரு கருவறை, சிலை இவைகள், சங்காலப் பழமை உடையன என்பதாக கல்வெட்டுப் பேரறிஞர் சி.கோவிந்தராசனார் அவர்கள் கூறியதை (17.11.1963) கல்வெட்டு மேதை டாக்டர் கே.ஜி.கிருஷ்ணன் போன்ற சான்றோரும் ஒப்பியுள்ளனர். (இந்து நாளிதழில் கடிதம் 12.1.1972)

23. காலப் பழமையினால், சேரன் செங்குட்டுவன் எடுப்பித்த கண்ணகிக் கோட்டம் சிதைவு அடைய பின்னாட்களில் எட்டாம் நூற்றாண்டு அளவில் சில பாண்டிய மன்னர்கள் அக் கோட்டத் தினைத் திருப்பணி செய்து செம்மைப் படுத்தியுள்ளனர். வளாக சுற்றுச்சுவரை உயர்த்தி தக்க இடங்களில் காற்று மாடங்களுடன் அமைத்துள்ளனர்.

24. பின் அப்பகுதி முதலாம் இராசராச சோழனால் வெற்றி கொள்ளப்பட்டப்போது இராசராசனும் கண்ணகிக் கோட்டத் திற்குத் திருப்பணியும், நிவந்தங்களும் செய்துள்ளதோடு கண்ணகி வழிபாட்டினைத் தஞ்சையிலும் கோயில்கட்டி மேற்கொண்டிருந்திருக்கின்றான்.

25. சிலம்பில் குறிக்கப்பட்டுள்ள "சிமயச் சென்னித் தெய்வ" (28:237) கோட்டமும் கண்ணகிக் கோட்ட அமைப்பில் ஒரு பகுதியாகக் காணப்படுகின்றது.

26. கண்ணகிக் கோட்டத்தில் பொறிக்கப்பட்டுள்ள கல்வெட் டுக்கள் முத்திறத்தனவாகும்.

ஒன்று-பழமை உடைய உடைந்தும், தேய்ந்தும் போகியுள்ள வட்டெழுத்துக் கல்வெட்டுகள்.

இரண்டு-பிற்காலப் பாண்டியர் கல்வெட்டுக்கள். இவைகளும் ஓரளவு சிதைந்தே உள்ளன. இவர்கள் செய்த கண்ணகிக் கோட்டத் திருப்பணியினை இவை விளக்குகின்றன.

மூன்று-11ஆம் நூற்றாண்டில் இராசராச சோழனால் செய்யப் பட்ட கண்ணகிக் கோட்டத் திருப்பணியைக் குறிக்கும் தெளிவான, முதல் இராசராசனின் ''திருமகள் போலப் பெருநிலச் செல்வியும்'' எனத் தொடங்கும் இரு கல்வெட்டுக்கள்.

27. சற்றேறத்தாழ 16ஆம் நூற்றாண்டு வரையில் கண்ணகி வணக்கம், கண்ணகி வணக்கமாகவே இருந்ததற்குச் சான்றாகக் கூடலூர் (நெடுவேள் குன்ற அடிவாரத்தில் தாழ்வரை உள்ள) பெருமாள் கோயிலில் காணப்படும் மலைமீதமர்ந்த மங்கலாதேவி வழிபாட்டைக் குறிக்கும் பிற்காலப் பாண்டியர் கல்வெட்டுக்கள் உள்ளன.

28. கண்ணகியாரின் சிலை சிலப்பதிகாரத்தில் குறிக்கப்பட்டுள்ளவாறே இரண்டாள் சுமக்கக் கூடியதாக, இமயமலைக் கல் வகையால் ஆனதாக, சிறந்த கைவன் கம்மியரால் செதுக்கப்பட்ட அழகினதாக கல்லிலேயும் முழுமையான அணிகளுடன் (ஆயிழை, பூரணி) கூடிய சிற்ப அழகுபடைத்த மங்கலத் தோற்றத் தினதாக, ஒரு முலை முகம் குறைந்ததாக காலப் பழமைக்கேற்பத் தேய்வு உடையதாக விளங்குகின்றது.

29. சிலப்பதிகார உரைபெறு கட்டுரை, கண்ணகியாரே வெப்புங்குருவும் போக்கற்கும் (அதாவது வெப்பத்தால் வரக் கூடிய அம்மை, தொழுநோய் போன்றன) மாரி பொய்த்தற்கும் காரணம் எனக் குறிக்கவே மாரியம்மன் என்ற பெயர்க்காரணம் நமக்குக் கிட்டுகின்றது.

மேலும் ''தந்தேன் வரம்'' எனவும் வேள்வியால் மகிழ்வு பெறுபவராகவும், வேண்டியவற்றை வேண்டியாங்கீயும் தெய்வ மாயும் விளங்கும் சிலப்பதிகார நிகழ்ச்சிகள் கண்ணகியாரே ''மகமாயி'' என்பதனையும் உணர்த்துகின்றன. (கல்வெட்டுக்கள் மகராசி என்கின்றன.)

30. மங்கலத் தன்மையோடு, இயற்கையுற்று தெய்வத்துள் குன்றக் குறவரால் ''இவள் போலும் நங்குலக்கோர் இருந் தெய்வம் இல்லை'' (24:10) எனக் கருதப்பட்டு மங்கலம் அருளும்

மங்கலத் தெய்வம் ஆதலானும் கண்ணகியார், மங்கல மடந்தை எனவும், பூரணி எனவும் வழங்கப் பெற்றுள்ளார்.

31. கண்ணகிக் கோட்டத்திலுள்ள வட்டெழுத்துக் கல்வெட்டுக்களும் கண்ணகியாரை ''பூரணி'' என்ற சொல்லாலும் குறிக்கின்றன.

சங்க இலக்கியங்களுள் எட்டுத்தொகை நூலாகிய நற்றிணையில் 216ஆவது பாடலைப் பாடிய மருதன் இளநாகனாரே கண்ணகி வரலாற்றை முதலில் குறித்த பாடலாக அதனைப் பாடியுள்ளார். அப்பாடலில் கண்ணகியை ''திருமா உண்ணி'' எனக் குறிப்பிட்டுள்ளார்.

32. கண்ணகி வணக்கம் எல்லாச் சமயத்தாரும் மேற்கொண்டு ஒழுகிய ஒன்றாகும். சேரன், சோழன், பாண்டியன், பௌத்த மதத்தினைச் சார்ந்த இலங்கை வேந்தன் கயவாகு, மாளுவ வேந்தர், குடகுக் கொங்கர், பொதுமக்கள் அனைவரும் கண்ணகியாரை நெடுவேள் குன்றத்தாழ் வரையிலுள்ள கண்ணகிக் கோட்டத்தில் வணங்கி தத்தம் நாட்டிலும் கண்ணகியார்க்குக் கோயில் எடுத்து வணங்கியுள்ளதைச் சிலப்பதிகார, உரைபெறு கட்டுரையும், உரைப்பாட்டு மடையும், வரந்தரு காதையும் புகலுகின்றன. சிலம்பு கூறுவது அனைத்தும் உண்மை என்பதற்கான வரலாற்றுச் சான்றுகளாக,

அ. இலங்கை நாட்டில் யாங்கணும் கண்ணகிக் கோட்டங்களை அமைத்து பத்தினி (பதினி) வழிபாட்டை அவர்கள் நிகழ்த்தி வருகின்றன செயல்களின்றும் அறிகிறோம்.

ஆ. மதுரையில் உள்ள செல்லத்தம்மன் கோயிலில் கையில் சிலம்பு தரித்த நிலையில் உள்ள சிலையும், கோயிலும் பாண்டிய நாட்டின் பத்தினி வணக்கத்திற்குரிய சான்றாக எஞ்சியுள்ளது.

இ. கண்ணகிக் கோட்ட இராசராசன் கல்வெட்டும், உரை பெறு கட்டுரையும் சோழ நாட்டில் கண்ணகி வணக்கம் நடைபெறுவதற்கான சான்றுகளாகும்.

ஈ. மேலும் கொங்கிலும், குடகுப் பகுதியிலும் பத்தினி வழிபாடுள்ளதை செவிவழிச் செய்தியாக அறிகின்றோம். (கோனியம்மன், செல்லத்தம்மன் வரலாறுகள் உணர்த்துகின்றன)

இவ்வாறு இப்பத்தினித் தெய்வமாம் கண்ணகி வழிபாடு அரசுகளின் ஆதரவு பெற்ற நிலையில் யாங்கணும் பரவலாக தமிழகம் முழுவதிலும் அவ்வவ்வரசினரால் கொண்டாடப்பட்டது. அத்தகைய நிலையில் நாட்டு வேறுபாட்டாலும், மொழி, கலாச்சாரம், பண்பாடு, ஒழுக்கம் இவற்றின் வேறுபாட்டாலும் பத்தினித் தெய்வமாம் கண்ணகி வணக்கமும் மாறுதலுடைய நிலையில் ஆங்காங்கே கொண்டாடப்பட்டது. அந்நிலையே இன்று கேரளாவில் காணப்படும் பகவதி வணக்கமும், பசூரிமாதா (வைசூரிமாதா) மகமாயி-மாரியாயி வணக்கமும், ஒற்றை முலைச்சி வணக்கமும் தாலியம்மன் வணக்கமும் ஆகும். -

33. பாமர மக்களும் கண்ணகி தேவியின் சிறப்புணர்ந்து வணங்கியமையால் அவர்களது வேண்டற்கேற்ப கண்ணகியார், பத்தினி எனவும், தாலியம்மன் எனவும், மசூரி மாதா எனவும் வழங்கப்பெற்று வணங்கப் பெறுகின்றார்.

34. சமண சார்பினால் கண்ணகியார் "பகவதி" எனும் முறையில் வணங்கப்பட்டிருக்கலாம். இச்சான்றுகளுள் 1 முதல் 28 சான்றுகள் வரை மனித நடமாட்டம் அதிகமில்லாத காரணத்தால் இன்றளவும் அழிந்து போகாமல் உள்ளன. இவற்றையெல்லாம், தாமே தம் பொருட் செலவில் தனிமனிதனாக சுமார் 20 ஆண்டுகள் உழைத்து சிலம்பு குறிக்கின்ற வழியிலேயே நடந்து நிறைவாக தம்மாணக்கர் முத்து கந்தசாமியோடு மலைமீது 17.11.1963-இல் ஏறி, ஆய்ந்து, முடிவு கண்டுரைத்த பேராசிரியர் சி.கோவிந்தராசனாரின் தமிழ்த் தொண்டால் உலகிலேயே காவியமொன்று முதன்மையான வரலாறாகின்றது. இத்தனிமனித சாதனை கண்டு பொருமிய அழுக்காற்று அவ்விய நெஞ்சத்தர் பலர் மறுத்துரைக்க விழைந்து அவலமுற்ற நிலை நாடறிந்த ஒன்று. உண்மை காலத்தை வென்றது. பேராசிரியரின் ஆய்வுத்திறம், உலகத் தொல் பொருளியலாய்வுத் துறையறிஞர்களாலும் வியக்கத்தக்கதாக பாராட்டப் பெறுகின்றது.

கம்பம் மங்கலதேவி கண்ணகி அறக்கட்டளைக்கு இணையாகத் தங்களைக் கருத வேண்டும் என்று கேரள உயர்நீதி மன்றத்தில் தொடரப்பட்ட வழக்கு விவரம்

IN THE HIGH COURT OF JUDICATURE OF THE STATE OF KERALA

W.P.(C) 10469/19

Petitioner : Sree Mangaladevi Kannagi
Chartible Trust
Mangaladevi Kannagi Trust
B-E/18, Cumbum,
Uthamapalayam, Theni
Tamil Nadu,

Respondent :

Sir,

I am to inform you that the W.P.(C) has been presented by Advocate Sri C. P. Peethambaram on behalf of the petitioner.

You are hereby requested to appear before this Court either through your Advocate or through someone authorized by law to represent you in the matter. The case will be posted on or after 20.05.2019.

Affidavit of the respondent if any should be filed within 1 month on receipt of notice.

Yours faithfully

High Court of Kerala
Ernakulam.

Section Officer
For Registrar (Judicial)

IN THE HIGH COURT OF KERALA AT ERNAKULAM

PRESENT :

THE HONOURABLE MR.JUSTICE SHAJI P.CHALY

FRIDAY THE 12TH DAY OF APRIL 2010/22ND CHAITHRA, 1941

WP(C) No.10469/2019(G)

Petitioner :

SREE MANGALADEVI KSHETHRA CHARITABLE TRUST,
Reg.No.12/2016, Peerumade, Idukki District,
Represented by its Chairperson V.K.Sukumari,
Aged 41 years, W/o Raju A.K
Residing at puthupparambil house, Peerumade P.O.,
Idukki District - 685 531.

Respondents:

1. State of Kerala
   Represented by its Secretary, Revenue Department,
   Governmment Secretariat, Thiruvanathauram-695 001.

2. The District Collector,
   Idukki District - 685 602.

3. The Filed Director,
   Office of chief conservator of Forest,
   S.H.Mount, Kottayam- 686 006.

4. The Deputy Director,
   Periyar Tiger Reserve, Periyar East Division,
   Kumaly P.O., Thekkady-685 509

5. The Director,
   Directorate Archaeology Department, Sreepadam Palace,
   Fort P.O., Thiruvananthapuram 695 023

6. Mangaladevi Kannaki Trust,
   13-E18, Cumbum - 625516, Uthamapalayam Taluk,
   Theni District Tamil Nadu,
   Represented By its Secretary

Writ Petition (civil) praying inter alia that in the circumstances stated in the affidavit filed along with the WP(C) the High Court be pleased to issue an Interim Direction to the 2nd respondent to allow the petitioner and their members to participate in the rituals and to conduct the festival in par with the right given to 6th respondent, Cumbum (Mangala Devi Arakattlai) in the forthcoming chaithra pournami Festival of Mangala Devi Kannaki Temple, Thriruchenkunnu, Kumili, Idukki District, scheduled on 19/04/2018 forthwith, pending disposal of the writ Petition.

This petition coming on for admission upon perusing the petition and the affidavit filed in support of WP(C) and upon hearing the arguments of SRI.C.P.Peethambaran, Advocate for the petitioner, the court passed the following:

ORDER

Government Pleader seeks time for taking instructions and filing counter affidavit. Notice by speed post to be returnable in three weeks.

Post after vacation.

In the meanwhile, petitioner will be at liberty to approach the District Collector on account of Ext.P4 for appropriate reliefs, which shall be considered by the District Collector, in accordance with law. The decision taken will be subject to the result of this writ Petition.

Sd/-Shaji P.Chaly, Judge

/true copy/

Assistant Registrar

Exhibit P4 :

True copy of the Representation submitted by the petitioner to the 2nd Respondent Dated 28/3/2019.

gr/

டாக்டர் மு.ராஜேந்திரன்,இஆப 283

ABOUT SABARIMALAI AYYAPPAN TEMPLE

(Ref : www.indiatoday.in/amp/magazine/religion/story/20051107 periyar-tiger-reserve-land-transferred-to-sabarimala-temple)

Pilgrims Progress : The shrine can barely handle two crore devotees

It may well seem like a tussle between Lord Ayyappa and his celestial vehicle, the tiger. For, the recent allocation of forest land in the Periyar Tiger Reserve (PTR) to the Sabarimala Ayyappa temple in Idukki, Kerala, has pitted the Travancore Devaswom Board (TDB) and Hindu Organisations against the State Forest Department and environmentalists.

While the TDB justifies the need for land due to the rising number of pilgrims, the Forest Department fears the development work may upset the fragile ecosystem.

The TDB, which administers the State's temples, had for long demanded forest land for expanding the shrine, which attracts more than two crore pilgrims annually and is located inside the 777 sq km reserve.

The urgency was due to the acute scarcity of space for the pilgrims who converge for the annual festival between November and January. But as the land is the Reserve area and part of the evergreen stretch, environmentalists and forest officials at the Centre and state had not been amenable to the idea. Though the State Forest Department says the TDB is inflating the number of pilgrims, what is indisputable is that Sabarimala is TDB's biggest earner. The revenue from the shrine has been growing at 10 per cent annually and touched Rs.72 crore-almost 80 per cent of the TDB's total annual revenue of Rs.113 crore from 1,200 temples-during the festival last year.

It is primarily Sabarimala's earnings that help the TDB maintain its 6,000 employees, 24 schools, five colleges and 42 elephants. The state, says the Board, also earns more than Rs.2,000 crore every year during the festival from various taxes imposed on the pilgrims.

Faith File

ANNUAL REVENUE

1996-97: Rs.34.42crore
2001-2: Rs.50 crore
2002-03: Rs.67 crore
2004-5: Rs.72 crore
NO. OF PILGRIMS
1995-96: 1 Crore

 வண்ணச் சீறடி

2004-5: 2.5 crore
NO. OF VEHICLES
1993-94: 1.32lakh
2002-3: 2.65 lakh

The decision to allot the forest land was taken in August this year after the intervention of influential devotees like T.K.A. Nair, Principal Secretary to the Prime Minister.

The Ministry of Environment and Forests then transferred 12.65 hectares of the reserve land for implementing the shrine's Rs.1,000-crore development and expansion plan.

However, the TDB is irked by the State Forest Departments's delay in transferring the land, especially because it had already paid Rs.1.16 crore for it. "Even after the Supreme Court's clearance, the department took 34 days to forward the clearance to the Central ministry. This delay was crucial as it scuttled our development plans which were meant to be implemented before the festival season this year." says TDB President G.Raman Nair.

Refuting the allegations. Forest Department officials say they were always in favour of granting more land to the shrine. "Due to the pilgrim influx we recommended more land for the shrine for better environmental management of the reserve. But the TDB's track record has been crossly commercial and anti-environment." says V.Gopinath, chief conservator and wildlife warden.

The temple presently occupies 37 hectares in the crore area of the reserve, which has recently won appreciation from the Project Tiger task force for involving the local community in conservation efforts.

Eating into space : Commercial establishments dot the shrine

The environmentalists also accuse the TDB of converting Sabarimala into a concrete jungle and a commercial township. "Most establishments have nothing to do with the pilgrims' essential needs."

Even jewellery and textile shops have been allowed at a distance of only 10 m from the sanctum sanctorum." says Rajan Gurukkal, historian and environmentalist at the Mahatma Gandhi University who has made a detailed study of the shrine's impact on the environment.

"Only 11.5per cent of the shrine land is utilized for public purposes and the rest has been auctioned to hotels, shops and guest houses," The shrine is located in the low altitude evergreen stretch which is the Western Ghats' biodiversity hotspot.

"The shrine stands on the fragile humus layer and is on the verge of a disaster as it exhausted its capacity to support the rising number of pilgrims long ago," warns Gurukkal. In 1999. 53 pilgrims died following a landslide.

ECO-UNFRIENDLY

Since 1998, 10 committees have warned about the alarming extent of ecological damage at Sabarimala.

Nearly 20 per cent of forest cover has been lost in nearly 20 years.

900 tonnes of human excreta, 500 tonnes of coconut shells and 10 tonnes of plastic are generated by the shrine in three months.

12,000 tonnes of untreated garbage is spread over a 7 km area around the shrine.

150 tonnes of firewood is used in three months.

7,000 tonnes of top soil has been removed from a 3.5 km stretch.

In 1997, the bacteria count in the Pampa river was 94,000 per 100 ml against the limit of 500 per 100 ml. No action has been taken so far.

The National Board for Wildlife, which granted sanction for the transfer of land, has asked the TDB to keep in mind the environmental importance of the region while undertakeng development work.

The amicus curiae of the Supreme Court bench, which accorded the sanction, also cautioned against unscrupulous commercialization within the holy precincts and even directed the demolition of several concrete structures.

"By raking up a controversy, the TDB is losing a good opportunity to bring up Sabarimala as an environment-friendly pilgrim centre" says a forest official.

The TDB insists that the master plan prepared by the Delhi-based consultancy firm. Ecosmart, which envisages a Rs.14 crore expenditure in the first stage, is in accordance with environmental stipulations.

The first phase includes the construction of a complex for 50,000 pilgrims and widening of the 5km long route to the shrine from the present 5 m to 12 m. In the long term. infrastructure building and environmental management is planned.

Meanwhile, construction has begun on 250 acres of land that the TDB received this year from the State Government at Nilakkal, a transit centre nearly 8 km from the shrine. But it is the work at the Sabarimala shrine that has the nature lovers praying for a safer environment.

 வண்ணச் சீரடி

2018ஆம் ஆண்டு கண்ணகி கோட்டத்திற்குச் செல்லும் வாகனங்கள் அனுமதிச் சீட்டு (Vehicle Pass) வாங்க வேண்டும் என்று இடுக்கி மாவட்ட ஆட்சியர், தேனி மாவட்ட ஆட்சியருக்கு எழுதிய கடிதம்

No.DCIDK/2846/18/A8
Collectorate Idukki
Dated : 10-4-2018

District Collector
Idukki

District Collector
Theni

Respected Madam,

Sub : Mangaladevi Temple - Chithra Pournami Festival- Arrangements- Reg.

Ref : Co-Ordination Committee meeting held at 6.4.2018.

Attention is invited to the reference cited. The minutes of the co-ordination committee meeting related to the Mangaladevi Chithra Poornami Festival is attached herewith. For the proper co-ordination and arrangements of the festival, the phone numbers of the officials of various departments of this State are also sending herewith. In order to enter the forest area, a vehicle pass is necessary as discussed in the meeting. The vehicle pass to the Govt vehicles of Tamil Nadu shall be obtained from Tahsildar, Peermade, for this a form is attached herewith. Kindly fill up the from and forward it to the Tahsildar, Peermade and collect the passes. Other vehicles of the public from Tamil Nadu State can be obtained vehicle pass directly from the RTO Counters opened at Kumili Bus stand from 28.04.2018 10 Am onwards.

Yours Faithfully

(Sd)
District Collector
Idukki

FORM FOR APPLY VEHICLE PASS IN CONNECTION WITH MANGALADEVI CHITHRAPOURNAMI FESTIVAL 2018 (30.04.2018)

Department

Office

Name & Designation of Head of the office:

Phone No. of the office:

Date or dates in which pass requied

Email Address of your office

Sl No	Vehicle No	Class of Vehicle	Name of Officer using vehicle	Purpose of usage	Phone No / Mobile no

NB. This form may be filled up and send it to the Tahsildar. Peermade to the email Address. tlkpmd.ker@nic.in and collect the pass.

Phone No of Taluk Peermade - 04869 - 232077

Mobile No (Tahsildar Peermade) - 94470 23597

வண்ணச் சீரடி

அனுமதிச் சீட்டு வாங்க வேண்டுமென்ற என்ற இடுக்கி மாவட்ட ஆட்சியரின் உத்தரவை எதிர்த்து, அறக்கட்டளைக்காக, உறுப்பினர் பி.எஸ் நேரு எடுத்த எதிர்ப்பு நடவடிக்கை

Before the Superintendent of Police, Idukki

P.S.Nehru,
S/o.Suruli Thevar
Ward No.2
Pattalaman Kovil Street,
Door No.28, Gudalore
Uthamapalaiyam, Gudalore

A humble representation submitted by the petitioner Nehru, S/o.Suruli Thevar, Ward No.2 pattalaman kovil Street, Door No.28, Gudalore, Theni District for your benign consideration and favourable orders. The cause of action and the reliefs sought are as is herein below stated.

1. The Petitioner is a resident of Gudalore in Theni District of TamilNadu and is an ardent devotee of Mangaladevi Kannagi temple situated in Kumili. The Managaladevi kanngi temple is situated near Kumily, Idukki District, Kerala in the mountains of Western Ghat in the Periyar Tiger Sanctuary. The same is a 86 cent (390 Links Length, 220 Links Breath) archaeological site known as Mangaladevi Kannagi temple. The temple was built by the popular Chera King Chenguttuvan in the 2nd Century A.D., which was subsequently renovated by the Imperial Chola King Raja Raja in the 10th Century and thereafter by the Pandia Ruler Kulasekara in 13th Century. The temple is situated in the Reserve Forest Area (RF) at the Kerala Tamil Nadu State Border. The approach from Kerala side to the temple is through a 8 km motorable road commencing from Kumily.

2. The temple is open to public worship for one day every year in the month of April/May during Chithra Pournami and around 40000 people from Kerala and Tamil Nadu States attend the festivity in the temple. The devotees can visit the temple through the motorable road maintained by Kerala State Forest Department.

3. The Mangaladevi Kannagi temple complex as stated above is situated in Mangaladevi hills facing the Cumbam valley of Tamil Nadu. At the instance of the request tendered by the Kannagi festival committee the District Collector Idukki had permitted people from

TamilNadu to use the motorable road from Thekkady check post to Mangaladevi Kannagi temple.

4. It is submitted that every year before the pournami function preparatory meetings are held by the temple trust and the officials in charge of Theni and Idukki Districts. In that meeting Coordination aspects are discussed. Several rigorous conditions have been thrust and are being imposed upon the devotees by the RTO, police authorities and forest authorities on the guise of protecting the forest area. The same is unwarranted and has been done only to avoid the devotees from visiting the temple a second time fearing the rigors and insults they have to undergo each time from the authorities. Instead of extending a helping hand and co-ordinating smooth flow of pilgrims the RTO and the forest authorities coupled with the police are imposing conditions. Devotees coming to the temple are frisked in 2 gates leading to the temple. In the third gate, devotees will be made to get down from their vehicles and vehicles and devotees will be checked for the third time. In all these checkings water bottles, biscuits, eatables, cameras are confiscated and never returned. If any anybody wants to have protected water thery can carry in 5 litres cans only.

5. It is submitted that this petitioner has been in the habit of going on pilgrimage to the Kannagi temple each year. In the last two years the petitioner had used his own jeep for the purpose of visiting the temple through the forest road. The travel through the forest road comes to about 14 kms. Apart from the foul language and insults showered by the forest and police authorities the RTO, police and forest authorities are checking the vehicle on the previous day thoroughly and also verify the documents pertaining to the vehicle including R.C.Book, Insurance, road tax and driver's licence. The forest authorities after making the drivers of the vehicle wait for the same for a considerable length of period issue a vehicle pass for entry of the vehicle on the next day through the forest road into the road leading to Kannagi temple the very same persons viz. the RTO, forest authoritites and police who were responsible for issuing the pass again begin harassing the pilgrims by checking the vehicle asking all the persons to get down then throwing away water bottles and water cans, insisting for verification of all the vehicle documents once again which takes a minimum of 30 minutes causing considerable hardship to the women folk, children and other passengers in the

vehicle. Finally the vehicle is permitted to pass on through the forest road to the temple. Only cans containing 5 litres of water are permitted. Smaller denomination of cans with water are thrown away. The main object of these authorities is to somehow delay the entry of the pilgrims into the temple and cause as much hardship as possible so that the pilgrims will avoid visiting the temple a second time in the coming year. The rude behavior of the forest authorities and police is also probably at the instance of the forest authorities with ulterior objects.

6. It is further submitted that the pilgrims have to get vehicle pass a day in advance to the visit. The formalities of getting a vehicle pass inself would take considerable length of time and around 250 vehicles wait for clearance before the RTO police and forest authorities. It is after a complete and thorough check up of the vehicular documents as well as the vehicle itself that pass is issued. The entry into the forest road is on the next day. With the object of creating hurdles and hardship to the pilgrims, once again the very same procedure is adopted on the next day at the forest road gate which is unnecessary, unbecoming and solely intended to drive away the pilgrims from visiting the temple. It is at this spot that pilgrims are abused, threatened, and they are asked to get down and walk the forest road until the vehicle is checked and sent for picking them.

7. The very conduct of the RTO, forest authorities and police is unbecoming and harassing and tantamount to harassment and vexation of the pilgrims. The pilgrims are made to stand and walk in the hot summer in the month of April causing considerable hardship. the procedure adopted is unscientific, time consuming, repetitive and is unproductive. The procedure now in practice has completely to be changed and made pilgrim friendly at least for one day on which pilgrims are allowed to visit the temple. The special training should be given to the authorities of the Regional Transport Officer, Forest authorities and Police who deal on the said occasion to behave in a more human manner taking into consideration that the persons they are dealing with are just pilgrims who visit to a temple and not criminals or trespassers or forest looters.

Hence it is humbly prayed that your goodself be pleased to pass appropriate orders directing the authorities referred above to change the procedure now in place and move to an policy which is more pilgrim friendly, free from harasement and authorities responsible behave in a more humane manner without harassment and disturbance to the pilgrims.

டாக்டர் மு.ராஜேந்திரன்,இஆப

கண்ணகிக் கோட்டத்தின் சித்ரா பௌர்ணமி விழாவுக்கு, தேனி, இடுக்கி மாவட்ட ஆட்சியர்களின் கூட்டுக் கூட்டத்திற்குப் பின்பு, இடுக்கி மாவட்ட ஆட்சியர் 2018-ஆம் ஆண்டு வெளியிட்ட விழா வழிகாட்டு நெறிமுறைகள்

Minutes of the Co-ordination Committee Meeting held on 06.04.2018
Auditorium,

Periyar Tiger Reserve, Thekkedy

The meeting started at 11.00 am. the District Collector, Idukki Sri.C.K.Gukal IAS presided over the meeting and addressed all officials and devetees. He welcomed every one in the meeting. Districe Collector requested the co-operation of all Govt. department and devotees the smooth and successful conduction of the festival. District Collector, Theni addressed the meeting and promised the cooperation of all departments of Tamil Nadu for the smooth conduction of the festival. Deputy Director of Periyar tiger Rajawe Smt Sillpa.V.Kumar IFS also present in the meeting. District Collector Idukki wiformed that the arrangements shall be done as in the previous years. The following arrangements shall be done by various departments.

1. The Chithrapournami festival will be celebrated on 30.04.2018 (Monday)

2. Articles causing loud sound including loudspeaker. amplifer etc will not be allowed the forest.

3. No fee shall be collected from the pilgrims. Nobody shall be allowed to stay after 6pm in the forest.

4. No idol shall be carried to the temple or inside the forest.

5. a) No publicity material are allowed. The pouch countaining a photo with history of Kannagi either in Malayam/Tamil/English or in any other language. Vibuthi and Kungumam pockets are allowed. The photo/history of Kannaki exhibited or distributed anywhere in the forest and temple premises by applying Green Protocol.

   b) No pet animals shall be carried or taken inside the forest. It would amount to a serious offence under the forest laws.

6. All related security arrangements will be made by the Kerala Police and Tamil Nadu Police. Three check post (1) Entrance Gate near Kumily Bus stand. (2) Forest entrance gate Amalambika School and 3) Kokkra Gate will be arranged. Dy S.P Kattapana will be in charge of security arrangement from Kerala sie and S.P. Theni will arrange officials from Tamil Nadu side. Disputes if any in this regard shall be settled by Addittional District Magistrate, Idukki.

7. The Revenue Divisional Officer Idukki and the Revenue Officer Uthamapalayam will be in charge of overall supervison of arrangement in connection with the festival.

8. The Forest Department shall arrange cleaning the well and the temple Premisses including a path with a width of five feet around the temple. Forest Department is also entrusted to repair and retain the road from Kumily to Mangaladevi for the smooth travel of pilgrims.

9. Mobile patrolling shall be done by the kerala Police and the Tamil Nadu Police.

10. Footwears and any such materials which may be treated as a matter of disrespect shall not be carried near the temple by people including Policemen and other Government Officials. Further, separate arrangements will be made by the Forest Department to keep the footwears outside the temple compound free of cost.

11. Use of crakers or any kind of explosive materials which may destroy the peace of the wildlife will not be allowed.

12. The Forest Department will arrange the supply of sufficient drinking water to the pilgirms and officials and Kerala Water Authority will ensure purity of the drinking water. Drinking water and sufficient stainless steel tumblers should be provided at every 600 meteres distance on the way to temple.

13. Devtoeces and officials will not be permitted to bring water in plastic. bottles (less than 5 liters capacity) Hot water flasks will be allowed. Food should be carried only in plant leaves or in paper plates plastic carry bags or envelops, aluminium foil paper and plastic bottles will be strictly prohibited. All officials and devioces should strictly adhere to this direction.

14. Food packets should be distributed only (from) the southern vacant side of the temple premises. Police and forest Authorities should make sure that waste food materials are not dumped in the walkway to the temple. Necessary dustbins should be provided at the temple premise by forest Department and cleaning of the area should be done with the Co-ordination of District Suchitwa Mission.

15. **The RTO Idukki shall verify the fitness, insurance coverage, license of the driver etc of the vehicles plying between Kumily and Mangaladevi temple. Five Counters will be opened on 28.04.2018 and 29.04.2018 at Kumlly Bus stand for fitness certification and document checking. And six Counters will also be opened at Kumily Bus stand on the festival day for allotting Trip pass for the designated points and issue trips pass to all vehicles. The Forest Officials shall not allow vehicles carrying devotees to enter the forest area without a valid trip pass of the RTO Idukki and which is over loaded en-route should be checked by police. Passenger safety should be a prime concern.**

16. Non vegetarian food is strictly prohibited in the temple premises and forest area. All officials and devotees should adhere to this direction.

17. The DMO Idukki will arrange a Medical team including a Cardiologist at festival site. Additional Medical Team will be arranged by Theni District administration. Necessary Ambulance and Medical Team should be arranged by the DMO Idukki at the entry point and temple site. Wirless ambulance shall be arranged. Two wheeler Ambulance shall be arranged by TamilNadu Health department. The Deputy Director. PTR will provide a generator to the DMO(H) for operating emergency equipments. Necessary sign boards in Malayalam and Tamil showing the presence of Medical Team will be erected by the Forest Department.

18. The Deputy Director, Periyar Tiger Reserve should arrange Four temporary tents in shamiyana Model for Kerala side and 2 for Tamil Nadu sie outside the temple compound. The Tahsildar, Peermedu shall arrange Four tents inside the temple premises. Two each for pooja purposes and for officials from both States. Hence a total of 8 2+2=4 (out side) and 2+2=4 (inside) The tents should be able to withstand windy cooditions, if any.

வண்ணணச் சீரடி

19. Hair cutting shall not be allowed in temple premises or forest area.
20. Bringing liquor is strictly prohibited in the forest area. Vehicles to the temple will be inspected jointly by the Excise, Police and Forest Departments of Kerala and Tamil Nadu.
21. Two wheelers will not be allowed.
22. A control room will be opened at the first gate with officers of Forest, Police and Revenue departments of Kerala and Tamil Nadu.
23. Fire & Rescue services should be stationed at kokkarakandam with full facilities.
24. The forest officials will open the gate at 4.00 am on 30.04.2018 for the transportation of the pooja articles and decorations items to the temple and for the others at 6.00 am. The entry to the temple will be stopped at the forest gate 3.00 pm on 30.04.2018. The pilgrims should return from the temple by 5.00 pm itself. Convey system of vehicles will be executed from 1.00 pm for avoiding the crowding the devotees.
25. **Two plantain trees and flowers are allowed for the decorations of the temple. Plastic decorative items shall are banned. The Revenue Divisional Officer Idukki, and the Revenue Divisional Officer Uthamapalayam will make necessary arrangement for the safe custody of the decoration items if brought a day before the festival.**
26. The number of passenger and speed of the trip jeep will be monitored by the Police Dept. of both states. overloading will compromise passanger safety on hilly terrain. Hence overloading should be checked.
27. The rate of trip jeep will be fixed by RTO Idukki in consultation with the respective departments and the rate will be published.
28. **Six tractors will be permitted to transport food to the pilgirms**
29. Asst. Engineer, PWD (Electrical Wing) Thodupuzha should install the Lightning Arrester in the premises of Temple prior to the festival.
30. Disaster Management unit shall be functioning under the control of Revenue and police Departments. Vehicle recovery vans. ASKA lights, etc, should be arranged by the Police Department and which will be placed at a strategic locations in counsulation with Forest Dept. JCBs to be arranged by Revenue Dept. Fitness to be checked before deployment.

31. Sufficient toilet facilities will be provided by the Forest Department.
32. Photography and videography are not permitted inside the forest area.
33. Only three pots of pongal each from Kerala and Tamil Nadu of 3 kg cach shall be permitted. They will be cooked before 11.00 am within the area designated for this purpose by designated people from both sides. No distribution, of Pongal shall be allowed within the temple premises.
34. Five Gangiras each are allowed for both States.
35. District Information Officers of both Idukki and Theni Districts will ensure the issue of identity cards and vehicle pass to Media Persons.
36. White marked stones or flags should be erected on the ridge from the security view of point by Police and Forest Departments.
37. Barricading enroute where ever necessary and at the temple site shall be provided by the Forest Dept. (D.D.PTR)
38. Barricading at Kumili Bus Stand, Public Address System and necessary announcements shall be done by Kumuli Grama Panchayath.

The Kannaki Trust, Theni raised a request for extending the time of Pilgrimage which was rejected in the meeting because of the reason that the area in which the Kannaki Temple is Situated within the Periyar Tiger Reserve National Park and hence any diviation of time is against the Forest and Wild Life Laws. Since there are wild animals within the forest, it is also essential to keep the current timing for the safty of the devotees. Both the District Collectors concluded the meeting with a request for co-operation from all the Govt. departments and devotees for the smooth and successful conduct of the festival beholding the importance of preservation of core area of the Periyar Tiger Reserve in mind. All the arrangements shall be completed before 29.04.2018. It is also decided that the RDO Idukki and the RDO Uthamapalayam make a joint inspection to verify the arrangements on 29.04.2018 and a final report should be submitted to concerned District Collectors. District collector thanked all the participants of the meeting and the meeting ended at 1.30 pm.

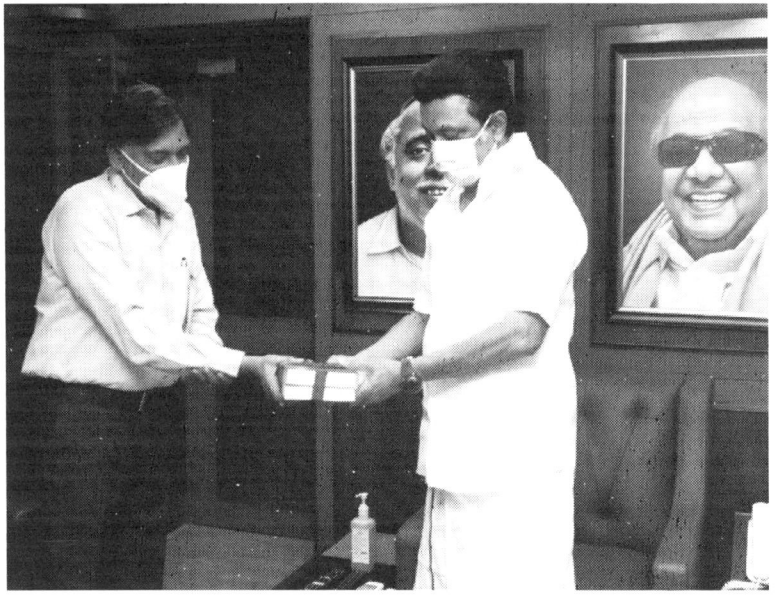

கண்ணகிக் கோட்டம் குறித்த உச்சநீதிமன்ற வழக்கில் தமிழக அரசு பதில் மனு தாக்கல் செய்ய வேண்டும் என்ற கோரிக்கை முதலமைச்சரிடம் வைக்கப்பெற்ற தருணம்.

13.05.2021
கம்பம்

பெறுநர் :

மாண்புமிகு மு.க.ஸ்டாலின் அவர்கள்,
தமிழக முதல்வர், தமிழக அரசு
புனித ஜார்ஜ் கோட்டை,
சென்னை- 9

மதிப்பிற்குரிய அய்யா,

பொருள்: வனத்துறை - தேனி மாவட்டம் - மங்கலதேவி கண்ணகிக் கோட்டம் - உச்ச நீதிமன்ற வழக்கு - தமிழக அரசு சார்பில் பதில் மனு தாக்கல் செய்ய வேண்டுதல்- வழக்கு விசாரணை 09.07.2021 அன்று வர இருப்பது குறித்து.

மங்கலதேவி கண்ணகிக் கோட்டம் தமிழ்நாடு - கேரள மாநில எல்லையில் குமுளி நகருக்கு அருகில் உள்ளது. குமுளி நகரின் பாதி தமிழகத்திற்கும் பாதி கேரளாவிற்கும் சொந்தமாக உள்ளது. 1975-இல் கேரள அரசு மங்கலதேவி கண்ணகிக் கோட்டத்துக்குச் சாலை அமைத்தது. வனப்பகுதியில் கேரள அரசு அமைத்துள்ள 14 கி.மீ. ஜீப் சாலையின் மூலம் குமுளியிலிருந்து மங்கலதேவி கண்ணகிக் கோயிலைச் சென்றடையலாம். வனத்துறை ஆவணங்களில் அனுமதிக்கப்பட்டுள்ள 12 அடி நடைபாதையில் (சுடிபாவ டிக யீயவாறயல) தமிழகப் பகுதியிலிருந்து நடந்து சென்றால் 7 கி.மீ. தூரத்தில் கண்ணகிக் கோட்டம் உள்ளது. தமிழக மலைக் கிராமமான லோயர்கேம்ப் வழியாக மக்கள் எப்போது வேண்டுமானாலும் மங்கலதேவி கண்ணகிக் கோட் டத்துக்குச் செல்லலாம் என்ற நிலை இருந்தது.

ஆனால் கேரள அரசு 1975-இல் அமைத்த பாதையை மக்கள் பயன்படுத்த ஆரம்பித்ததும் கேரள வனத்துறை தாங்கள் அமைத்த பாதையைப் பயன்படுத்த தடை செய்தது. அடுத்த கட்டமாக, கோயிலுக்கு தமிழகப் பாதையில் நடந்து வருபவர்களிடம் கடுமை காண்பித்த கேரள வனத்துறை வழிபாடு செய்யச் சென்ற 21 நபர்களை 02.11.1976-ஆம் தேதி கைது செய்து சிறை யிலடைத்தது.1982-ஆம் ஆண்டு கோயிலுக்குள் வழிபாடு செய்ய சென்ற தமிழகப் பக்தர்கள்மீது கேரள வனத்துறை துப்பாக்கிச் சூடு நடத்தியது.

மங்கலதேவி கண்ணகிக் கோட்டத்தைக் கேரள அரசின் தொல்லியல் துறை 1983ஆம் ஆண்டு தனது கட்டுப்பாட்டில் எடுத்தது. ஆனால் 2014ஆம் ஆண்டு வரை மங்கலதேவி கண்ணகிக் கோட்டத்தைப் பராமரிக்கவோ புனரமைக்கவோ கேரள தொல்லியல் துறை எந்த முயற்சியும் செய்யவில்லை. மங்கலதேவி கண்ணகிக் கோட்டத்துக்காக கேரள தொல்லியல் துறை 31 ஆண்டுகளாக எந்த நிதி ஒதுக்கீடும் செய்ததில்லை. இத்தகவல்களை மங்கலதேவி கண்ணகி அறக்கட்டளை தகவல் அறியும் உரிமைச் சட்டத்தின் மூலம் உறுதி செய்துள்ளது.

கி.பி.2ஆம் நூற்றாண்டு முதல் வழிபாட்டில் உள்ள மங்கலதேவி கண்ணகிக் கோட்டம் இந்தியாவின் மிகப் பழமை யான கோயில் என்பதைத் தமிழின் ஐம்பெருங்காப்பியங்களில்

ஒன்றான சிலப்பதிகாரம் மூலம் அறிகிறோம். சோழப் பேரரசன் ராஜராஜனின் கி.பி.989ஆம் ஆண்டு கல்வெட்டு, பாண்டிய அரசன் குலசேகர பாண்டியனின் 14ஆம் நூற்றாண்டு கல்வெட்டு, நாயக்க அரசர்களின் 16ஆம் நூற்றாண்டு கல்வெட்டு, பூஞ்ஞாறு அரசர்களின் 17ஆம் நூற்றாண்டு கல்வெட்டுகள் முதலான வரலாற்றுச் சான்றுகள் சிதிலமடைந்த மங்கலதேவி கண்ணகிக் கோட்டத்துக்குள் உள்ளன. இவ்வளவு வரலாற்று முக்கியத்துவம் வாய்ந்த தொன்மையான மங்கலதேவி கண்ணகிக் கோட்டம் பராமரிப்பின்றி படிப்படியாகச் சீர்குலைந்து, தற்பொழுது முழுமையாகச் சிதிலமடைந்துள்ளது.

வருடத்தில் மூன்று நாள்கள் திறக்கப்பட்ட கண்ணகிக் கோட்டம், 29.04.1977 அன்று முதல் கோயிலுக்கு வழிபாடு செய்யும் நாட்களை இரண்டு நாட்களாகக் குறைத்தும், அதற்கு கேரள வனப்பாதையைப் பயன்படுத்தலாம் என்றும் இடுக்கி கலெக்டர் அனுமதியளித்தார். 1986ஆம் ஆண்டு முதல் வருடத்திற்கு ஒரே ஒரு நாள், சித்ரா பௌர்ணமி தினத்தன்று மட்டும் வழிபாட்டிற்காகத் திறக்கப்படுகிறது. தமிழகத்தில் அப்போது ஆட்சியிலிருந்த அதிமுக அரசு அமைச்சர்கள் காளிமுத்து, ஆர். எம். வீரப்பன், சட்டமன்ற உறுப்பினர்கள் நெடுமாறன், குமரி அனந்தன் உள்ளிட்டவர்களை மங்கலதேவி கோயிலைப் பார்வையிட அனுப்பியது. அவர்கள் வந்துசென்ற செய்திகள் அனைத்தும் செய்தித்தாள்களில் வந்தனவே தவிர, வேறு எந்தப் பிரயோசனமும் இல்லை.

கூடல் தா. ராமசாமி என்ற தனிமனிதர் மங்கலதேவி கண்ணகிக் கோட்டம் சீரமைப்புக் குழு ஒன்றை அமைத்தார். அதற்காக தமிழக அரசின் கவனத்தைக் கோரி அவர் நடத்திய தொடர்போராட்டங்களைக் கைது நடவடிக்கை, உத்திரவாதம், பொய்வழக்கு என்று அன்றைய அதிமுக அரசு அடக்கியது.

1983-க்குப்பின் அதிமுக அரசு கலைக்கப்பட்ட 1987 வரை மங்கலதேவி கோயில் உரிமை பற்றி எதுவும் பேசவில்லை. இதனால் மங்கல தேவி கண்ணகிக் கோட்டத்தைத் தன்னுடையது என்று கேரள அரசு கருத ஆரம்பித்துவிட்டது.

1983-ஆம் ஆண்டு மங்கல தேவி கண்ணகிக் கோட்டத்தை கேரள தொல்லியல் துறை தனது கட்டுப்பாட்டில் கொண்டு

வந்ததாக அரசாணை வெளியிட்ட போதும் அன்றைய அதிமுக அரசு அமைதி காத்தது. கோயிலைப் பார்த்து வந்த அன்றைய அதிமுக அமைச்சர்கள் வாளாவிருந்தனர்.

2013-ஆம் ஆண்டு சென்னையில் நடந்த மாவட்ட ஆட்சியர்கள்- காவல்துறை அதிகாரிகள் கூட்டத்தில் மங்கல தேவி கண்ணகிக் கோயிலுக்கு அருகில் கேரள அரசு கட்டியுள்ளது போலவே, தமிழக அரசும் சமுதாயக் கூடம் ஒன்றை அமைக்கும் என்று அன்றைய முதலமைச்சர் ஜெயலலிதா அவர்கள் அறிவித்தார்கள். அதற்கான நிதி ஒதுக்கீடும் செய்யப்பட்டது. கேரள வனத்துறையின் தலையீட்டால் தமிழக வனத்துறையால் அந்த இடத்திற்கு அருகிலேயே செல்ல முடியவில்லை. தமிழக அரசால் ஒதுக்கப்பட்ட நிதி 1 கோடி 30 லட்சம் இன்றுவரை செலவு செய்யப்படவில்லை.

தொடர்ந்து அதிமுக அரசால் புறக்கணிக்கப்பட்டு வந்த மங்கலதேவி கண்ணகிக் கோட்டத்தைச் சீரமைக்கும் பணியை, மங்கலதேவி கண்ணகி அறக்கட்டளை முன்னெடுத்தது. கண்ணகிக் கோட்டத்தில் ஆண்டுதோறும் நடைபெறும் சித்ரா பௌர்ணமி விழாவையும் தொடர்ந்து முன்நின்று நடத்தி வருகிறது. ஒவ்வொராண்டும்

கேரள - தமிழ்நாடு பகுதியிலிருந்து சுமார் 40 ஆயிரம் பேர் சித்ரா பௌர்ணமி வழிபாட்டு நிகழ்ச்சியில் கலந்துகொள் கிறார்கள். கலந்துகொள்ளும் அனைவருக்கும் எங்களது மங்கல தேவி கண்ணகி அறக்கட்டளை கடந்த 25 ஆண்டுகளாக உணவும் குடிதண்ணீரும் ஏற்பாடு செய்து வருகிறது.

2017-ஆம் ஆண்டு முதல் மங்கலதேவி கண்ணகி அறக்கட் டளை யினர் கொடுத்த விண்ணப்பத்தை ஏற்று, தமிழக அரசு விழா நடக்கும் சித்ரா பவர்ணமி தினத்தன்று தேனி மாவட்டத் திற்கு உள்ளூர் விடுமுறை அறிவித்து வருகிறது. 2017ஆம் ஆண்டு முதல் தமிழ்நாடு சுற்றுலாத் துறை 5 லட்சம் மதிப்பில் உதவிகள் செய்து வருகிறது.

2019-ஆம் ஆண்டு நாடாளுமன்றத் தேர்தல் சமயத்தில் பவர்ணமி திருநாள் வந்தது. மங்கலதேவி கண்ணகி அறக்கட்

டளை டெல்லி தேர்தல் ஆணையத்தை அணுகி, அந்தாண்டும் உள்ளூர் விடுமுறை ஆணை பெற்றது.

கேரள உயர்நீதிமன்றத்தில் மங்கலதேவி கண்ணகி அறக் கட்டளை தொடர்ந்த வழக்கினால்தான் மங்கலதேவி கண்ணகிக் கோட்டம்மீது தமிழகத்தின் பண்பாட்டு வரலாற்றுத் தொடர்பு நிலைநிறுத்தப்பட்டுள்ளது.

மங்கலதேவி கண்ணகிக் கோட்டம் பெரியார் புலிகள் சரணாலயத்திற்குள் அமைந்துள்ளது. காப்புக் காடுகள் பகுதியில் இக்கோயில் அமைந்துள்ளதால், கோட்டத்துக்கு ஆண்டுக்கு ஒருமுறை, சித்ரா பௌர்ணமி அன்று மட்டுமே அதுவும் ஏக கெடுபிடிகளுடன் அனுமதி வழங்குகிறது கேரள வனத்துறை. சித்ரா பௌர்ணமி வழிபாடு தினத்தில் பொதுமக்கள் கேரள வனத்துறையின் அதீத கட்டுப்பாடுகளைச் சந்திக்கின்றனர். ஒருமுறை கோட்டத்துக்கு வருபவர்கள், அடுத்த முறை வரத் தயங்கும் அளவுக்கு கடும் நெருக்கடிக்கு ஆளாக்கப்படுகிறார்கள்.

சித்ரா பௌர்ணமியன்று நுழைவாயிலில் காலை 6 மணி முதல் மதியம் 2 மணி வரை மட்டுமே கோயிலுக்குள் செல்ல கேரள வனத்துறை பக்தர்களுக்கு அனுமதி தருகிறது. மாலை நான்கு மணிக்கு கோயிலைவிட்டு வெளியேறி விட வேண்டும். ஐந்து லிட்டர் தண்ணீர் கேனைச் சுமந்து செல்ல வேண்டும். ஒரு லிட்டர், இரண்டு லிட்டர் தண்ணீர கேன்களை எடுத்துச் சென்றால் அவை கேரள வனத்துறையினரால் பறிமுதல் செய்யப் படும். பிஸ்கெட் பாக்கெட், சிப்ஸ் பாக்கெட்டுகள் உள்ளிட்ட தின்பண்டங்கள் பறிமுதல் செய்யப்படும். கேரள அரசின் மூன்று நுழைவாயிலிலும் பெண்கள் உள்பட பொதுமக்களின் உடலைத் தொட்டுத் தடவி பரிசோதனை செய்யப்படும். மூன்று நுழைவாயிலிலும் பறிமுதல் செய்யப்படும் பொருள்கள் மலைபோலக் குவிந்திருக்கும்.

கோயிலுக்கு வரும் வாகனங்களை இரண்டு நாள்களுக்கு முன்பாக குமுளி சென்று, கேரள போக்குவரத்துத் துறையிடம் வாகனத்தைக் காண்பித்து, அனுமதிச் சீட்டு வாங்க வேண்டும். சித்ரா பௌர்ணமியன்றும் காலையில் அதே வாகனத்தைக் காண்பித்து மீண்டும் புதிதாக அனுமதிச் சீட்டு வாங்க வேண்டும். கண்ணகிக் கோட்டம் இருக்கும் பகுதி வெறும் 90 சென்ட்

மட்டுமே. வழிபாடு முடிந்ததும் கண்ணகி அறக்கட்டளையினர் கோட்டத்தை கூட்டிப் பெருக்கிச் சுத்தம் செய்து கேரள வனத்துறையிடம் ஒப்படைக்க வேண்டும்.

கண்ணகிக் கோட்டம் அமைந்துள்ள இடத்தையொட்டி கேரள அரசின் வனத்துறை ஓய்வு விடுதியும், வாட்ச் டவரும் வைத்துள்ளனர். கேரள வனத்துறையினர் தினந்தோறும் கண்ணகிக் கோட்டத்தை ஒட்டியுள்ள வாட்ச் டவருக்குச் சென்று வருகின்றனர். ஆனால், சித்ரா பௌர்ணமி தினத்தன்று கேரள அரசு காட்டும் கெடுபிடி இந்திய பாகிஸ்தான் எல்லையில்கூட இருக்காது என்பதை இரண்டு இடங்களுக்கும் போய் வந்தவர்கள் அறிவார்கள்.

இதே பெரியார் புலிகள் காப்புக் காட்டுப் பகுதியில், கண்ணகிக் கோட்டத்தில் இருந்து 15 கி.மீ. தூரத்தில் இருக்கும் சபரிமலை ஐயப்பன் கோயிலுக்கு வரும் பக்தர்களுக்கு எந்தக் கட்டுப்பாட்டையும் கேரள வனத்துறையினர் விதிப்பதில்லை. ஐயப்பன் கோயிலுக்கு மட்டும் ஆண்டு முழுவதும் அனுமதி வழங்குகின்றனர்.

கேரள வனத்துறை 95 ஏக்கர் நிலப்பரப்பில் உள்ள சபரிமலை ஐயப்பன் கோயிலுக்கு ஆண்டு முழுவதும் சென்று வர அனுமதியளிக்கிறது. வெறும் 90 செண்ட் நிலத்திலுள்ள இந்தியாவின் மிகப் பழமையான 2-ஆம் நூற்றாண்டைச் சேர்ந்த கண்ணகிக் கோட்டத்துக்கு ஆண்டுக்கு ஒரு நாள் அனுமதி யளிப்பதிலும் கடுமை காண்பித்து, பாரபட்சம் காட்டுவது வருத்தத்தை அளிக்கிறது.

பாரபட்சமான இந்நடைமுறையை மாற்ற, சபரிமலை போலவே கண்ணகிக் கோயிலையும் திறக்க வேண்டும் என்ற கோரிக்கையை மங்கலதேவி கண்ணகி அறக்கட்டளை கடந்த பத்தாண்டுகளுக்கும் மேலாக கேரள அரசிடம் முன்வைத்து வருகிறது. கேரள அரசு மங்கலதேவி கண்ணகி அறக்கட்டளை யின் கோரிக்கைக்குச் செவி சாய்க்கவில்லை.

சிதிலமடைந்துள்ள மங்கலதேவி கண்ணகிக் கோட்டத்தை உடனடியாகச் சீரமைக்க வேண்டுமென்றும், சபரிமலை ஐயப்பன் கோயிலைப்போலவே, மங்கலதேவி கண்ணகிக் கோட்டத்

துக்கும் பாரபட்சம் காட்டக்கூடாது என்றும் மங்கலதேவி கண்ணகி அறக்கட்டளை கேரள உயர்நீதிமன்றத்தில் வழக்குத் (W.P.14853/2014) தொடர்ந்தது. அந்த வழக்கில் மங்கலதேவி கண்ணகிக் கோட்டத்தை உடனடியாகச் சீரமைக்க, கேரளத் தொல்லியல் துறைக்கு, கேரள உயர்நீதிமன்றம் உத்தரவிட்டது.

கேரள முதலமைச்சர் மாண்புமிகு. பினராயி விஜயன் தலைமையில் 28.05.2018 அன்று திருவனந்தபுரம் தலைமைச் செயலகத்தில் நடந்த கூட்டத்தில், சபரிமலை ஐயப்பன் கோயிலை நிர்வகிக்கும் திருவாங்கூர் தேவசம் போர்டு தலைவர், உறுப்பினர்கள், கேரள வனத்துறை முதன்மை பாதுகாவலர், இடுக்கி மாவட்ட ஆட்சியர், கேரள இந்துசமய அறநிலையத் துறை ஆணையர், கேரள மங்கலதேவி கண்ணகி அறக்கட்டளை அமைப்பினர் உள்ளிட்டோர் கலந்துகொண்டனர். அந்தக் கூட் டத்தில் மங்கலதேவி கண்ணகி அறக்கட்டளை தொடர்ந்த வழக்கில் கேரள உயர் நீதிமன்ற கொடுத்த தீர்ப்பு குறித்து விவாதிக்கப்பட்டது.

மங்கலதேவி கண்ணகிக் கோட்டத்தைச் சீரமைக்கவும், வருடத்தில் 24 நாள்கள் திறந்து வைக்கவும் கூட்டத்தில் முடிவு செய்யப்பட்டது. கூட்டத்தின் மினிட் (minute) 06.06.2018 அன்று வெளியானது.

அதன் தொடர்ச்சியாக மங்கலதேவி கண்ணகிக் கோட்டத்தை தமிழ் கலாச்சார முறைப்படி சீரமைப்பது குறித்து, கேரள - தமிழகக் கூட்டுக் குழு உருவாக்கப்பட்டது. 25.06.2018 அன்று திருவனந்தபுரத்தில் நடந்த கூட்டத்தில், மாண்புமிகு கேரள முதலமைச்சர் அவர்கள், மங்கலதேவி கண்ணகி அறக்கட் டளைத் தலைவர் முனைவர் மு.ராஜேந்திரன் தலைவராகவும், சபரிமலைக் கோயிலை நிர்வகிக்கும் திருவாங்கூர் தேவசம் போர்டு சேர்மன் பத்மகுமார் செயலாளராகவும், மங்கலதேவி கண்ணகி அறக்கட்டளை செயலாளர் த.ராஜகணேசன் பொருளாளராகவும் நியமித்து ஒப்புதல் அளித்தார். அக்கூட் டத்தில் மங்கலதேவி கண்ணகி அறக்கட்டளையின் பொரு ளாளர் பி.எஸ்.எம்.முருகன், தேவசம் போர்டு உறுப்பினர் சங்கரதாஸ், கேரள இந்து அறநிலையத்துறை ஆணையர் வாசு உள்ளிட்டோரும் கலந்துகொண்டனர்.

மாண்புமிகு கேரள முதல்வர் அவர்கள் கோயில் சீரமைப்புப் பணி தொடர்வதைக் கூட்டத்தில் உறுதிப்படுத்தினார். இந்தத் தகவலை தேவசம் போர்டு சேர்மன் பத்மகுமார் செய்தியாளர்கள் சந்திப்பில் தெரிவித்து, பின் அனைத்து ஊடகங்களும் அச்செய்தியை வெளியிட்டன. இதன் தொடர்ச்சியாக, 14.06.2018 அன்று கேரள – தமிழகக் கூட்டுக் குழு குமுளியில் ஆலோசனை கூட்டம் ஒன்றும் நடத்தியது.

சிதிலமடைந்த கண்ணகிக் கோட்டத்தை 39.33 லட்சம் மதிப்பில் புனரமைப்பதற்காக கேரளத் தொல்லியல் துறை 05.01.2017இல் டெண்டர் கோரியது. டெண்டர் முடிவு செய்து, கண்ணகிக் கோயிலைப் புனரமைக்கும் பணி தொடங்கியது. பணி நடந்துகொண்டிருக்கும்போது தேனி மாவட்ட வனத்துறை அலுவலர் மங்கலதேவி கண்ணகிக் கோட்டம் கட்டுமானத்தை நிறுத்தச் சொல்லி 25.09.2018-இல் தங்களுக்குக் கடிதம் எழுதியதாகக் காரணம் காட்டி, கண்ணகிக் கோட்டம் சீரமைப்புப் பணியைக் கேரள தொல்லியல் துறை நிறுத்தியது.

கோட்டம் சீரமைப்புப் பணியை நிறுத்தியதற்காக, கேரளத் தொல்லியல் துறையின்மீது கேரள உயர்நீதிமன்றத்தில், மங்கலதேவி கண்ணகி அறக்கட்டளை நீதிமன்ற அவமதிப்பு வழக்குத் தொடர்ந்தது. அந்த வழக்கில் தேனி மாவட்ட வனத்துறை அதிகாரியின் கடிதத்தின் காரணமாக வேலையைத் தொடர முடியாது என்று கேரள உயர்நீதிமன்றத்தில் கேரளத் தொல்லியல் துறை வாதிட்டது. இது இரு மாநிலம் சம்பந்தப் பட்டது என்றும் கேரள அரசின் வனத்துறை முதன்மை பாதுகாவலர், கேரள உயர்நீதிமன்றத்தில் பிரமாண பத்திரம் தாக்கல் செய்து, கோயில் சீரமைப்புப் பணியைத் தொடர முடியாது என்று தெரிவித்தார்.

இதனால் வேறுவழியின்றி, கண்ணகிக் கோட்டத்தை கேரள அரசின் தொல்லியல் துறையின் கட்டுப்பாட்டில் இருந்து விடுவித்து, இந்திய தொல்லியல் துறையின் கட்டுப்பாட்டின்கீழ் கொண்டுவரும்படி மங்கலதேவி கண்ணகி அறக்கட்டளை கோரிக்கை வைத்தது. இந்திய தொல்லியல் துறையின், சென்னை சர்க்கிள் சூப்பிரண்டெண்டிங் ஆர்க்கியாலஜிஸ்ட், மங்கலதேவி கண்ணகி அறக்கட்டளையின் கோரிக்கையைப் பரிசீலிக்கலாம்

என்று இந்திய தொல்லியல் துறை டைரக்டர் ஜெனரலுக்குப் பரிந்துரை செய்தார்.

மங்கலதேவி கண்ணகி அறக்கட்டளை, கேரள உயர்நீதி மன்றத்தில் தாக்கல் செய்த வழக்கில் இந்திய தொல்லியல் துறையின் திருச்சூர் சர்க்கிள் சூப்பிரடெண்டிங் ஆர்க்கியால ஜிஸ்ட்டை எதிர் மனுதாரராகச் சேர்த்திருந்தது. மங்கலதேவி கோயில் கேரள அரசின் தொல்லியல் துறை கட்டுப்பாட்டில் இருப்பதால், தாங்கள் நேரடியாகத் தலையிட முடியாது என்றும், தொழில்நுட்ப உதவி வேண்டுமானால் செய்ய இயலும் என்றும் கேரள உயர்நீதிமன்றத்தில் இந்திய தொல்லியல் துறையின் திருச்சூர் சர்க்கிள் தெரிவித்திருந்தது.

கேரள உயர்நீதிமன்றத்தில் 2018-ஆம் ஆண்டு தொடர்ந்த நீதிமன்ற அவமதிப்பு வழக்கில் கேரள அரசும், கேரள தொல்லியல் துறையும், மங்கலதேவி கண்ணகிக் கோட்டம் இருமாநிலங்களுக்கிடையே தீர்க்கப்படாத பகுதியில் இருக்கிறது என்று தெரிவித்தன. இரு மாநிலங்களின் எல்லையில் சுமார் 600 கி.மீ. தூரம் சர்வே செய்யப்படாமல் உள்ளது. இரு மாநில வனப்பகுதிக்குள் எல்லைப் பிரச்சினை கடந்த 64 ஆண்டுகளாகத் தீர்க்கப்படாமல் இருக்கின்றது.

ஏதாவதொரு காரணத்தைச் சொல்லி, கேரள வனத்துறையும், கேரள அரசின் தொல்லியல் துறையும், வரலாற்று முக்கியத் துவம் வாய்ந்த தமிழகத்தின் மிகப் பழைமையான தொல்லியல் சான்றுகள் நிரம்பிய மங்கலதேவி கண்ணகிக் கோட்டத்தைச் சீரமைக்காமல் இருப்பதை, மங்கலதேவி கண்ணகி அறக் கட்டளை வருத்தத்திற்குரிய செயலாகப் பார்க்கிறது. வரலாற்றுச் சின்னங்கள் மீட்டெடுக்கப்பட்டு, பாதுகாக்கப்பட வேண்டும் என்ற உயரிய நோக்கத்தின் அடிப்படையிலேயே மங்கலதேவி கண்ணகி அறக்கட்டளை தொடர்ந்து இத்தனை முன்னெடுப்புகளை எடுத்து வருகிறது. கோட்டத்தின் முக்கியத் துவம் கருதியே, மங்கலதேவி கண்ணகி அறக்கட்டளை டெல்லி உச்ச நீதிமன்றத்தில் ஒரு வழக்குத் தொடர்ந்தது. (வழக்கு எண் Writ Petition Civil 144/2021 in IA No 14979/2021)

கேரள அரசே மங்கலதேவி கண்ணகிக் கோட்டம் தீர்க்கப்படாத இரு மாநில எல்லைப் பகுதியில் இருப்பதாக

கேரள உயர் நீதிமன்றத்தில் ஏற்றுக்கொண்டுள்ளது. இதனடிப் படையில், மங்கல தேவி கண்ணகிக் கோட்டத்தை இந்திய தொல்லியல் துறையில், புதிதாக உருவாக்கப்பட்டுள்ள இந்திய தொல்லியல் துறையின் திருச்சி சூப்பிரண்டெண்டிங் ஆர்க்கியாலஜிஸ்ட் கட்டுப்பாட்டின் கீழ் கொண்டு வர வேண்டும் என்ற கோரிக்கையை டெல்லி உச்ச நீதிமன்றத்தில் மங்கலதேவி கண்ணகி அறக்கட்டளை முன்வைத்துள்ளது.

மங்கலதேவி கண்ணகி அறக்கட்டளையின் வழக்கை ஏற்ற டெல்லி உச்ச நீதிமன்றம் இந்திய தொல்லியல் துறைக்கும், கேரள அரசுக்கும், தமிழக அரசின் வனத்துறை செயலருக்கும், தேனி மாவட்ட ஆட்சியருக்கும் நோட்டீஸ் அனுப்பி, 09.07.2021 அன்று பதில் மனு தாக்கல் செய்ய அறிவுறுத்தியுள்ளது.

1957ஆம் ஆண்டு நிகழ்ந்த மொழிவாரி மாநிலப் பிரிவினைக்குப்பின் கடந்த 64 ஆண்டுகளாக கேரள, தமிழ்நாடு வனப்பகுதி சர்வே செய்யப்படவில்லை. அதனால் மங்கலதேவி கண்ணகிக் கோட்டம் தமிழகத்தில் வருகிறதா, கேரளத்தில் வருகிறதா என்று இருமாநில அரசும் முடிவுக்கு வரவில்லை. 1957க்கு முன்பு வரை கண்ணகிக் கோட்டம் அமைந்துள்ள பகுதி மதுரை மாவட்டம் பெரிய குளம் தாலுகாவில் இருந்தது.

கேரள அரசு மொழிவாரி மாநிலப் பிரிவினை நடந்து 25 ஆண்டுகள் கழித்து (1975ஆம் ஆண்டு) மங்கலதேவி கண்ணகிக் கோயிலுக்கு ஜீப் பாதை அமைத்ததுடன், கேரளத் தொல்லியல் துறை மங்கலதேவி கண்ணகிக் கோட்டத்தை 1983ஆம் ஆண்டு தனது கட்டுப்பாட்டில் எடுத்தது.

மங்கலதேவி கண்ணகி அறக்கட்டளை 2014ஆம் ஆண்டு தொடர்ந்த வழக்கில், மங்கலதேவி கண்ணகிக் கோட்டம் தங்கள் கட்டுப்பாட்டில் இருக்கிறது என்று சொல்லி, பராமரிப்புப் பணியைத் தொடங்கிய கேரளத் தொல்லியல் துறை, 2018-ஆம் ஆண்டு தொடர்ந்த நீதிமன்ற அவமதிப்பு வழக்கில்தான் முதன்முறையாக கேரள அரசு கண்ணகிக் கோட்டம் இரு மாநில எல்லைக்குள், சர்வே செய்யப்படாத பகுதியில் வருவதாக கேரள உயர்நீதிமன்றத்தில் தெரிவித்துள்ளது. கேரள அரசின் வாதத்தின்படி, தீரக்கப்படாத எல்லைப் பகுதியில் இருக்கும் மங்கலதேவி கண்ணகிக் கோட்டம், இரு மாநிலங்களுக்கும்

பொதுவான இந்திய தொல்லியல் துறையின் கட்டுப்பாட்டின்கீழ் வருவதே பொருத்தமானது.

தேனி மாவட்ட வன அலுவலர் 25.09.2018 தேதியன்று கேரள அரசுக்கு எழுதிய கடிதத்தால், கண்ணகிக் கோட்டம் சீரமைப்புப் பணியைக் கேரள தொல்லியல் துறை நிறுத்தியது. வருடத்தில் 24 நாள்கள் கோயில் திறந்து வைக்க கேரள அரசு தயாராகயிருந்தும், தேனி மாவட்ட வன அலுவலர் எழுதிய கடிதத்தால் கோயிலைத் திறக்க கேரள தொல்லியல் துறை மறுத்துவிட்டது. தேனி மாவட்ட வன அலுவலர் தமிழக அரசின் அனுமதியின்றி, கடிதம் எழுதி யிருந்தால் அவர்மீது துறைரீதியான விசாரணை நடத்த வேண்டும்.

இந்திய தொல்லியல் துறை திருச்சியைத் தலைமையிடமாகக் கொண்டு புதிய சர்க்கிளைத் துவக்கியுள்ளது. இந்த சர்க் கிளின் கட்டுப்பாட்டில் 25க்கும் குறைவான தொல்லியல் இடங்களே ஒதுக்கப்பட்டுள்ளன. சராசரியாக ஒரு சர்க்கிளுக்கு இந்திய தொல்லியல் துறை இருநூறு இடங்களைத் தனது கட்டுப்பாட்டில் வைத்திருக்கிறது. ஆனால், திருச்சி சர்க்கி ளுக்குட்பட்ட பராமரிப்பு இடங்களின் எண்ணிக்கை மிகக் குறைவாகயிருப்பதாலும், கண்ணகிக் கோட்டத்துக்கு கேரளத் தொல்லியல் துறை அமைந்துள்ள திருவனந்தபுரத்தைவிட திருச்சி அருகில் உள்ளதாலும் கண்ணகிக் கோட்டத்தைத் தனது கட்டுப்பாட்டில் எடுக்கலாம் என்ற ஆலோசனையை மங்கலதேவி கண்ணகி அறக்கட்டளை உச்ச நீதிமன்ற வழக்கில் தெரிவித்துள்ளது. (வழக்கு எண் Writ Petition Civil 144/2021 in IA No 14979/2021.)

மாநிலங்கள் விட்டு மாநிலங்களில் உள்ள தொல்லியல் இடங்களை, மாநில அரசுகள் தங்கள் கட்டுப்பாட்டின் கீழ் எடுப்பதும், மேற்பார்வை செய்வதும் நடைமுறைதான். உதார ணமாக, தமிழ்நாட்டிலுள்ள திருவட்டாறு பத்மநாபபுரம் அரண் மனை கேரள அரசின் தொல்லியல் துறை கட்டுப்பாட்டில்தான் உள்ளது.

இந்த விபரங்களை மங்கலதேவி கண்ணகி அறக்கட் டளை தொடுத்துள்ள உச்ச நீதிமன்ற வழக்கில் தமிழக அரசின்

வனத்துறை செயலாளரும், தேனி மாவட்ட ஆட்சியரும் தெரிவிக்க வேண்டும்.

மங்கலதேவி கண்ணகி அறக்கட்டளை டெல்லி உச்ச நீதிமன்றத்தில் தொடர்ந்துள்ள வழக்கு 09.07.2021-ஆம் தேதி விசாரணைக்கு வருகிறது. தற்போது கேரள அரசே கேரள உயர் நீதிமன்றத்தில் மங்கலதேவி கண்ணகிக் கோட்டம் இருமாநில வனப்பகுதியில் சர்வே செய்யப்படாத பகுதியில் வருகிறது, அதனால் கோயில் பராமரிப்புப் பணி செய்ய முடியவில்லை என்று சொல்லிவிட்டதால், இந்திய தொல்லியல் துறை, கோயிலைத் தன் கட்டுப்பாட்டில் எடுத்துக்கொள்வதில் தமிழகத்திற்கு ஆட்சேபணை இல்லை என்று தமிழக அரசின் சார்பில் அரசு செயலரும், தேனி மாவட்ட ஆட்சியரும் தமிழகத் தரப்பை, டெல்லி உச்ச நீதிமன்றத்தில் தெரிவிக்கும்பட்சத்தில், தமிழகத்தின் பண்பாட்டுச் சின்னமான மங்கலதேவி கண்ணகிக் கோட்டம் சீரழிவிலிருந்து மீட்கப்படும்.

தங்கள் உண்மையுள்ள,

மு.ராஜேந்திரன்.

இணைப்பு :

1. மங்கலதேவி கண்ணகிக் கோட்டம் மதுரை மாவட்டம், பெரியகுளம் தாலுக்காவிற்குள்தான் இருக்கிறது என்பதற் கான 1934-ஆம் ஆண்டு வனத்துறை ஆவணம்.

2. மங்கலதேவி கண்ணகிக் கோட்டத்துக்குத் தமிழகப் பகுதியில் இருந்து, காப்புக்காட்டுக்குள் 12 அடி நடைபாதை அனுமதிக்கான ஆவணம்.

3. கேரள உயர் நீதிமன்றத்தில் மங்கலதேவி கண்ணகி அறக்கட் டளை தொடர்ந்த வழக்கில் வழங்கப்பட்ட தீரப்பின் நகல். WP (C) No 14853 of 2014 Dated 05.04.2016

4. கேரள உயர் நீதிமன்றத்தில் மங்கலதேவி கண்ணகி அறக் கட்டளை தொடர்ந்த வழக்கில், கேரள தொல்லியல் துறை, மங்கலதேவி கண்ணகிக் கோட்டத்தைச் சீரமைக்க 05.01.2017 அன்று வெளியிட்ட டெண்டர்.

5. மாண்புமிகு கேரள முதலமைச்சர் பினராயி விஜயன் அவர்களின் தலைமையில் 28.05.2018-ஆம் தேதி நடை பெற்ற கூட்டத்தில், மங்கலதேவி கண்ணகிக் கோட்டத்தை வருடத்திற்கு 24 நாள்கள் திறக்கப்படும் என்ற முடிவு செய்யப்பட்ட கூட்ட நடவடிக்கையின் நகல்.

6. 25.06.2018 அன்று கேரள முதலமைச்சரை, மங்கலதேவி கண்ணகி அறக்கட்டளையினர் சந்தித்த பத்திரகை செய்தி.

7. தேனி மாவட்ட வன அலுவலர் 28.09.2018 அன்று கேரள தொல்லியல் துறைக்கு எழுதிய கடிதத்தின் நகல்.

8. டெல்லி உச்ச நீதிமன்றத்தில் மங்கலதேவி கண்ணகி அறக் கட்டளை தொடர்ந்த வழக்கின் நகல் (வழக்கு எண் Writ Petition Civil 144/2021 in IA No 14979/2021

9. வழக்கு 09.07.2021 அன்று டெல்லி உச்ச நீதிமன்றத்தில் விசாரணைக்கு வருகின்ற நீதிமன்ற பட்டியலின் நகல்.

டாக்டர் மு.ராஜேந்திரன்,இஆப

Reg. No. 128/99
MANGALADEVI KANNAGI TRUST
Opp. Old Bus Stand, CUMBUM&625 516, Theni District.
மங்கலதேவி கண்ணகி அறக்கட்டளை

Date: 01.06.2018

மங்கலதேவி கண்ணகிக் கோட்டம் பற்றிய சில வரலாற்றுத் தகவல்கள்

1) 15.11.1883-ல் சென்னை இராஜதானி செயின்ட் ஜார்ஜ் கோட்டை கெஜட்டில் பக்கம் 719-726-ல் கண்ணகிக் கோயில் பற்றிய தகவல் வந்துள்ளது.

2) 1883-1886 மேற்படி கெஜட் பக்கம் 725-726 கண்ணகிக் கோயில் எல்லையைப் பற்றிய வரைபடம் உள்ளது.

3) 15.11.1883-ல் மேலக்கூடலூர் கிராமம் பளியன்குடி-யிலிருந்து மங்கலதேவி கண்ணகி கோவிலுக்கு 6 (ஆறு) அடி அகலப்பாதை போட்ட வரலாற்றுச் செய்தி உள்ளது.

4) 1916-1925 சென்னை இராஜதானி வரைபடத்தில் கண்ணகிக் கோயில் தமிழ்நாட்டில் தமிழ்நாட்டு எல்லைக்குள் உள்ளது என்ற விபரமும், அதே ஆண்டு திருவாங்கூர் சமஸ்தான வரைபடத்தில் கண்ணகிக் கோயில் தமிழ்நாட்டைச் சேர்ந்தது என்ற விபரமும் உள்ளது.

5) 1934 மதுரை மாவட்ட கெஜட்டில், மங்கலதேவி கண்ணகிக் கோயில் செல்வதற்கு பளியன்குடியிலிருந்து கண்ணகிக் கோயில் வரை 12 (பனிரெண்டு) அடி பாதையைப் பொதுமக்கள் பயன்படுத்திக் கொள்ளலாம் என்ற அரசாணையும், உத்தமபாளையம் வனத்துறை வெளியிட்ட அறிவிப்பில் கண்ணகிக் கோயில் தமிழ்நாட்டு எல்லைக்குள் உள்ளது என்ற விபரமும் உள்ளது.

6) 1952, 1957, 1959 தமிழக அரசு வெளியிட்ட உத்தமபாளையம் வனத்துறை வரைபடத்தில் கண்ணகிக் கோயில்உள்ள இடம் தமிழ்நாட்டு எல்லைக்குள் இருப்பதைத் தெளிவாகக் குறிக்கப்பட்டுள்ளது.

7) 1979-ல் மத்திய அரசு 58எ/2 வெளியிட்ட இடுக்கி மாவட்ட வரைபடத்தில் மங்கலதேவி கண்ணகிக் கோயில் தமிழ்நாட்டுக்குள் இருப்பதைத் தெளிவாகக் காட்டுகிறது,

8) 18.04.1975-ல் தமிழ்நாடு அரசு நில அளவுத்துறை துணை இயக்குநர் திரு கு.கணேசன் அவர்கள் மங்கலதேவி கண்ணகிக் கோயில் தமிழக எல்லைக்குள் தான் உள்ளது என்ற அறிக்கையும், உறுதிசெய்யப்பட்ட வரைபடமும் உள்ளது.

9) 26.04.1975-ல் மத்திய அரசாங்க நில அளவுத்துறை இயக்குநர் Water Shed Line அரசாணை எண் 183-ன் படி தமிழக - கேரள அரசாங்கங்கள் ஒப்புக்கொள்ளப்பட்ட ஆவணமும், இதில் கண்ணகிக் கோயில் தமிழ்நாட்டு எல்லைக்குள் தான் இருக்கிறது என்ற விபரத்தையும், மதுரை மாவட்டம் (தற்போதைய தேனி மாவட்டம்), உத்தமபாளையம் வட்டம், மேலக்கூடலூர் கிராமத்தைச் சேர்ந்த வனத்துறைக்குப் பாத்தியப்பட்ட இடம் என்ற குறிப்பும் உள்ளது.

10) மத்திய தொல்பொருள் ஆய்வுத்துறையினர் மங்கலதேவி கண்ணகிக் கோயில் கல்வெட்டுகளைப் பார்வையிட்டு இக்கோயில் தமிழக எல்லைக்குள் தான் உள்ளது என்றும் சான்றளித்துள்ளது.

11) மங்கலதேவி கண்ணகிக் கோயில் வளாகத்தில் உள்ள கல்வெட்டுகள் தமிழ் வட்டெழுத்துக்கள் என்றும் அதில் 2 (இரண்டு) இடங்களில் மாசாத்துவன் என்று வருவதுடன், கண்ணகியின் வாழ்க்கையைச் சொல்வதாக உள்ளது என்றும் கல்வெட்டு விற்பனர் (ஆராய்ச்சியாளர்), தமிழ்நாடு தொல்பொருள் துறை இயக்குநர் டாக்டர். நாகசாமி மற்றும் தஞ்சை பேராசிரியர்.சி.கோவிந்தராசனார் ஆகியோர் கூறிய செய்திகள் உறுதிப்படுத்துகின்றன.

12) கூடலூரில் கட்டப்பட்டுள்ள அழகர்சாமி கோயில் கல்வெட்டுக்களும், கம்பம் சாமாண்டியம்மன் கோயில் கல்வெட்டுக்களும் மங்கலதேவி மலை மீது உள்ள கண்ணகிக் கோயிலைப் பற்றிக் குறிப்பிடுகின்றன.

13) இப்பகுதியில் 'மன்னான் மானியம்' என்று வழங்கப்படும் மானிய நிலங்கள் பல ஏக்கர்கள் உள்ளன. மங்கலதேவி மலை மேல் உள்ள கண்ணகியைப் பற்றி ஸ்ரீ பூரணகிரி ஆளுடையம்மன் கோவிலுக்கு அடிக்கடி சென்று வழிபாடுகள், பூஜை புனர்த்தனங்கள் செய்ய முடியாதது என்றும், மலை மீது கொடிய மிருகங்கள், யானைகள் நிறைந்துள்ள பகுதியில் பாதுகாப்பு ஏற்பாடுகளை ஆதிவாசிகள் (பளியர்கள், மன்னார்கள்) செய்ய முடியும் என்ற காரணத்தினால் அவர்களுக்கு இப்பகுதியை ஆண்ட சோழ மன்னர்கள் காலத்திலேயே அம்மன் கோயில் மானிபம், மன்னான் மானிபம் என்று பல பெயர்களில் இனாம் சொத்துகள் நிறைய இப்பகுதியில் உள்ளன. இதற்கு ஆதாரமாக 1885-ஆம் ஆண்டு டைட்டில் டீடில் இனாம் சொத்து ஜாபிதாவில் இந்த விபரம் உள்ளது.

14) 1975-ல் தமிழக சட்டப்பேரவையில் அன்றைய தமிழக முதலமைச்சர் மாண்புமிகு. டாக்டர் கலைஞர் அவர்கள் மேலக்கூடலூர் கிராமம், வண்ணாத்திப்பாறை பளியன் குடியிலிருந்து கண்ணகி கோவிலுக்குச் செல்லும் 6.6 கி.மீ தூர வனப்பாதை அமைக்க ரூ.35,00,000/- (ரூபாய் முப்பத்தைந்து இலட்சம்) செலவு செய்யப்படும் என்று அறிவித்தார். அதனைத் தொடர்ந்து நெடுஞ்சாலைத்துறையினரும், வனத்துறையினரும் ரூ.20,00,000/- (ரூபாய் இருபது இலட்சம்) செலவில் பாதை அமைக்க ஆய்வு செய்தனர்.

15) கடந்த 1980-ல் அன்றைய தமிழக முதலமைச்சர் மாண்புமிகு டாக்டர். எம்.ஜி.ஆர் அவர்கள் மேலக்கூடலூர் கிராமம் பளியன்குடியில் ரூ.2,00,00,000/- (ரூபாய் இரண்டு கோடி) செலவில் மங்கலதேவி கண்ணகிக்குக் கோயில் கட்ட இருப்பதாக மதுரையில் நடந்த உலகத்தமிழ் மாநாட்டில் அறிவித்தார்.

16) மங்கலதேவி கண்ணகிக் கோட்டம் அமைக்க மேலக்கூடலூர் கிராமம், பளியன்குடி சமீபம், சுமார் 60 (அறுபது) ஏக்கர் நிலம் கையகப்படுத்தப்படும் என கடந்த 21.01.1987-ல் தமிழக சுற்றுலாத்துறை அமைச்சர் வி.வி. சாமிநாதன் அவர்கள் சட்டப்பேரவையில் அறிவித்தார்.

17) 23.05.1987-ல் தமிழ்நாடு முதலமைச்சர் டாக்டர் எம்.ஜி.ஆர் அவர்களின் ஆணையின்படி மங்கலதேவி கண்ணகிக் கோட்டம் அமைப்பதற்கான இடம் தேர்வு செய்யப்பட்டு இன்று வரை கண்ணகிக் கோட்டம் அமைக்கும்பணி நிலுவையில் உள்ளது.

தமிழ்நாடு முதலமைச்சர் டாக்டர் கலைஞர் மு.கருணாநிதி 'தமிழரசு' பத்திரிகையில் எழுதியது

உலகத் தமிழ் மாநாடு நடைபெற்ற வேளையில் தமிழ்ச் சான்றாருக்கும் - தமிழகத்து வீரப்பெருமக்களுக்கும் அண்ணன் தலைமையிலே சிலை வைத்தோம்.

அன்றைக்கே இளங்கோவடிகளின் சிலை வைக்க வேண்டும் என்ற எண்ணம் இருந்தாலும் அதற்கு ஒரு தூண்டுகோல் தேவை என்பதைப்போல்...

சென்னையில் ஆண்டு தோறும் நடைபெறும் இளங் கோவடிகள் விழா ஒன்றில் சிலம்புச் செல்வரும் மற்றவர்களும் இளங்கோவடிகளுக்குச் சிலை அமைக்கப்பட வேண்டும் என்று வற்புறுத்தினார். நானும் ஒப்புக்கொண்டேன்.

இந்த ஆண்டு நடைபெற்ற விழாவில் இன்னும் சிலை வைக்கப்படவில்லையே என்று அவர்கள் கூப்பிட்டபோது, நான் - இளங்கோவடிகளின் சிலை தயாராகிவிட்டது; விரைவில் சிலை அமைக்கப்படும் என்று உறுதியளித்தேன்.

அதன்படி இந்த விழா யார் தலைமை ஏற்று நடத்த வேண்டுமோ அவர் தலைமை ஏற்க யார் சிறப்புரை ஆற்ற வேண்டுமோ அவர் சிறப்புரை ஆற்றிட, பல்லாயிரக்கணக்காகக் கூடியுள்ள மக்களின் வாழ்த்துக்களோடு நடைபெறுகிறது.

இங்கே பேசிய சிலம்புச் செல்வர் அவர்கள் தமிழ் உணர்ச்சி யுடன் தமிழுக்குப் பெருமை சேர்க்கும் விழாவில் பங்கேற்க வேண்டும் என்று கூப்பிட்டார்.

நான் மேடையிலிருந்தே கூறுகிறேன் - கட்சிச் சார்பில்லாமல் பலர் இங்கே கலந்துகொண்டிருக்கிறார்கள். அவர்களது பரந்த உள்ளத்தைப் பாராட்டுகிறேன். அவர்களது பெருந்தன்மையை மெச்சுகிறேன். தனிப்பட்ட முறையில் நன்றி தெரிவித்துக் கொள்கிறேன்.

குறிப்பாக, முன்னாள் அமைச்சர் மரியாதைக்குரிய திருமதி ஜோதி வெங்கடாசலம் அவர்கள் இந்த விழாவில் கலந்து

கொண்டிருக்கிறார். கட்சிப் பற்றற்ற முறையில் பெருந்தன்மை யோடு இந்த விழாவில் பங்கேற்றதற்காகத் தமிழர்கள் சார்பில் அவருக்கு நன்றி தெரிவித்துக் கொள்கிறேன்.

சிலப்பதிகாரத்தில் சிலம்புச் செல்வர் அவர்கள் எவ்வளவு ஆர்வமும் எழுச்சியும் கொண்டவர் என்பது நாம் அறிந்ததே!

அதே போன்று தி.மு. கழகத்திலுள்ள நாவலரும் பிற தமிழ் அறிஞர்களும், அவர்களை, ஆளாக்கிய அறிஞர் அண்ணா அவர்களும் சிலப்பதிகாரத்தில் அதிக உடன்பாடு கொண்ட வர்கள்.

புலவர்கள் மத்தியில் மட்டுமே இருந்த சிலப்பதிகாரத்தை நாடக உருவில் - திரைப்பட உருவில், மக்கள் மத்தியில் கொண்டு வர வேண்டும் எனப் பணியாற்றி அதில் வெற்றி பெற்றோம். பாராட்டுகளை பெற்றிருக்கிறோம்.

இங்கே சீரோடும் சிறப்போடும் இளங்கோவடிகள் சிலை நாட்டப்படும் இதே நேரத்தில் இளங்கோ யாத்த சிலப்பதிகாரம் காட்டும் காவிரிப்பூம்பட்டினத்தில் - பல புதைபொருட்களும் அவற்றில் இறைந்து கிடக்கும் ரோமானிய நாணயங்களும் இருக்கும் காவிரிபூம்பட்டினத்தில் - சிலப்பதிகாரக் கலைக்கூடம் ஒன்று அமைக்கும் பணி உருவாக்கப்பட்டு அந்தப் பணி, வேகமாக நடைபெற்று வருகிறது.

சிலப்பதிகாரக் காவியம் - சிலைகள் உருவத்திலேயே அமைக்கப்படும் கலைக்கூடம் அது.

பூம்புகாரில் தொடங்கும் கதையில், கண்ணகி மணக்கோலம் பூணுவது முதல்- மதுரையில் வீரத்தோடு வழக்குரைத்த காதை தொட்டு-சேரன் செங்குட்டுவன் போர்க்கோலம் பூண்டு வடபுலம் சென்று கனகவிசயர் தலைமீது கல்லேற்றிக் கொண்டு வந்து - வஞ்சி மூதூரில் கண்ணகி சிலை அமைத்து வழிபட்டது வரை சிலைகளாலேயே சிலப்பதிகாரக் காவியம் சொல்லும் வகையில் அமைக்கப்படும் அந்த கலைகூடப் பணி வெகுவிரைவில் முடியவிருக்கிறது. அதன் பின்னர் அந்தக்கலைக்கூடத் திறப்பு விழா விரைவில் நடைபெற்று... வெளிநாட்டினர் சிலம்பு படிக்காமலேயே சிலப்பதிகாரக் கதையை அறிந்து கொள்ளும் அற்புத முயற்சி அந்தக் கலைக்

கூடத்தால் நிறைவேறவிருக்கிறது. இப்படிப்பட்ட கலைக்கூடம் இந்தியாவிலேயே இதுதான் முதலாவதாக இருக்கும்.

உங்களுக்கு ஒரு மகிழ்ச்சியான செய்தியும் சொல்ல விரும்பு கிறேன். கரந்தைத் தமிழ்க் கல்லூரியில் தமிழ்ப் பேராசிரியராக இருக்கும் கோவிந்தராசன் கல்வெட்டுகளை ஆராய்ந்து வருபவர் - குறிப்பாக இளங்கோவடிகள் புகழ்ந்து வாழ்த்திய கண்ணகிச் சிலை - சேரன் செங்குட்டுவன் வடித்துத் தந்த கண்ணகிச் சிலை எது என்று நாடு முழுவதும் சுற்றிச் சுற்றி ஆராய்ந்தார்.

கடைசியில் மதுரை மாவட்டத்து எல்லையில் உள்ள சுருளி மலை என்றோர் மலைக்கு ஒரு கல் தொலைவில் - உயர்ந்த பாறை ஒன்றில் மங்கலதேவி கோவிலில் உள்ள சிலையைக் கண்டார்.

அந்தச் சிலை காளியைப் போல்- துர்க்கையைப் போல் - மாரியம்மையைப் போல் - இலக்குமியைப் போல் - சரசு வதியைப் போல் நான்கு கரங்கள் உள்ள சிலையாக இல்லை. இரண்டு கையுள்ள பெண் சிலையாக அது இருக்கக் கண்டார்.

அந்தச் சிலை கூட - இங்கே உள்ள இளங்கோவடிகள் சிலையைப் போல் பெரிதாக இல்லாமல் இருக்கிறது. இமயத்தி லிருந்து கனகவிசயர் தூக்கி வந்த கல் - எவ்வளவு அளவினதாக - சிறியதாக இருந்திருக்குமோ - அந்த அளவில் - சிறிய உருவில் அந்தச் சிலை அமைக்கப்பட்டிருக்கிறது.

அதுமட்டுமல்ல; அந்தச் சிலை செய்யப்பட்ட கல் அந்தப் பகுதியிலுள்ள மலைகள் - பாறைகள் இவற்றைச் சாராததாகவும், இமயத்துக்கல்லைப் போன்று இருப்பதாகவும் கோவிந்தராசன் என்ற அந்தப் பேராசிரியர் அறிவித்திருந்தார். இதைக் கேள்விப் பட்டு நானும் நாவலரும் அவரை அழைத்து உரையாடி விவரங்கள் அறிந்து - அந்தக் கோயில் இருக்கும் பகுதி கேரள நாட்டைச் சார்ந்தது என்ற காரணத்தால் இது பற்றிக் கேரள முதல்வர் அச்சுத மேனனுக்குக் கடிதம் எழுதினோம்.

"இந்தச் சிலை பற்றிய ஆராய்ச்சியை உங்கள் பகுதியில் தொடங்க வேண்டும். அதற்கான அனுமதி எங்கள் ஆராய்ச்சிப் பகுதியினருக்கு வேண்டும்" - எனக் கடிதம் எழுதியிருந்தோம்.

கேரள முதல்வர் அச்சுத மேனன் அதற்குப் பதில் தந்திருந்தார்.

"ஏற்கனவே இதுபற்றி நாங்கள் ஆராய்ந்து வருகிறோம். அதன் தொடர்பாக உங்களது ஆராய்ச்சியை நடத்தலாம்" - என்று அவர் பதில் அனுப்பியிருக்கிறார். விரைவில் நல்ல முடிவு எடுத்து அவர் அறிவிப்பார் என்று நம்புகிறேன்.

இளங்கோவடிகள் வாழ்த்திய அச்சிலையை கனக விசயர் சுமந்து வந்த அச்சிலையை - தமிழர் தம் வீரம் பேசும் அதே சிலையை - நாம் காணக்கூடிய நாள் வெகுதூரத்தில் இல்லை.

சென்னையில் இளங்கோவடிகளுக்குச் சிலை அமைப்பது பற்றி எழுந்த 'புகார்' பற்றி இங்கே சிலம்புச் செல்வர் குறிப்பிட்டார்.

இளங்கோவடிகளே தமது காப்பியத்தைப் 'புகாரில்' தான் துவக்குகிறார்.

அண்ணா கல்லறைக்குப் பக்கத்தில் கம்பனும், இளங்கோவடிகளும் இருப்பது 'துவார பாலகர்கள்' போல் இருப்பதாகச் சிலர் குறை கூறுகிறார்கள்.

அண்ணாவே இருந்தால் கூட "என்னைத் தாழ்த்தினாலும் கம்பனையும், இளங்கோவையும் உயர்த்திப் பேசிவிட்டார்களே! அந்த அளவுக்குப் பாராட்டிவிட்டார்களே! அந்த அளவு தமிழுணர்ச்சி பெற்றுவிட்டார்களே" என்று தான் கூறுவார்.

எங்களைத் தாக்குபவர்கள் ஒரு புதிய முறையைக் கையாளுகிறார்கள்.

எங்களை இறக்கிப் பேசிட தூக்கிப் பேசிட அண்ணாவை உயர்வாகப் புகழ்ந்து பேசத் தொடங்கியிருக்கிறார்கள்.

ஆனால், இதே ராஜதந்திரதோடு 10 ஆண்டுக் காலம் இருந்தாலாவது பலன் கிடைக்கும் ஆனால் அடுத்த மாதமே சுயரூபத்தைக் காட்டி விடுகிறார்கள். அண்ணாவுக்குத் துவார பாலகர்களா கம்பனும் - இளங்கோவும் என்று கேட்டு விடுகிறார்கள் பாவம் அவர்களது ராஜ தந்திரம் பலவீனமானது!

அண்ணா அவர்கள் இருந்து இந்த விழாவைக் காணவில்லை என்று வருத்தப்பட்டார் சிலம்புச் செல்வர். நானும் இந்த எழில் மிகுந்த விழாவைப் பார்க்கிறேன். அதில் எழுச்சியோடு வந்து கலந்து கொண்ட உங்களையெல்லாம் பார்க்கிறேன்.

இந்தவிழாவை வாழ்த்த வந்த நம் தமிழ் மனம் கொண்டோரை பார்க்கிறேன்!

ஆனால் எனது நெஞ்சம் பேதை நெஞ்சம் ஒரு கனவு காண்கிறது. ஒரே ஒரு கண நேர கனவு காண்கிறது! அந்த வெண் மணற் பரப்பில் நீள்துயில் கொண்ட அண்ணா ஒரு நிமிடம் எழுந்து வந்து.

"தம்பிகளே! நான் நினைத்ததையெல்லாம் நீங்கள் பேசு கிறீர்கள்."

- என ஒரு வார்த்தை சொன்னால் போதும்!

ஆனால், அண்ணன் எழுந்து வராத துயிலில் இருக்கிறார். ஆனால் அண்ணன் வடிவில் இந்தப் பல்லாயிரக்கணக்கில் நெஞ்சங்கள் கூடியிருந்து வாழ்த்துகின்றன. அந்த வாழ்த்துகளில் "அண்ணன் இருக்கிறார், அண்ணன் இருக்கிறார்" என மகிழ்ந்து இந்த விழாவை நடத்துகிறோம்.

19-04-2009 தினமலர்

ரோடு வசதி இல்லாததால் பராமரிக்க வழியின்றி அழியும் கண்ணகிக் கோட்டம்

கூடலூர், ஏப்ரல் 19:

ரோடு வசதி இல்லாததால் அடிக்கடி யாரும் சென்று வர முடியாமல், பராமரிக்க வழியின்றி கண்ணகிக் கோட்டம் அழிந்து வருகிறது. இன்னும் சில ஆண்டுகள் இந்நிலை நீடித்தால் கோயில் அமைந்திருந்த இடம் மட்டுமே இருக்கும்.

தேனி மாவட்டம், கூடலூர் அருகே தமிழக கேரள எல்லையில் உயரமான வனப்பகுதியில் அமைந்துள்ள மங்கலதேவி கண்ணகிக் கோட்டம். இக்கோயில் அமைந்துள்ள பகுதி தமிழக வனப்பகுதியில் இருந்தாலும், கோயிலுக்கு செல்லும் ஜீப் பாதை கேரள வனப்பகுதியில் உள்ளது. இதற்காக ஒவ்வொரு ஆண்டும் கேரள அரசின் அனுமதி பெற்று தமிழக பக்தர்கள் கோயிலுக்கு செல்ல வேண்டிய கட்டாயம் ஏற்பட்டுள்ளது.

1976-ம் ஆண்டு கூடலூர் மங்கலதேவி கண்ணகிக் கோட்ட சீரமைப்புக்குழு சார்பாக அப்போதையை முதல்வர் கருணாநிதியைச் சந்தித்து கோயிலை புதுப்பிக்கவும், தமிழகப்பகுதி வழியாக ரோடு போடவும் உதவி கேட்கப்பட்டது. கூடலூரைச் சேர்ந்த கே.பி.கோபாலன் எம்.எல்.ஏ.வாக இருந்தபோது கண்ணகிக் கோட்டத்துக்கு ரோடு அமைக்க வேண்டும் என சட்டசபையில் பேசினார். இதனைத் தொடர்ந்து கண்ணகிக் கோட்டத்துக்கு ரோடு போடுவதற்கு 20 லட்சம் ரூபாய் ஒதுக்கீடு செய்யப்பட்டது. சர்வே பணி முடிந்து துவக்கப்பணிகள் நடந்து கொண்டிருந்தபோது, தி.மு.க., ஆட்சி டிஸ்மிஸ் செய்யப்பட்டது. இதனால் இத்திட்டம் கைவிடப்பட்டது.

அந்த நேரத்தில் கேரள அரசு தேக்கடியில் இருந்து கண்ணகிக் கோட்டத்துக்கு அவசர அவசரமாக ரோடு அமைத்தது. இந்த ரோடு வழியாகவே தற்போது தமிழக பக்தர்கள் கண்ணகிக் கோயிலுக்கு செல்ல வேண்டியிருந்தது. இந்த ரோட்டை வைத்தே கேரள அரசு கண்ணகிக் கோயிலுக்கு சொந்தம் கொண்டாடி

வருகிறது. வேறு எவ்வித ஆவணங்களும், ஆதாரங்களும் கேரள அரசிடம் இல்லை. ஒவ்வொரு ஆண்டும் சித்ரா பௌர்ணமி தினத்தன்று மங்கலதேவி கண்ணகிக் கோயிலில் கேரள அரசின் பலத்த கெடுபிடிகளுக்கு இடையே தமிழக பக்தர்கள் வணங்க வேண்டிய அவல நிலை தொடர்ந்து இருந்து வருகிறது. மற்ற நாட்களில் பக்தர்கள் செல்ல முடியாததால் கோயிலைப் பராமரிக்க வழியில்லாமல் போனது. இன்னும் சில ஆண்டு கள் கவனிக்காத நிலை தொடர்ந்ததால் வரலாற்று சிறப்பு மிக்க இக்கோயில் அழிந்து போகும் ஆபத்தான நிலையை அடைந்துள்ளது. தமிழக வனப்பகுதி வழியாக கண்ணகிக் கோயிலுக்கு ரோடு அமைத்தால் மட்டுமே இப்பிரச்னைக்கு தீர்வு காண முடியும்.

தமிழக வனப்பகுதியாக ரோடு போடுவதற்கும் கண்ணகிக் கோயில் அமைந்துள்ளது தொடர்பான எல்லைப் பிரச்னைக்கும் எம்.பி.க்கள் யாரும் கண்டுகொள்ளவில்லை. மே 9-ம் தேதி மங்கலதேவி கண்ணகிக் கோயில் விழா கொண்டாடப்படுகிறது. அதனைத் தொடர்ந்து லோக்சபா தேர்தலும் 13-ம் தேதி நடைபெறுகிறது. தற்போதும் தேர்தல் வாக்குறுதியாக கண்ணகிக் கோயில் பிரச்னை இடம் பெறுவது உறுதி. ஆனால் அதை நிறைவேற்ற முழுமையான நடவடிக்கை எடுப்பார்களா என்பது கேள்விக்குறி.

From
Thiru S.Meikandadevan, I.A.S.,
Director of Survey and
Settlement
P.W.D. Complex, Madras - 5.

To
The President,
Mangala Devi-Kannagi Kottam,
Gudalur,
Madurai District.

Rc. S1/73725/89 (Survey) Dated 1.2.1990

Sir,

Sub: Festival - Celebration of Chitra Pournami - Festival at Mangala Devi (Kannagi Kottam) - Regarding.

Ref: 1. Telegram to Chief Minister dt. 29.7.1989.
2. From the Collector, Madurai, Roc. C3/79510/88 dated 10.01.1990.

With reference to the telegram cited, it is informed that the Collectors of Idukki District and Madurai District, Superintendents of Police of both the Districts, Forest Department Officials and other officials use to meet well in advance every year, discuss about the celebration of Chitra Pournami Festival at Mangaladevi at Kannagi Kottam in the border place of Kerala and Tamil Nadu States and decide various measures to be taken on the festival days. The same procedure is being followed by the Officials of both the States.

for Director of Survey & Settlement.

டாக்டர் மு.ராஜேந்திரன், இ.ஆ.ப 321

மங்கலதேவி கண்ணகி அறக்கட்டளையின் கருத்தை ஆதரித்து, கேரளாவின் அமைப்பு ஒன்று மத்தியத் தொல்லியல் துறைக்கு அனுப்பிய கடிதம்

Sree Durga Ganapathy Bhadrakali Devaswam Trust

Kumily - 685 509, Reg.No. 174/IV/11
Ph: 04869-222467
www.kumilygbtemple.org., Email: gbtemplekumily@yahoo.com

President / Secretary   Date: 04.02.2014

To

Director General,
Archacological Survey of India,
Janpath, New Delhi - 110011

Sir,

Sub: 2nd Century AD Mangala Devi Kannagi Temple at Kumily - under the control of Kerala State Archaeology - Request for conservation.

*****

Kannagi Temple in Kumily (Kerala) is a 2nd Century AD old temple. King Raja Raja Chola's 11th Century inscription and Pandiya king Kulasekara Thevar's 1297 AD inscriptions are in this temple. This temple has got huge following in Tamil Nadu and Kerala States. Every year in Chithra Pournami Day (April 14) nearly 40,000 Devotees visit this temple. On other days temple is closed by the Kerala State Forest Department. But Daily Forest Department watch guards go to this temple site and do monitoring.

This temple is a Stone structure. In the last 30 years the degradation is fast due to non maintenance. This temple was taken over by kerala State Archaeology on 09.08.1983. For a RTI Act query, Kerala State has replied in their letter dated 06.06.2013, that from 09.08.1983 to 06.06.2013 i.e.; for the last 30 years they have not spend any money for this monument.

For a thousand year old living movement. Kerala State Archaeology has not spend any money. Even though it is in Reserve Forest, every day Kerala State Forest staff go to the temple site and man the watch Tower. They have a rest room also. Hence Kerala State can't claim it is an inaccessible place.

This 1000 year old monument has to be saved at once. Hence it is requested that the temple has to be taken over by Archaeological Survey of India from Kerala State. Archaeology and conservation work has to be started immediately. Thank You,

Yours Sincerely,
E.N.Kesavan

மங்கலதேவி கண்ணகி அறக்கட்டளை,

கம்பம் - கூடலூர்.

பதிவு எண் - 128 / 99.

மகராசி மலை மேல் உள்ள கல்வெட்டு

ARE.No: 284/1966 13 - ம் நூற்றாண்டு.

ஸ்வதிஸ்ரீ எம்மண்டலமும் கொண்டருளிய ஸ்ரீகுலசேகர தேவர்க்கு யாண்டு 29வது ஸ்ரீபூரணகிரி ஆளுடைய நாச்சியார்க்குத் திருநீலகண்ட இராசாக்குனாயகனாகிய தொண்டைமானேனே இந்நாச்சியார்க்குத் தேவதானமாக அமுதுபடிக்கும் பல நிவந்தத்துக்கும் இட்ட நிலத்துக்கு எல்லையாவது வடஎல்லை நேரிட்டயாற்றுக்குத் தெற்கும் கீழெல்லை மட்டப்பாறைக்கும் மகராசிமலைக்கும் மேற்கும் தென்னெல்லை பாலைப்பாட்டத் தெல்லை முல்லைப்பாடி கிள்ளியேரிப்பற்றும் படக்கிழக்கும் இப்பெருநான் கெல்லைக்குட்பட்ட நன்செய் புன்செய் கீழ்நோக்கின கிணறும் மேல் நோக்கின மரமும் தேவதானமாகக் குடுத்தேன் திருநீலகண்டன் இராசாக்குனாயகனான தொண்டை மானேன்.

இப்படிக்கு தொண்டைமான் எழுத்து அருளிச்செயல்.

(கண்ணகிக் கோயில் கல்வெட்டில் உள்ள எழுத்தின் தமிழாக்கம்.)

மங்கலதேவி கண்ணகிக் கோட்டம்

தேனி மாவட்டத்தில் கூடலூரிலிருந்து 7-வது கிலோ மீட்டர் தூரத்தில் பளியன்குடி என்ற குன்றக்குறவர் குடியிருப்பு இன்றும் உள்ளது. இந்த பளியன் குடியிலிருந்து 4 கிலோ மீட்டர் தூரத்தில் 4000 அடி உயரத்தில் மலை உச்சியில் ஒரு கானல் உள்ளது. அந்தக் கானகத்தினை அடுத்து மங்கலதேவி என்னும் கண்ணகிக் கோயில் உள்ளது. இந்தக் கோயில் கி.பி.9 - 10ம் நூற்றாண்டில் சோழமன்னன் ராஜராஜனால் கட்டப்பட்டது என மங்கலதேவி கண்ணகிக் கோயில் கல்வெட்டு கூறுகிறது.

இந்தக் கோயிலிலிருந்து வடக்கே 2 கிலோ மீட்டர் தூரத்தில் பேரியாறு உள்ளது. இன்று வரை வண்ணாத்திப் பாறை என்னும் விண்ணேற்றிப் பாறையும், வேங்கை மரமும் இன்னமும் உள்ளது. படுத்துக் கிடக்கும் யானை முகத்தோற்றம் போல் உள்ள ஒரு மலையில் வடக்குப் பகுதியில் தோரணவாயில் எனப்படும் 20 அடி உயரமுள்ள 2 கல் தூண்களுக்கிடையே பெரிய வாயில் ஒன்று உள்ளது. அந்த வாயில் வழியே சிறிது கீழே இறங்கினால் இடிக்கல்பாறை இடையே குடிநீர் சுனை ஒன்றும் உள்ளது. இந்த மங்கலதேவி கோயில் 320 அடிக்கு 220 அடி அகலத்தில் 10 அடி நீளம், 2 அடி அகலம் 1/2 அடி உயரம் உள்ள பெரிய, பெரிய கல்லினால் ஆன கோட்டை சுவரால் கட்டப்பட்டுள்ளது. ஒவ்வொரு கல்லும் 2-லிருந்து 3-டன் எடை இருக்கும். தெற்குப்புறம் பெரிய ஆசார (கல் தூண்) வாயிலும் உள்ளது. கிழக்கு முகம் பார்த்து கல்லால் ஆன மங்கலதேவி கண்ணகிக் கோயில் உள்ளது, அடுத்து கிழக்கு புறம் பார்த்த சிலை சிதைந்த நிலையில் அம்மன் கோயில் உள்ளது, அடுத்து கிழக்குப் பார்த்து சிவன் கோயில் ஒன்றும் உள்ளது, வடக்கு முகம் பார்த்து தற்போது சிலை எதுவும் இல்லாத கல்லால் ஆன கோயில் ஒன்று உள்ளது. இந்தக் கோயிலுக்கு மேற்கே மேற்கூரை எதுவும் இல்லாத திறந்தவெளி பிள்ளையார் சிலை ஒன்று உள்ளது. கோயில் முழுதளமும் அடர்த்தியான போதை புல்லால் நிரம்பி உள்ளது.

இந்தக் கோயிலுள்ள சிவன் கோயில் 7 - 8 நூற்றாண்டுகளில் சோழ மன்னனால் கட்டப்பட்டது எனக் கல்வெட்டு கூறுகிறது. இந்தப் பகுதி முழுவதும் அடர்ந்த வனம் ஆகும். எப்போதும் ஏன்? இப்போதும் கூட யானைகள், காட்டு மாடுகள், மான்கள், மிளாக்கள் கூட்டம் கூட்டமாக இந்தக் கோயில் வளாகத்தில் உள்ள தெப்பத்தில் தண்ணீர் குடிக்க வரும் கூடலூர் வழிப்பாதை 3500 அடி உயரமுள்ள நடைபாதை யாகும். இந்த மங்கலதேவி கண்ணகிக் கோயில் 1883-ல் அன்றைய ஆங்கில அரசால் சர்வே செய்யப்பட்டுள்ளது. அதன் பின்னர் 1885லும், 1915லும் சர்வே செய்யப்பட்டுள்ளது 4000 அடி உயரத்தில் ஆகம விதிப்படி கட்டப்பட்டு இருக்கும் கண்ணகிக் கோயிலில் அதி அற்புதமான சிலைகள் பல செதுக்கப்பட்டுள்ளன. கோட்டைசுவரில் பல்வேறு இடங்களில் வட்டு எழுத்துகளில் ஆன கல்வெட்டுக்கள் உள்ளது.

கோயில் அடிப்பாகத்திலும் 2 கல்வெட்டுகள் உள்ளன. அதில் மாசாத்துவன், கண்ணகி என்ற எழுத்துகள் தெளிவாகச் செதுக்கப்பட்டுள்ளன. இரு பக்கமும் யானை தும்பிக்கையுடன் நிற்பது போன்ற படிகள் உள்ளன. அற்புதமான சிலைகள் காலத்தால் அழியாதது, ஆனால் போதிய பாதுகாப்பின்றி சிதிலம் அடைந்துள்ளன. கோட்டைச் சுவர்களில் பெரிய, பெரிய கற்கள் உடைந்தும் இடிபாடுகளுடன் காணப்படுகின்றன. கூட்டம், கூட்டமாக வரும் யானைகள் இந்த மங்கலதேவி கோயிலை இடித்தும், தள்ளியும் சேதப்படுத்தியுள்ளதாக கேரள வனத்துறையினர் கூறுகின்றனர்.

நெஞ்சை அள்ளும் சிலப்பதிகார காவிய நாயகி கண்ணகிக்குச் சேரன் செங்குட்டுவன் எடுத்த கற்கோயில் எனச் சான்றுகள் உள்ளன. மங்கலதேவி கோயில் 4000 அடி உயரத்தில் விண்ணைத்தொடும் வான்முகட்டில் உள்ள அதிக அற்புதமான இயற்கையின் எழில் கொட்டிக் கிடக்குமிடமாகும். இப்படி ஒரு அற்புதமான இடத்தை ஆல்ப்ஸ் மலையில் தான் காண முடியும். சிலப்பதிகாரத்தை ஒரு முறை படித்துவிட்டு மங்கலதேவி கோயிலைப் பார்த்தால் சிலப்பதிகாரத்தில் கூறியபடி வரிக்கு வரி அப்படியே இருப்பது தெரிய வரும்.

மெய்யிற் பொடியும் விரித்த கருங்குழலும் கையில் தனிச் சிலம்புடன் கண்ணீர் மல்க, பாண்டியன் நெடுஞ்செழியன்

அவையில் வழக்குரைத்து கூடலானை வெறும் கூடாக்கி முதிரா முலைமுகத்தா எழுந்த தீயுடன், பார்ப்பார், அறவோர், பசு, பத்தினிப் பெண்டிர், மூத்தோர், குழவி இவர்களை நீக்கி மதுரையைத் தீக்கிரையாக்கி விட்டு, கீழ் திசை வாயில் கணவனோடு புகுந்தேன். மேற்குத் திசை வாயில் வறியனாக நடந்து மதுரை மூதுரை எரியுண்ணச்செய்து காடேது, மலையேது, நதியேது, பதியேது, கரியேது, பரியேது எனக் கலங்காது வைகை ஆற்றின் மேற்குக் கரை வழியே வந்து அம்மாச்சியாபுரம் வழியாக வருசநாடு அடைந்து உரவுநீர் வைகையை (வள்ளல் நதி என அழைக்கப்படும் வைகை வழி) ஒரு கரை கொண்டு அம்மச்சியாபுரம் வழியாக (கண்ணகி அம்மன் வந்த வழி அம்மச்சியாபுரம்) பத்தினிச் சுனை என்னும் இடத்தை கடந்து, கூத்தனாட்சி கோயில் வழியாக கம்பம் பத்தினிக் கோட்டம் சாமாண்டியம்மன் கோயில் வழியாக, ''துஞ்சா முழவின் அருவி ஒலிக்கும் மஞ்சு சூழ் சோலை மலை'' (சுருளி மலை) மீது அடி வைத்து ஏறி வேங்கை மரத்தடியிலிருந்த ஒரு மாமுலை இழந்த திருமாப் பத்தினியை கண்ட குன்றக் குறவர் (பளியர்கள்) ஒருங்குடன் கூடி இன்றைய வண்ணாத்திப்பாறை எனப்படும் விண்ணேற்றிய பாறையில் கைவளை அணிந்து மங்கல நாணுடன் தன் கணவனுடன் வானவர் அழைத்து விண்னேறினாள் என்று 2000 ஆண்டுகளுக்கு முன் எழுதிய எழுத்து இன்றும் அப்படியே உள்ளது.

மங்கலதேவி கோயில் 4000 அடி உயரத்தில் தன்னந்தனியான ஒரு கானலில், குன்றின்மேல் உள்ளது. இந்தக் கோயில் வளாகத்திலிருந்து வடக்கு நோக்கிப் பார்த்தால் கம்பம் பள்ளத்தாக்கு முழுமையும் வீரபாண்டி முடிய அப்படியே பச்சைப் பசேல் என்று பசுமை போத்தியதுபோல் இருப்பது கண்கொள்ளாக் காட்சியாகும். மங்கலதேவி கண்ணகிக் கோட்டம் வளாகத்திலிருந்து 2 கிலோ மீட்டர் தொலைவில் பேரியாறு எனப்படும் தேக்கடி அணை உள்ளது. கேரளாவில் சிறப்பான சுற்றுலாத் தலமாக தேக்கடி உள்ளது. மங்கலதேவி கண்ணகிக் கோட்டம் வளாகத்தில் 100 ரிசார்ட் (சுற்றுலா குடியிருப்பு) கட்டி வெளிநாட்டு சுற்றுலாப் பயணிகளைக் கவரும் திட்டத்தைக் கேரள அரசு செயல்படுத்த எண்ணியுள்ளது.

இப்போது தேக்கடி மூலம் ஆண்டுக்கு 300 கோடி ரூபாய் கேரள சுற்றுலாத் துறைக்கு வருமானமாக வருகிறது இதையும் கட்டிவிட்டால் (100 ரிசார்ட்) இன்னும் பல கோடி ரூபாய் கேரளாவிற்கு வருமானம் வரும் எனத் திட்டமிட்டு தமிழர்கள் கண்ணகிக் கோயிலுக்கு வர கேரள அரசுத் துறையினர் மறுக்கிறார்கள். கோயில் தமிழக எல்லைப் பகுதியில்தான் உள்ளது. 1883, 1895, 1915, 1935, 1974 அன்றைய ஆங்கில அரசு, இன்றைய மத்திய அரசு சர்வேக்களில் கண்ணகிக் கோட்டம் தமிழக எல்லைக்குள்தான் இருக்கின்றது. மேலும் கூடலூர் பஞ்சாயத்து வரி விதிப்பிற்கு உட்பட்டதாகும். ஆனால் எதிர்காலச் சுற்றுலா வருமானத்தை எண்ணி இந்தக் கோயிலைக் கேரள அரசு தன்னுடையது என உரிமை கொண்டாடுகின்றது. தனது வனத்துறை அலுவலகங்களைத் தன் எல்லைப் பகுதியில் கட்டிக் கொண்ட வனத்துறையினர் வாட்ச் டவரை (கண்காணிப்பு கோபுரம்) தமிழ்நாட்டு எல்லையில் ஒரு பில்லரை நிறுத்தி கட்டியுள்ளனர். ஆனால் தமிழக வனப்பகுதி வழியாக (கூடலூர் பளியன்குடி வழியாக) 6 கிலோ மீட்டர் பாதை அமைத்தால் கேரள வனத்துறையினரின் தொல்லையே இருக்காது.

முன்னாள் தமிழக முதல்வர் எம்.ஜி.ஆர் காலத்தில் பளியன்குடி வழியாகப் பாதை அமைக்க ரூ.4,00,000 (ரூபாய் நான்கு லட்சம்) ஒதுக்கீடு செய்யப்பட்டுள்ளது. மங்கலதேவி கண்ணகிக் கோட்டம் ஒன்றைப் பளியன்குடியை அடுத்து மலை அடிவாரத்தில் கட்டுவதற்கு எம்.ஜி.ஆர். ஆட்சிக்காலத்தில் 60 ஏக்கர் நிலம் கையகப்படுத்தவும் அதைத் தாமரைப்பூ வடிவத்தில் கோயில் வளாகம் அமைக்கவும் திட்டமிடப்பட்டு கண்ணகி சிலையும் செய்யப்பட்டுவிட்டது. ஏதோ காரணத்தினால் இத்திட்டம் அனைத்தும் கிடப்பில் போடப்பட்டு விட்டது. உருவாக்கப்பட்ட கண்ணகிச் சிலை இலங்கையில் பிரதிஷ்டை செய்யப்பட்டுவிட்டதாகச் சொல்லப்படுகிறது.

சிலப்பதிகாரத்தில் காட்சிக் காதையில் இளங்கோ அடிகள் வர்ணித்த அற்புதக் காட்சிகள் அனைத்தையும் இன்னும் அங்கு காணலாம். உலகிலேயே எங்கும் காணக்கிடையாத பாறை மேல் ஏறிச்செல்லும் வரையாடுகள் இங்குதான் உள்ளன. இத்தகைய அற்புத காட்சிகள் அனைத்தையும் கூடலூர் பளியன்குடி பாதை வழியாக மங்கலதேவி கண்ணகிக் கோட்டத்திற்கு

செல்லும்போது நாம் இன்றும் காணலாம். 4000 அடிக்குமேல் இத்தகைய வனப்புமிக்க இடத்தில் பல நூற்றாண்டுகளுக்கு முன் பாறை கற்களினால் கோட்டை கட்டி கண்ணகிக் கோட்டம் எடுத்த அற்புதத்தை எண்ணி வியக்காதவர் யாரும் இல்லை. சுனையும் குளமும் யானைமுகப் பாறையும் தோரண வாயிலும் ஆசார வாசலுடன் கூடிய கோயில் ஒன்றை ஒரு மன்னன் நூற்றுக் கணக்கான உதவியாளர்களுடன் கட்டி முடித்தான் என்றால் ஏதோ அற்புத சக்தியினால்தான் கட்டி முடித்திருப்பான்.

இதற்குத் தென்புறம் ஒரு மனிதப் புனிதனின் அற்புத ஆற்றலும் அறிவுக்கூர்மையால் பேரியாற்றைத் தடுத்தி நிறுத்தி தேக்கடி அணை கட்டியுள்ளான்.

1. கேரள அரசு கண்ணகிக் கோயிலும் தனது எல்லைக்குள் தான் இருக்கிறது எனக் கூறுகிறது.

2. மத்திய அரசின் சர்வே டிப்பார்ட்மெண்டால் 1883-லும் 1895-ல், 1915-ல் 1974லும் சர்வே செய்யப்பட்டு சென்னை ராஜதானியின் எல்லைக்குள் உள்ளது.

3. மேலே கண்ட வரைபடங்கள் தமிழ்நாடு அரசின் வனத் துறையில் உள்ளன.

4. பேரரசன் ராஜராஜனால் இது புனரமைக்கப்பட்டது. கண்ணகிக் கோட்டத்திற்குள் இருக்கும் சிவன் கோயில் அவனால் கட்டப்பட்டது. பாண்டியன் மாறவர்மன் குலசேகரன், பூஞ்ஞாறு மன்னர்கள், நாயக்க மன்னர்கள் போன்றவர்களால் பராமரிக்கப்பட்டது.

5. கோயிலில் மூன்று இடங்களில் கல்வெட்டுகள் உள்ளன. 1965 - 1966 இந்திய கல்வெட்டுத் தொகுதியில் இது இடம் பெற்றுள்ளது. மங்கலதேவி கண்ணகிக் கோட்டம் கூடலூர் அழகர் கோயில், தஞ்சை பெரிய கோயில் மூன்றும் ஒரே அமைப்பில், ஒரே வடிவத்தில் கட்டப்பட்டுள்ளமை விந்தைக்குரியது. அற்புத சிற்பங்களில் சிலம்பினுள் யாளியை வைத்து செதுக்கிய சிற்பம், ''ஊழ் வந்து உருத்தும்,'' சிலம்பின் வழியில் விதி விளையாடியது என்பது குறிப்பிடத்தக்க சிற்பமாகும்.

6. கூடலூர் அழகர்சாமி கோயில் கல்வெட்டிலும் இந்தக் கோயிலைப் பற்றிய செய்தி உள்ளது.

7. கம்பம் சாமூண்டி அம்மன் கோயில் கல்வெட்டிலும் மங்கலதேவி பற்றி குறிக்கப்பட்டுள்ளது.

8. யானை போன்ற காட்டு விலங்குகள் அதிகமிருக்கும் 4000 அடி உயரமுள்ள மலைமேல் உள்ள கோயில் பராமரிப்பு பளியர்களால்தான் முடியும் என்றும் குடிமக்களை அரசன் ஏற்பாடு செய்து அவர்களுக்கு இப்பகுதியில் மன்னான் மானியம், அம்மன் மானியம் என்று பல நூறு ஏக்கர் நஞ்செய் நிலங்கள் மங்கலதேவி அம்மன் கோயிலுக்கு மானியம் விடப்பட்டுள்ளன. இவை அரசு ஆவணங்களில் இன்றும் உள்ளன.

9. கூடலூர் பளியன்குடியிலிருந்து மங்கலதேவி கோயில் நடைபாதை இருந்ததை 1883 வனத்துறை அரசிதழ் உறுதி படுத்துகின்றது.

10. இது கூடலூர் பஞ்சாயத்து வார்டுக்குக் கட்டுப்பட்ட கதவிலக்கமுடையது.

11. 1974 தமிழ்நாடு அரசு மத்திய அரசு கேரள அரசு அதிகாரிகளின் கூட்டு குழுவினர் (water sade line) நீர் வழிந்தோடும் அமைப்புப்படி அளந்து மங்கலதேவி கோயில் தமிழ்நாட்டு எல்லைக்குள் தான் இருக்கிறது என உறுதிப்படுத்தியுள்ளார்கள்.

12. 1965-1966-ல் தொல்லியல் துறை இயக்குநர் திரு.இரா. நாகசாமி அவர்கள் மங்கலதேவி கோட்டத்தைத் தன் குழுவினருடன் ஆய்வு செய்து படி எடுத்துள்ளார்கள்.

13. 1974-ல் மத்திய அரசின் கன்னட மாநிலத் தொல்லியல் துறை இயக்குநர் திரு. ராஜ் அவர்கள் மங்கலதேவி கோட்டத்தை ஆய்வு செய்து கோயில் தமிழக எல்லைக்குள் தமிழகக் கலை கலாச்சார அமைப்பு முறைப்படி கட்டப்பட்டுள்ளது என நிரூபணம் செய்தார்.

14. 1981-ல் மதுரையில் நடந்த 5-ம் உலகத்தமிழ் மாநாட்டில் டாக்டர் சமரசத்தின் செய்திப் படப்பிரிவு துறையினர் மங்கலதேவி கோயிலையும் அதில் உள்ள சிற்பங்களையும்,

கல்வெட்டுகளையும் படம் எடுத்து முதல்வர் எம்.ஜி.ஆர். அவர்களிடம் அளித்தனர். படத் தொகுப்பை பார்வையிட்ட எம்.ஜி.ஆர். தனது அமைச்சர்களை இக்கோயிலை நேரில் பார்வையிட்டு வரும்படி அனுப்பினார். அதன் பிரகாரம் வனத்துறை அமைச்சர் இராம.வீரப்பன் அவர்களும், உள்ளாட்சித்துறை அமைச்சர் க.காளிமுத்து அவர்களும், இங்கு வந்து பார்வையிட்டு எம்.ஜி.ஆர்.க்கு அறிக்கை சமர்ப்பித்தனர்.

15. 15.3.1983-ல் கேரள வனத்துறையினர் அம்மன் கோயில் கற்பககிரத்தில் திடீரென்று துர்க்கை சிலை ஒன்றை வைத்து புதிய குழப்பத்தை ஏற்படுத்தினர்.

யானை வெண்கோடும் அகிலின் குப்பையும்
மான் மயிர்க் கவரியும் மதுவின் குடங்களும்
சந்தனக் குறையும் சிந்துரக் கட்டியும்
அஞ்சனத் திரளும் அணி அரிதாரமும்
ஏலவல்லியும் இருங்கறி வல்லியும்
கூவை நூறும் கொழும் கொடிக்கவலையும்
தெங்கின்பலனும் தேமாம் கனியும்
பைங்கொடிப் படலையும் பலவின் பழங்களும்
காயமும் கரும்பும் பூமலி கொடியும்
கொழுந்தாள் கமுகின் செழுங்குலைத் தாறும்
பெருங்குலை வாழையின் இருங்கனித் தாறும்
ஆளியின் அணங்கும் அரியின் குருளையும்
வாள்வரிப்பறழும் மதகரிக் களபமும்
குரங்கின் குட்டியும் குடா அடி உளியமும்
வரையாடு வருடையும் மடமான் மறியும்
காசறைக் கருவும் ஆசு அறு நகுலமும்
பீலி மஞ்ஞையும் நாவியின் பிள்ளையும்
கானக் கோழியும் தேன் மொழி கிள்ளையும்
மலைமிசை மாக்கள் தலை மிசைக்கொண்டு

எனச் சிலப்பதிகாரத்தின் காட்சிக்காதையில் இளங்கோவடிகள் வர்ணித்த அற்புத காட்சிகள் அனைத்தும் இன்றும் அங்கு காணலாம்.

- மங்கலதேவி கண்ணகி அறக்கட்டளை வெளியிட்ட பிரசுரம்

பத்தினிதேவி கண்ணகி

இளங்கோவடிகள் கூறியபடி செங்குட்டுவன் காலத்தே இலங்கையில் கயவாகுவால் சிலை எடுக்கப்பட்ட பத்தினியின் சரியான சாயலாகும்.
(Selected Examples of Indian Art, plate XXXIII, Pattini Devi.)

1883 வருட கெஜட் (13-11-1883) பக்கம் 719
N
E
W
S
240.0
154.9
146.05
221.45
202.55
1711
1596
1187
137
A
B
C
D
E

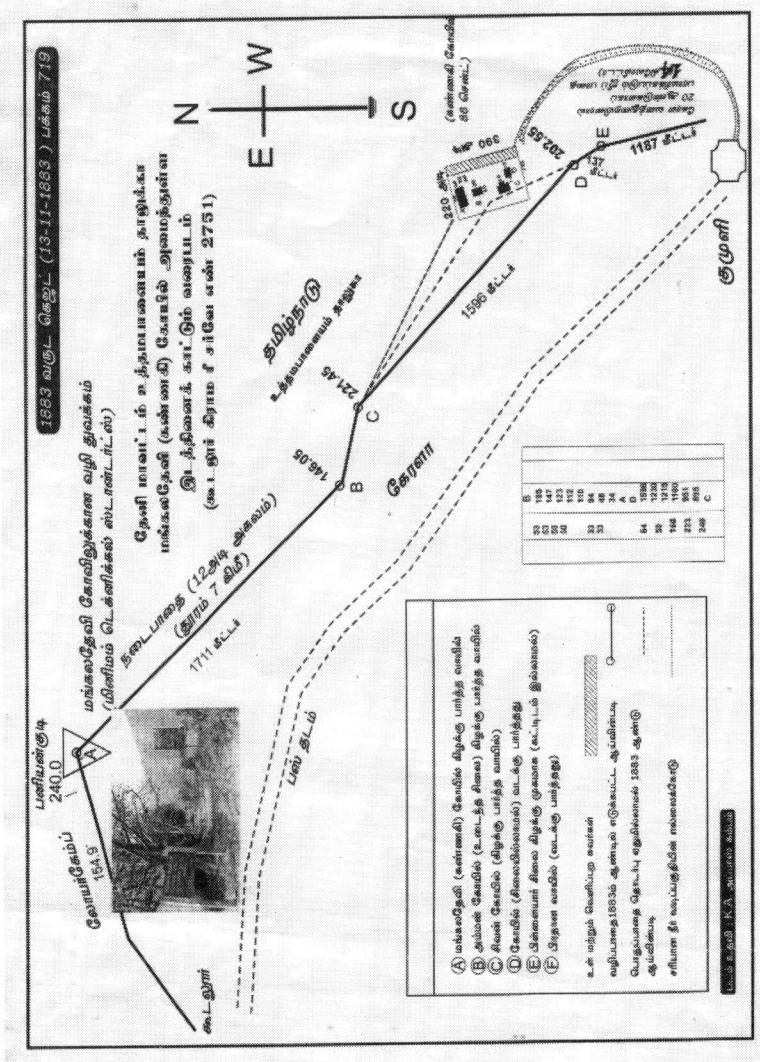

SIVAN
KANNAGI TEMPLE
SIVAN
NORTH.
GATE.

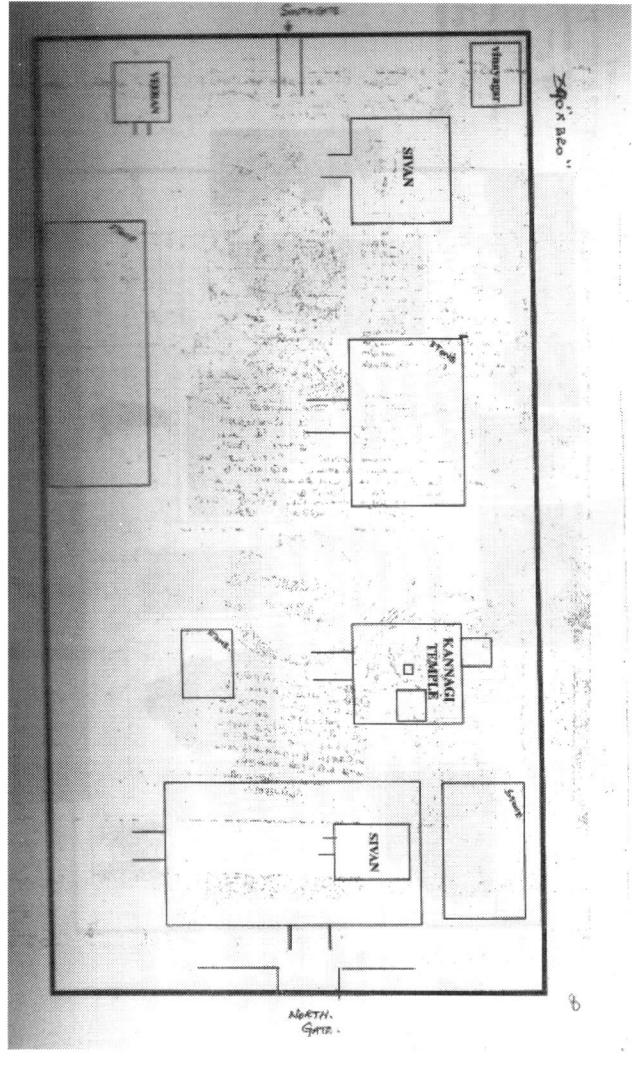

stone
stone
Stone

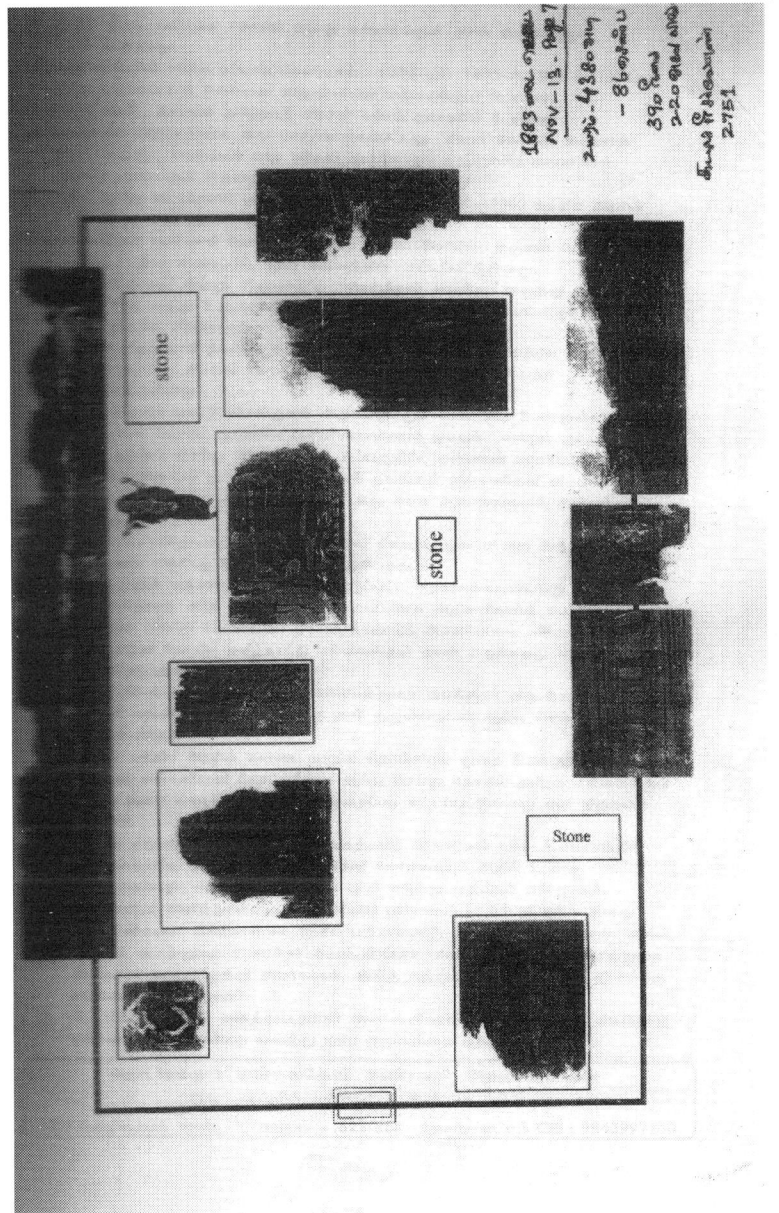

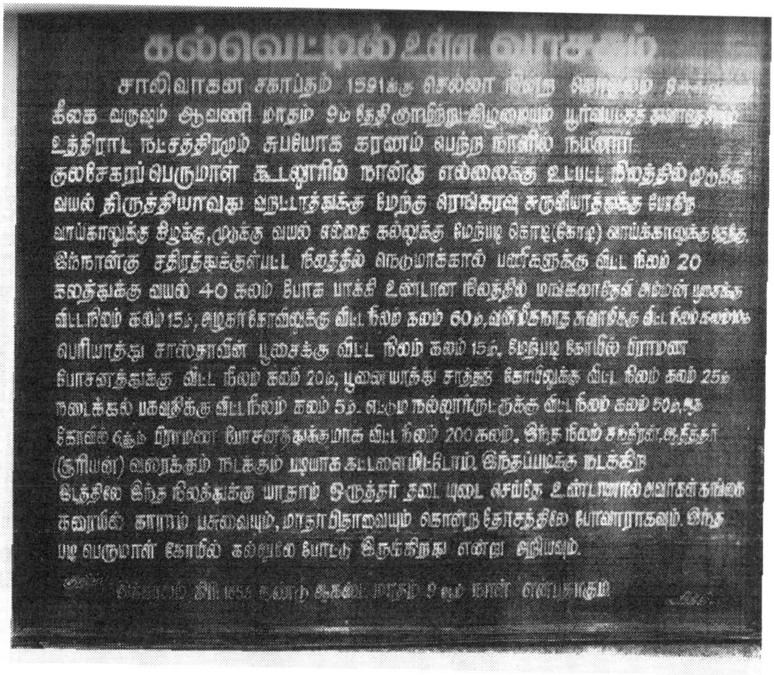

கல்வெட்டில் உள்ள வாசகம்

சாலிவாகன சகாப்தம் 1591க்கு செல்லா நின்ற சௌமிய வருஷத்திற்கு மேற்கே வருகின்ற ஆவணி மாதம் 9ம் தேதி குங்கிறு-கிழமையும் பூர்வபட்ச சப்தமியும் உத்திராட நட்சத்திரமும் சுபயோக கரணம் பெற்ற நாளில் நமனூர் குலசேகரப் பெருமாள் கூடலூரில் நான்கு எல்லைக்கு உடபட்ட நிலத்தில் ஒருக்க வயல் திருத்தியாவது நடத்தற்கு மேற்கு ராவகரவு சுருவீயாற்றுக்கு போகிற வாய்காலுக்கு கீழக்கு, முக்கு வயல் எம்தை கல்லுக்கு மேற்படி கொடி (கோடி) வாய்க்காலுக்கு வழக்கு. இந்நான்கு சதிரத்துக்குப்பட்ட நிலத்தில் பெருமாள்கால் பசிகருக்கு விட்ட நிலம் 20 கலத்துக்கு வயல் 40 கலம் போக பாக்கி உண்டான நிலத்தில் மங்களாதேவி அம்மன் புசுங்கு விட்ட நிலம் கலம் 15, அழகர்கோவிலுக்கு விட்ட நிலம் கலம் 60, வன்பிநகரு சுவாமிக்கு விட்ட நிலம் கலம் பெரியாதது சாஸ்தாவின் புசைக்கு விட்ட நிலம் கலம் 15, மேற்படி கோயில் பிராமண போசனத்துக்கு விட்ட நிலம் கலம் 20, பூவையாற்கு சாத்தகோவிற்கு விட்ட நிலம் கலம் 25, நடைக்கல் பகழிக்கு விட்டநிலம் கலம் 5, எமமநல்லூர்நடுக்கு விட்ட நிலம் கலம் 50, ஆ கோவில் 6க்கும் பிராமண போசனத்துக்காக விட்ட நிலம் 200 கலம். இந்த நிலம் சந்திரா சூரியார் (சூரியன்) வரைக்கும் நடக்கும் படியாக கட்டளையிட்டோம். இந்தப்படிக்கு நடக்கிற தேச்சிலே இந்த நிலத்துக்கு யாதாம் ஒருத்தர் தடை உடை செய்த உண்டாணல் சாவர்கள் கங்கை கரையில் காராம் பசுவையும், மாதாபிதாவையும் கொன்ற தோசத்தில போவாராகவும். இந்த படி பெருமாள் கோயில் கல்வல போடு இருக்கிறது என்று எழியவும்.

கூடலூர் அழகர்சாமி கோவில் கல்வெட்டில் உள்ள வாசகம்

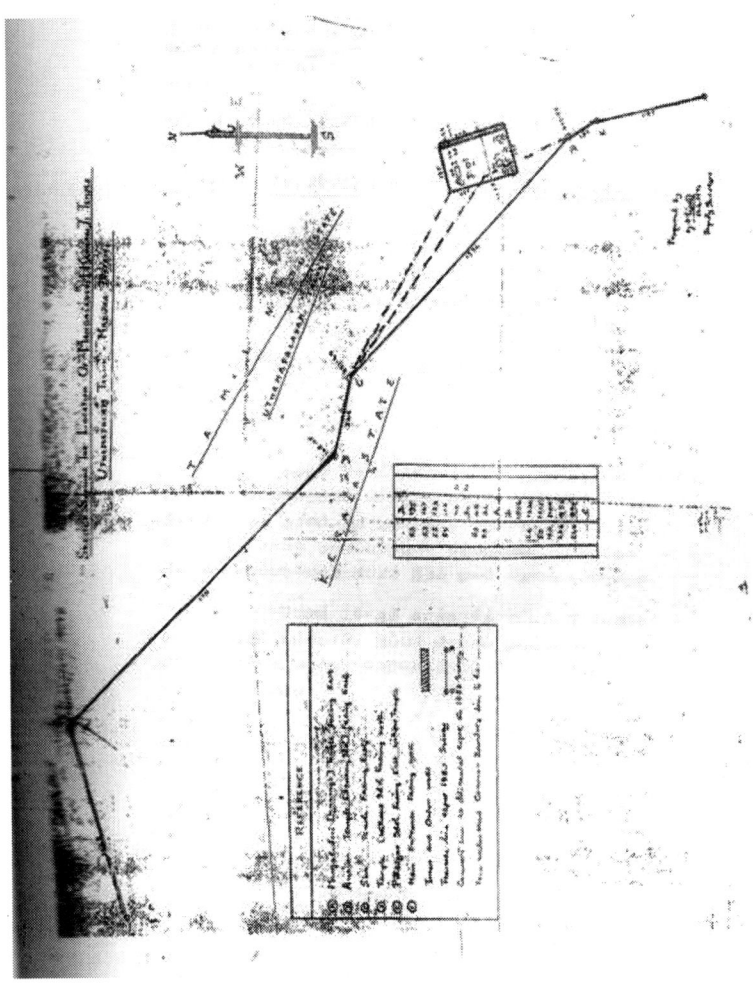

வண்ணச் சீரடி

மங்கலதேவி கண்ணகிக் கோட்டத்தைப் பார்வையிட வரப்போவதாக அறக்கட்டளைக்கு, கேரள கலாச்சாரத் துறை செயலர் அனுப்பிய கடிதம்

GOVERNMENT OF KERALA

No.3062/B1/2005/C.A.D.   Cultural Affairs (B) Department,
Thiruvananthapuram,
8.7.2005.

From
    The Secretary to Government,
To
    The Secretary
    Mangala Devi Kannagi Temple
    Malarvizhi Typing 17.A Near Bus stand
    Cumbum- 625 516
    Theni District
    Tamil Nadu.

Sir,

    Sub:- CAD – Conservation of Mangala Devi Temple- Reg.
    Ref:- Your representation to Government dated 13.4.2005.

***

Inviting attention to the reference cited I am to inform you that Sri.S.Hemachandran, Education Officer and Smt.Deepa, conservation Engineer of Archacology Department will be visiting Mangala Devi Temple very shortly for preparing a detailed report for the conservation of the Temple.

                                                    Yours faithfully.

                                                    A.N. VASANTHI
                                                 Additional Secretary
                                       for Secretary to Government

Approved for issue
Section Officer.

மங்கல மடந்தை கண்ணகி

சிலப்பதிகாரம் முழுவதும் கண்ணகி போற்றப்படுபவராகவும் வணங்கப்படுபவராகவுமே காட்டப்பட்டுள்ளார். கற்புக்கடம் பூண்ட கண்ணகியை இளங்கோவடிகள் ஏத்திப் புகழ்வ தோடமையாது, சிலப்பதிகாரப் பாத்திரங்கள் அனைத்தும் வாழ்த்தி வணங்கிடும் தெய்வத் தகுதியிலேயே படைத்துள்ளார். நுணுகிக் காண்போர் இவ்விலக்கியத்தினைச் சிலப்பதிகாரம் என்றலின், ''கண்ணகிக் காப்பியம்'' என்றேயுணரப் பெறுவர். அந்நிலையில் நடுகல் வழிபாடு பெற்ற ஒரே பெண்ணாகிய கண்ணகி, கண்ணகியார், தேவி, மாபத்தினி, வீரபத்தினி, வம்பப் பெருந்தெய்வம், கற்புக்கடம் பூண்ட தெய்வம், கொங்கச் செல்வி, குடமலையாட்டி, நங்கை, ஆயிரை, சேயிழை, பொற்றொடி, பொற்றொடி மாதர், பத்தினிக் கடவுள், உரைசால் பத்தினி, மங்கல மடந்தை போன்ற பல்வேறு சிறப்புப் பெயர்களாற் சிறப்பிக்கப் பெறுகின்றார்.

மண்மகள் அறியா வண்ணச் சீரடி...
அ.வெண்ணிலா

மாதங்களில் மார்கழி என்றால் பௌர்ணமிகளில் சித்திரை. சித்ரா பௌர்ணமி தமிழர்க் கொண்டாட்டங்களில் மிக முக்கிய நாள். சித்திரை மாதத்தில் பௌர்ணமியாக வரும் நிலவை மட்டுமே முழு நிலவு என்கின்றன நம் இலக்கியங்கள். (இதற்கு அறிவியல்பூர்வமான நிரூபணம் இல்லை.) மாதத்தின் பெயரும் நட்சத்திரத்தின் பெயரும் சேர்ந்து வரும் நாள். நிலவு தன் தண்ணொளியால் இந்தப் பிரபஞ்சத்தை நனைக்கும் நாள்.

பௌர்ணமிக் கொண்டாட்டங்கள் நம் மரபில் பொதுவான வையே. வைகாசி மாதம் வரும் பௌர்ணமி, விசாக நட்சத்திரத்தில் வரும். அன்று முருகக் கடவுள் அவதரித்த தினமாகக் கருதப்படுகிறது. மார்கழி மாதத்தில் வரும் பௌர்ணமி திருவாதிரை நட்சத்திரத்தில் வரும். அது சிவனின் நட்சத்திரம். எனவே அன்று ஆனந்த நடனம் ஆடும் நடராஜரை (ஆருத்ரா தரிசனம்) தரிசித்தால் செய்த பாவங்கள் தொலையும் என்பது நம்பிக்கை.

தை மாதத்தில் வரும் பௌர்ணமி பூசம் நட்சத்திரத்தில் வரும். முருகனை வழிபட அன்றுபோல் உகந்த நாள் வேறொன்று இல்லை என்கிறார்கள். இப்படி ஒவ்வொரு மாதத்தின் பௌர்ணமிக்கும் ஒவ்வொரு சிறப்பு இருந்தாலும், சித்திரை நட்சத்திரத்தில் வரும் சித்ரா பௌர்ணமியே பௌர்ணமிகளில் சிறந்ததாக நடைமுறையில் உள்ளது.

சித்திரை மாதத்தின் பௌர்ணமி தமிழர் வாழ்வில் முக்கியத்துவம் பெற்றிருந்ததைச் சிலப்பதிகாரம் காலந்தொட்டு உள்ள இலக்கியங்களில் காணலாம். சிலப்பதிகாரத்தில் மிகப் பெரிய விழாவாக வர்ணிக்கப்படும் இந்திர விழா சித்ரா பௌர்ணமி அன்றே கொண்டாடப்பட்டிருக்கிறது. 28 நாட்கள் கொண்டாடப்பட்ட புகார் நகரத்தின் இந்திர விழாவிற்கான

கொடியேற்றம், மக்கள் அந்த விழாவிற்காக வீடுகளையும் தங்களையும் தயார்செய்து கொள்ளும்விதம் இவற்றைப் பற்றியெல்லாம் இளங்கோவடிகளின் வரிகளில் படிக்கும்போது அந்தக் காலத்தில் அதுவே மிகப் பெரிய மக்கள் விழாவாக இருந்திருக்கும் என்பதை அனுமானிக்கலாம். இந்திர விழா பற்றிய செய்தியை, அதைக் காண இமயமலைக்கு அப்பால் இருந்து (திபெத்தாக இருக்கலாம்) வரும் விழாவிற்கான பார்வையாளர்களிடமிருந்தே இளங்கோவடிகள் தொடங்கு கிறார். இந்திர விழாவைக் காண தேவர்களின் அதிபதியான இந்திரன் தொடங்கி, பல்வேறு நாடுகளின் அரசர்கள், பொதுமக்கள் கலந்து கொள்ளப் புகார் நகரத்திற்கு வருவதில் இருந்தே அந்த விழாவின் சிறப்பு விளங்குகிறது. இன்றைக்கு இந்திர விழா நம் வழக்கத்தில் இல்லை.

ஆனால், இன்றுவரை தொடரும் இன்னொரு முக்கியமான விழா மதுரையில் கள்ளழகர் ஆற்றில் இறங்கும் வைபவம். மீனாட்சித் திருக்கல்யாணம், தேர்த் திருவிழா என்று மதுரையே விழாக் கோலத்தில் பூரிக்கும் பெரும் திருவிழாவில் கள்ளழகர் ஆற்றில் இறங்கும் நாள் சித்ரா பௌர்ணமியே.

புராணங்களின் நம்பிக்கையின் அடிப்படையில் சித்ரா பௌர்ணமி சித்ரகுப்தன் பிறந்த நாள். எமதர்மனின் சீடனான சித்ரகுப்தன் பிறக்கும்போதே, ஏடும், எழுத்தாணியும் கொண்டு பிறந்தவன். அவன் மக்கள் எல்லோரும் செய்யும் நல்லது கெட்டதை அவர்களுக்குத் தெரியாமல் கணக் கெடுத்துக் கொண்டே இருப்பவன். மக்கள், சித்ரகுப்தனுக்குப் பயந்து கொண்டாவது தங்களைப் பாவம் செய்யாமல் தடுத்துக் கொள்வார்கள் என்ற நம்பிக்கையில் இந்தக் கதை உருவாகியிருக்கலாம். காஞ்சிபுரம், திருவண்ணாமலை, போடி நாயக்கனூர் போன்ற இரண்டு, மூன்று ஊர்களில் மட்டுமே சித்ரகுப்தனுக்குக் கோவில்கள் இருந்தாலும், சித்ரா பௌர்ணமி அன்று பெண்கள் சித்ரகுப்தனுக்கு உண்ணா நோன்பிருந்து பூஜை செய்கிறார்கள்.

பொய்யானப் புராணங்கள் சொல்லும் சித்ரகுப்தக் கதைகள், ஆர்யத்தைப் பரப்பும் இந்திர விழா, திருமலை நாயக்கர் மாற்றியமைத்த மரபான கள்ளழகர் விழா என்று மேற்சொன்ன

விழாக்களின் முக்கியத்துவத்திற்கு மாற்றுக் கருத்துகளைக் கூறுபவர்கள் உள்ளனரே. ஆனால், அவற்றைத் தாண்டி மக்களின் நினைவுகளோடு புதைந்துள்ள இவ்விழாக்கள் அவர்களின் முனைப்போடு கொண்டாடப்பட்டுக் கொண்டிருக்கின்றன. எல்லா விமர்சனங்களையும் கடந்து சித்ரா பௌர்ணமிக் கொண்டாட்டங்கள் எல்லாமே நிலவின் தண்ணொளியைப் போலவே மகிழ்ச்சியைப் பரப்பும் கொண்டாட்டங்கள். ஒன்றே ஒன்றைத் தவிர.

ஆம். தமிழகத்தின் தென்னகத்தின் சில மாவட்டங்களில் உள்ள சிலரைத் தவிர்த்து யாருமே அறியாமல், சித்திரையின் சுட்டெரிக்கும் வெயில்போல் ஆண்டுதோறும் நம்மைக் கடந்து கொண்டிருக்கும் ஒரு கொண்டாட்டமும் உள்ளது. அதுதான் தமிழர்களின் பண்பாட்டு அடையாளமாக முன்னிறுத்தப்படுகிற கண்ணகியின் கோயில் உள்ள மங்கலதேவிக் கோவிலில் நடைபெறும் பௌர்ணமி விழா.

தமிழகக் கேரள எல்லையில் அமைந்துள்ள இடம் மங்கலதேவிக் கோட்டம். தேனி மாவட்டம் கூடலூர் வண்ணாத்திப் பாறை காப்புகாடு வனப்பகுதியில் பளியன்குடியில் இருந்து ஆறாவது கிலோமீட்டரிலும், கேரளாவின் இடுக்கி மாவட்டம் தேக்கடியில் இருந்து பதினான்காவது கிலோ மீட்டரிலும் அமைந்துள்ளது மங்கலதேவிக் கோவில். இதுவே கண்ணகிக் கோட்டம் என்று அழைக்கப்படுகிறது. மங்கலமடந்தை என்று சிலப்பதிகாரத்தில் சொல்லப்படுபவள் கண்ணகி. சுமங்கலி என்றொரு பொருளும் கொள்ளலாம். தன் காதல் கணவனை மாதவியிடம் தற்காலிகமாகவும், மதுரையில் நிரந்தரமாகவும் தொலைத்தவள் கண்ணகி. கி.பி.144-ஆம் ஆண்டு ஜூலை 17ஆம் நாள் (கி.மு.சுப்ரமணியம் பிள்ளை கணிப்பின்படி) ஆடிமாத தேய்பிறையின் வெள்ளிக் கிழமையன்று மதுரையை எரித்த பெரு நெருப்பு நெஞ்சுக்குள் மிச்சம் இருக்கக் கண்ணகி மதுரையைவிட்டுக் கிளம்பி, உறுத்துவந்து ஊட்டும் தன் ஊழ்வினையை எண்ணியபடி பதினான்கு நாட்கள் நடந்துவந்து சேர்ந்த இடமே இந்த மங்கலதேவிக் கோட்டம்.

தலைவிரிக் கோலமாக அழுது வந்தவள் ஒரு வேங்கை மரத்தடியினில் நின்று தன் கணவனுடன் சேர வேண்டுகிறாள்.

அப்பொழுது அங்கு புஷ்பக விமானத்தில் வந்த கோவலனுடன் கண்ணகி விண்ணுலகம் சென்றாள் என்று சிலப்பதிகாரம் சொல்லுகிறது.

கண்ணகி விண்ணுலகம் செல்வதைப் பார்க்கும் பளியர் இன மக்கள் பயம், ஆச்சர்யம், துயரம் எனப் பலவித உணர்ச்சிகளில் தத்தளிக்கின்றனர். கண்ணகி வானேகிய சில நாட்களில், அங்கு தன் பட்டத்தரசி வேண்மாளுடன் மலைவளம் காணவந்த தங்களின் மன்னன் சேரன் செங்குட்டுவனிடம் நடந்ததைச் சொல்லுகின்றனர். மன்னன் உடனடியாக அந்தச் சம்பவத்தைப் பற்றி முழுமையாக அறிய விரும்புகிறான். அப்பொழுது மன்னனுடன் வந்த புலவர் சாத்தனார் மன்னனுக்கும், மன்னனின் இளவல் இளங்கோவடிகளுக்கும் கண்ணகியின் வரலாற்றைக் கூறுகின்றார்.

கண்ணகியின் வரலாற்றைக் கேட்ட இளங்கோவடிகள் அவள் வரலாற்றைக் காவியத்தில் வடிக்க முடிவு செய்கிறார். மன்னன் செங்குட்டுவன் இமயம் சென்று கல் கொண்டுவந்து கண்ணகிக்குச் சிலை வடிக்க முடிவு செய்கிறான். சேர நாட்டின் சகோதரர்கள் இருவரும் கல்லிலும் காப்பியத்திலும் பதிந்து வைத்துவிட்டுப் போனதே கண்ணகியின் வரலாறு.

எழுத்தில் வடிக்கும் ஏடுகூடத் தொலைந்து போகலாம். கல்லில் வடிப்பதே காலத்தைக் கடந்தும் நிற்கும் என்பார்கள். வாழ்க்கையின் எல்லா முரண்களாலும் பெருந்துயருக்கு ஆளான கண்ணகிக்கு இதிலும் முரணே நிகழ்ந்து உள்ளது. சிலப்பதிகாரம் நம் கையில் உள்ளது. சேரன் செங்குட்டுவன் வடித்த சிலை எங்குள்ளது?

இமயம் சென்று பத்தினி தெய்வத்திற்குச் சிலை வடிக்க வேண்டும் என்று சேரன் செங்குட்டுவன் புறப்பட்டுச் செல்கிறான். அங்கு தமிழர்களை இழிவாகப் பேசிய ஆரிய மன்னர்களை வென்று, தோற்ற மன்னர்களான கனகன், விஜயனின் (கனக விஜயன் ஒருவனே என்போரும் உள்ளனர். நம் பிரச்சனை இப்பொழுது அதுவல்ல) தோள்களின்மேல் கல் கொண்டு வந்து மங்கலதேவிக் கோட்டத்தில் கண்ணகியின் படிமம் வடித்துக் கோயில் கட்டுகிறான்.

கட்டப்பட்ட கோவிலின் குடமுழுக்கு விழாவிற்குத் தன்னுடைய நேச நாடுகளின் மன்னர்களை அழைக்கிறான். அந்த விழாவிற்கு இலங்கை மன்னன் கயவாகுவும் வருகை தருகிறான். கயவாகு கண்ணகியின் பெருமையை அறிந்து, மங்கலதேவிக் கோட்டத்தில் இருந்து, ஒரு காற்சிலம்பு கொண்டுபோய் இலங்கையில் பத்தினித் தெய்வ வழிபாட்டைத் தொடங்கி வைத்திருக்கிறான்.

கயவாகுவின் காலத்தை வைத்தே சிலப்பதிகாரம் எழுதப் பட்ட காலத்தை இரண்டாம் நூற்றாண்டு (கி.பி.144) என்று கணிக்கின்றனர்.(இன்று காரவேலனின் அதிகும்பா கல்வெட்டு களைக் கொண்டு மேற்கொள்ளப்பட்ட ஆய்வுகளின் அடிப் படையில் சிலம்பின் காலம் கி.மு.80 முதல் கி.மு.75-க்குள் என்போரும் உள்ளனர்.) அன்று தொடங்கி இன்று வரை இலங்கையில் குறிப்பாக வட இலங்கைப் பகுதி முழுவதிலும் கண்ணகி வழிபாடு பத்தினி தெய்யோ என்ற பெயரில் தொடர்ந்து கொண்டிருக்கிறது. பெண் தெய்வ வழிபாடு இல்லாத பௌத்தத்தில்கூட கண்ணகி மட்டும் இன்றும் விதிவிலக்காக வழிபடப்படுகிறாள்.

கேரளாவின் கொடுங்கள்ளூரிலும் சேரன் செங்குட்டுவன் காலத்தில் தொடங்கப்பட்ட கண்ணகி வழிபாடு பகவதி அம்மன் வழிபாடாக இன்றுவரை தொடர்ந்து கொண்டிருக்கிறது. ஆனால், வழிபாடு தொடங்கப்பட்ட நம் தமிழகத்தின் கண்ணகிக் கோயில் வழிபாடு என்ன ஆயிற்று?

சேரன் செங்குட்டுவன் இரண்டாம் நூற்றாண்டில் தொடங்கி வைத்த மங்கலதேவி வழிபாடு எத்தனை நூற்றாண்டுவரை சிறப்பாகத் தொடர்ந்தது? பின் வந்த அரசர்கள் எவ்விதம் வழிபட்டார்கள் என்பதற்கான வரலாற்று ஆதாரங்கள் நம்மிடம் இல்லை. ஏறக்குறைய 800 ஆண்டுகள் கழித்துச் சோழ அரசன் முதலாம் ராஜராஜன் (கி.பி.985-1014) இந்த மங்கலதேவியின் கோவிலைப் புனரமைத்துக் கட்டியுள்ளான். அவன் காலத்திற்குப் பிறகே அங்கு சித்ரா பௌர்ணமி வழிபாடு சிறப்பாகக் கொண்டாடத் தொடங்கப்பட்டுள்ளது.

ராஜராஜனுக்கு எப்படி மங்கலதேவிக் கோவிலைப் பற்றித் தெரிய வந்தது? அவன் காந்தளூர்ச் சாலை என்றழைக்கப்பட்ட

திருவனந்தபுரம் வரை படையெடுத்துச் சென்றிருந்தாலும் (கி.பி.988ஆம் ஆண்டு) அவனுக்குத் தெரிய வந்தது வேறு வழியில்.

ராஜராஜன் இலங்கை மன்னன் ஐந்தாம் மகிந்தனைப் போரில் வென்றபின் அவனுடைய மனைவியைச் சிறைப் பிடித்துத் தஞ்சையில் வைக்கிறான். சிறை வைக்கப்பட்ட அந்தச் சிங்கள நாச்சியார் தான் பத்தினி தெய்வ வழிபாடு செய்ய முடியாததை எண்ணி உண்ணாநோன்பு இருக்கிறாள். இதைக் கேள்விப்படும் ராஜராஜன் மங்கலதேவிக் கோட்டம் சென்று கண்ணகிக் கோவிலைக் கண்டு அதன் சிறப்பை அறிகிறான். அந்தக் கோவிலைப் புனரமைப்புச் செய்கிறான். அவன் காலத்திலேயே இன்றைக்குள்ள கோவிலின் அமைப்பு உருவாக்கப்பட்டிருக்கிறது.

மங்கலதேவிக் கோட்டத்தில் இருந்து பிடிமண் எடுத்து வந்து தஞ்சையிலும் பத்தினித் தெய்வ வழிபாட்டைத் தொடங்கி வைக்கிறான். சிங்கள நாச்சியார் வழிபடுவதற்காகவே தஞ்சையில் கண்ணகிக்குக் கோயில் கட்டுகிறான். ஆனால், அந்தக் கோயில் சிங்கள நாச்சியின் பெயரில் செங்களாச்சியம்மன் கோவிலாகி விட்டது.

சோழ மன்னனுக்குப் பிறகு பாண்டிய மன்னன் குலசேகரப் பாண்டியனின் கல்வெட்டுகள் (கி.பி.1297) இந்தக் கோவிலில் இருப்பதால் அம்மன்னனும் கோவிலை புனரமைத்திருக்கலாம். நாயக்கர் காலத்துக் கட்டிட அமைப்பும் கோவிலில் உள்ளது. பிறகு ஆங்கிலேயர் ஆட்சிக் காலத்தில் பேரியாற்றில் கட்டப் பட்ட பெரியார் அணையாலும், கம்பம் பள்ளத்தாக்காலும் ஆங்கிலேயர்களுக்கு இப்பகுதி முக்கியத்துவம் வாய்ந்த ஒன்றாக இருந்திருக்கிறது.

இன்றைக்கு மங்கலதேவிக் கோவிலின் நிலை என்ன? மங்கலதேவிக் கோட்டத்தில் நான்கு கோவில்கள் உள்ளன.

சேரன் சிலை வடித்து வழிபட்ட கல் மண்டபமே முதல் கோவில். அங்கு செங்குட்டுவன் வடித்த சிலை இல்லை. (கி.பி.இரண்டாம் நூற்றாண்டில் இன்றைக்குள்ளதைப் போல் முழுமையான சிலையாக இருந்திருக்க வாய்ப்பில்லை.

நடுகல்லாகவோ, உருவப் படிமமாகவோ இருந்திருக்கலாம். பின் வந்த மன்னர்கள் காலத்தில்கூடக் கண்ணகிக்குச் சிலை வடிக்கப்பட்டிருக்கலாம்.) பிற்காலத்தில் வைக்கப்பட்ட கண்ணகிச் சிலையும் சிதைக்கப்பட்டுப் பீடத்தில் இருந்து கால் வரையான பகுதி மட்டுமே உள்ளது.

இரண்டாவது சிவனுக்கு ஒரு கோவிலும், இன்னும் இரண்டு கற்கோவில்களும் உள்ளன. அதற்குள்ளே சிலைகள் காணப்படவில்லை. மண்டபத்திற்கு வெளியே பெரிய விநாயகர் சிலை ஒன்று உள்ளது.

மனிதர்கள் நடமாட்டமே இல்லாத இக்கோவிலுக்குப் பராமரிப்பும் இல்லை. பாதுகாப்பும் இல்லை. பின் எப்படி இந்தக் கோயில் சிதைக்கப்பட்டது?

மங்கலதேவி கோட்டம் பெரியாறு அணைக் கட்டை ஒட்டிய ரிசர்வ் காட்டுப் பகுதியில் இருப்பதால் யானை, காட்டு மாடு, வரையாடு, மான், கரடி என வன விலங்குகள் இங்கு அதிகமாக உலாவுகின்றன. இக்கோவிலை ஒட்டிய பகுதிகளில் வேங்கை மரக் காடுகள் மிகுதியாக உள்ளன. மிருகங்களின் ரத்தத்தை உறிஞ்சும் அட்டைகளும் இப்பகுதியில் அதிகம்.

மிருகங்களின்மீது, குறிப்பாக யானைமீது இந்த அட்டைகள் ஒட்டிக் கொண்டு, ரத்தத்தை உறிஞ்சும் போது யானைகளுக்கு மிகுந்த வேதனை உண்டாகும். அந்தச் சமயங்களில் யானைகள் தேடி வருவது இந்தக் கோவிலைத்தான். கோவில் கல் சுவரில் தங்கள் உடம்பைத் தேய்த்து உரசி உரசியே ரத்தத்தை உறிஞ்சும் அட்டைகளை யானைகள் உதிர்த்துத் தள்ளும். ரத்தத்தை உறிஞ்சும் அட்டைகளின் கொடுமையிலிருந்து தப்பிய யானைகள் இக்கோவிலுக்குள்ளும், வெளியிலும் படுத்து ஓய்வெடுக்கும். ஒவ்வொரு முறை யானைகள் கோவில் கல் சுவரில் உரசும் போதும் கோவில் பலவீனப்பட்டிருக்கிறது. பராமரிப்பில்லாத இக்கோவில் சிதிலமடைய யானைகளே பெரும் காரணமாக இருந்திருக்கின்றன.

இயற்கையின் தாக்குதலைத் தாங்கி இந்தக் கோவில் இத்தனை ஆண்டுகாலம் நிலைத்திருப்பதே அதிசயம்தான். இந்நிலை நீடித்தால் இன்னும் இருபது, முப்பது ஆண்டுகளில் இந்தக் கோவில் கற்குவியலாகும் நிலை வரலாம்.

மங்கலதேவிக் கோவிலின் உண்மையான பிரச்சனை பழுதடைந்திருக்கும் கட்டிடங்கள் மட்டுமல்ல. மங்கலதேவியை வழிபடுவதே எரியும் பிரச்சனையாக உள்ளது. காரணம் கோவிலின் அமைவிடம். மங்கலதேவி மலையும் கோவிலும் கோவிலுக்குச் செல்லும் பாதையும் நம்முடைய தமிழகத்தின் வண்ணாத்திப் பாறையின் பாதுகாக்கப்பட்ட வனத்துறையில் இருக்கிறது. 1883 ஆம் ஆண்டு கூடலூர் மக்கள் கோவிலுக்குச் செல்லும் பாதையைச் சீரமைப்பதற்காக ஆங்கில அரசிடம் அனுமதி கேட்டார்கள். அப்போதைய ஆங்கில அரசு 12 அடி அகலத்திற்குப் பாதை அமைத்துக் கொள்ளலாம் என்றும், வேறு காட்டு வெள்ளாமை எதுவும் செய்யக்கூடாது என்ற நிபந்தனையுடன் அனுமதி வழங்கியது. இதற்கான ஆணை 15.11.1883 தேதியன்று வெளியிடப்பட்ட கெசட்டில் வெளியிடப்பட்டுள்ளது.

அதைப் போலவே 1839, 1896 ஆம் ஆண்டுக்கான நில அளவை ஆவணங்களும் இக்கோவில் பகுதி தமிழகத்திற்கே சொந்தம் என்பதை உறுதிப்படுத்துகின்றன. இவைபோல் ஏராளமான ஆவணங்கள் உள்ளன. இறுதியாக, 1975 ஆம் ஆண்டு ஏப்ரல்18 ஆம் தேதியன்று தமிழக அரசின் நில அளவை பதிவேடுகள் துறை இணை இயக்குனர் திரு. கணேசனும், கேரள அரசின் துறைத் தலைவரும் கூட்டாக ஆய்வு செய்து மங்கலதேவியின் கோவில் கேரள எல்லையில் இருந்து 44 அடிதூரத்தில் தமிழக எல்லையில் உள்ளது என்று அறிக்கை அளித்தனர். இவ்வளவுக்குப் பிறகும் அந்தக் கோவில் கேரள அரசின் தொல்லியல் துறையினரால் தங்களின் கட்டுப்பாட்டிற்குள் கொண்டுவரப்பட்டுவிட்டது. 09.08.1983 முதல் கடந்த 30 ஆண்டுகளாக இந்தக் கோவில் கேரள அரசின் கோவிலாக, அவர்களின் சுற்றுலாத்தலங்களில் ஒன்றாக இருந்து வருகிறது.

கோவிலின் உரிமை அவர்களிடம் சென்றுவிட்டாலும் தமிழ் மக்கள் கண்ணகியை வழிபடும் உரிமையை இழக்காமல் ஆண்டுதோறும் சித்ரா பௌர்ணமி அன்று மங்கலதேவிக் கோட்டத்திற்குச் சென்று கொண்டிருக்கிறார்கள். மங்கலதேவிக் கண்ணகிக் கோவில் கேரள மாநிலம் குமுளியிலிருந்து ஏழாவது கி.மீ. தூரத்தில் 4380 அடி உயரத்தில் உள்ள ரம்மியமான மலைப்பகுதியில் உள்ளது. கடந்த 20 ஆண்டுகளுக்கு முன்பு கேரள அரசு இந்த 14 கி.மீ. தூரத்திற்கும் ஒரு ஜீப் பாதை போட்

டுள்ளது. தமிழகப் பகுதியான கூடலூர் லோயர் கேம்ப்பிலிருந்து ஆங்கில அரசு அமைத்துக் கொடுத்த 12 அடி அகலமுள்ள நடைபாதையில் நடந்தால் 6 கி.மீ. தூரத்தில் கண்ணகிக் கோவில் உள்ளது. தமிழக எல்லைப் பகுதியான லோயர் கேம்ப் பகுதி பாதையைப் பயன்படுத்தினால் கேரள எல்லைக்குள் போகாமலேயே மங்கலதேவிக் கண்ணகிக் கோவிலை அடையலாம். ஆனால் 6 கி.மீ. நடக்க வேண்டும்.

கேரளப் பகுதியின் குமுளியிலிருந்து கோவில் வரை 14 கி.மீ. கேரள அரசு அமைத்துள்ள பாதையில் சென்றால் வாகனங்கள் மூலம் நேராகக் கோவிலுக்குச் செல்லலாம். ஆனால், மூன்று இடங்களில் செக் போஸ்ட் நிர்மாணித்து, கேரள வனத்துறை தவிர்த்து மற்ற யாரும் அந்தச் சாலையைப் பயன்படுத்த முடியாதவாறு கேரள அரசு மிகக் கடுமையாகக் கண்காணித்து வருகிறது. தமிழகப் பகுதியில் இருந்து செல்பவர்களுக்கு அனுமதி மறுத்து வருகிறது. கேரள வனத்துறை தவிர்த்து, மற்றவர்களுக்கு வருடத்தில் ஒரு நாள், சித்ரா பௌர்ணமி அன்று மட்டுமே இந்தப் பாதையை பயன்படுத்த கேரள வனத்துறை அனுமதிக்கிறது.

1983 ஆம் ஆண்டு வரை மங்கலதேவிக் கண்ணகி கோவிலுக்குச் செல்ல தமிழக எல்லைக்குள் உள்ள நடைபாதையை பொதுமக்கள் பயன்படுத்தி வந்தனர். அப்போதெல்லாம் மூன்று நாட்களுக்கு இக்கோவிலில் விழா நடக்கும். இந்த மூன்று நாட்களும் கம்பம், கூடலூரிலிருந்து பேட்டரி மூலம் இயங்கும் ஒலிபெருக்கியையும், வண்ண விளக்குகளையும் மக்கள் எடுத்துச் சென்று மங்கலதேவியை வெகு விமர்சையாகக் கொண்டாடுவார்கள். ஆடுகள், கோழிகள் பலி கொடுக்கப்பட்டு சமையல் செய்து அங்கேயே மூன்று நாட்களும் தங்குவர். வஞ்சிக்கப்பட்டு, வாழ்வை இழந்த கோபத் தெய்வமான கண்ணகி தங்களுக்கு எந்தத் தீங்கும் செய்துவிடக்கூடாது என்றும், அவள் வெம்மை குறைந்து நாட்டில் நல்ல மழை பெய்து வெள்ளாமை செழிக்க வேண்டும் என்றும், குழந்தை குட்டிகள் நோய் நொடி அற்று வாழ வேண்டும் என்றும் பல பிரார்த்தனைகளுடன், மக்கள் கண்ணகி தேவியின் காலடியில் மூன்று நாட்கள் தங்கியிருப்பார்கள்.

இப்போது 3 நாள் விழா 8 மணி நேர விழாவாக்கப்பட்டதோடு ஒலி பெருக்கிகள், வண்ண விளக்குகள் கொண்டுச் செல்லவும், பலியிடவும் அனுமதி மறுக்கப்படுகிறது. சமையலும் கூட கடந்த முப்பது ஆண்டுகளாகத் தடை செய்யப்பட்டு விட்டது. ரிசர்வ் காட்டிற்குள் நெருப்பு வைத்துச் சமையல் செய்யக் கூடாதாம். ஒவ்வொரு ஆண்டும் கண்ணகி விழா நடப்பதற்கு ஒரு மாதத்திற்கு முன்பே தமிழகத்தின் சார்பில் தேனி மாவட்ட அதிகாரிகளும், கேரளத்தின் இடுக்கி மாவட்ட அதிகாரிகளும், இரு மாநிலத்திற்கும் எல்லையான குமுளி நகரில் முகாமிட்டு வரப்போகின்ற கண்ணகி விழா குறித்து ஆலோசிக்கின்றனர். இந்த ஆலோசனைக் கூட்டத்திற்குத் தமிழகத்திலிருந்து மங்கலதேவிக் கண்ணகி அறக்கட்டளை நிர்வாகிகளும் கேரளப் பிரமுகர்களும் அழைக்கப்பட்டு அவர்களது கருத்தும் பதிவு செய்யப்படுகிறது.

மங்கலதேவிக் கண்ணகி அறக்கட்டளையினர் கோவில் விழாவில் எத்தனை வாழை மரங்கள் கட்டலாம் என்பது போன்ற சிறு நிகழ்வுகள் கூட கூட்டத்திலேயே தீர்மானிக்கப் படுகிறது. அன்று கோவிலுக்கு வரும் பக்தர்களுக்கும் தமிழார்வலர்களுக்கும் டிராக்டர்களில் உணவைக் கொண்டு வந்து அறக்கட்டளையினர் அன்னமிட முன் அனுமதி பெற வேண்டும். இதுவரை ஆறு டிராக்டர்களில் (ஏறக்குறைய 2200 கிலோ அரிசியில் சமைக்கப்பட்ட உணவு) கொண்டுபோக அனுமதி வழங்கப்பட்டுக் கொண்டிருக்கிறது. எந்த ஆண்டாவது சித்ரா பௌர்ணமி விடுமுறை நாளில் வந்துவிட்டால் கூட்டம் அதிகமாக வரும் என நினைத்து ஏழாவதாக ஒரு டிராக்டரில் சமைக்கப்பட்ட உணவு எடுத்து வந்தால் அந்த டிராக்டர் தடுத்து நிறுத்தப்படும்.

மூன்று செக்போஸ்டிலும் வாகனத்திலிருந்து பக்தர்கள் இறங்கி நிற்க வேண்டும். கேரள காவல் துறை, வனத் துறை, மருத்துவத் துறையினர் வாகனத்தைச் சோதனையிடுவர். பொதுமக்கள் கையிலிருக்கும் பிஸ்கட் பாக்கெட், ஒரு லிட்டர், இரண்டு லிட்டர் தண்ணீர் பாட்டில்கள், குளிர்பானங்கள் முதலியவை கைப்பற்றப்படும். 5 லிட்டர் தண்ணீர் கேனை சுமக்க முடியுமானால் உங்களுக்கு அதை எடுத்துச் செல்ல அனுமதி உண்டு. இந்தியா - பாகிஸ்தான் எல்லையில்கூட

இத்தனை கெடுபிடிகள் இல்லை என வாகா - அட்டாரி எல்லைப் பகுதிக்குச் சென்று வந்தவர்கள் சொல்கிறார்கள்.

கேரள வனத்துறை சார்பில் மூன்று பெரிய சின்டெக்ஸ் டாங்கில் தண்ணீர் வைக்கப்படும். மழை வந்தால் அண்டிக் கொள்ள மூன்று டென்டுகளைக் கேரள வருவாய்த்துறை அமைக்கும். இதில் ஒரு டென்ட்டில் தமிழக அதிகாரிகள் கேரள வருவாய்த்துறை அதிகாரிகளோடு சேர்ந்து பயன்படுத்தலாம். விழா முடிந்தவுடன் கோயில் முழுவதையும் கூட்டிப் பெருக்கிச் சுத்தம் செய்து தர வேண்டியது கண்ணகி அறக்கட்டளையினரின் பணி. அனைத்தையும் முடித்து மாலை 5 மணிக்குள் அனைவரும் வெளியேற வேண்டும்.

இவ்வளவு கெடுபிடிகளையும் கடந்து, சித்ரா பௌர்ணமி யன்று, வருடத்தில் ஒரு நாள் நிகழ்ச்சிக்கு... தவறு ஒரு நாள் என்று கூடச் சொல்ல முடியாது, காலை 7 மணியிலிருந்து மாலை 3 மணி வரை சுமார் எட்டு மணிநேரம் நடக்கும் இந்தக் கோவில் திருவிழாவிற்கு ஆண்டுதோறும் மக்கள் கூடுகிறார்கள். கேரள, தமிழக அதிகாரிகள், கோவிலுக்குச் செல்லும் சுமார் 40,000 பொது மக்களைக் குமுளியிலிருந்து ஜீப்புகளில் அசுர வேகத்தில் ஆறு கி.மீ. மலைப் பாதையில் ஓட்டிச்சென்று கண்ணகிக் கோவிலில் விட்டு, பின்பு திரும்பவும் அவர்களைக் குமுளியில் இறக்கிவிடும் குமுளி ஜீப் டிரைவர்கள், இந்த நிகழ்ச்சியைப் பொதுமக்களுக்குத் தெரிவிக்க விழையும் பத்திரிகையாளர்கள் என்று அனைவரும் சித்ரா பௌர்ணமி நாளன்று படும்பாட்டை சொல்லி மாளாது.

நடைமுறை கட்டுப்பாடுகளும் அதிகம். திருவிழா என்றாலே விதவிதமான கடைகளும் வேடிக்கையும்தான். ஆனால் இங்கு ஒரு கடையும் போடக்கூடாது. கேமரா உள்ளிட்ட பொருட்கள் எடுத்துச் சென்றால் மூன்று செக்போஸ்ட்களில் ஏதாவது ஒரு செக்போஸ்ட்டில் இவை கட்டாயம் பறிமுதல் செய்யப்படும். கைப்பற்றப்பட்ட பொருட்களைத் திரும்பப் பெறுவது மிகக் கடினம். ஒவ்வொரு ஆண்டும் என்ன பிரச்சனை நடக்குமோ என்ற பதற்றத்துடனேயே சித்ரா பௌர்ணமி விழா நடந்தேறுகிறது.

கன்யாகுமரியிலுள்ள பத்மநாபபுரம் அரண்மனை, தமிழக எல்லையில் இருந்தாலும், இந்த அரண்மனையைக் கேரள

மாநிலத்தின் தொல்லியல் துறைதான் பராமரிக்கிறது. அந்த வகையில் தமிழக எல்லையில் உள்ள மங்கலதேவிக் கண்ணகிக் கோவிலை கேரளத் தொல்லியல் துறைப் பராமரிக்கலாம் என்று எடுத்துக் கொண்டதைக்கூட ஏற்றுக் கொள்ளலாம். ஆனால், உள்நோக்கத்தோடு அந்த இடம் ஏற்றுக் கொள்ளப்பட்டிருக்கிறது என்பதே தமிழகம் அறிந்த உண்மை. கேரள அரசு விதிக்கும் கடுமையான தேவையற்றக் கட்டுப்பாடுகள், கேரளத் தொல்லியல் துறை தன் பராமரிப்பில் கொண்டுவந்த இந்த 30 ஆண்டுகளில் மங்கலதேவியின் கோவிலுக்காக ஒரு பைசா கூட இதுவரை செலவு செய்யாதது ஆகியவற்றை வைத்துப் பார்க்கும்போது நம் சந்தேகம் உண்மை என்பது புலனாகும். இதுமட்டுமல்ல நம் சந்தேகத்திற்கு அடிப்படை.

கண்ணகிக் கோவிலில் கடுமையாக அமல்படுத்தப்படும் இந்தச் சட்டம் அதே பெரியாறு காப்புக் காட்டிற்குள் இருக்கும் சபரிமலை ஐயப்பன் கோவிலுக்குப் பொருந்தாது என்பதும், கேரள வனப்பகுதிக்குள் இருக்கும் சபரிமலை வழிபாட்டிற்கு ஆண்டிற்கு 133 நாட்கள் (மகர விளக்கு பூஜை-21 நாட்கள், மண்டல பூஜை-48 நாட்கள், ஓணம் -4 நாட்கள், ஒவ்வொரு மாதத்திற்கும் 5 நாட்கள் வீதம் 60 நாட்கள்) பக்தர்கள் வந்து போக தாராளம் காட்டுவதும் கவனிக்கப்பட வேண்டியவை. ஆனால், ஆண்டிற்கு ஒருமுறை சித்ரா பௌர்ணமி அன்று ஒருநாள் கண்ண கியை வழிபட மட்டும் ஏன் இவ்வளவு கெடுபிடிகள்? அச்சுறுத் தல்கள்?

எப்பொழுதுமே எல்லைப் பிரச்சனையில் தீராப் பகை கொண்டவை, இந்தியாவும் பாகிஸ்தானும். ஆனால் அவ்விரு நாடுகளின் எல்லையான வாகாவில் (அட்டாரி) தினந்தோறும் இரு நாட்டு மக்களின் விவசாயம், சரக்குப் போக்குவரத்தை இரண்டு அரசாங்கங்களால் நடத்திக் காட்ட முடிகிறது. எல்லா நேரமும் பதற்றப் பகுதியாக இருக்கக்கூடிய கச்சத் தீவுப் புனித அந்தோணியார் விழாவை இந்தியா இலங்கை அரசுகளால் நடத்திக் காட்ட முடிகிறது.

ஆனால், இந்தியாவின் இரு மாநிலங்களின் எல்லையில் உள்ள 1800 ஆண்டுக் காலப் பழமையான, ஒரு கோவில் விழாக் கடுமையான பதற்றத்துடன், அதிகபட்ச கெடுபிடிகளுடன்தான் கடந்த 30 ஆண்டுகளாக நடந்தேறி வருகிறது.

பாண்டிய அரசன் வெற்றிவேல் செழியன், சோழ அரசன் பெருங்கிள்ளி, இலங்கை அரசன் கயவாகு (கி.பி.171-193) சேர நாட்டின் செங்குட்டுவன், மாளவ - குடகு தேச அரசர்கள் உள்ளிட்டோரை அன்றைய காப்பியக் கண்ணகியால் தனக்காக இணைந்து செயலாற்ற வைக்க முடிந்தது. கண்ணகியைத் தமிழ்ச் சமூகத்தின் பண்பாட்டு அடையாளமாகச் சிலாகித்துக் கொண்டிருக்கும் நம்மால் அந்தக் கண்ணகியை அமைதியாக வழிபடக்கூட முடியவில்லை என்பதே இன்றைய நிதர்சன உண்மை.

செல்வச் செழிப்பான கண்ணகியின் வண்ணச் சீரடி மண்மகள் பார்த்திலள் என்று எந்த நேரத்தில் பாடினானோ இளங்கோ... புலவன் வாக்குப் பொய்யாகாது என்பார்கள். ஆமாம், மங்கலதேவிக் கோட்டத்தில் கண்ணகியின் வண்ணச் சீரடியை மண்மகள் பார்க்கவே முடியாதுதான்.

- 04.06.2014,
தினமணி நாளிதழ்

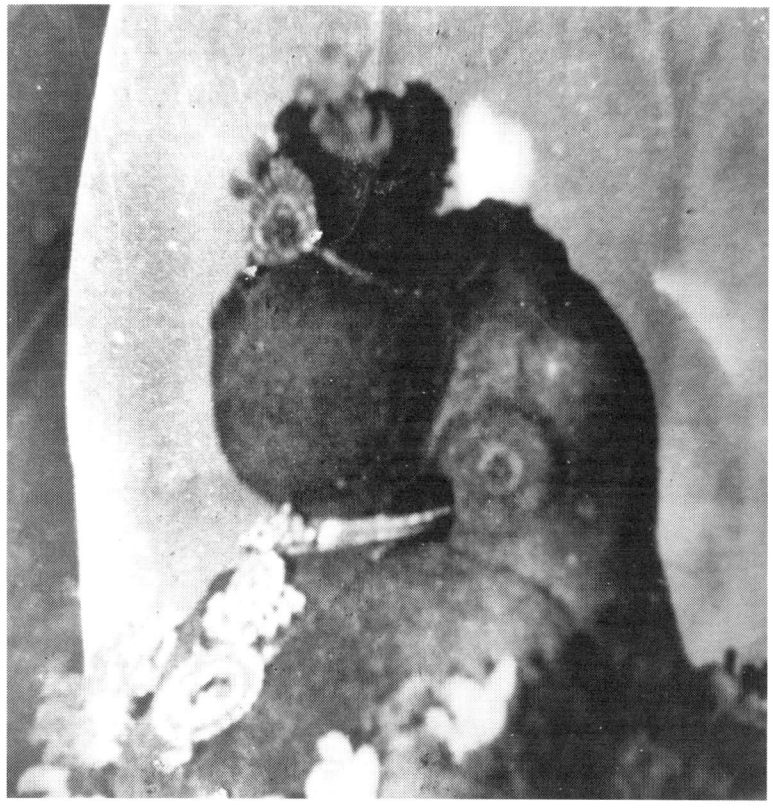

1963ஆம் ஆண்டு நவம்பர் மாதம் 17ஆம் தேதி கண்ணகிக் கோட்டத்தில் கண்டெடுக்கப்பட்ட கண்ணகியின் சிலை. சிலைக்கு நகைகள் அணிவிக்கப்பட்டு புகைப்படம் எடுத்த பின்பு, பொதுப்பணித் துறை அதிகாரி, தமிழ் ஆர்வலர், ஆட்சியாளர் எனப் பலரிடம் சென்ற சிலை, தற்போது எங்கிருக்கிறது என்று தெரியவில்லை.